D1771374

அறவி

அறவி
அகிலா

எழுத்தாளர், திறனாய்வாளர், பேச்சாளர், ஓவியர். கோவையில் மனநல ஆலோசகராகப் பணியில் உள்ளார்.

தமிழ், ஆங்கிலம் என இரண்டு மொழிகளிலும் எழுதிவருகிறார். இதுவரை கவிதை, சிறுகதை, நாவல், ஆய்வுக் கட்டுரைகள், மொழிபெயர்ப்பு என 20 நூல்கள் வெளிவந்துள்ளன.

சக்தி விருது (2014), நெருஞ்சி இலக்கிய இயக்க விருது (2018), அசோகமித்திரன் நினைவு இலக்கிய விருது (2019), சௌமா இலக்கிய விருது (2021), திருப்பூர் இலக்கிய விருது (2021), இன்குலாப் நினைவு இலக்கிய விருது (2023) போன்ற பல விருதுகளைப் பெற்றுள்ளார்.

இவருடைய 'தவ்வை' நாவல், 'மண்சட்டி' சிறுகதைத் தொகுப்பு, கவிதைகள் ஆகியவை அரசு, தனியார் கல்லூரிகளில் முனைவர் பட்ட ஆய்வுகளுக்காக எடுத்துக்கொள்ளப்பட்டுள்ளன.

பள்ளி, கல்லூரிகளில் மாணவ மாணவியருக்கான மனநல ஆலோசனைகள் சார்ந்தும் பெண் முன்னேற்றம், சமூக விழிப்புணர்வு சார்ந்தும் உரைகள் நிகழ்த்திவருகிறார்.

ஜிம் கார்பெட் எழுதிய 'கோயில் புலியும் குமாவுன் ஆட்கொல்லிகளும்' என்னும் நூல் இவரின் மொழிபெயர்ப்பில் காலச்சுவடு வெளியீடாக வந்துள்ளது.

தொடர்புக்கு: artahila@gmail.com

அகிலா

அறவி

காலச்சுவடு பதிப்பகம்

● **அன்பார்ந்த வாசகருக்கு,**

வணக்கம்.

காலச்சுவடு நூலை வாங்கியமைக்கு நன்றி.

நூலின் உள்ளடக்கம், உருவாக்கம், அட்டைப்படம் இன்ன பிற அம்சங்கள் பற்றிய உங்கள் கருத்துகளையும் ஆலோசனைகளையும் காலச்சுவடு வரவேற்கிறது. தகவல், எழுத்து, வாக்கியப் பிழைகள் தென்பட்டால் கட்டாயம் தெரிவித்து உதவுங்கள். நூல் தயாரிப்பில் கடும் குறைபாடு இருப்பின் மாற்றுப் பிரதி உங்களுக்குக் கிடைக்கக் காலச்சுவடு ஏற்பாடு செய்யும்.

மின்னஞ்சல்: publisher@kalachuvadu.com

காலச்சுவடு நாகர்கோவில் அலுவலகத்துக்குக் கடிதம் அனுப்பலாம்.

தங்கள்
எஸ்.ஆர். சுந்தரம் (கண்ணன்)
பதிப்பாளர் – நிர்வாக இயக்குநர்

அறவி ♦ நாவல் ♦ ஆசிரியர்: அகிலா ♦ © து. அகிலா ♦ முதல் பதிப்பு: ஜூலை 2023 ♦ வெளியீடு: காலச்சுவடு பப்ளிகேஷன்ஸ் (பி) லிட்., 669, கே.பி. சாலை, நாகர்கோவில் 629001

காலச்சுவடு பதிப்பக வெளியீடு: 1206

aRavi ♦ Novel ♦ Author: Ahila ♦ © D.Ahila ♦ Language: Tamil ♦ First Edition: July 2023 ♦ Size: Demy 1 x 8 ♦ Paper: 18.6 kg maplitho ♦ Pages: 240

Published by Kalachuvadu Publications Pvt. Ltd., 669, K.P. Road, Nagercoil 629001, India ♦ Phone: 91-4652-278525 ♦ e-mail: publications @kalachuvadu.com ♦ Printed at Clicto Print, Jaleel Towers, 42 KB Dasan Road, Teynampet Chennai 600018

ISBN: 978-81-19034-33-8

07/2023/S.No. 1206, kcp 4450, 18.6 (1) ass

முன்னுரை

திணிக்கப்பட்ட துறவறம்

அறவி என்றால் துறவி. துறவி என்றதும் மாதவியின் மகளான மணிமேகலையின் பெயர் மனதுக்குள் வந்துபோவதைத் தடுக்க முடிவதில்லை. இத்துறவுத் தன்மையை யதார்த்த வாழ்வியலுக்குள் பொருத்திப்பார்த்தால் துறவின் அர்த்தம் புதிதாய் விளங்கும். துறவுத் தன்மையின் பொதுமைவாதத்தைக் கடந்து நிதர்சனங்களின் முகங்களுக்குள் புகுத்திப் பார்ப்பதே எனது இப்புதினத்தின் விழைவு.

துறவின் சார்பியல் கருத்துகள், கலாச்சாரம் சார்ந்த தார்மீக மதிப்புகளை மட்டும் எடுத்தியம்ப முற்படுபவை. ஆனால் தனிப்பட்ட மனிதனின் நித்தமுமான வாழ்வில் நேரும் தத்துவார்த்தத் துறவறமானது அகநிலைவாதம் சார்ந்தது. தலைமுறைகளின் பாதிப்பும் இதற்குள் அடங்கும். இருபதாம் நூற்றாண்டின் பின்னணியில் பெண்களின் அகநிலை வெளிப்பாடு, அதே நூற்றாண்டின் இறுதியில் பெருமளவில் மாறுதலுக்கு உட்படுகிறது. 21ஆம் நூற்றாண்டின் தொடக்கத்தில் அதன் போக்கு தனிப்பட்ட மனிதனைத் தூக்கி நிறுத்தும் பிரகடன வேலையைச் செய்கிறது.

கடந்த நூற்றாண்டில் பெண்கள்மீது திணிக்கப்பட்ட பாலியல் வறட்சி பல பெண்களை இல்லறத்துள்ளும் துறவறம் பேணும் நிலையை நோக்கி வலிந்து தள்ளியிருப்பதை மறுக்கவியலாது. அதைப் பெண்ணின் தனிப்பட்ட விருப்பமாக மாற்றும் யதார்த்தங்களும் அரங்கேறின. இன்றைய பெண்ணின் திண்ணம், சடங்குகளைத் தாண்டி வாழ்வியலை

அதன் நுட்பத்துடன் அணுக கற்றுத்தந்திருக்கிறது. பெண்கள் தனிப்பிறவிகள்தான். அதீதமான பற்றுதலும் பிடிமானமும் சாத்தியப்படும் அவர்களுக்குள், துறவறமும் எளிதாய் வாய்க்கப்பெறுவதுதான் அவர்களின் பெருஞ்சிறப்பும் வருத்தமும். இதுவே ‘அறவி’யின் மூலம்.

இருபதாம் நூற்றாண்டின் தொடக்கக் காலத்துப் பெண்ணையும் அதன் பிற்காலத்துப் பெண்களையும் 21ஆம் நூற்றாண்டின் பெண்களையும் இந்தப் புதினம் பேசுகிறது. அதற்காக இது தலைமுறை சார்ந்த நாவல் என்பதல்ல. அந்தந்தக் காலகட்டத்துப் பெண்களின் இணைத்தன்மையையும் முரண்களையும் பேசும் புதினம் இது. வெவ்வேறு நாடுகள், நகரங்கள், கலாச்சாரங்கள், கடிதங்கள் என்றவாறு செல்லும் இதில் பெண்கள் எவ்வாறு அவற்றின் பொருட்டு உருமாற்றம் பெறுகிறார்கள் என்பதையும் உணர்த்த முயன்றிருக்கிறேன். இந்தியா, இங்கிலாந்து என்று கதைக்களம் மாறும்போதும் பெண் என்பவளின் பொதுத்தன்மை இயக்கமானது எத்தனை புரிதலுக்குப் பின் மாற்றம் கொள்ளத் தொடங்குகிறது என்பதையும் இப்புதினத்தின் வழியாக எண்ணிப்பார்க்கிறேன். பெண்கள் துறவின் ஆழத்தைத் தங்களின் வாழ்வில் எத்தனை சுலபமாக ஏற்றுக்கொண்டு அதை யதார்த்தத்தோடு பொருத்திக்கொண்டு இயங்க முற்படுகிறார்கள் என்பதையும் தார்மீகச் சார்பியலாக முன்வைத்திருக்கிறேன்.

அறவி புதினத்தைச் சிறப்புறப் பதிப்பித்திருக்கும் காலச்சுவடு பதிப்பகத்திற்கும் அட்டை முகப்பை வடிவமைத்துத் தந்த கவிஞர் லார்க் பாஸ்கரனுக்கும் என் பேரன்பு.

கோவை
25 ஜூன், 2023

அகிலா

1

தேவகி

ஓநாய்

1

கண்களைச் சிரமப்பட்டுத் திறந்தபோது, கம்பிகளின் கருநிறக் கோடுகள் அரூபமாய் அவளருகில் நின்றிருந்தன. அவற்றின் வழியே சுற்றிலும் சாம்பலும் வெள்ளையுமாகப் பனிப் போர்வையைப் பார்க்க முடிந்தது அவளால். பனியைக் கண்டதும் உடலெங்கும் குளிர் போர்த்திக்கொண்டதாய் உணர்ந்தாள். தொடுவானம் மிக அருகிலும் சூடில்லாத சூரியப் பிழம்பு தூரத்திலும் தெரிந்தன. கம்பிகள் வழுவழுவெனச் சில்லிட்ட தண்ணீருடன் இருந்தன. தேவகி நிலத்தின் இருப்பியலைப் புரிந்து கொள்ளச் சுற்று முற்றும் கண்களை ஓட்டினாள். மூடியிருக்கும் கூண்டின் கம்பிகளுக்குள் தான் எவ்வாறு வந்தோமென நினைவுக்கு வரவில்லை. கூண்டு மிகக் குறுகியதாய் இருந்தது. அதன் உள் வடிவமைப்பு கமத்திவைத்த சட்டியைப் போன்று இருந்தது. மூடியிருந்த மேல்பகுதியில் செதுக்கப்பட்டிருந்த செந்தாமரைப் பூக்கள் இவளைப் பார்த்தவாறு மலர்ந்திருந்தன. தேவகி அவற்றைப் பார்ப்பதை உணர்ந்ததும், அவை அவள் மேல் விழத் தயாராவதைப்போல பாவனை காட்டின.

கண்களைக் கம்பிகளின் வெளியே நீட்டினாள். வெளிச்சம் குறைவான சுற்றுப்புறமாய் இருந்தது. பனியின் மங்கிய வெண்மை கண்ணுக்குள் நுழைந்தது. எங்கிருந்தோ சின்னதாய் உறுமும் சத்தம்

காதுகளுக்குள் கேட்டது. கண்களை இறுக மூடிக்கொண்டாள். சத்தம் நெருங்கி வருவதைக் காதுகள் உணர்ந்தன. சட்டென உறுமலுடன் அதிர்வாய்க் குரைப்புச் சத்தம் காதுகளைப் பதம் பார்க்க, உடல் பதறி மார்புச் சேலையை இறுக்கிக்கொண்டு பிட்டத்தைப் பின் நகர்த்தினாள். கூண்டின் எதிர்ப்பக்கம் இருந்த கம்பிகள் முதுகுடன் உரசின. கூண்டுக் கம்பிகளின் இடைவெளி வழியாய் மூக்கை நுழைத்து உறுமியது ஒரு முகம். முக்கோணமாய் அதன் முகம் கருப்பிட்டிருந்தது. அதன் கண்கள் நெருப்பை உண்டிருந்தன. பற்கள் சிவப்பும் வெண்மையுமாய்க் கூர் இலக்குக் கொண்டதாய்ச் சிரித்தன. அதன் வாயிலிருந்து வந்த எச்சில் காற்று குளிருடன் கலந்து மாமிச வீச்சமடித்தது. ஒன்றிரண்டு துளிகள் அவ்வின் முகத்தில் தெறித்து ஒட்டிக்கொண்டன.

‘சூ, சூ!’ கைகளை மார்பிலிருந்து எடுக்காமல் அதை விரட்டினாள். ‘தள்ளிப் போ’ என்று கத்தினாள். உடம்பை இன்னும் எதிர்ப்பக்கக் கம்பிகளுடன் சேர்த்து அதிகமாய் நெருக்கினாள்.

அவளையே பார்த்தபடி அது பெரிதாக உறும, பெரிய கழி ஒன்று அதன்மேல் விழுந்த சத்தம் கேட்டது. ஓநாயின் சிவந்த கண்கள் ஒருகணம் வலியில் குறுகி நீண்டன. பற்கள் நரநரவென இடித்துக்கொண்டன. இருந்தும் கம்பிகளை விட்டு அகலாமல் இருந்தது அது. ‘ஊம்!’ என்று முனகியபடி கைகள் கொண்டு மார்பைச் சேலையுடன் இறுக்கினாள். அதற்குள் அந்தக் கழி இன்னொரு முறை அதன்மேல் இறங்கியது. இப்போது வலியின் பெரும் சத்தத்துடன் அது கம்பிகளிலிருந்து தன் மூக்கை விடுவித்துக்கொண்டது. இன்னொரு அடிக்கு அது சற்றுப் பின்வாங்கித் திரும்பியது. அதன் பிட்டம் ரோமங்கள் அற்றுச் சிவப்பாய் இருந்தது. பின்னங்கால்களை அதற்குள் இடுக்கிக்கொண்டு மொட்டையாய்த் தொங்கிய வாலைச் சொருக முயன்று தோற்று ஓடியது.

அது ஓடிய பிறகு, காலியான கம்பிகளின் அருகில் இரண்டு தடித்த பூட்ஸ் கால்கள் முளைத்தன. அந்தக் கழி மூன்றாவது காலாய்ப் பனியில் குத்திட்டு வெள்ளைத் துளிகளைத் தெறிக்கவிட்டது.

தேவகி சற்று நகர்ந்து, கம்பியின் அருகில் வந்து, அதைப் பிடித்துக்கொண்டு கழுத்தைக் குறுக்கிக் குனிந்து மேல் நோக்கி, ‘தேங்க்ஸ் டாக்டர்..’ என்றாள் நடுங்கிய குரலில்.

‘ஏய்! வாய மூடு...’ என்று முரட்டுத்தனமாய்ச் சத்தமெழுப்பிய மனிதன், தான் மருத்துவர் இல்லையென்பதைக் குரலால் உணர்த்தினான். விசுக் என்று கழியை நிமிர்த்திக் கம்பிகளின்

மீது அடித்தான். கம்பிகளைப் பிடித்திருந்த அவளின் ஆள்காட்டிவிரலிலிருந்து சுண்டுவிரல்வரை சுளீரென உறைத்ததில் சில்லிட்டிருந்த விரல்கள் வலியை உணர நேரமெடுத்து இரத்தம் சுண்டிக் காட்டின. கையை கம்பியிலிருந்து உருவி, உதறி, அழுதாள். உடம்பைச் சிலிர்த்துக் கூண்டை உடைக்க இயலுமாவெனப் பார்த்தாள்.

'என்னைய, என்னைய யாராவது காப்பாத்துங்க' என்று குரலெழுப்பிக் கைகளை உதறினாள். யாரும் வரவில்லை. தேவகிக்கு அவளுடைய குரல்வளை நெரிக்கப்பட்டுச் சத்தமெழுப்ப முடியாமல் இருப்பதுபோல தெரிந்தது. கைகளையும் கால்களையும் போட்டுக் கூண்டுக்குள் அடித்தாள். இன்னும் குரலுயர்த்த நினைத்தபோது, சட்டென கண்களின் முன் மெலிதாய் விளக்கின் வெளிச்சம் விழுந்தது. சிறு வெளிச்சமும் அவ்வமயம் கூசியது. அதை ரத்தம் சுண்டிய விரல்களைக் கொண்டு மறைத்தாள். கண்களை அகலத் திறந்தபோது, அது ஓர் அறை என்பது புலப்பட்டது. வெளிச்சம் பழக, கைகளை இறக்கினாள். விரல்களில் இப்போது இரத்தம் சுண்டியிருக்கவில்லை. ஓநாயும் பூட்ஸ் கால் மனிதனும் கூண்டும் காணவில்லை. யாரோ தன்னை அழைப்பது போல் சத்தம் கேட்டது.

"அம்மா, என்னம்மா. ஏதாவது யோசிச்சியா. கனவா?" என்றவளை நிமிர்ந்து பார்த்தாள். இவளைப் பார்த்தால் யமுனா போல இருக்கிறதே. இங்கிலாந்தில் இருந்து இவள் எப்படி இங்கு வீட்டுக்கு வந்தாள் என்ற கேள்வியுடன் கண்கள் அறையைச் சுற்றின. 'இந்த அறையும் என்னுடையது அல்லவே. அய்யோ.. நான் எங்கே இருக்கிறேன். கூண்டுக்குள்ளேயும் இல்லை; என்னுடைய அறைக்குள்ளும் இல்லை; இது என் வீடும் இல்லை' புரியாமல் நிமிர்ந்தாள்.

யமுனா மெதுவாய்த் தாயின் தலையைத் தடவினாள்.

"ஏதாவது கெட்ட கனவாம்மா?" என்று மீண்டும் கேட்டாள்.

தலையசைத்தாள் தேவகி.

'தூக்கம் நல்லா வரும்போதெல்லாம் இப்படி ஏதாவது கனவுகள் வருதே...' என்ற கவலை தோய்ந்த கண்களுடன் எழுந்து படுக்கையில் உட்காந்து யமுனாவை நிமிர்ந்து பார்த்தாள்.

"நீ இப்போ என் வீட்டுலே இங்கிலாந்துல இருக்கேம்மா. திருச்செந்தூரில் இல்லம்மா. நான்தான் ஒங்கூட இருக்கேனே. அதனால பயப்படாம இரு," தேவகியின் கனவுகளைக் கேட்டுக் குறித்துவைத்துக்கொள்ள யமுனாவிடம் டாக்டர் சொல்லியிருப்பதை நினைத்துக்கொண்டவள், தேவகியிடம்,

“பயந்து போகுமளவுக்கு என்ன கனவும்மா அப்படி?” என்று கேட்டாள்.

வறண்டிருந்த உதடுகளை நனைத்தபடி, மெதுவாக, “ஒரு கூண்டு, சுற்றிலும் அண்டார்டிகா மாதிரி பனி. ஒரு ஓநாய், யமுனா. என்னைத் தின்னத்தான் வந்திருக்கும். பூட்ஸ் போட்ட ஒருத்தன் வந்து அதைத் துரத்திவிட்டு என்னையும் அடித்தான். அந்தக் கூண்டுக்குள் குளிர் வேற. ஃப்ரீசர் டப்பாக்குள்ளே இருந்த மாதிரி. நீ வரலேன்னா நா செத்திருப்பேன்,” என்று நடுக்கத்துடன் சொல்லிக்கொண்டே வந்தவள்’ “ஆமா, அது ஃப்ரீசர் கூண்டு தான்,” என்று சொல்லச் சொல்ல குரல் கம்மி, யமுனாவை நேரே பார்க்காமல் தலைகுனிந்துகொண்டாள்.

யமுனா அருகிலிருந்த மேசையைப் பார்த்தாள். தேவகியின் ஒரே தோழி, வசுமதி ஆண்டியின் கடிதம் பாதி மடிப்பில் இருந்தது.

“அம்மா, வசு ஆண்டி லெட்டரைப் படிச்சியா? அதுல ஏதாவது இப்படி கனவு வரமாதிரி இருந்துச்சா?” என்று கேள்விகளை அடுக்கினாள்.

“இல்லை யம்மு. அதுக்குப் பதில் எழுதவேண்டி தெறந்து வச்சேன் நேத்து, அவ்வளவுதான்” என்றாள் தேவகி.

வசுவும் தேவகியும் இந்தக் கடிதங்களின் வழியாகத்தான் வருடங்களாக வாழ்ந்துகொண்டிருக்கிறார்கள் என்பது யமுனாவுக்குத் தெரியும். இந்தியாவுக்கும் இங்கிலாந்துக்கும் பாலம் போட வாட்ஸ்அப், பேஸ்ஆப் எல்லாம் முயன்றுகொண்டிருக்க, இந்த இரண்டு பிரண்ட்ஸும் புறா வழியாகத் தூது விடாத குறையாகஇன்னும்லெட்டர்மூலமாகஎழுதிக்கொண்டிருப்பதைப் பார்க்கும்போது, யமுனாவுக்குள் சிரிப்பு வராமல் இல்லை.

சரி, வேறு எதுதான் அம்மாவைக் கனவுக்குள் பயமுறுத்தி இருக்கும் என்று யோசித்தபடி, சுற்றும்முற்றும் பார்த்தபடி தேவகியிடம் கேட்டாள், “ஏதாவது கதை கேட்டியா இல்லே நியூஸ்ல ஏதாவது பாத்தியா?”

யமுனாவின் ஊடுருவும் கண்களைத் தவிர்க்க முடியாமல், பதில் சொன்னாள் தேவகி.

“அது… எனக்கு இந்த கனவு ஏன் வந்துதுன்னு இப்பதான் கொஞ்சம் புரியுது யமுனா. நேத்து பேப்பரில ஒரு நியூஸ் படிச்சேன். அதுல இங்கே இங்கிலாந்தில் இருக்கிற எக்ஸெக்ஸ் மாகாணத்தில் வாட்டர்கிளேட் இண்டஸ்டிரியல் பார்க்கில 39 வியட்னாம் அகதிகளின் சடலங்கள அங்கு நின்னுக்கிட்டு இருந்த டிரக்கோட ஃப்ரீசர் பெட்டிக்குள்ளே இருந்து எடுத்திருக்காங்க யம்மு…

அவங்க பாவம்தான" என்று சொல்லும்போதே தேவகியின் உடம்பு நடுங்குவதைக் கவனித்தாள் யமுனா.

அந்தச் செய்தியை யமுனாவும் வாசித்திருந்தாள். அந்த டிரக் அதனுடன் இணைந்த டிரெய்லர் இரண்டும், ஐரோப்பாவின் வெவ்வேறு பகுதிகளில் இருந்து வந்திருந்தன. வடக்கு அயர்லாந்தில் இருந்து வந்த அந்த டிரக், குளிர்ப்பதனப்படுத்தப்பட்ட கண்டெய்னருடன் பிரான்ஸ், பெல்ஜியம் வழியாக பிரிட்டனுக்குள் நுழைந்திருக்கலாம் என்றும் தகவல்கள் தெரிவிக்கின்றன. அதன் உள்ளிருந்த ஒரு பெண்ணின் மொபைலில் இருந்து அவளின் அம்மாவுக்கு அனுப்பப்பட்ட செய்தியில் அவள், 'என்னுடைய பயணம் வெற்றி பெறவில்லை. குளிர் தாங்கமுடியாமல் நான் இறந்துகொண்டிருக்கிறேன்' என்று குறிப்பிட்டுள்ளதாக செய்தியில் சொல்லியிருந்தார்கள். இதையெல்லாம் இணைத்தும் தேவகிக்குள் இந்தக் கனவு முளைத்திருக்கலாம். யமுனாவுக்குள் சிறிதாய் ஒரு எரிச்சல் வந்தது.

"இதற்குத்தான் இப்படியான கேட்கிற, படிக்கிற விஷயங்களைப் பற்றி அதிகமா யோசிக்கக்கூடாதுன்னு டாக்டர் சொல்லியிருக்காரேம்மா. பகலில் உக்காந்து யோசிச்சு யோசிச்சுகிட்டே எதையோ எழுதிகிட்டு இருக்கே, இல்லே படிச்சுக்கிட்டு இருக்கே. அப்படி இருக்காதேன்னு சொன்னா நீ கேக்குறியா. டே டைமிலும் ரெஸ்ட் எடுக்கணும்மா... விடியட்டும். அப்பாயின்மெண்ட் வாங்கிட்டு நாம மறுபடியும் டாக்டர பாக்க போலாம். இப்ப தூங்கும்மா..." என்றபடி மாத்திரை டப்பாவை எடுத்தாள்.

யமுனா கொடுத்த மாத்திரையையும் தண்ணீரையும் வாங்கி முழுங்கியபடி, "இனி யோசிக்கல," என்றாள் சுரத்தில்லாமல்.

ஊரை விட்டு அவள் பணி செய்யும் இங்கிலாந்துக்கு வந்து சில வருடங்கள் ஆகியும் அம்மாவால் பழைய நினைவுகளைக் களைய இயலவில்லை. இன்றைய நிகழ்வுகளோடு பொருத்திப் பார்த்துப் பயந்து கொள்வதை வழக்கமாக்கிக் கொண்டிருக்கிறாள். சலிப்பும் கவலையுமாக யமுனா ஏதும் பேசாமல், அவளைப் படுக்கவைத்து கம்போர்ட்டரை கொண்டு மூடியபிறகு, பிடிவிளக்கைப் பச்சைக்கு மாற்றிவிட்டு அறையை மூட எத்தனித்தாள்.

குளிரின் கடுந்தன்மை தேவகியின் காலின் வலியை மோசமாக்கியது. 'யம்மு!' என்றழைத்தாள் மெதுவாக. கதவருகே நின்று 'என்னம்மா?' எனக் கேட்டதும், 'கால் வலிக்குது' என்று பதில் வந்தது தேவகியிடமிருந்து. அறைக்குள் வந்து ரேடியேட்டரைத் தொட்டுப் பார்த்தாள் யமுனா. மிதமான சூட்டைக் கைக்குக் காட்டியது. இன்றைக்கும் அம்மா நடைப்பயிற்சி போய்விட்டு

வந்தாள்தானே. அப்புறமும் ஏன் கால் வலி என்று யோசித்தபடி பக்கத்து மேசையில் இருந்த சாக்ஸை எடுத்துக் கால்களில் மாட்டிவிட்டாள். "சாக்ஸ் மாட்டித் தூங்கும்மா" என்றதற்கு தேவகியிடமிருந்து பதிலில்லை. மெதுவாய் அறையை விட்டு விலகினாள் யமுனா.

தேவகிக்குள் கேள்விகள் குடைந்துகொண்டிருந்தன. யமுனாவின் வீட்டுக்கு நாம் எப்போது வந்தோம். நான்கைந்து மாதங்களா அல்லது வருடங்களா? இருக்கும். பொண்ணைக் கட்டிக்கொடுத்துட்டு அவ வீட்டுல வந்திருந்து சோறு திங்கலாமோ... அதுவும் சொந்த மண்ணை விட்டுவிட்டு வெளியொரு நாட்டில... செல்லம்மா ஆச்சி இருந்திருந்தா இப்படிதான் அவளைக் கேட்டிருப்பா. அவளும் தன்னை விட்டுட்டுப் போயிட்டாளே. ஆச்சிதானே அவளுக்கு எல்லாமுமாய் இருந்தவள். அவள் போனபிறகுதான் தான் இப்படி துணையற்று ஆகிப்போனோமோ... மாத்திரையின் வீரியத்தில் நினைவுகள் மங்கலாய்ப் பின்தங்க, தேவகிக்குள் ஆச்சியின் பிம்பம் மட்டும் ஸ்தூலமாய் எழுந்து நின்றது. எப்போதும் போல் ஆச்சி அவளருகில் அமர்ந்து, சாயும் இவள் தலையை நகர்த்தி மடியில் கிடத்திக்கொண்டாள். அப்படியே தேவகி ஆச்சியின் சேலை இடுக்குகளுக்குள் அமிழ்ந்து போனாள்.

2

நார்தம்ப்டனில் இருந்து ஹார்போல் போகும் திசையில் இருக்கிறது டாக்டர் ஜானின் கிளினிக். அங்கு போக்குவரத்து குறைவாக இருப்பதால், பார்க்கிங் தேடுவது யமுனாவிற்குச் சிரமமாக எப்போதும் இருப்பதில்லை. அந்தக் கட்டடத்தின் அருகில் இருந்த கட்டண நிறுத்தத்தில் காரை நிறுத்திவிட்டு, தேவகியை அழைத்துக்கொண்டு உள்ளே சென்றாள். கட்டடத்தின் முகப்பிலேயே, கண்ணாடிப் பலகையின் மீது, டாக்டர் ஜான் ரோஜர்ஸ், கண்சல்டண்ட் சைக்யாட்டிரிஸ்ட், நார்தம்ப்டன் என்ற பெயர்ப் பலகை இளம் சிவப்பில் நிறைந்திருந்தது. அங்கிருந்த காரிடார் நீண்டு வளைந்து போய் முட்டுச்சந்தில் நின்றது. அதன் ஓரமாய்ப் பெரிய மேசையும் சில புரியாத அலங்காரப் படங்களும் கொத்துப் பூக்களும் இருந்தன. ஒரு பெண் அமர்ந்து கம்ப்யூட்டரில் தட்டிக்கொண்டிருந்தாள். யமுனாவின் குரலுக்குப் புன்சிரிப்புடன் பதில் சொல்லிவிட்டு மறுபடியும் வேலையில் தீவிரமானாள். அவளைப் பார்த்த தேவகியின் கண்களுக்கு, அப்பெண்ணின் உதடுகளில் தீட்டியிருந்த லிப்ஸ்டிக் சற்று மங்கலாகிவிட்டிருந்தது தெரிந்தது. தலைமுடி கூட இப்படி

ஒழுங்கற்ற முறையில் வாரிக்கொண்டா காலையில் வேலைக்கு வந்திருப்பாள்? அவளின் வேலைப்பளுதான் அவளுக்கு இப்படியான அழுத்தத்தைக் கொடுத்திருக்கக் கூடும்; அல்லது தலைவாரிக் கொள்ள நேரமற்று மாங்கு மாங்கென்று வேலை பார்ப்பவளாகவும் அவள் இருக்கலாம்.

தானும் இப்படித்தானே! வரதன் உயிருடன் இருந்தவரை, ஒரு நாளும் சேலையைச் சரியாக உடுத்திக்கொள்ள முடிந்ததில்லையே. கொசுவத்தைத் தூக்கிச் சொருகியபடி, குட்டை முந்தானையைத் தோளின் மேற்புறமாய் இழுத்து ஜாக்கெட்டுக்குள் (சொருகியபடி தானே) அவனின் வாந்தி, மூத்திரம், மலதையெல்லாம் சுத்தம் செய்திருக்கிறாள். அவனை இருக்க வைத்து வெந்நீர் ஊற்றிக் குளிக்க வைப்பதற்குள் தானும் முழுதாய் நனைந்து போயிருப்பாள். எத்தனை வருடங்கள் ... எத்தனை எத்தனை வருடங்கள் ... அழிந்துபோன கனவுகள் ... ஆசைகள் ... எல்லாம் முடிந்து போன கதை. தேவகியின் முப்பத்தோராவது வயதில் அவன் இறந்து போனான். அப்போது யமுனாவுக்குப் பத்து வயது. அவள் கல்லூரிக்குப் படிக்கச் செல்லும்வரை ஆச்சி உயிரோடு இருந்தாள். அவளும் தன்னை அனாதையாக விட்டுவிட்டுப் போனபின், பண்ணை வேலைகளிலும் வயற்காட்டு வேலைகளிலும் தன்னை முழுமையாக ஈடுபடுத்திக்கொண்டபோதும் தன்னிடம் இருக்கும் வெற்றிடத்தைச் சுட்டிக்காட்டும் இந்தக் கனவுகளால் நிறைய நிலைகுலைந்து போனதாகவே தேவகிக்குத் தோன்றியது. இவளுக்குப் பாரமாக இங்கு வந்து இருக்கிறோமே என்று வருத்தமாய் இருந்தது. அவளறியாமல் கண்ணீர் கன்னங்களில் வழிந்தது.

யமுனா மெதுவாய் தேவகியின் கையைத் தட்டினாள். அந்தப் பெண் கதவை ஒருக்களித்துத் திறந்துவைத்தபடி, இவர்களை உள்ளே அனுப்ப நின்றிருந்தாள். அவளின் (முழங்கால் வரை) படர்ந்திருந்த ஸ்கர்ட்டில் பட்டாம்பூச்சிகள் பறந்து கொண்டிருந்தன. ஒவ்வொன்றும் ஒவ்வொரு வண்ணத்தில் இருந்தன. பட்டாம்பூச்சிகள் எத்தனை சுதந்திரமானவை? பூக்கள் பூக்களாகத் தேடித் தேடித் பறக்கலாம். தேவகியும் இப்படியான பாவாடைகளைத்தான் அப்போதெல்லாம் பிரியத்துடன் அணிவாள். அந்தக் காலங்களில் பெரிய பூக்களுடன் கூடிய சீட்டிப் பாவாடைதான் பேஷன். குட்டையான சில்க் சட்டை உண்டு, அதன் மேல் அணிவதற்கு. வீட்டுக்குள் என்றால் காட்டனில் சட்டை. பட்டாம்பூச்சிகள் ஒன்றிரண்டு சீட்டிப் பாவாடையில் பூக்களுடன் இருக்கும். இந்தப் பெண்ணினுடையது முழுக்கவே பட்டாம்பூச்சிகளாக இருந்தது.

யமுனா அவளை மீண்டும் உலுக்குவதை உணர்ந்தாள். பட்டாம்பூச்சிகளை அங்கேயே விட்டுவிட்டு மெதுவாய் எழுந்து கொண்டாள் தேவகி.

3

டாக்டரின் அறையில் மெலிதாகவே வெளிச்சம் இருந்தது. இங்கு எல்லா இடங்களிலும் இப்படிதான். டியூப் லைட் மருந்துக்குக் கூட கிடையாது. திருச்செந்தூர் மாசித் திருவிழா தெப்பத்தின் கடைசி நாளுக்கு அப்புறமும் ஊர் முழுவதும் வண்ண டியூப்லைட்டுகளால் ஜொலிக்கும். சாவகாசமாக இரண்டு நாள் விட்டுதான் கழற்றுவார்கள். தேவகியும் யமுனாவிடம் கேட்டிருக்கிறாள், இந்த ஊரில் டியூப்லைட் இல்லாதது குறித்து. 'இது குளிர் ஊரும்மா. அதிக வெளிச்சம் கண்ணுக்கும் தோலுக்கும் நல்லதில்லம்மா. மிதமாதா இருக்கணும்.' என்று சொல்லியிருக்கிறாள்.

தேவகியின் கண்கள் இப்போது அறையின் மென்மையான ஒளிக்குப் பழகியிருந்தது. அறையின் மூலையில், சிறியதொரு கண்ணாடி மேசையின் பக்கமாக ஜான் அமர்ந்திருந்தான். யமுனா மாதிரி சின்ன வயசுதான். யமுனாவுக்கு நன்கு தெரிந்தவன். அவனுடைய வெள்ளை முகத்தில் ஆங்காங்கே இரத்தம் கட்டியிருப்பதாகத் தேவகிக்குத் தோன்றும். அத்தனை சிவப்பு. நெற்றியின் பக்கங்களில், கன்னக்கதுப்புகளில், காது மடல்களின் மேல்புறமென்று சிவப்பு அப்பிப் பிடித்திருக்கும். வெளிறிய பிங்க் நிறத்தில் சட்டை அணிந்திருந்தான். கூண்டுக்குள் இருந்தபோது நான் பார்த்தவன் இவனா? பார்வையைத் தாழ்த்தி அவன் கால்களைப் பார்த்தாள். அதே பூட்ஸ் போட்டிருக்கிறானா என்று... இல்லை.

யமுனா அவளை உட்கார்த்திவைப்பதை உணர்ந்தாள். அவளும் தேவகியின் அருகில் நின்றுகொண்டாள். அவர்களுக்கும் ஜானுக்கும் நடுவில் பத்து அடிகளாவது இடைவெளி இருக்கும். இந்த கொரோனா வந்ததில் இருந்தே இப்படிதான். எந்த டாக்டரும் தேவையில்லாமல் நம் அருகில் வந்து பரிசோதிப்பதில்லை. ஜான் இன்னும் நிமிர்ந்து பார்க்க வில்லை. தீவிரமாக எதையோ குறித்துக்கொண்டிருந்தான் நோட் பேடில்.

யமுனா மெதுவாக ஜான் என்று அழைத்தாள். நிமிர்ந்தவன் யமுனாவைப் பார்த்ததும் "ஓ! சாரி... கவனிக்கல யமுனா" உண்மையிலேயே வருந்தினான். கண்ணை அசைத்து அவளைக் தன்னருகில் இருந்த நாற்காலி ஒன்றில் அமரச் சொன்னான். யமுனா தேவகியை விட்டு நகர்ந்தாள்.

"அம்மா... ஹவ் ஆர் யூ" என்றபடி நான் சரியாகத் தமிழில் 'அம்மா' என்னும் சொல்லைச் சொல்லிவிட்டேனா என்பதைப் போல யமுனாவைப் பார்த்தான். யமுனாவின் முகம் பதிலற்று இருந்தது.

"என்ன இத்தனை டல் மூட்?" என்றான்.

"பழையபடி நார்மல் லைஃப்பில் இருந்து விலகுறாங்களோன்னு பயமா இருக்கு ஜான். நேத்தும் கனவுகண்டு பயந்து எழுந்து, அதுவும் அந்தக் கனவில் ப்ரீசர் பெட்டி இருந்த டிரக்கில் இறந்து போனார்களே வியட்நாம் அகதிகள் அது போன்றதொரு கனவுதான் வந்திருக்கிறது. பனிப் பிரதேசத்துக்குள் ஒரு கூண்டுக்குள் அடைபட்டு இருப்பதாகக் கனவு. அதுவும் ஒவ்வொரு கனவிலும் ஒவ்வொரு மிருகம் குறித்துப் பேசுறாங்க ஜான். சில நேரங்களில், இங்கே என்னுடன் இருப்பதே அவங்க நினைவில் இல்லை. இடையில் கொஞ்சம் சரியாகி வந்தாங்க", கவலையுடன் அவனைப் பார்க்க, அவன் மெலிதாய் நெற்றியைச் சுருக்கினான்.

"அவங்களுக்குப் பிடித்த இடங்களுக்கு, குறிப்பாக பார்க், ஆறு என்று... படகில், கோவில்களுக்கு... இப்படி அழைத்துப் போனீங்கதானே? இல்ல, அவங்களாக வாக்கிங் போறாங்க தானே?" என்று கேள்விகளாக அடுக்கினான்.

"இல்ல ஜான். கிட்டத்தட்ட இரண்டு மாதங்களாக என்னோட சென்டர், கேர் ஹோம்ஸ் ரெண்டிலேயும் சரி, வேலை நேரம் சரியா இருக்கு. ஷிப்ட் முறையில் மாற அதிகம் ஆட்கள் இல்லை. கொரொனா... ஸ்கூல் வெகேஷன் நேரம் நெருங்குதே. ரொம்ப அப்செட்டாக இருக்கிற டே டைம்ல, தனியாக விட்டுட்டுப் போகப் பயந்து, இவங்களைப் பார்த்துக் கொள்ளவென ஒரு பெண்ணை சிட்டிங்க்கு ஏற்பாடு செய்திருக்கிறேன். வாக்கிங் இப்ப ரெண்டு மாசமா ரெகுலரா போறாங்க" என்றாள்.

"சிட்டர் ஏற்பாடு செய்திருக்கீங்களா?", என்று கேட்டுவிட்டு முகத்தைச் சுருக்கினான். "ரொம்பப் பயந்து போயிருக்கிறது நீங்கதான்னு எனக்குத் தோணுது யமுனா... அவங்கள அவங்களாகவே இருக்கவிடலாம் இனி... அவங்க மெண்டல் ஹெல்த்தில் இருக்கும் பிராகரஸை நீங்க புரிஞ்சுக்கணுமே. வயதானவர்களைக் கவனிக்கும் பணியில் துணைத் தலைமைப் பொறுப்பில் வேலை செய்யும் நீங்களே இப்படி இருந்தால் எப்படி யமுனா?" என்று யமுனாவைப் பார்த்தபடி கைகளை விரித்துக்கொண்டு தோள்களைக் குலுக்கி எழுந்தவன், "அம்மா... இங்க வந்து சாய்வா உக்காருங்க... நாம பேசுவோம்" என்று

மறைப்புத் துணியின் மறுபக்கம் காட்டினான். யமுனா மெதுவாக, ‘சாரி ஜான்’ என்றாள்.

தேவகி மெதுவாய் எழுந்து, துணி மறைவுக்குப் பின்னால் சென்று அங்கிருந்த சாய்வு நாற்காலியில் அமர்ந்துகொண்டாள்.

யமுனா, “இந்த மாதிரி மிருகங்கள் கனவுகளில் வரும் காரணம் என்ன?” என்று கேட்டாள்.

“சாதாரண சைகாலஜிதான் யமுனா இது. மிருகங்கள் நம்முடைய தீராத, அடைய முடியாத அல்லது அடைந்திருக்க முடியாத உச்சத்தை, வன்மத்தை, ஏக்கத்தை, துக்கத்தைக் குறிக்கும். அடங்காத ஆசைகளையும் பாலியல் விருப்பங்களையும்கூட இனம் காட்டும் சில சமயங்களில். தீவிரம் என்பதே அதன் உள்பொருள். இவங்களால் சிறு வயதில் பேசமுடியாத எத்தனையோ விஷயங்களை அது வெளிக்கொண்டு வரும்” என்று சொல்லிவிட்டு தேவகியை நோக்கி நகர்ந்தான். யமுனா எப்போதுமே தன் அம்மாவை ஒரு வாயில்லாப் பூச்சியாகத்தான் உணர்ந்திருக்கிறாள்.

ஜான், தேவகியின் அருகில் உட்கார்ந்து, அவள் இருந்த சேரின் பட்டன் அமுக்கி அவனுடைய முகத்துக்கு நேராக இருக்கும்படி சேரை உயர்த்தினான்.

“அம்மா, நேத்துகூட கனவு கண்டுருக்கீங்க. என்ன மாதிரியான மிருகங்கள் உங்க கனவில் வருதுன்னு உங்களுக்கு நினைவிருக்கா?”

“ஓநாய், அதோட பல்லு, சிங்கத்தோட கர்ஜிக்கும் முகம், யானையோட தடியான கால், கருஞ்சிறுத்தை இருக்குல்ல அதன் சிவப்புக் கண்கள். இப்படிதான் வந்து என்னைப் பயப்படுத்துது”, இப்படி சொல்லும்போது அதை உணர்ந்தாற்போல் தேவகியின் உடல் நடுங்கியது.

“அமைதியா இருங்க... நானிருக்கேன் இல்லையா, உங்களை ஒன்னும் செய்யாது,” என்று அமைதிப்படுத்தினான்.

சில நேரங்களில் அவன் ஆங்கிலத்தில் பேசும்போது புரியாத வாக்கியங்களை யமுனா அங்கிருந்தபடியே தமிழில் சொல்வாள். வந்து சில வருடங்கள் ஆவதால் தேவகிக்கு இங்கு இவர்கள் பேசும் ஆங்கிலம் இப்போதெல்லாம் நன்றாகப் பிடிபடுகிறது; பதிலும் சொல்ல இயலுகிறது. தமிழில் பதில் சொன்னாலும் யமுனா டாக்டருக்குப் புரியவைத்துவிடுவாள். கேள்விகளும் குறிப்புகளும் யமுனாவிடம் பேசுவதுமாக ஜான் இருக்க, தேவகியின் கவனம் முழுக்க மெலிதான துணித் திரைக்கு அப்பால் அமர்ந்து பதிலளித்துக்கொண்டிருந்த யமுனாவின் மீதிருந்தது. இங்கிருந்து

பார்க்கும்போது யமுனா சிறு பெண்ணாய் மூன்றாம் வகுப்பு படிக்கும்போது எப்படி இருந்தாளோ அப்படியே இருந்தாள். அப்போது யமுனாவின் காதுகளில் சின்ன கிளிக் குண்டலம் தொங்கும். சிலுக்கில் ஆன குட்டைப் பாவாடையில் குஞ்சலங்கள் தொங்கும். தேவகியின் ஆச்சிக்குத் தன் கொள்ளுப்பேத்திக்காக, கீழரத வீதியில் இருக்கும் மரகதம்மாளிடம் சொல்லிவைத்து, எம்பிராய்டரி செய்ய டிசைனையும் நிறங்களையும் தேர்ந்தெடுத்து கொடுத்து, தைத்து, துணி வாங்கினால்தான் சமாதானம் ஆகும்.

தேவகியிடம் யமுனா ஏதோ கேட்பது தெரிந்து மெலிதாய் நினைவுகள் கலைய முயன்றாள் தேவகி. தன்னருகில் யமுனாவின் பெர்பியூம் வாசனையடிப்பதை உணர்ந்தாள் தேவகி. அவளின் சிறு வயதில் அத்தர் பாட்டில்களில் இருந்து செண்ட் பூசிவிடுவாள் ஆச்சி. முக்குத்தெரு சாகிர் பாய் வெளிநாடு போய்விட்டு வரும் போதெல்லாம் குட்டி குட்டியாக இப்படியான பாட்டில்களைக் கொண்டு வந்து கொடுப்பார். ஒவ்வொன்றிலும் ஒவ்வொரு பெயர் அரபியில் எழுதியிருக்கும். வெவ்வேறு நிறங்களிலும் அவை இருக்கும். ஒருமுறை வரும்போது சின்ன பஞ்சு உருண்டைகள் இருந்த உறையையும் கொடுத்தார். இந்தப் பஞ்சில் செண்ட்டை முக்கியெடுத்துச் சட்டையில் தேய்த்துக்கொள்ளலாம் என்று சொன்னார். எப்போது அவர் வீட்டுக்கு வந்தாலும் அவருக்கு ஆச்சி சாப்பாடு போட்டுதான் அனுப்பும். அவரும் சிரித்துக்கொண்டே சொல்வார், 'ஆத்தா ஒன்னோட இந்தச் சாப்பாட்டுக்காகத்தானே நா இதெல்லாம் கொடுக்கேன்' என்று. தன்னுடைய ஆச்சியும் மனிதர்களும் அந்தப் பண்ணை வீடும் எத்தனை அழகானவர்களென்று தேவகிக்குள் தோன்றியது.

ஜான் யமுனாவிடம் மருந்துகளை எழுதிக்கொடுத்துவிட்டு, "யமுனா ரொம்பப் பயப்பட வேண்டாம். கேர் டேக்கர் எல்லாம் இனி வேண்டாம். அவங்க கொஞ்சம் சுதந்திரமா இருக்கட்டும். பல பேரோட பேசட்டும், பழகட்டும். அப்போதான் அவங்கள விட மனதால் கஷ்டப்படுகிறவர்கள் இருக்கிறார்கள் என்பது புரியும். அதிகமாக அவர்களைக் கண்காணிக்க வேண்டாம். நேற்று வந்த கனவுகூட, மிருகத்தை ஒதுக்கிவிட்டுப் பார்த்தால், அடுத்தவர்களைக் குறித்ததுதான்; அதுவும் நல்லதுதானே. அவங்க அவங்களா வெளியே வரணும். அதற்குத்தான் நாம முயல்கிறோம். ஆனா கவனிக்கவும் கண்காணிக்கவும் செய்யணும். அதிகமாகக் கூடாது. தினமும் அவங்க யார்கிட்ட பேசிட்டு வராங்கன்னு, என்ன என்ன விஷயங்களைத் தெரிஞ்சுகிறாங்கன்னு நீங்க நேரம் ஒதுக்கிக் கேட்டுக்கணும் யமுனா. அவங்க சொல்ற விஷயம் குறித்து பாஸிட்டிவ் ஆக ஒரு கருத்தை முன்வைக்கணும். அவங்க அதுல சமாதானம் ஆகணும். கேள்வி கேட்டாலும் பதில் சொல்லணும்

நீங்க. அப்படி செய்யும்போது, இரவு இந்த மாதிரி கனவுகள் வருவது குறைந்து போகும். கனவுகள் எத்தனை நாளைக்கு ஒருமுறை வருதுங்குறதையும் கவனிங்க. அந்த இடைவெளி அதிகமாக இருந்தால், அவங்க சரியான டிரீட்மென்ட்டில் இருக்காங்கன்னு நாம தெரிஞ்சுக்கலாம்" என்றான்.

"யமுனா, அதுக்கப்புறம் அவங்களோட சின்ன வயசு பத்திக் கேட்டிருக்கோம். இன்னைக்கு நைட் அவங்க அதுக்குள்ளாற போகாம இருக்கணும்னா, நீங்க வேற ஏதாவது இப்ப இருக்கிற கதைகளைப் பேசுங்க. சரியாகிடுவாங்க. கவலை வேண்டாம்." கவலையின் சுவடுகளுடன் அவள் தலையாட்டுவதைக் கண்ட ஜான், "யமுனா, நீங்க என்னோட ஃபிரண்ட். அம்மாவின் நலம் எனக்கும் முக்கியம்" என்று புன்னகைத்தான். யமுனா சற்று சமாதானமாகிப் பதிலுக்குப் புன்னகைத்தாள். மெதுவாக தேவகியை எழுப்பி அழைத்துக்கொண்டு நடந்தாள்.

வெளியே வந்து, தேவகி பார்த்தபோது, அந்தப் பட்டாம்பூச்சி பெண்ணைக் காணவில்லை. தலை வாரிக்கொள்ளப் போயிருப்பாளோ என்னமோ என்று எண்ணிக்கொண்டாள்.

2

செல்லம்மா

பண்ணை வீடு

1

சன்னதி தெருவை ஒட்டியிருந்த அக்ரகாரத்துத் தெருவை முடித்து நிற்பது இந்தத் தேர்முக்குதான். திருச்செந்தூரில் தேர்முக்குத் திரும்பும் இடத்திற்குச் சற்றுத் தள்ளிப் போனால், மிகப்பெரிய வீடு அது. வெளியே இருந்து பார்த்தால் உள்ளே இருக்கும் வீடு முழுதாகத் தெரியாது. தேவகியின் ஆச்சி, செல்லம்மா வாழ வந்த வீடு. செல்லம்மாவின் கணவர் சுந்தரலிங்கத்தின் பூர்வீக வீடு. சுந்தரலிங்கம் குடும்பம், அவரது தம்பி கிருஷ்ணராஜன் குடும்பம், கைம்பெண்ணான அவர்களது அக்கா, அம்மா என்று அந்த வீட்டில் ஒன்றாகத்தான் வாழ்ந்தார்கள். சுந்தரலிங்கம், வயற்காடும் பண்ணையும் கொண்ட பெரும் பண்ணைக்காரர். திருச்செந்தூரிலிருந்து மேற்குப் பக்கமாகப் போனால் முப்பது பர்லாங்கில் மேலத் திருச்செந்தூர். அங்கன இருக்கிற ஊருதான், நடுநாலுமூலைக்கிணறு. அங்கே தொடங்கி மேலத் திருச்செந்தூர்வரையும் அவருக்கு நிலம் நீச்சு, வயலு வாய்க்கால் எல்லாம் உண்டு. இந்தப் பெரிய வீட்டுக்குப் பின்பக்கமாகப் பெரியதொரு மாட்டுப்பண்ணையும் தோப்பும்கூட உண்டு. எல்லாமே சுந்தரலிங்கத்தின் அப்பன் பாட்டன் காலத்துச் சொத்து. இதனுடன் அரிசி வியாபாரமும் செய்து கொழித்த குடும்பம் அது.

இரும்புக் கிராதி போட்ட பெரிய வாசல் தாண்டி வளாகத்திற்குள் நுழைந்தால், முன்புறம்

வாகையும் புன்னையும் கொன்றை மரங்களும் கொண்ட சிறியதொரு தோட்டமிருக்கும். தோட்டத்தின் வலதுபுறமாக ஒரு அம்பாசிடர் காரும் ஒரு குதிரை வண்டியும் நிறுத்திக்கொள்ள இடம் இருக்கும். தோட்டம் முடிந்து இடதுபக்கம் பண்ணை வீடு. வலது பக்கமாக வெளியாட்களுக்கான அறைகள். வீட்டின் முன்வாசல், நெட்டுக்குத்தாய், எட்டு பெரிய படிக்கட்டுகளுடன், பெரிய முகப்பு ஒன்றுக்குள் ஏறும். முகப்பின் இருபுறமும் இரண்டு பெரிய சிங்க உருவங்கள் படுத்தபடி தலை நிமிர்த்தி இருக்கும். அதை ஒட்டியதாய்ப் பெரிய இரட்டைக் கதவு. அதன் தாழ் இறங்கியே இருக்கும் எப்போதும். இரவில் மட்டுமே அதைப் பூட்டுவார்கள். வீட்டுக்கு வந்து செல்பவர்கள், வீட்டிலுள்ளவர்கள் சென்று வருவதற்கான வழி அது.

வீட்டின் உட்புறம் பெரிய கதவையொட்டித் தாழ்வாரம் இறங்கும். செல்லம்மா வாழ்க்கைப்பட்டு வந்த புதிதில் ஒருமுறை முன்னந்தாழ்வாரத்தில் வந்து அமர்ந்துவிட்டாள் என்று அவள் மாமியார்க்காரி சடையைப் பிடித்து இழுத்துவந்து உள்ளறை ஒன்றில் போட்டுப் பூட்டிவிட்டாள். அவள் மாமியார் மட்டுமே சாம்ராஜ்யம் செய்த காலம் அது. வீட்டிலுள்ள மற்ற பெண்கள், சாதாரணமாக முன்தாழ்வாரம் வர அனுமதிக்க மாட்டாள். தாழ்வாரத்தில் தழைத்து இறங்கியபடி ஓட்டுக் கூரை. அந்தத் தாழ்வாரத்துள் மண்ணால் செய்த பிடிவிநாயகர் அதன் வலதுபுறமாக மேடையிட்டு அமர்ந்திருப்பார். அவரின் முன் தீபத்தட்டும் விபூதிக் கிண்ணமும் ஊதுபத்தி ஸ்டேண்டும் இருக்கும். பிரம்பு நாற்காலிகள், கடும் சிவப்பில் எபொனி மரத்தால் செய்யப்பட்ட கடைசல்கால் நாற்காலிகள் சுந்தரலிங்கத்தைத் தேடிவருவோர் அமர்வதற்காகப் போடப்பட்டிருக்கும். நீண்டிருக்கும் அந்தத் தாழ்வாரத்திற்குக் காத்துக்காக இரண்டு மின் காத்தாடிகளும் உண்டு. அரசு அதிகாரிகள் முதல் வியாபாரிகள் வரை பொழுதுக்கும் சுந்தரலிங்கத்தைப் பார்க்க அவர் தயவுக்காக வந்து காத்திருப்பதால், அவை இரண்டும் சுற்றிக்கொண்டேதான் இருக்கும்.

தாழ்வாரம் தாண்டி வீட்டிற்குள் செல்வதற்கு முன்பாக இடையில் இறங்குமுகமாக ஒரு முற்றம் உண்டு. நீள் அகலத்தில் நீண்டிருக்கும் பெரிய முற்றமானது வீட்டின் தரைத்தளத்தை விடச் சற்று உள்ளிறங்கியும் அதன் மேலே கூரையற்றும் இருக்கும். திறந்திருக்கும் அதன் மேல்பக்கத்தில் பலமான இரும்புக் கம்பிகள் குறுக்கே செலுத்தப்பட்டிருக்கும். வீட்டில் இருக்கும் பெண்கள் அதை வானவெளி என்பார்கள். இரவு நேரங்களில் முன்தாழ்வாரத்தில் ஆட்கள் யாரும் இருக்கமாட்டார்கள் என்பதால் வானவெளியில் உட்கார்ந்து

சாப்பிடுவதும் கதைபேசுவதும் நடக்கும். வெயில் காலங்களில் பின்புறம் உள்ள சிமெண்ட் தளத்தில் காயும் நெல்லிலிருந்து வீட்டுக்கு மட்டுமானதை நிழலில் காய வைக்கவென்று எடுத்து வந்து இந்த முற்றத்தின் தரையில்தான் கொட்டிப் போட்டுக் காயவைப்பார்கள். வீட்டிலுள்ள சிறுபிள்ளைகள் அந்த நெல்லில் செத்தி விளையாடுவதுண்டு.

அந்த நீள்முற்றத்தின் வலது மூலையிலிருந்து, பக்கவாட்டு முடுக்கு ஒன்று, பின்கட்டில் இருக்கும் மாட்டுக்கொட்டகைக்குச் செல்லும். அதற்காக அங்கே ஒரு கொட்டகைக் கதவு உண்டு. அந்த முடுக்கு வேலையாட்கள் பின்கட்டுக்கு வருவதற்கான தனிவழியோடு இணைந்திருக்கும். இந்தக் கொட்டகைக் கதவும் இரட்டைக் கதவுதான்; உயரமானது. அடர்த்தியான பழுப்பு நிறத்தில், எப்போது தொட்டாலும் ஈரமாய் இருப்பதுபோல அதை தொடும் மனிதர்களுக்கு உணர்த்தும். கல்யாணம் ஆன புதிதில் செல்லம்மாவின் மனத்துக்குள் சங்கடங்கள் வரும்போதெல்லாம் இந்தக் கதவில் வந்து முகம் சாய்த்து, சாய்ந்து நின்றுகொள்வது வழக்கம். அந்த ஈரம் அவளின் அம்மாவைப்போல குளுமைத் தருவதாக அவளுக்குள் தோன்றும். செல்லம்மா அந்த வீட்டுக்குக் கல்யாணமாகி வரும்போது அவளுக்குப் பதினான்கு வயதுதான். சுந்தரலிங்கம் அவளைவிடப் பதினைந்து வயது மூத்தவர். ரெண்டு பேரும் ராத்திரி நேரத்தில் வானவெளியில் உட்கார்ந்து பேசிக்கொண்டிருக்கும்போது, அந்தக் கொட்டகைக் கதவைத் திறந்து தரச்சொல்லிக் கேட்பாள் செல்லம்மா. இளகியிருக்கும் அவளின் சேலைக்குள் விழுந்துகிடக்கும் சுந்தரலிங்கத்துக்கு அது ஒன்றும் பெரிய விஷயமில்லைதான். இருந்தும், 'ஏன் செல்லம்மா, இந்த வானவெளியில் இருந்து தெரியும் நெலா பத்தாதா என்ன ஒனக்கு?' என்று கேட்பார்.

'நெலாவுக்காக இல்ல... இன்னும் கொஞ்சம் நெலா வெளிச்சத்துக்காக...' என்று செல்லம்மாவும் கொஞ்சுவது உண்டு. இருவர் சேர்ந்து திறக்கவேண்டிய கதவை அவர் ஒற்றையாளாக இழுத்துத் திறக்கும் வலுவைப் பார்த்து செல்லம்மா மயங்கிதான் போயிருக்கிறாள், அந்தக் காலத்தில். உயரமாக மினுங்கும் மாநிறத்துடன் ஆஜானுபாகுவாய் இருப்பார் சுந்தரலிங்கம். தான் கருப்பாக இருப்பதாக செல்லம்மாவுக்குள் ஒரு தாக்கல் எப்போதுமே உண்டுதான். இருந்தும் அவர்கள் சேர்ந்து நிற்கும் புகைப்படத்தில் இருவரும் ஒரே உயரத்தில் இருப்பது தெரியும். 'ஒத்த அளவு மட்டும்கூட வளந்திருந்தான்னு வச்சுக்க, இவ எந்தம்பியவிட உசந்திருப்பாபோல,' என்று அவரின் அக்கா அந்தப் போட்டோவைப் பார்க்கும்போதெல்லாம் புலம்புவதுண்டு.

அறவி

நீள்முற்றம் தாண்டினால், உள்வீட்டுக்குள் நுழையும் படிகள் ஏறும். படி ஏறினால், பீடம் பெருத்து மேல்பக்கம் குறுகிய தேக்கு மரத்தூண்கள் இரண்டு கொண்ட சிறியதான அகலமுள்ள நீண்ட முன் நடை இருக்கும். அதையடுத்து, வீட்டின் நிலைக்கதவுக்கு முன், பக்கவாட்டில் யானை இழுப்பு முகம்கொண்ட மேலும் இரு படிகள் வீட்டுக்குள் இட்டுச்செல்லும். வேலையாட்களுக்கு இந்தப் படிகட்டுகளின் வழியாக வரத்து கிடையாது. வீட்டைச் சுத்தம் செய்பவர்களும் சமையல் செய்பவர்களும் பின்வாசல் வழியாக உள்வந்து வந்த வழியே திரும்பிச் செல்வார்கள்.

வீட்டின் மறைப்புக்கு, அகலமான அந்த முன்நடையே போதுமென்றாலும், பிரம்மாண்டமான முன்னறைக்கு வளைவுகளால் ஆன சுவர் ஒன்றும் இருக்கும். அதன் முக்கால் பகுதியை மறைத்துக்கொண்டு முத்துகள் கொண்டு தைக்கப்பட்ட துணி அடுக்குகள் தொங்கும். துணியாக இருப்பதே தெரியாமல் மிகவும் மெலிதாக நகாசு வேலை செய்யப்பட்ட துணிபோல இருக்கும் அது. அதனடியில் தொங்கும் முத்துக்கள் விலை உயர்ந்தவை. அவை, துணியின் கண்ணாடித் தன்மையால் தூரத்திலிருந்து பார்க்கும்போது, அந்தரத்தில் தொங்குவது போல இருக்கும். அரிசி வியாபார விஷயமாக சிலோனுக்குச் சுந்தரலிங்கம் அடிக்கடி சென்று வருவது வழக்கம். அப்படியான ஒரு காலத்தில்தான் அவர் இதை மிகப் பிரியமாக வாங்கி வந்ததாக செல்லம்மா எல்லோரிடமும் சொல்லிக்கொள்ளுவாள்.

வீட்டின் முன்னறையைத் தாண்டி வரும் சாப்பாட்டு அறையானது, சுந்தரலிங்கமும் அவரைப் பார்க்க கொள்ள வருபவர்களும் உட்கார்ந்து சாப்பிடுவதற்கானது. அதுவும் ஆம்பளைங்களுக்கு மட்டும்தான். விருந்தினர்கள், உறவுக்காரர்கள் வீட்டுப் பெண்களுக்கென்று உள்ளறையில் தனியாக மேசை உண்டு. வீட்டின் பெண்களுக்கும் அந்தச் சாப்பாட்டு மேசையில்தான் உணவு பரிமாறப்படும். உள்சாப்பாட்டு அறைக்குப் பின்னான அறைகளும் சாமான்கள் வைக்கும் அறையும் வீட்டுப்புழக்கத்திற்கு ஆனவை. வீட்டில் வேலை செய்யும் பெண்களுக்கு இரண்டு சிறு அறைகளும் உண்டு. ரொம்ப வருஷமாக வீட்டில் சமையல் வேளையில் இருந்த கமலத்தம்மா அதில் ஓர் அறையில்தான் தங்கியிருந்தார். செல்லம்மா கல்யாணம் கட்டி வருவதற்கு ரெண்டு வருஷம் முன்னாடியே, தான் இந்தப் பெரிய வீட்டுக்குச் சமையல் வேலைக்கு வந்துவிட்டதாக அவ்வப்போது பெருமையாக கமலத்தம்மா சொல்லிக்கொள்வதுண்டு.

முன்னறையை ஒட்டிய வலதுபக்கத்துக் கூட்டறையிலிருந்து மரப்படிக்கட்டுகள் மாடிக்குச் செல்லும். கூட்டறையில் இருந்து உள்பக்கமாய் மூன்று அறைகள் பிரியும். அதில் ஒன்று

அடுக்களையின் வலதுபக்கத்துக்கு வந்து சேரும். முன்னறையில் இருந்து நான்கு அறைகள் பிரிந்து, ஒன்று தாத்தாவுக்கும் மற்றவையெல்லாம் வீட்டின் மூத்த பெண்களுக்கும் இளைய பெண்களுக்குமாய் இருந்திருக்கின்றன. மற்றபடி புருஷன் பெஞ்சாதி படுத்துக்கொள்ள என்று அந்தக் காலத்து வீடுகளில் தனியறைகளைச் சொல்லிக்கொள்வதில்லை. பெண்கள் குளித்து உடை மாற்றுவது முதல், தலை பின்னிக்கொள்வது, படுத்துக்கொள்வதுவரை பெண்களுக்கான தனி அறைகளுக்குள்தான். புதுசாகக் கல்யாணமான பெண்கள் தங்களின் கணவர்கள் வந்தால் தங்கிக்கொள்ள மட்டும் மாடியறைகளுக்குச் செல்வதுண்டு. வீட்டு ஆண்பிள்ளைகளுக்கு என மாடியில் தனி அறைகள் உண்டு.

பின்பக்கம் அடுக்களையோடு முடியும். அதையடுத்து இரண்டு படிகளில் இறங்கும் பின்தாழ்வாரம் ஓலைக் கூரையுடன் இருக்கும். அதன் ஒரு மூலையில் நீர்த் தொட்டி ஒன்று இருந்தது. அதற்குள் வீட்டுப் புழக்கத்திற்கான தண்ணீரைக் கிணற்றிலிருந்து இறைத்துக்கொண்டுவந்து ஊற்றிவைப்பார்கள். கல்யாணம் ஆன புதிதில், அது எத்தனை ஆழமிருக்குமென்று செல்லம்மாவின் மனது கேட்டுக்கொண்டே இருக்கும். எப்போதாவது அதைக் கழுவுவதற்காக மாட்டுப்பண்ணையில் வேலை செய்யும் ஆண்கள் இருவர் வருவார்கள். அப்போதெல்லாம் செல்லம்மாவிற்கு அந்தப் பக்கம் செல்ல அனுமதி இல்லை. அந்தத் தொட்டிக்குள் விழுந்துதான் சுந்தரலிங்கத்தின் அத்தைக்காரி ஒருத்தி கட்டி வைத்த மாப்பிள்ளை பிடிக்காமல் தற்கொலை செய்துகொண்டதாக செல்லம்மாவின் நாத்தனார் ஒருமுறை சொன்னதில் இருந்தே, தன்னையும் தளும்பும் தண்ணீர் உள்ளே இழுத்துவிடுமோ என்று பயப்படுவாள். சுந்தரலிங்கம் இறந்தபிறகுதான், செல்லம்மாவிற்குள் ஒரு நிமிர்வு வந்தது. இருந்த பயமெல்லாம் விலகியபின் தண்ணீர்த்தொட்டியின் படிகளில் இறங்கி அதன் ஆழம் அறிந்து வந்தாள். மனவளர்ச்சி இல்லாத தனது சின்ன மகனான வரதனை, வீட்டினுள் இருக்கும் குளியலறைக்குள் வைத்து முழுக்காட்டாமல், இந்தத் தண்ணீர்த்தொட்டிக்கு அருகில் இருத்திவைத்துதான் சில நேரங்களில் முழுக்காட்டுவாள். அவனின் முரண்டு பிடித்தலில் எத்தனையோ முறை வேலையாட்களே சமாளிக்க இயலாமல் ஆனபோதும், செல்லம்மா தனியொருத்தியாக அவனைச் சமாளிப்பது உண்டு. அவன் முரண்டுபிடிக்கும்போது, தவறி அவன் அந்தத் தண்ணீர்த்தொட்டிக்குள் விழுந்துவிடுவானோ என தேவகிக்குள் அச்சம் பிடித்தாட்டும். 'ஆச்சி! மாமாவ உள்ள வச்சு முழுக்காட்டு!' என்று சத்தம் போட்டபடி இருப்பாள். அதற்கு செல்லம்மாவின் பதில், 'போடி பயந்தாங்கொள்ளி...' என்பதாகவே இருக்கும்.

பின் தாழ்வாரத்தில், தண்ணீர்த் தொட்டிக்கு எதிர்புறம் பாத்திரங்கள் புழங்க அங்கணக்குழியும் வெந்நீர் அடுப்புகள் இரண்டும் இருக்கும். அடுப்பு மூட்ட விறகுகள், வெளிப்பக்கம் மாட்டுத்தொழுவத்தைத் தொட்டு இருக்கும் புண்ணாக்கு வைக்கும் அறையில் வைக்கப்பட்டிருக்கும். அங்கு பாம்புகள் இருக்கும் என்று தேவகியிடம் சொல்லும் வேலையாள் வேலய்யாவின் கூற்றை செல்லம்மாவும் ஆமாம் என்பாள். வேலய்யா அந்த வீட்டின் வெறும் வேலையாள் மட்டுமல்ல. சுந்தரலிங்கத்துக்குப் பிறகு தனியொருத்தியாக நின்ற செல்லம்மாவுக்கு அவர்தான் பண்ணை வேலை முழுமையும் கற்றுக்கொடுத்துத் துணையாக இருந்ததால் செல்லம்மாவிடம் வேலய்யாவுக்கு என்று தனித்ததொரு கரிசனம் உண்டு.

பின் தாழ்வாரம் தாண்டிப் பாதி இடம் சிமெண்ட்டு தரையாகவும் மீதிப் பாதி மண்தரையாகவும் திறப்புவெளி விரிந்திருக்கும். அதனுடைய இடது மூலையின் பக்கமாய் மாடுகளுக்கான தீவனக் கொட்டகை இருக்கும். அவற்றின் பின்பக்கமாகக் கொய்யா, முருங்கை, சீத்தா பழ மரங்கள் கொண்ட பெரும் தோப்பு உண்டு. அதையொட்டித்தான் மாட்டுப்பண்ணை. திருச்செந்தூரிலேயே ஊருக்குள் நிறைய மாடுகளுடன் பண்ணை வைத்திருந்தவர் சுந்தரலிங்கம் மட்டும்தான். தோப்புக்கும் பண்ணைக்குமான ஆட்கள் பின்கட்டுக்கு, முடுக்கு வழியாகத்தான் வருவார்கள். அந்த முடுக்கில் மாட்டுப்பண்ணைக்குச் சற்றேறக்குறைய முன்பக்கமாக வேலையாட்களுக்கு என்று கக்கூஸ் ஒன்றும் உண்டு.

பின் தாழ்வாரத்தை ஒட்டிய பக்கவாட்டு சிமெண்ட் தளத்தில் வீட்டை ஒட்டியபடி வீட்டிலிருப்பவர்களுக்குத் தனி கக்கூஸ் உண்டு. அங்கு உட்கார்ந்து வெளிக்கிப் போக, 'ட' வடிவ திண்டு கட்டப்பட்டிருக்கும். பீ அள்ளிப்போகப் பெரிய அலுமினிய வாளியுடன் மரக்கைப் பிடியிட்ட நீண்ட அகப்பையுடன் செம்பகம் இடுப்பு வளையாமல் நடந்து வருவாள். தெலுங்கில் தமிழ் கலந்து பேசும் சுந்தர அம்சம் அவளையன்றி வேறு யாருக்கும் அமையாது. நெடுநெடுவென்று வளர்ந்திருப்பாள். தலையுச்சியில் தனியாக இருப்பதுபோல சின்னதாக பன் கொண்டையைப் போட்டுக் கொண்டிருப்பாள். அவள் வருகிறாள் என்றால், வருவதற்கும் முன்பே, ஏதோ ஒரு வாசனை திரவியத்தின் மணம், முடுக்கை நிறைத்து எல்லோரின் மூக்கின் முன்னே வந்து நிற்கும். 'என்ன செண்ட்டு புள்ள இது' என்று வேலய்யா கேட்டால், "எங்கூட்டு மாமா பாம்பேல இருந்து வாங்கி அனுப்பிச்சாரு…" என்பாள்.

"பெரிய எலிசபத்து பேத்தி இவ… பொருத்தமா பொய் சொல்லுதா பாரு" என்பாள் செல்லம்மா சிரித்தபடி.

வீட்டின் வெளி முகப்புக் கதவின் வலது பக்கவாட்டில் இருந்து சிறிது தள்ளிதான் வேலையாட்கள், பண்ணை வேலைக்கு வருபவர்கள், தோட்டத்து வேலை செய்பவர்களுக்கான, பின்கட்டுக்கு வந்துபோகும் பாதைக்கான, தனிவழிக்கான கதவு இருக்கும். அதற்கு வீட்டின் முன்கட்டுக்கு ஏறும் பெரும் படிகளைப் போலல்லாமல், சற்று தாழ்ந்த படிகள் இருக்கும். அவர்கள் அதன் வழியாகத்தான் பின்கட்டுக்குப் போகமுடியும். உள்ளே ஏறியதும் வலதுபுறமாக மூன்று அறைகள் உண்டு. அவை மாட்டுப்பண்ணை ஆட்கள், தோட்ட வேலையாட்கள் ஆகியோர் தங்கிக்கொள்ள வசதி செய்யப்பட்டவை.

அந்த முன்னறையில் ஏறியதும் நீண்ட அறை பரப்பைக் கடந்து, நேர் எதிர்ப்புறமாய், நான்கு படிகளுடன் பின்கட்டுக்குச் செல்லும் பாதை படிகளுடன் இறங்கும். முன்னறையின் இடதுகோடியில் மண்ணாலான சுடலைமாடனின் சிறு உருவச்சிலை உண்டு. இடதுபக்கமாய்க் கல்லால் கட்டிவிடப்பட்ட மேடைகள். வேலையாட்கள் பெரும்பாலும் இளைப்பாற மட்டும் அங்கே அமர்வதுண்டு. மூலையில் நீண்ட மூங்கில் பலகையின்மீது தண்ணீர்ப்பானை. அதில் தண்ணீரைத் தீரத் தீர நிறைத்து வைப்பது, வேலைக்காரப் பெண் வாணியின் வேலை. வாணி, தேவகியைவிடச் சற்று வயது மூத்தவள். அவளின் அம்மாவும் அப்பாவும் சுந்தரலிங்கத்தின் மாட்டுப்பண்ணையில்தான் வேலை பார்த்தார்கள். கமலத்தம்மாவுக்கு உதவி செய்யும் பாங்கில் உள்ளே வந்தவள்தான் வாணி. அத்தனை வேலையையும் சடுதியில் கற்றுக்கொண்டு கமலத்தம்மா வயதாகி அந்த வீட்டை விட்டு அவரின் சொந்த ஊரான தென்காசிக்கே போனபிறகு வாணிதான் எல்லாமுமாகிப் போனாள். கமலத்தம்மாவின் சமையல்கட்டு ஆட்சி செல்லம்மாவிற்குப் பிடிக்காவிட்டாலும், ஊருக்குப் போகும்போது, அவள் பேத்தியின் திருமணச் செலவுக்கான நகை, பணமெல்லாம் கொடுத்து அனுப்பினாள்தான் செல்லம்மா.

வேலையாட்கள் அறையின் தாழ்வாரத்தைச் சுத்தமாக வைத்திருப்பதும் வாணியின் வேலைதான். மழை நேரங்களில் வேலையாட்களின் நடமாட்டத்தால் அதிகமாக அழுக்காவதும் இந்த அறைதான். அதையெல்லாம் பெரிய சாக்குப் போட்டுச் சுத்தப்படுத்திக்கொண்டிருப்பாள். முன்னறையின் வலதுகோடியில் இன்னொரு கதவு, மற்ற இரண்டு அறைகளுக்கும் இட்டுச்செல்லும். அவைதான் வேலையாட்களின் தங்குமிடமாகவும் சாப்பாட்டுக் கூடமாகவும் இருந்து வந்தது. மூன்றாம் அறையிலிருந்து ஒரு கதவு திறந்து பின்கட்டுப் பாதைக்கு இறங்கும். அந்த இடத்தில்

வட்டக்கிணறு ஒன்றுண்டு. முனிசிபாலிட்டி பைப் வருவதற்கு முன்பு அந்தக் கிணறுதான் வீட்டுக்கும் தோட்டத்துக்கும் பண்ணைக்குமாகப் புழக்கத்தில் இருந்ததாக செல்லம்மா சொல்வதுண்டு.

அறைகளில் இருந்து வெளியே வரும் பாதையை முடுக்கு என்று சொல்ல முடியாது. முடுக்கைவிடச் சற்றுப் பெரிதாகவே இருக்கும். கிணற்றைத் தாண்டி நடந்தால், பின்கட்டுத் தோட்டமும் அதன் வலதுபக்கமாக மாட்டுப்பண்ணையும் தூரத்தில் தெரியும். அந்த முடுக்கில் நடந்து செல்லும் வழியில் வலது ஓரமாய்ப் பெரியதொரு கதவு உண்டு. இரண்டு வேலையாட்கள் சேர்ந்துதான் இழுத்துத் திறக்க முடியும். அது மெயின் ரோடு சென்று இணையும் சாலைக்குப் போய் நிற்கும். மாடுகளை மேய்ச்சலுக்குப் பத்திச்செல்வது, ஆஸ்பத்திரிக்குக் கூட்டிச்செல்வது போன்றவற்றிற்காக மட்டுமே இக்கதவு திறக்கப்படும்.

3

செல்லம்மாவுக்கும் சுந்தரலிங்கத்துக்கும் மொத்தமாய் ஆறு பிள்ளைகள். முதல் மூன்றும் பிறந்தபிறகு ஒரு கட்டத்தில், உறவுமுறை விசேஷத்துக்காகச் சுசீந்திரம் ஊருக்குப் போன இடத்துல, ஆத்துக்குக் குளிக்கப்போனதில், ஐந்து வயதான மூத்தவன் வீர சந்தானத்தைப் பறக்கை ஆத்தோடு தவற விட்டுவிட்டாள் செல்லம்மா. கரையில உட்கார்த்திவைத்துவிட்டுத் துவைத்த துணிகளைப் பிழிந்து கொண்டிருந்தாள். முறுக்கிப் பிழிந்த துணிகளை எண்ணி எண்ணி நகர்த்திக்கொண்டே இருந்த பிள்ளை சட்டென தவறி ஆற்றிலே விழ அதைக் கவனித்துவிட்ட செல்லம்மா, அவன் காலை இடது கை நீட்டிப் பிடிக்க முயல, ஆற்று நீரின் விரசலுக்குள் வீர சந்தானம் இழுக்கப்பட்டிருந்தான். சற்றுத் தள்ளியிருந்த சுழலுக்குள் சிக்கினவனை இரண்டு மூன்று பேர் சேர்ந்து எடுத்துவந்து கரையில் போட்டார்கள்; மூச்சில்லை சுத்தமாக. நீண்டிருந்த கால்கள் துவண்டு விழுந்திருந்தன. செல்லம்மா அரற்றி அழுது மூர்ச்சையானாள். தலச்சன் பிள்ளை போன பரிதவிப்புல இருந்தவளை, மீதியிருந்த இரண்டு பிள்ளைகளோட சுசீந்திரத்துலே அவுங்க சித்திக்காரி வீட்டிலேயே இருந்துக்கச் சொல்லிட்டாங்க சுந்தரலிங்கம் வீட்டு ஆளுங்க. எத்தனையோ பஞ்சாயத்து பண்ணியும் இணக்கம் வரவில்லை. இதற்கிடையில், சுந்தரலிங்கத்துக்கும் இன்னொருத்திக்குமான தொடர்பில், ஒரு ஆம்பளைப் பிள்ளை வேறு பிறந்திருந்தது. அந்தப் பெண் அமிர்தத்தை அவர் சிலோனுக்குப் போன இடத்துல பழக்கம் ஏற்பட்டுக் கூட்டிவந்ததாகத் தெரிந்திருக்கிறது செல்லம்மாவுக்கு. பிரசவத்துல பிள்ளைய பெத்துப் போட்டுட்டு அவ செத்துப்

போனதால, பெரியவங்க பேசியெடுத்து செல்லம்மா திருப்பி வந்தாள் என்றும், சுந்தரலிங்கம் குடும்பம் அதன்பிறகு தன்னை தலையில் தூக்கிவைத்துக்கொண்டாடினதாகப் பெருமையாக எல்லோருக்கும் சொல்லிக்கொள்ளுவாள்.

அதுக்கு அப்புறம் இரண்டு பிள்ளைகளைப் பெத்து, ஊருக்குள்ளே கொள்ளை நோய் வந்தபோது, நோயில் உடம்பு முடியாம போய் நாகர்கோயில் கோபால பிள்ளை ஆஸ்பத்திரிக்குப் போயும் காப்பாத்த முடியாம, அஞ்சுல ரெண்டு பிள்ளைங்க செத்துப் போன வருத்தம் செல்லம்மாவுக்கு ரொம்ப நாளாக இருந்துவந்தது. செத்த பிள்ளைங்களில் இரண்டுமே செல்லம்மாவோடதா அல்லது சுந்தரலிங்கத்தோட இன்னொரு வீட்டுக்காரியோடதான்னு அவுக குடும்பத்தைச் சார்ந்தவங்களைத் தவிர்த்து, அந்தச் சமயம் வேறு யாருக்கும் தெரியாது. செல்லம்மாவும் சாகிறவரைக்கும் யார்கிட்டேயும் அதைச் சொன்னதில்லை. சொந்த மக பிள்ளை பேத்தியான தேவகிக்கும்கூட அவள் சொன்னதில்லை. தேவகி விடாமல் நச்சரிக்க, அவர்களின் பெயர்களை கணேசன் என்றும் ஆதிகேசவன் என்றும் மட்டும் செல்லம்மா சொல்லியிருக்கிறாள். மீதமிருந்த பிள்ளைகள் மூன்றுதான். மனோகரியும் சுதர்சனனும் வரதனும்தான். உயிருடன் இருந்த பிள்ளைகளில் இளையவன் வரதனுக்குச் சரியான புத்தி சுவாதீனம் கிடையாது. வரதன் சின்ன வயசிலிருந்தே சரியாகப் பேசவும், புரிதலுடன் பரிமாற்றம் கொள்ளவும் தெரியாதவனாக இருந்தான். தனக்கான அடிப்படைத் தேவைகளைக் கூட செய்யத் தெரியாதவனாக இருந்தான். டாக்டர்கள் இது ஒருவகை மன வளர்ச்சிக் குறைவு என்று கைவிரித்து விட்டார்கள். அமாவாசை, பௌர்ணமியென்றால் படுக்கையில் கை கால்களைத் தலையணைகளுடன் வைத்துக் கயிறுகொண்டு கட்டிலுடன் சேர்த்துக் கட்டிவைப்பார்கள். இரவெல்லாம் அவன் திமிறுவதை செல்லம்மாவால் தாங்கிக்கொள்ளவே முடியாது; இருந்தும் அழுவதில்லை அவள். தைரியமாகவே அவனைக் கையாண்டாள் செல்லம்மா. சுயம் இல்லாத மகனை நினைத்து சுந்தரலிங்கம் ரொம்பவும் ஒடிந்துபோனார். செல்லம்மாவிடம் எல்லா பொறுப்பையும் ஒப்படைத்துவிட்டுக் கண்ணை மூடிவிட்டார்.

செல்லம்மாவிற்குப் பெரியவனான சுதர்சனனும் சரியில்லாம போயிட்டான் என்ற வருத்தம் உண்டு. சுந்தரலிங்கம் இறந்த பிறகு அவன்தான் குடும்பத்தைத் தூக்கி நிப்பாட்டுவான், உக்கார வச்சு சோறு போடுவான்னு நெனைச்சிருந்தா. ஆனா, அவன் பொழுதுக்கும் அவனுக்க கூட்டாளிகளோட கூட, பொம்பளைங்க கூடன்னு காச தண்ணியா செலவு செஞ்சுக்கிட்டு, செல்லம்மா கிட்டக்க இருந்து புடுங்கிக்கிட்டும் திரிஞ்சான். இதுக்கு

மேலையும் பொறுத்தா ஆகாதுன்னு செல்லம்மாவே வயக்காடு வேலைலேருந்து பண்ணை வேலை வரைக்கும் எல்லாத்தையும் இழுத்துப் போட்டு பார்த்து, குடும்பத்த பழையதுபோல ஓட்டத் தொடங்கினாள். வேலய்யாவ தனக்குப் பக்கபலமாக நிறுத்திக் கொண்டாள்.

சுந்தரலிங்கம் இறந்த பிறகு, சொத்துகள் பிரிக்கப்பட்டு, கிருஷ்ணராஜனின் குடும்பம் ஸ்ரீ வைகுண்டத்தில் இருக்கும் அவரின் மகன் வீட்டுடன் சென்றுவிட, செல்லம்மாவுக்கு வந்து சேர்ந்த சொத்துக்கள் எல்லாவற்றையும் தானே பண்ணையம் செய்துகொண்டு வாழத் தனித்துவிடப்பட்டாள். சுந்தரலிங்கத்தின் மறைவுக்குப் பின், விருந்தினர்களின் எண்ணிக்கை குறைந்தபோதும் அவர் செய்ததைப் போலவே செல்லம்மாவும் உறவுகளை விடாமல் காப்பாற்றி வந்தாள். அதனால், சுந்தரலிங்கத்துக்குப் பிறகும் உறவுகள் வந்து போய்க்கொண்டிருந்தனர். சுந்தரலிங்கத்தை விட செல்லம்மா பெரிய குடும்பத்துக்காரி. கல்யாணத்துக்கோ காதுகுத்துக்கோ தாக்கல் சொல்லி வருபவர்கள் ஒரு வாரமாவது இங்கு வந்து வீட்டில் தங்கிக்கொள்வது உண்டு. அவர்கள் திருச்செந்தூர் சுப்ரமணியசுவாமி கோவிலுக்குச் செல்ல, மொட்டை போட, காது குத்த என்று எல்லாம் செல்லம்மாவின் ஏற்பாடும் செலவும்தான்.

சுந்தரலிங்கம் இருந்தபோது, ஓய்வு ஒழிச்சலில்லாமல் ஓடிக்கொண்டிருந்தது வீட்டு இயந்திரம். அவருக்குப்பின் விருந்து புழக்கச் சத்தங்கள் சற்று குறைந்தபோதும் முழுவதும் அடங்கவில்லை. வீட்டினுள் புழக்கத்துக்கென நான்கைந்து நம்பிக்கையான வேலையாட்களைத் தவிர்த்து, மற்ற எல்லோரையும் பண்ணையோடு நிறுத்திக்கொண்டாள் செல்லம்மா. பண்ணை மாடுகளைப் பராமரிப்பு செய்ய, கிணத்துத்தண்ணீரை இறைச்சு ஊத்த, சுத்தும்முத்தும் கூட்டித் தூக்க என்ற வகையில் ஆட்களை மட்டோடு குறைத்துக்கொண்டுவிட்டாள் செல்லம்மா. மாட்டுப்பண்ணை வேலைகள் முதல் வயக்காடுவரை தனி ஒருத்தியாக நின்று சமாளித்தாள். இத்தனைச் சுமைகளுக்கு இடையிலும் தேவகியைத் தனக்கான சந்தோஷமாக செல்லம்மா ஆக்கிக்கொண்டாள்.

செல்லம்மாவின் ஒத்த மகளான மனோகரியை ஆரல்வாய்மொழியில் இருந்த சுந்தரலிங்கத்தின் அக்கா மகனான முத்தரசனுக்குக் கட்டிக்கொடுத்திருந்தார்கள். அவளும் அவ புருஷனுமாக ஒரு இழவுக்குப் போய்விட்டு பிளஷர் காரில் திரும்பும்போது விபத்தில் இறந்துபோக, இரண்டு வயது குழந்தையாக இருந்த தேவகியைத் தன்னோடு கூட்டி வந்து விட்டாள் செல்லம்மா. அந்தப் பெரிய பண்ணை வீட்டில், ஊர்

சுற்றியாகப் பெரிய மகனும், எழுப்பிப் பிடித்து உட்காரவைத்தால் மட்டுமே உட்காரத் தெரிந்தவனாக இளைய மகனும் இருக்க, தேவகி மட்டுமே அந்த வீடு முழுமையும் சிரித்துப் பேசி ஆடித் திரிந்து பட்டாம்பூச்சியாக செல்லம்மாவின் கண்களுக்குத் தெரிந்தாள். எங்கு சென்றாலும் தன்னுடன் அழைத்துச் சென்று, 'என் பேத்தியாக்கும்' என்று பெருமைப்பட்டுக்கொள்வாள்.

செல்லம்மாவின் பாசத்துக்கான பலவீனமாய் தேவகி எப்படி இருந்தாளோ அதுபோலவே தனது பலமுமாக தேவகியையே எடுத்துக்கொண்டாள் செல்லம்மா. தேவகி வளர்ந்துவிட்ட பிறகு, செல்லம்மா ஒரு முடிவெடுத்தாள். தனது கடைசி மகன் வரதன் சற்று உடல்நலம் தேறி வந்ததும் அவனுக்கும் தேவகிக்கும் கல்யாணம் முடிப்பது என்று. உறவும் விட்டுப்போகாது, வரதனையும் கடைசிவரை பார்த்துக்கொள்ள தன் வீட்டுப்பிள்ளைகளால் மட்டுமே முடியும் என்று செல்லம்மா நம்பியதாலும்தான். இதுமட்டுமல்லாமல் இன்னுமொரு காரணமும் உண்டு. அதை உள்ளுக்குள்ளேயே வைத்துப் பூட்டிக்கொண்டவள், தேவகியிடம் கூடச் சொன்னதில்லை.

உறவுகளில் சுந்தரலிங்கத்தின் அக்காவான செல்லம்மாவின் மதினிகாரி மட்டும் இதைக் கடுமையாக எதிர்த்தாள். தனக்குத் தெரிந்தவர்களை வைத்து செல்லம்மாவிடம் சொல்லிப் பார்த்தாள். செல்லம்மா ஒரு முடிவெடுத்துவிட்டால் அதன்பிறகு யாரும் அசைத்துவிட முடியாதபடி வீராப்புடன் இருப்பாள் என்பது மதினிகாரிக்கும் தெரியும். ஆனால் அவளால் நேரில் வந்து நிறுத்த முடியாத தொலைவில் வடநாட்டில் இருந்தாள் அந்தச் சமயம்.

அப்போது கல்லூரி முதல் வருடம் சேர்ந்திருந்தாள் தேவகி. வரதனுக்கும் தேவகிக்கும் திருமணம் நடக்க ஏற்பாடு செய்யட்டுமா என்று செல்லம்மா அவளிடம் கேட்கவும் இல்லை; இவளும் ஆச்சி கேட்க வேண்டும் என்று எதிர்பார்க்கவில்லை. கல்யாண ஏற்பாடு செய்யத் தொடங்கிய பிறகே தேவகியிடம் பேசினாள். வரதனை முன்பக்க முற்றத்துச் சாய்வு நாற்காலியில் இருத்திக்கொண்டே, "கல்யாணம் வச்சிருக்கேன்ல்லா புள்ள, இனி பள்ளிக்கூடம் போவேண்டாம் என்ன," என்றாள்.

"ஆச்சி, அது காலேஜு, பள்ளிக்கூடம் இல்ல," என்றவளைத் தலைகோதிவிட்டுக்கொண்டே, "சரி தங்கம். ஏதோ ஒண்ணு, நம்மள விட்டா அவனைப் பாத்துக்க, கொள்ள யாருமில்லட்டி. நீ பொறுமைக்காரி தங்கம். அவன ஒங் கண்ணுக்குள்ள வச்சு பாத்துக்குவ. ஒன் அன்பில அவன் நல்லாயிருவான் பாரேன். அவன் எத்தன அழகுன்னு ஒனக்கே தெரியும். நீயும் அவனும் பொருத்தமா இருப்பீக" என்று கண்கள் மினுங்க ஏதேதோ சொல்லி

தேவகியை இணங்க வைத்தாள். செல்லம்மா சொன்னதுபோல அவன் நெடுநெடுவென வளர்த்தியாக சுந்தரலிங்கத்தைப் போலவே மினுங்கும் மாநிறமாக இருந்தான். இளமை துள்ளும் பிராயத்தில் தேவகிக்கும் அவனை ரொம்பப் பிடித்திருந்தது.

ஆனால் அவனோ எப்போதும் எங்கோ பார்த்துக்கொண்டு, பேசுவதற்குப் பதில் சொல்லத் தெரியாதவனாக இருந்தான். சாப்பாடு, சட்டை போடுதல், குளித்தல் போன்றவற்றை மற்றவர்களுக்குப் புரியவைக்கத் தெரிந்தவனாகச் சற்று மாறியிருந்தான். நாற்காலியில் உட்காரவைத்தால் சிறிது நேரம் அமைதியாகவும் அதன் பிறகு எரிச்சல் அடைந்து கோபப் படுபவனாகவும் இருந்தான். கோபம் வந்தால் மட்டும்தான் அவனைக் கையாளுவது சிரமம்; மற்றபடி அமைதியாகவே இருந்தான். பதினெட்டு வயதில் இத்தனை தூரம் ஆராய்ந்து புரிந்து கொள்ளும் பக்குவமும் தேவகிக்குள் இல்லை. ஒரு திருமணத்திற்கு இதற்குமேல் என்ன வேண்டும் என்பதும் தெரியாமல் இருந்தது அவளுக்கு அப்போது. செல்லம்மாவின் பேச்சைத் தட்டி அவள் எதுவும் இதுவரை செய்ததில்லை; ஆதலால் கல்யாணத்துக்கும் தலையாட்டி வைத்தாள் என்பதே உண்மை.

மனசு கேட்காமல் வேலய்யாதான் தேவகியிடம் புலம்பினார், "நீ ரோசா பூ தாயி. ஒன்னைய ஒரு ராஜகுமாரன் வந்து கொத்திக்கிட்டு போவான்னு நா நம்பியிருந்தேன்." என்று சொல்லிவிட்டுக் கையை மேலே தூக்கி 'எல்லாம் ஆண்டவன் செயல்' என்பது போல செய்தார். செல்லம்மா இந்தக் கல்யாணத்தை மறுக்கும் யாராக இருந்தாலும் உண்டு, இல்லை என்று செய்துவிடும் தீர்க்கத்துடன் இருந்தாள். ஆனால் வேலய்யா மட்டுமே அவளின் வலது இடதாக இருந்து அத்தனை வெளிவேலைகளையும் செய்வதால் அவருக்கென்று கூடுதல் சலுகைகள் அந்த வீட்டில் உண்டு. இருந்தும் இந்த விஷயத்தில் வேலய்யா ஏதாவது தேவகியிடம் பேசிவிட்டால், அன்றைக்கு முழுவதும் வேலய்யாவைக் கரிச்சுக் கொட்டிவிடுவாள் செல்லம்மா.

அந்தச் சமயம் தேவகியின் நெருங்கிய பள்ளித் தோழியும் தூரத்து உறவுமாகிய வசுமதிக்குத் திருமணம் ஆகியிருந்தது. அவள் பள்ளிப் படிப்போடு நிறுத்திக்கொண்டு கல்யாணம் முடிந்து வள்ளியூருக்குச் சென்றிருந்தாள். சின்ன வயதிலிருந்தே வசு என்றால் தேவகி, தேவகி என்றால் வசு என்றுதான் பள்ளிக்கூடத்தில் எல்லோரும் சொல்வதுண்டு. வசுவின் குடும்பம் தேவகியின் குடும்பத்தைப்போல பண்ணை வீட்டுக்காரர்கள் இல்லை; ரைஸ்மில் வைத்து ஓரளவு வசதியுடன் வாழ்ந்து வந்தார்கள்.

வள்ளியூரிலிருந்து ஒருமுறை வசு ஊருக்கு வந்திருந்தபோது, செல்லம்மா, தேவகியை அழைத்துக்கொண்டு பத்திரிக்கை வைக்க வசுவின் வீட்டுக்குப் போயிருந்தாள். எல்லோரும் உட்கார்ந்து பேசிக்கொண்டிருக்க, வசு தேவகியைத் தனியே அழைத்தாள்.

இவளும் அவளுமாய்க் கைகோத்து அடுக்களைப் பக்கமாக நகர, செல்லம்மா ஹாலில் இருந்து சிரித்தபடி, "ஏ புள்ள ... அவளுக்கு கொஞ்சம் வெவரம் சொல்லிரு என்ன", என்று சொன்னாள்.

அடுக்களைக்குள் வந்ததும் தேவகியைப் பிடித்திழுத்து நிறுத்தி, "ஏம்டி தேவா, ஒனக்கு கோட்டி கீட்டி பிடிச்சிருக்காட்டி? ஒண்ணுக்கும் ஒதவாதவன, பைத்தியத்த கட்டிக்கிறேங்கிர ... நீயா நிறுத்து, இல்லேன்னா நா ஒன் ஆச்சி கிட்டக்க பேசுதேன் பாத்துக்கோ" கோபமாக வெடித்தாள்.

'என்ன, வசு இப்படி பேசுதா'ன்னு தேவகிக்கு ஒருமாதிரி ஆயிடுச்சு. சற்று உரக்கவே, "போட்டீ ... ஒனக்குத் தெரியாது. எம் மாமனுக்கு என்ன குற? கொஞ்சம் பரிமாத்தம் இல்ல, அவ்வளவுதான. கல்யாணம் ஆனா அது சரியாயிடும்னு ஆச்சி சொல்லியிருக்கு. வரதன் ஒம் மாப்பிள்ளய விட அழகு தெரியுமா?" என்று கத்தினாள். வசு தலையில் அடித்துக்கொண்டாள்.

"ஏட்டி ... கத்தாம பேசு, கூறுகெட்டவள ... அது மட்டும் போதாது ட்டி கல்யாணத்துக்கு. அவன் ஒன்ன தாங்கணும், நீ அவன இல்ல..." என்று குரல் உடைந்து வசு சொல்லிவிட்டு வேறு எப்படி சொல்லி இவளுக்குப் புரியவைக்க என்று மூளையைக் கசக்கினாள். "நா இப்ப உண்டாயிருக்கேன், தெரியுமா?" என்றாள் கடைசியாக.

"அட, சொல்லவே இல்லட்டி நீ" என்றபடி வசுவின் வயிற்றில் கையை வைத்தாள். "பெருசாவே இல்ல?"

"இப்ப நாலுதான. வெளிய தெரியாது. ஒனக்கும் புள்ள வேணுமில்ல?" என்றபடி தேவகியைப் பார்த்தாள் வசு. தேவகியின் முகத்தில் ஒரு உணர்ச்சியும் இல்லை.

"ஏய் மக்குருண்ட, இதுக்குதா சரியா இருக்கவனா பாத்து கட்டிக்கணும்" புரிய வைத்துவிட்டோம் என்று நினைத்துப் பேச்சை முடித்தாள்.

தேவகி ஒன்றும் பேசாமல் இருந்தாள் கொஞ்ச நேரம். பிறகு, "ஒனக்குப் பொறாமதான? விடுட்டி, நீ ஒண்ணும் எங் கல்யாணத்துக்கு வர வேணாம்" என்று திரும்பி ஹாலை நோக்கி நடந்தாள். வசு தலையில் கை வைத்தபடி அடுப்பு மேடையில்

சாய்ந்தபடி நின்றுவிட்டாள். அவர்கள் சொல்லிவிட்டுச் செல்லும் சத்தம் கேட்டது. வசு வெளியே வரவேயில்லை.

4

தெற்கு ரத வீதியில் துணியைத் தைக்கக் கொடுத்துவிட்டு வசுவும் அவளது அம்மாவும் வண்டிக்காகக் காத்திருக்க, வசு, அங்கே தேவகியின் பெரிய மாமனான சுதர்சனனைப் பார்த்தாள். அவனும் இவளைப் பார்த்துவிட்டான். பேசிக்கொண்டிருந்தபோது, மனசு கேட்காமல், தேவகிக்கு வரதனை ஏற்பாடு செய்திருப்பதை வசு சொன்னதும், அவன் பதிலொன்றும் பேசாமல் இருந்தான். அவள் அவன் முகத்தையே பார்த்துக்கொண்டிருந்தாள்.

பக்கத்தில் நின்றிருந்த வசுவின் அம்மா, “ஏம் புள்ள நமக்கு இந்த வேல . . . அவுக வீட்டு ஆளுகளே பேசாம இருக்காக, ஒனக்கு என்னட்டி வந்துது? அதுவும் இல்லாம இவனே நிறைய பொம்பளைங்கள பாத்தவன்னு ஊருல பேசிக்கிறாங்க. அவுக வீட்டுக்குள்ளேயே யாரோ ஒரு பொட்டச்சிய தொட்டுட்டாம்னு தான் செல்லம்மா ஆத்தா இவன வீட்ட விட்டு அனுப்பிட்டதா சொல்றாக. இவன் கிட்டக்க எதுக்கு கெஞ்சுக நீ . . .” என்று குசுகுசுவென்ற குரலில் பல்லை நறுநறுவென்று கடித்தாள்.

“பேசாம இரும்மா நீ... மனசு கேக்கல எனக்கு” என்றாள்.

சிறிது நேரம் பேசாமல் இருந்தவன், வசுவைத் திரும்பிப் பார்த்து, “நா இப்ப ஆத்தாகூட இல்ல புள்ள. ராஜபதி ஊருல இருக்கேன். தனியா வந்து தொழில் பண்ணிக்கிட்டு இருக்கேன். ஒன் வீட்டுக்காரருக்குக்கூட தெரியும். போன மாசத்து வியாபாரிகள் சங்கத்து ரைஸ் மில்லு ஓனர்கள் கூட்டத்துல பேசிக்கிட்டோம். கேட்டுப்பாரு. எங்க ஆத்தா என்ன நெனைக்குதோ அத தா செய்யும் பாத்துக்க. அதும் கிட்ட பேசி பிரயாசனமில்ல. கல்யாணத்துக்கு எனக்கு அழப்பு இல்ல. இருந்தாலும் போணும்னு ஆசப்படுதேன். கல்யாணத்துக்குப் போனமா வந்தமான்னு இருக்க பாக்கேன். அந்தப் புள்ளயும் ஆச்சி சொல்லுக்கு மறுசொல்லு பேசுறதில்லல்லா.) நீ சொல்லுதியேன்னு நானும் கேட்டுகிடுதேன். எதுக்கும் பேசுதேன்...” சிறிது அசிரத்தையுடன்தான் இதைச் சொன்னான்.

“சரிங்க மாமா. வாரேன்” என்றபடி மனசில்லாமல் கிளம்பினாள்.

சற்றுத் தள்ளி நின்றிருந்த காரில் ஏற நடக்கும்போது அவளின் பின்னால் வந்துகொண்டிருந்த அம்மாவிடம், “என்னைக்கு கல்யாணம் வச்சிருக்கா?” என்று திரும்பிக் கேட்டாள்.

“சரியா போச்சு போ... அது கூடவா பாக்காம எசலிக்கிட்டு இருக்க? வர்ற பத்தாம் தேதி வச்சிருக்கா செல்லம்மா ஆத்தா.”

“ஒங்கூட நானும் வாறேன் என்ன... நாளைக்கு வள்ளியூரு போயிட்டு ஒடனே ரெண்டு நாள்ல வரமுடியாதும்மா. இருந்து முடிச்சுட்டுக் கிளம்புறேன்”

“இத்தன ஆசய வச்சுக்கிட்டு எதுக்கு கல்யாணத்துக்குக் கட்ட போடணும்னு நெனைக்கிற? இந்த சுதர்சனபோல அவனுக்கு வெவரம் இல்லையே தவிர, இவன விட நல்லவன்தா அவன். அவுகவுக தலயெழுத்துபோல நடக்கட்டும் விடு” என்றாள் அம்மா. வசு ஏதும் பேசாமல் நடந்தாள்.

செல்லம்மாவுக்குள்ளும், தலையெழுத்தை மாத்தி எழுத யாரால முடியும் என்றே ஓடியது. வேலய்யாவிடம் கவனப்படுத்தி வைத்திருந்தாள், வரதன் இந்தக் கல்யாண வீட்டு பக்கமே வந்திரக்கூடாதுன்னு. வேலய்யா புரியாமல் அவளைப் பார்த்துக்கொண்டு நின்றார். பிறகு மெதுவாகக் கேட்டார், “ஏன் ஆத்தா, பணத்த அழிக்காரு பெரியவரு, சரி... தொழிலிலும் நாணயம் இல்லாம நம்ம ஐயா பேரையும் கெடுத்துட்டாரு சரி, ஆனா அவுக சின்னவரு கல்யாணத்துக்கு வரதுல ஒனக்கு என்ன ஆத்தா கொறையுது?” என்றதும் செல்லம்மா சட்டென திரும்பி வேலய்யாவை முறைக்கவும், அவரும் தலையைச் சொறிந்துகொண்டே, “நானா கேக்கேன், கொள்ளுதேன்? ஊருல பேசிக்கிடுதாகல்ல,” என்று இழுக்க, செல்லம்மாவிற்குக் கோபம் பொத்துக்கொண்டு வந்தது.

“அவன் வரக்கூடாதுன்னா வரக்கூடாதுதா. அம்புட்டுதா,” என்று சொல்லி முடித்ததும் அவளின் உக்கிரமான பதிலைக் கண்டு வேலய்யா, “என்னமோ செய் ஆத்தா,” என்று சொல்லிவாறு பண்ணையைப் பார்த்து நடக்கத் தொடங்கினார். செல்லம்மாவிற்கு அழுகை வெடிக்கக் காத்திருந்தது. கூஜாவிலிருந்த தண்ணீருடன் அதை மென்று முழுங்கினாள், அவன் தன் வயிற்றில் பிறந்திருக்க வேண்டாமென்ற கசப்பை.

3

செல்லம்மா பாப்பா

1

ஒரு வாரமாகக் காலாண்டு பரீட்சை. ஜோஸ்லீன்தான் கிளாஸ் டீச்சர். இரண்டாம் வகுப்புதான் என்றாலும் ஒன்றுவிடாமல் படிச்சு ஒப்பிக்கச் சொல்லுவார். தேவகியும் வசுவும் ராணியும் ஜோஸ்லீன் டீச்சருக்கு ரொம்ப விருப்பமானவர்கள். செயிண்ட் மேரிஸ் ஸ்கூலில் இன்னொரு கடுபிடியான டீச்சர் உண்டென்றால் அது வானமாமலை டீச்சர்தான். தையல் சொல்லித்தரும் டீச்சர் அவர். எந்த வகுப்பிலாவது டீச்சர் இல்லையென்றால் வானமாமலை டீச்சரைத்தான் அனுப்புவார்கள். தையல் டீச்சர் என்பதால் அவர் அஞ்சாம் வகுப்பிலிருந்துதான் பெண்பிள்ளைகளுக்குத் தையல் எடுப்பார். சின்ன வகுப்புகளுக்குப் பாட்டு சொல்லித் தருவது, நன்னடத்தை வகுப்பு எடுப்பது என்று செய்வது வழக்கம். பரீட்சை நேரங்களில் வந்து அமர்வார்; அன்றும் அப்படிதான். காலாண்டு பரீட்சையின் கடைசி நாள். வரலாறு பரீட்சை. ராணிக்கு வரலாறு சுத்தமாகத் தலையில் நிற்காது. ராணி தேவகியிடம் பேசிக்கொண்டே இருக்க வானமாமலை டீச்சர் இருவரையும் அடி வெளுத்துவிட்டார். குழந்தைகள் என்றுகூட பார்ப்பதில்லை அவர்.

பரீட்சை முடிந்து மதியம் அழுதபடி வண்டியில் வீட்டில் வந்திறங்கியவள் செல்லம்மா ஆச்சியைத் தேடினாள். ஆச்சி கடைத்தெருவரை போயிருப்பதாகச்

சமையல் செய்துகொண்டிருந்த கமலத்தம்மா சொல்லிவிட்டு, “ஏம் பாப்பா இப்படி கண்ணெல்லாம் சிவந்திருக்கு? அழுதியா என்ன” என்று கரிசனப்பட்டாள். தலையாட்டினாள் தேவகி.

“சாப்புடுதியா ...”

“வேணாம் ... நா தூங்கப் போறேன் ...”

“ஆச்சி வந்தா வையும் பாப்பா... சாப்புட்டுட்டுத் தூங்கப்போ தங்கம்...” கமலத்தம்மாவின் பேச்சு காதில் விழாத அளவுக்குக் கண் சொருகிக்கொண்ட வந்தது. காய்ச்சல் அடிப்பதுபோல இருந்தது. எங்கு போய்ப் படுக்கலாம் என்று குழந்தை இரண்டு அறைகளையும் பார்த்தவாறு நிற்பதைக் கவனித்த கமலத்தம்மா, “பாப்பா, கீழே தாத்தா அறையில வரதன் மாமா தூங்குறாரு. இன்னைக்கும் மாடிலதா ஒனக்கும் ஆச்சிக்கும் படுக்கை. கீழே இன்னும் புது மெத்தை வரல. ஆச்சி வந்ததும் சாப்பிட கூப்பிடுதேன், சரியா,” என்று பேசிக்கொண்டே இருந்தவளைப் பண்ணைப் பக்கமிருந்து யாரோ அழைக்க அங்கு செல்லத் தொடங்கினாள் கமலத்தம்மா.

படிகளில் ஏறும்போதே கால் நடுங்கியது. கமலத்தம்மாவிடம் சொல்லுவோமா காய்ச்சல் அடிக்கா மாதிரி இருக்குன்னு என்று நினைத்துப் பாதிப் படிகளில் நின்றபடி,மேல நாலு படிதான இருக்கு, கீழ போக எட்டு படி இருக்குன்னு எண்ணிக்கிட்டே,‘எட்டு படி கீழே இறங்கணுமா’ என்ற சோம்பலில், ஆச்சி வந்துகிடட்டும் என்பதாக யோசித்துக்கொண்டே நாலு படிகளையும் எண்ணிக்கொண்டே அறைக்குப் போய்ப் படுக்கையில் சுருண்டாள் குழந்தை.

2

தூக்கத்தில் கேட்ட ‘பாப்பா’ என்னும் குரலில் வழியும் அன்புக்கு முகத்தில் இலேசாக சிரிப்பைக் கொண்டு வந்தாள். ஆச்சி வந்துட்டாள் என்ற நினைப்பு வந்து தப்பிப்போனது. கண்களைத் திறக்க முடியவில்லை. அத்தனை தூக்க சிக்கும் காய்ச்சலின் உடல் வலியும் குழந்தைக்கு. மீண்டும் பாப்பா என்ற அழைப்பில் சுதர்சன மாமாவின் அண்மையை உணர்ந்தாள். சூடாகத் தன் மேல் மூச்சுக்காற்று படுவது தெரிந்தது. மீசையின் உரசலுக்கு ‘நா தூங்கணும்’ என்றாள் குழந்தை. கணுக்காலில் ஒற்றை விரல் தடவலில் ஏதோ ஊறுவதைப் போன்றதொரு உணர்ச்சி. பாவாடைக்குள்ளா, வெளியேவா என்ற உணர்வு ஓங்கத் தொடங்குகிறது. கண்களைத் திறக்கமுடியாமல் இடது கையால் தட்டிவிடுகிறாள் குழந்தை.

மீண்டும், “பாப்பா . . .” என்று அன்பொழுகும் குரல். முன் சட்டையின் மேல் விரல்கள் அழுத்திய ஏதோவொரு

எரிச்சலான உணர்வுக்கு முழிப்பு தட்டுகிறது அவளுக்கு. உடலின் சூடு கண்களைத் திறக்க இயலாமல் செய்கிறது. கண்களைப் பாதியாகத் திறந்தபோது, அவளைச் சுற்றி இருட்டு. சூடான மூச்சுக்காற்று. எங்கிருந்து வருகிறதென்று புரியவில்லை. உடலின் மேல் பெரிய உடலொன்று பாரமாய் அழுத்த மூச்சு விடுவது இன்னும் சிரமமாகிறது. கால்களை உதறத்தொடங்க பாவாடை ஒருபக்கமாய் ஒதுங்குகிறது. கால்கள், வயிறு என்று வலி தினுசு தினுசாய்ப் புரியாத வேதனை கொடுக்க, உதறி எழப்பார்க்கிறாள்.

“ஆச்சி ...” என அலற எண்ணி, ஈனமாய்க் குரல் அவளுக்குள்ளேயே ஒடுங்குகிறது. இன்னும் ஓங்கிக் கத்த எத்தனிக்கிறாள். சுதர்சனன் மாமா மாதிரிதானே குரல் இருந்தது. ‘மாமா எனக்குக் காய்ச்சல் அடிக்குது. ஆச்சிய கூப்பிடேன் ...’ என்ற அவளின் குரல் அவளுக்குள்ளேயே அமுங்குகிறது. மீண்டும் கால்களை உதறுகிறாள். சொல்லத்தெரியாத வலிக்குள் அவள் கால்கள் ஒடுங்குகின்றன. ஓங்கி ஓங்கி விழுகிறது அவள்மேல் ஒரு பெரிய உடம்பு. சுதர்சனன மாமாவின் மூச்சுதான் இது. கத்தும் அவளின் சத்தத்தைக் கை கொண்டு அழுத்துகிறார் சுதர்சன். அவர் மோதிரத்தின் பின்புறப் பாம்பு வால் புடைப்பு பட்டு, உதடு உப்பு கரிக்கிறது. என்ன நடந்ததென்று புரியாமல் கண்ணின் பக்கமிருந்து காதுக்குள் கண்ணீர் வழிகிறது. அந்த உடம்பு அவள் மேலிருந்து எழும்போது குழந்தை மூர்ச்சையாகி இருந்தாள்.

மீண்டும் கண்களைத் திறந்தபோது, அறை முழுவதும் வெளிச்சமாக இருந்தது. மிரண்டு போய்ச் சுற்றிப்பார்த்தபோது, அறையின் வெளியே ஆச்சி வாணி அக்காவிடம் பேசிக்கொண்டிருப்பது கேட்டது.

“புள்ளைக்குக் காய்ச்சல் கொளுத்துது. என்னதான் பாக்குறீங்க வீட்டுல? கஞ்சி எடுத்துட்டு வா சீக்கிரம்,” என்று ஆச்சி சத்தம் போடுவது தேவகிக்குக் கேட்டது. வாணி அக்கா போனதும் செல்லம்மா ஆச்சி அறையின் உள்ளே வந்தாள். ஆச்சி மெதுவாக இவள் தலையைக் கோதியதும், குழந்தை அவளைக் கட்டிக்கொண்டு ஓவென்று அழுதாள். ‘எனக்கு . . . எனக்கு . . .’ என்று தேம்பினாள். “ஒனக்கு ஒண்ணும் இல்லடி செல்லம். ஏதோவொரு எச்சக்கல நாயி...” பல்லைக் கடித்துப் பேசிய ஆச்சியைப் பார்த்துக் குழந்தைக்கு இன்னும் அழுகை வந்தது. ‘பயப்படாத தங்கம். காய்ச்சல்தான். டாக்டர் வந்துருவாரு. ஒன்னைய தனியா விட்டுட்டு ஆச்சி இனி எங்கும் போமாட்டேன்டி...’ என்றபடி அழுதுகொண்டே அவளை இறுக அணைத்துக்கொண்டாள். ஆச்சி அழுது, தேவகி என்றுமே பார்த்ததில்லை. அவளும் அழத்தொடங்கினாள்.

காய்ச்சல் இருந்தபோதும் தேவகியை முழுவாட்டித் துடைத்துவிட்டு, உடை மாற்றிப் படுக்க வைத்தாள். டாக்டர் வந்ததும் காய்ச்சலுக்கு மருந்தும் கொடுத்துப் போனார். இது எதுவுமே அவளுக்குப் பெரிதாக இருக்கவில்லை. டாக்டர் வந்து போனதுமே, அந்தக் கசவாளிப்பய யாருன்னு முதல்ல கண்டுபிடிக்கணும்னு செல்லம்மாவின் மூளைக்குள் குடைந்தது. குழந்தையை நாசப்படுத்திய விஷயம் வெளியே தெரியாமல் விசாரிக்க நினைத்தாள்; கமலத்தம்மாவிடம் விசாரித்தாள். பாப்பா போய்ப் படுத்துக்கிட்டா என்றுதான் அவளுக்குத் தெரிந்திருந்தது. வேறு யாரும் வீட்டுக்குள் வரவில்லை என்றும் சொன்னாள். ஆனால் முன்னறையைத் தாண்டி யாரோ மாடிக்குப் போயிருக்கிறார்கள். வேலையாட்கள் யாருக்கும் வீட்டுக்குள் வர அனுமதி கிடையாது. அவர்களுக்கு என்று தனி முன்கட்டு. அங்கு தண்ணீர், உட்கார்ந்துகொள்ள படுக்க என்று எல்லாம் தனி. அவர்கள் செல்லம்மாவின் கடும் பார்வையை மீறி உள்ளே வரமாட்டார்கள்.

முன்னாடி இருந்த வராந்தாவின் வழியாக அவசியம் இருந்தால் மட்டும் வந்து பக்கவாட்டுப் பெரிய கதவு வழியாகப் பின்கட்டுக்குச் செல்வார்கள். பெரும்பாலும் அப்படி வருவது வாணியாகத்தான் இருக்கும். அதுவும் வெளிக்கதவு கொண்டியை யாராவது அசைக்கும் சத்தம் கேட்டாலே வந்துவிடுவாள். அப்புறம் இடையில் இருக்கும் முற்றம் தாண்டி, முன்னறைக்கு வந்து கூட்டறை வழியாக மாடிக்குப் போகும் அளவுக்கு யாருக்குத் தைரியம் வந்தது? இரண்டு நாட்களாக வரதனும் கீழே இருக்கும் சுந்தரலிங்கத்தின் அறையில்தான் படுத்திருக்கிறான். சுதர்சனன் வீட்டிற்கு வந்தே இருபது நாளாச்சு. பின்கட்டுக்குச் சென்று பார்த்தாள். தூரத்தில் பண்ணையில் மாடப்பன் வேலையில் இருப்பது தெரிந்தது. வேலய்யா மாட்டாஸ்பத்திரிக்குக் காலையில் போனவர் இன்னும் வரவில்லை. மாடப்பனை அழைத்தாள் செல்லம்மா. முடுக்கு வழியா வீட்டுக்குள் போகும் கதவ தெறந்து யாராவது வந்தாங்களா என்று விசாரித்தாள். வழக்கமானவர்களைத் தவிர வேறு யாருமே உள்ளே வரவில்லை என்பது எப்படி சரிப்படும் என்று செல்லம்மாவிற்குள் குடைந்தது. இனி இவ்வாறு நடந்துவிடக் கூடாது என்பதில் கவனமாக இருந்தாள். வீட்டின் முன்னறையின் பெரும் நிலைக்கதவு என்றும் இல்லாத அதிசயமாக அன்றிலிருந்து சாத்தப்பட்டது. தேவையானால் மட்டுமே திறக்கப்பட வேண்டும் என்ற செல்லம்மாவின் உத்தரவு எல்லோருக்கும் ஆச்சரியமாக இருந்தது.

பத்துநாட்களாக பள்ளிக்குப் போக முடியாத அளவுக்குக் காய்ச்சல். குழந்தையின் பிறப்புறுப்பிலிருந்த எரிச்சலும் களிம்புக்குக்

குணமாகி இருந்தது. செல்லம்மா அவளைக் காப்பாற்றிக் கூட்டிவந்தாள் என்றே சொல்ல வேண்டும். தேவகி பள்ளிக்குப் போன அன்று அவளும் உடன் வந்து ஹெட்மாஸ்டரிடம் புகார் சொல்லிவிட்டாள். அன்றிலிருந்து வானமாமலை டீச்சர் இவ வகுப்புக்கு வருவதில்லை. தேவகிக்கு, காய்ச்சலும் வானமாமலை டீச்சரும் மட்டுமே, தான் முடியாமல் ஆனதுக்குக் காரணமாகப் பட்டது அன்று அந்த அறியாத வயதில்.

3

தேவகிக்கு அரையாண்டு தேர்வு முடிந்திருந்த மற்றொரு நாளில் சுதர்சனன் வீட்டுக்கு வந்திருந்தான். வரும்போதே அவன் பார்வையைத் தாழ்வாக வைத்துக்கொண்டு நுழைந்தான். அவனைப் பார்த்ததும் செல்லம்மாவின் முகம் மாறியது. உள்ளறையில் சொளவில் எதையோ புடைத்துக்கொண்டிருந்தவள், தரையிலிருந்து விசுக்கென்று எழுந்து வருவதைக் கண்டதும் சுதர்சனனுக்கு உதறல் எடுத்தது. அன்று நடந்ததைப் பாப்பா வெளியே சொல்லியிருக்குமோ என்று பயம் வந்தது. ஆத்தா வெளியே விரட்டிட்டான்னா, சொத்துல ஒத்த பைசாகூட கெடைக்காதே என்ற கவலையும் சேர்ந்துகொண்டது.

அவனருகில் வந்த செல்லம்மா, “இப்படி நாலைஞ்சு மாசத்துக்கு ஒரு தடவதா வீடு நெனப்பு வருதாடா உனக்கு? வந்தா பத்து பொழுது இருக்க. அப்புறமா காச வாங்கிட்டுக் காணாமப் போறே. எங்கிட்டுப் போறேன்னும் தெரியமாட்டேங்குது எனக்கு. ஒம் தம்பிக்குப் பொழுதுக்கும் ஒடம்பு முடியாம ஆகுது. அவன இழுத்துக்கிட்டுப் போக எனக்கு எங்க கழியுது, சொல்லு... வைத்தியரு தா வீட்டுக்கு வந்து பாக்காரு பாத்துக்கோ. நா தனி ஆளா கெடந்து அல்லாடுதேன் பாத்துக்கோ...” என்று புலம்பத் தொடங்கவும் இவ்வளவுதானா என்ற சமாதானம் மனத்துக்குள் உண்டாக, சுதர்சனன் நிதானமாக நடந்துபோய்ச் சாய்வு நாற்காலியில் அமர்ந்துகொண்டான்.

தன்னையே கோபத்தோடு பார்க்கும் ஆத்தாவை நிமிர்ந்து பார்த்து, “ஏன், இம்புட்டு வெரசலா பேசுத? கேளு, நா சொல்லுறத முதல்ல... அரிசி மில்லு ஒண்ணு புதுசா வாங்கியிருக்கேம்லா ஆத்தா. அதுக்குதான இந்த அல அலையிறேன். நம்ம நெல்ல, வேற மில்லுக்குக் கொடுத்துட்டு அவன் திங்கத நாம பாத்துக்கிட்டு நிக்க வேணாமில்ல. மில்லு எங்கன இருக்குனு தெரியுமா ஒனக்கு? நம்ம தின்னவேலி போற ரோடு இருக்கில்ல ஆத்தா, அதில ரோட்டு மேலய கோயில்விளை கிட்டக்க இருக்கு பாத்துக்கோ. நம்ம சுசீலா பெரியம்மா பொண்ண கட்டிக்கொடுத்திருக்கில்ல மணக்காடு, அதுக்குப் பக்கம்” என்று சாவாதனமாகப் பேசினான்.

“மில்லு வாங்கியிருக்கிய, நா கொடுத்த காசு பத்துமால?” இப்போது மகனிடம் கரிசனம் வந்தது செல்லம்மாவிற்கு. அப்படியே சுவர் ஓரமாய்க் குத்தவைத்து உட்கார்ந்துகொண்டாள். ஆத்தாவின் சுருதி கொறைஞ்சு வந்தது தெரிந்ததும், ‘இனி நம்ம காரியம் ஒழுங்காட்டு நடக்கும்’னு சந்தோஷமா இருந்தான் சுதர்சனன்.

“மெஷினு கடனுக்குச் சொல்லியாச்சு. முருகங்குறிச்சியில என் கூட்டுக்காரன் செல்வம்னு, ஒனக்கும் அவன தெரியும் ஆத்தா, கொஞ்சம் குண்டா இருப்பான். கன்னத்துல,” என்று அவன் சொல்லி முடிக்கவில்லை, செல்லம்மா உடனே, “ஆமலே... வெட்டுக்காயம் ஒண்ணு இருக்குமே, அவனா?”, என்று கேட்டாள் “ஆங்... அவன் தா... கடனா கொடுத்தான். வேலைக்கு ஆளு எல்லாம் போட்டாச்சு. இந்த முற நீ கொஞ்சம் காசு கொடுத்தா அவன் காச அடைச்சிருவேன். மில்லு தொடங்கிற அன்னைக்கு எல்லாம் போவோம் ஆத்தா” என்றவனைப் பெருமையோடு பார்த்தாள் செல்லம்மா.

“எம்புட்டுப் பெரிய வேல பாத்திருக்கேய்யா. போம்போது வாங்கிட்டுப் போய்யா காச... வைகாசியில வெச்சிரலாமா மில்லு தொறக்கிறத?”

தலையாட்டினான் சுதர்சனன். கதவோரமா தேவகி நிற்பதைப் பார்த்துவிட்டு, “வா... வா! என் செல்லக்குட்டி.” என்றான். அவள் தயங்கி நிற்பதைப் பார்த்த செல்லம்மா, “தங்கம்... வாங்க இங்க. என்ன பெரிய மனுஷி மாறி நிக்க. மாமன்தான, வா என் ஆத்தா...” என்றபடி செல்லம்மா சொல்ல, சுதர்சனனுக்குள் அன்று நடந்தது குறித்து ஆத்தாவும் பாப்பாவும் ஒன்றும் சொல்லவில்லையே என்ற நினைப்பில், “ஆத்தா, பாப்பா ஏன் இப்படி மெலிஞ்சிருக்கா?” என்று கேட்டான்.

“அதையேன் கேக்க...”, என்று சத்தமாக ஆரம்பித்தவள், குரல் தழைத்து, “இடையில ஒரு பத்துநாளா காய்ச்சல் பிள்ளைக்கு.. கண்ணு தொறக்க கழியல அவளுக்கு...”, என்று முழுங்கி முழுங்கிச் சொல்லிவிட்டு, சொளவைக் கையில் எடுத்தவாறே எழுந்துகொண்டாள். ஆத்தா அவனிடம் ஏதோ சொல்ல மறைப்பதைக் கண்டுகொண்டவன், “ஓ, அதுதானா...” என்றபடி நிறுத்திக்கொண்டான். செல்லம்மாவுக்கு இவனிடம் சொல்வதா வேண்டாமா என்ற குழப்பம் இருந்தது அவள் முகத்தில் தெரிந்தது. வெறுமனே தலையாட்டிவிட்டு அடுக்களைக்குள் சென்றுவிட்டாள்.

சுதர்சனனுக்குப் புரிந்தது. ஆத்தாவுக்கு விஷயம் தெரியும் என்பது. ஆனால் அவள் தன்னைச் சந்தேகிக்கவில்லை என்பதும் தெரிந்தது. தேவகியை அருகில் அழைத்து, மடியில்

இருத்திக்கொண்டான். தேவகியைத் தொட்டதும் பூனையின் ஆக்ரமிப்புக் குணம் வெளிப்பட்டது அவனிடம். அவனுடைய கை அவள் மேல் தடவுவதும் மீசையைக் கொண்டு முகத்தில் கழுத்தில் முத்தமிடுவதுபோல குத்துவதும் குழந்தைக்குள் எரிச்சலை உண்டு பண்ணின. காய்ச்சல் வந்த அன்று நடந்ததைப் போலவே இருந்தது இதுவும். ஆச்சியைக் கூப்பிட நினைத்தாள் தேவகி. சுதர்சனத்தின் இறுகிய பிடிக்குள் மூச்சு முட்டுவதாக இருந்தது அவளுக்கு.

“பாப்பா... ரெண்டு நாளு மாமா இங்கிட்டுதா இருப்பேனாம். மாமா ஒனக்கான்டி ஒரு செவப்பு கலரு பிராக் எடுத்துட்டு வந்திருக்கேன்,” பெட்டியைத் திறந்து பிராக் ஒன்றை விரித்துக் காட்டியபோது, குழந்தை அதிலிருந்த பட்டாம்பூச்சிகளைப் பார்த்துக் கண்களை அகல விரித்தது. “மாமா நீ என்ன கேட்டாலும் வாங்கித் தாரேன் என்ன...” என்றபடி அவளை இறுக்கி அணைத்து விடுவித்து, “ஆச்சி கிட்டக்க இத காட்டிட்டு வா பாப்போம்” என்றான். குழந்தைக்குள் சிவப்பு நிறமாய் மஞ்சள் பட்டாம்பூச்சிகள் சிறகை விரித்துப் பறந்தன.

சுதர்சனன் அங்கிருந்த இரண்டு நாட்களும் அவளைச் சீண்டியபடியே இருந்தான். மூன்றாம் நாள் அவன் கிளம்பவில்லை. வரதனுக்கு ஒடம்பு முடியாம ஆஸ்பத்திரிக்குக் கூட்டிட்டுப் போயி அனுமதிக்கும்படி ஆயிற்று. அங்கேயே செல்லம்மாவும் இருக்க வேண்டியதாயிற்று. அன்றைய ராத்திரி தூங்கும்போது அவன் அத்துமீறினான். அவள் ஆச்சியை அழைத்தவாறு, தேம்பித் தேம்பி அழுதபோது, லேசாக மிரட்டத் தொடங்கினான்.

“ஒனக்கு மாமாவைப் பிடிக்குமா?” என்ற அவனின் கேள்விக்கு அவள் ஆமாம் என்பது போலவும், இல்லை என்பது போலவும் பயந்து தலையசைத்தாள்.

“ஒங்காச்சி கிட்டக்க போய் நா இப்படி செய்தான்னு ஏதாவது சொன்னேன்னா செத்துப்போயிருவேன் சரியா? மாமா ஒனக்கு வேணுமில்ல?” இந்தக் கேள்விக்கு அந்த வயதில் குழந்தைக்குப் பயம் பற்றிக்கொண்டது. மாமா வேணும் என்றது.

‘ஆத்தாவும் அப்பனும் இல்லாத ஒனக்கு ஓம் மாமன்தா, துணை. சின்ன மாமனால நம்மள எல்லாம் பாத்துக்க முடியாது. பெரியவன் தா பாத்துக்கணும்’ என்று அடிக்கடி ஆச்சி அவளிடம் புலம்புவதைக் கேட்டிருக்கிறாள். ஆச்சி பாவம்.. அவளிடம் சொல்லக் கூடாது என்று குழந்தைக்குள் தோன்றியது.

ஒவ்வொருமுறையும் வீட்டுக்கு சுதர்சனன் வரும்போதெல்லாம் தேவகிக்குள் பயம் கட்டித் தட்டிப்போனது.

ஆச்சி இல்லையென்றால், பொழுதுக்கும் கீழ்க்கட்டில் வேலை செய்பவள் கமலத்தம்மாதானே. அதனால் அவன் எப்போது வீட்டுக்கு வந்தாலும் கமலத்தம்மாவின் பெருத்த உடலுக்குப் பின்னால் ஒளிந்துகொண்டாள். ஆச்சி வேலை முடித்து வரும்வரை காத்திருந்து ஆச்சியுடன் ஒட்டிக்கொண்டு படுத்தாள்.

அவன் ஏதாவது செய்யும் ஒவ்வொரு தடவையும் ஒண்ணுக்குப் போகும் இடமெல்லாம் வலித்தது. ஒரு தடவை அந்த வலி அதிகப்பட்டுக் காய்ச்சல் கண்டது. டாக்டர் சிறுநீரகத் தொற்றாக இருக்குமென்று மருந்து கொடுத்தனுப்பினார். செல்லம்மாளுக்குள் மீண்டும் சந்தேகம் உண்டானது. குழந்தையைக் கவனித்துப் பார்த்தாள். அந்த இடமெல்லாம் சிவந்தும் புண்ணாகியும் இருந்தது. தேவகி இரவில் பயந்து எழுவதையும் ஏதோ சொல்வதையும் அழுவதையும் கவனித்தாள். அந்தச் சமயங்களில் இவள் என்ன கேட்டாலும் பதில் சொல்லாமல் செல்லம்மாவைப் பார்த்தபடியே இருந்தாள் தேவகி.

ஒருகட்டத்தில் தேவகியின் கண்களில் அதிக மிரட்சியைக் கவனித்தாள். அதுவும் சுதர்சனனைப் பார்த்தால் மிரள்வதையும் பார்த்தாள். கமலத்தம்மாவிடம் கேட்டபோது, ‘அவரு வந்தாலே குழந்தை என்னைய விட்டு எங்கேயும் போகிறது இல்ல. சாப்பாடுகூட தானே சாப்பிடாது, என்னைய ஊட்டச்சொல்லி மணிக்கூர்கணக்கா சாப்பிடுது ஆத்தா’ என்றாள். அப்போது செல்லம்மாவுக்குள் சந்தேகம் தட்டியது, சுதர்சனனாக இருக்கலாமோ என்று. அதன்பிறகு சில மாதங்களாக சுதர்சனன் வீட்டிற்கு வரவேயில்லை.

தேவகி நான்காம் வகுப்பு காலாண்டு பரீட்சை முடித்த ஒரு நாளில் வீட்டுப்பாடம் எழுதிக்கொண்டிருந்தாள். மெதுவாய் செல்லம்மா பேச்சு கொடுத்தாள். “எதுக்கு ஆச்சி தொண தொணன்னு பேசுத? ஹோம் ஓர்க் முடிஞ்சு படிக்க எம்புட்டு இருக்கு பாத்தேல்ல… பேசாம போவியா…” என்ற பிள்ளையை வாஞ்சையுடன் பார்த்தாள். ஆனாலும் விடாமல் ஏதோ ஒரு கதையைப் பேசியபடி இருந்தாள்.

தேவகியும் புத்தகத்தின் பக்கங்களைப் புரட்டியபடியும் எழுதியபடியும் இருந்தாள். இடையில் வரதனின் பெயரைச் சொன்னபோது தலையை மட்டும் ஆட்டிக்கொண்டாள். சுதர்சனன் வரேன்னு சொன்னான் என்று வேண்டுமென்றே செல்லம்மா சொன்னபோது சட்டென நிமிர்ந்து செல்லம்மாவை அவள் பார்த்த பார்வையில் ஒருவித மிரட்சி தெரிந்ததைப் பார்த்தாள். உடனே செல்லம்மாவின் அருகாக நகர்ந்து உட்கார்ந்துகொண்டாள். அவன் வரலைன்னு சொல்லிட்டான்

என்று செல்லம்மா சொன்னவுடன் தேவகி இயல்பு நிலைக்கு வந்து மீண்டும் அவளை விட்டுத் தள்ளி அமர்ந்து புத்தகத்துடன் ஒன்றிப்போனதையும் கண்டாள்.

செல்லம்மா இப்போது உறுதியாக நம்பினாள். அவனை இனி வீட்டுக்குள் விடக்கூடாது என்று முடிவெடுத்தாள். ஒருமுறை இழவு வீடு ஒன்றுக்குப் போய்விட்டுச் சீக்கிரமாய் திரும்பியிருந்தாள். பின்வாசல் பக்கமாய் வந்து சொம்பு சொம்பாய்த் தண்ணீரை மொண்டு விட்டுக்கொண்டு வீட்டினுள் வந்து உடை மாற்றும்போது, மாடியில் யாரோ கீழே விழுவது போல் சத்தம் கேட்டது. விசும்பும் சத்தமும் கேட்டதுபோல இருந்தது செல்லம்மாவிற்கு. சேலையைச் சுற்றியபடி கமலத்தம்மாவிடம் யார் வந்திருப்பது வீட்டுக்குள் என்று கேட்டாள். "பெரிய தம்பிதாம்மா, இப்பதாம்மா", என்றாள். சண்டாளா... என்று மனதுக்குள் கருவியபடி மாடிக்கு வேகமாக ஏறினாள்.

உடம்பை விழுங்கும் மலைப்பாம்பைக் கண்ணால் கண்ட கோபத்தில் கையில் கிடைத்ததைக்கொண்டு ஆத்திரம் தீர அவனை வெளுத்தே விட்டாள் செல்லம்மா. "இன்னையோடு இந்த வீட்டுக்கும் உனக்கும் எந்தச் சம்பந்தமும் இல்ல, போடா நாயே வெளியே..." என்ற செல்லம்மாவின் குரலுக்கு கமலத்தம்மாவும் வாணியும் மாடிப்படியின் கீழ் ஓடிவந்து நின்றனர்.

"இனி இங்கிட்டு வந்தேன்னா, போலீசில புடுச்சிக் கொடுத்துட்டு தான் மறுவேல பாப்பேன், ஜென்மத்துக்கும் என் மொகத்துல முழிச்சிராதலே... செத்துருவ... ஒழிஞ்சு போ சீக்கு புடிச்சவனே..." கோபம் கொந்தளிக்கக் கத்தியவளைப் பார்க்க, குழந்தைக்கு அழுகை அதிகமானது.

"எப்போவும்போல சண்டைதான். பணத்த புடுங்கிறாரா இருக்கும் பெரிய மவன். அதுதா ஆத்தா ஏதோ கோபமா கத்துது," என்றபடி அடுக்களையைப் பார்த்து நடந்துகொண்டே, "வேலையைப் போய் பாருங்கடி" என்றாள் கமலத்தம்மா வாணியிடம். வாணியும் அவள் பின்னாடியே நடந்து போனாள்.

அவன் எழுந்துபோவதைப் பார்த்த செல்லம்மா 'நாசமா போவே...' என்று நெட்டி முறித்தாள். அழுதுகொண்டிருக்கும் தேவகியைத் தன்னோடு சேர்த்து அணைத்துக்கொண்டாள். "இனி ஒனக்கு ஒண்ணுமில்ல தங்கம்..." என்றபடி, அவளின் முகத்தை உள்ளங்கைகளுக்குள் ஏந்திக் கண், முகம் என்று தன் சேலைத் தலைப்பைக்கொண்டு துடைத்துவிட்டபடி, "எந்தங்கம், இத ஏம்டி இத்தன நாளா ஆச்சி கிட்டக்க சொல்லாம மறைச்ச?" என்று கேட்டாள்.

“ஆச்சி, மாமா நமக்கு வேணும்னு நீதான சொல்லுவே ஆச்சி ...” தேம்பலுக்கு இடையே சொன்னவளை, “இப்படி நடக்கும்னு தெரியாமல்லடி சொல்லிட்டேன். இந்த மாதிரி தெருநாயி நமக்கு ஒரு நாளும் வேணாம்டி ...”, கண்களைத் துடைத்துவிட்டு, “இந்த மாதிரி எவன் ஒனக்கு செஞ்சாலும் அவன அந்த நிமிஷமே வெட்டிரணும் தெரிஞ்சுதா? ஆச்சி பீரோவுக்கு அடியில, கட்டிலுக்கு அடியிலன்னு அருவா வச்சிருக்கிறத பாத்திருக்கேயில்ல. அது எதுக்குன்னு நெனெச்ச? வெறும் திருடனுக்கா ... இல்லட்டி, இந்த மாதிரி தெரு நாய்களுக்கும்தாம்ட்டி”, அவளையே கண் இமைக்காமல் பார்த்தவளைத் தன்னுடன் இறுக்கிக்கொண்டாள் செல்லம்மா.

4

தேவகி வளர வளர, செல்லம்மாவுக்குள் இந்தப் புள்ளையை, தான் நல்ல திடமா இருக்கும்போதே கட்டிக்கொடுத்திடணும் என்கிற எண்ணம் வலுப்படத் தொடங்கியது. தேவகிக்கு இரவுகளில் முழித்து அழுவது மட்டும் சில நாட்களில் இருந்து வந்தது. சில சமயம், ‘விடு மாமா,’ என்று முனகுவதையும் செல்லம்மா கவனித்து இருக்கிறாள்.

தனக்கே தெரியாமல் அந்த வீட்டில் நடந்துவிட்டிருந்த தேவகியின் குழந்தைப் பருவத்தைச் சிதைத்த அந்த நாயை, தன் பையனாக இருந்தும் விரட்டிய பிறகுதான் செல்லம்மாவுக்குள் சமாதானம் உண்டானது. முதல் முறை குழந்தைக்கு நேர்ந்தபோதே அவளுக்குத் தெரிந்திருந்தால் அன்றே வெட்டிப் போட்டிருப்பாள் அவனை. அன்று தப்பித்துவிட்டான். தொடர்ந்து இரண்டு வருடமாகத் தொல்லைக் கொடுத்து வந்திருக்கிறான் என்ற விசயமே கையும் களவுமாகப் பிடிபட்ட அன்றுதானே தெரிந்தது. இப்போது நினைத்தாலும் குலை நடுங்கும் செல்லம்மாவிற்கு.

அவனைத் துரத்திவிட்ட பிறகும் தேவகியால் சரியாகத் தூங்க முடியாமல் இருந்தது. தேவகி இரவில் பயந்து எழும்போதெல்லாம் சுப்ரமணியசுவாமியின் திருநீறு ஒன்றே துணையெனப் பூசிவிடுவது செல்லம்மாவின் வழக்கம். அதிலும் அவளின் பயமும் பதற்றமும் தணியாமல் இருக்கவே ஒரு முறை டாக்டரிடம் கூட்டிப்போனாள். எதையோ கண்டு பயந்திருக்க வேண்டும் என்று சொல்லி மருந்துகளை அடுக்கி அனுப்பினார். செல்லம்மாவிற்கு வயலு வாய்க்கால் எல்லாம் இருந்த நடுநாலுமூலைக்கிணறு ஊரில்தான் சுந்தரலிங்கத்தின் குலதெய்வம் கோயிலும் இருக்கிறது. அங்கு ஒருமுறை அழைத்துச் சென்று குன்றுமேல் சாஸ்தா கோயிலில் மந்திரித்துப் போட்டபிறகு

சற்றுக் கேட்டாற்போல் இருந்தது. இருந்தாலும் அவ்வப்போது ஏதாவது கனா கண்டுவிட்டால் அழுது அழிச்சாட்டியம் பண்ணிவிடுவாள். ‘ஆச்சி இருக்கேன் ஒங்கூட’ என்று சொல்ல, சொல்ல கேட்டுக்கொண்டே தூங்கிவிடுவது வழக்கம். காலையில் அவள் எழுந்துகொள்ளும் அழகை வைத்தே செல்லம்மாவால் சொல்ல முடியும் இரவில் நடந்தது அவளுக்கு நினைவில் உண்டா என்பதை. முகம் வாடிப் போய் இருந்தால் கெட்ட கனவோட நினைப்பில் இருந்து அவள் வெளிவரவில்லை என்பது புரியும் செல்லம்மாவிற்கு.

இந்தச் சீரழிவுக்குக் காரணம் அவளுடைய தாயும் தகப்பனும் தன்னிடம் அவளை விட்டுட்டு வைகுண்டம் போனதாலா அல்லது தன்னுடைய கவனக்குறைவான வளர்ப்பினாலா என்று யோசிக்க ஆரம்பித்தால் செல்லம்மாவிற்கு ரெண்டு நாளைக்குச் சோறு எறங்காது. இந்த மாதிரி யோசனைகளில் இருந்து தன்னை மீட்டுக்கொண்டு வெளியே வருவதும் திரும்பவும் ‘பொம்பளை புள்ளைய வளக்கது எத்தன பெரிய பொறுப்பு என்ன’ன்னு நெனைச்சு நெனச்சு மாஞ்சு போவதும் நடக்கும். அதுவும் வயசுபோன காலத்துல பேத்தியை வளர்த்தெடுப்பது எத்தன செரமம்ன்னு மாஞ்சி போவாள் அவ்வப்போது.

தேவகி வயசுக்கு வந்ததில் இருந்தே, செல்லம்மாவுக்குள் நிறைய விஷயங்கள் குறுக்கும் நெடுக்குமாக ஓடின. இவளை வெளியே வேறு ஒரு குடும்பத்தில் கட்டிக்கொடுத்து, இந்த விஷயம் ஏதாவது ஒரு சந்தர்ப்பத்தில் அவளைக் கட்டியவனுக்குத் தெரியவந்தால்? நினைத்துப் பார்க்கவே செல்லம்மாவுக்குள் பயம் அப்பிக்கொண்டது. இவளை நம்ம குடும்பத்திலேயே யாருக்காவது கட்டிக்கொடுத்தால் ... யாருக்கு? ... தன்னோட தங்கச்சி வசந்தா பையனுக்கு? வேண்டாம் வசந்தா பொல்லாதவ... பய சாதுதான் ... ஆனா வசந்தா ஊர கூட்டிருவா ... வெருவா கெட்டவால்ல அ ... அங்கன இங்கனன்னு ஏன் சுத்தணும்? நம்ம பய வரதனுக்கே கட்டிவச்சிட்டா? செல்லம்மாவுக்குள் கொஞ்ச காலமாய் உருண்டுகொண்டிருந்த இந்த எண்ணம், வரதன் இருபத்தைந்து வயது வாலிபனாக உடல் அளவில் வளர்ந்து நிற்பதைக் காணக் காண, நிலைபெறத் தொடங்கியது. ஆனா அந்தப் பய வெவரம் இல்லாமல்ல இருக்கான் என்னும் சந்தேகமும் உள்ளாற ஓடியது. பஞ்சையும் நெருப்பையும் பக்கத்துல வச்சா பத்திக்காம இருக்குமா என்ன ... இதிலெல்லாம் ஆம்பளைங்க வெவரமாதான் இருப்பாங்கன்னு செல்லம்மாவின் பெண் புத்தி சொல்லியது. இப்படி என்னவெல்லாமோ யோசனை ஓடி, கடைசியில் வரதனுக்கே தேவகியைக் கட்டிவைப்பதுன்னு முடிவு பண்ணினாள் செல்லம்மா.

தனது மாமியாரான சுந்தரலிங்கத்தின் அம்மா தன்னிடம் சொன்னதை அவ்வப்போது நினைத்துக்கொள்வாள் செல்லம்மா. அவள்தான் தன்னை மீண்டும் இந்த வீட்டுக்குள் கூட்டிவந்து வாழவைத்தவள் என்னும் நன்றியுணர்வு செல்லம்மாவுக்குள் எப்போதும் உண்டு. சுந்தரலிங்கத்தின் அம்மா இறக்கும் தருவாயில், செல்லம்மாவை அழைத்து, 'தான் அந்த அமிர்தத்துக்கு அவள் கர்ப்பமாக இருக்கும் விஷயமறிந்தபோது, குழந்தையைக் கொன்றுவிட மருந்து வாங்கிவந்து கொடுத்ததாகவும் இருந்தும் குழந்தை தப்பிப் பிறந்துவிட்டதாகவும், அவள் பிள்ளை பெற்றதும் தன மகன் சுந்தரலிங்கம் இல்லாத காலத்தில் அவளை ஒழித்தால்தான் உண்டு என்று அவளுக்கு விஷம் புகட்டியதாகவும் அதில் அவள் இறந்து போனதாகவும்' சொன்னபோது, செல்லம்மா அதிர்ந்துதான் போனாள். தனது மாமியார் விஷம் வைக்கும் அளவுக்குக் கொடியவராய் இருந்ததை அவளால் ஜீரணித்துக் கொள்ள முடியவில்லை.

"அவள் இருந்தால் என் மகனை... என் மகனைப் பிழிந்தெடுத்து ஒன்றுக்கும் ஆகாத சக்கையாக்கி விடுவாள், இந்த வீட்டையும், வீட்டையும்..." என்று ஏதோ சொல்லிக் கொண்டே வந்தவர், "வேண்டாம், விடு செல்லம்மா. நான் செய்த பாவத்துக்கு அந்தக் குழந்தை அனாதை ஆகிவிடக்கூடாது. நீ அதைக் கவனியாமல் தொலைத்தால் என் பாவமும் தொலையாதுட்டி; என் கட்டை வேகாது. அதனால நீ அவன நல்லா வளர்த்திரணும்", என்று கூறி சத்தியம் வாங்கிவிட்டார். நினைவு தப்பி உளறுகிறார் என்றுதான் முதலில் செல்லம்மாவும் நினைத்திருக்க, அதை சொல்லிய அன்றே அவர் இறந்து போக, கமலத்தம்மாவும் பெரிய அம்மா, அமிர்தத்துக்குக் குழந்தை பிறந்தபிறகு தொடர்ந்து இரண்டு நாட்களாக எதையோ ஒரு பொடியைக் கரைத்துக் கரைத்துக் கொடுத்தாக உறுதி செய்தார் அவளிடம். மாமியாரின் சத்தியத்திற்குக் கட்டுப்பட்டு, செல்லம்மாவும் அந்தக் குழந்தையைத் தன் குழந்தையாக நினைத்துக் கைக்குள் அடைகாத்து வளர்த்தெடுத்து விட்டாள் என்றுதான் சொல்லவேண்டும். ஆனால் இன்றுவரை அது வரதன் என்பது அவளுக்கும் கமலத்தம்மாவிற்கும் மட்டுமே தெரிந்த ரகசியமாக வைத்துக்கொண்டு விட்டாள். மனமுதிர்ச்சி இல்லாதவனைத் தன் கையில் விட்டுச்சென்றுவிட்டார்களே என்று இதுநாள்வரையில் அவளுக்குள் தோன்றியதில்லை. ஆனால் அவனைத் தனது மகள் வயிற்றுப் பேத்திக்கே கட்டிக்கொடுக்க நேர்ந்ததை நினைக்கும்போது சற்றுச் சங்கடமாக உணர்வதுண்டு. அப்போதெல்லாம் மரணிக்கும் தருவாயில், வயதான தனது மாமியார் தன் கைகளைப் பிடித்துக்கொண்டு இறைஞ்சியது

கண்முன் தோன்றும். 'இந்த விஷயம் என்னோடு இறந்து போகும்' என்று செல்லம்மா அந்த நிமிடம் உறுதிகொள்வாள்.

இந்தக் கல்யாணம் முடிவான நாளிலிருந்து தேவகி தன் நினைவில் இல்லை. இதுவரை ஆச்சி மட்டுமே வரதன் மாமா அறைக்குப் போவதும் அவருக்கு எல்லா வேலைகளும் செய்துவிடுவதுமாக இருந்தாள். அவ்வப்போது போய் நின்று பார்ப்பதோடும் ஆச்சி கேட்பதை எடுத்துக்கொடுப்பதுமாக இருப்பாள். இப்போது மாடிக்குப் போய் அவன் அறையைக் கடக்கும்போது எட்டிப்பார்ப்பதும் அவன் கட்டிலில் தூங்குவதை, சன்னலருகில் உட்கார்ந்திருப்பதை, ஏதோ ஒரு சுகத்துடன் ஒப்பிட்டு மகிழத் தொடங்கினாள்.

தேவகியின் மாற்றத்தைக் கவனித்துக்கொண்டிருந்த செல்லம்மாவுக்கு அம்சமான இந்தப் புள்ளைக்கு இப்படி உதவாதவன கட்டி வைக்கோமேங்கிற குற்ற உணர்ச்சி மெதுமெதுவாக விலகத் தொடங்கியிருந்தது. தேவகியின் சந்தோஷமான மனநிலை மட்டுமே இதற்குக் காரணமல்ல, கல்யாணம் முடிவான இந்த இரண்டு மாதங்களாக ராத்திரி நேரத்தில் தொந்தரவு செய்யும் கனவுகள் ஏதும் தேவகிக்கு இல்லாதிருந்ததுதான் செல்லம்மாவின் நிம்மதிக்குக் காரணம்.

'இந்தக் கல்யாணம் நல்லமானைக்கு முடிஞ்சு ஒரு புள்ளையோ கிள்ளையோ பொறந்துட்டா போறும் முருகா... எங்க வீட்டு ஐயா சொன்னமானைக்கு வைர வேல ஒனக்கு சாத்திற்றேன்ப்பா' கையைத் தலைக்கு மேல உயர்த்தி சுப்ரமணியசுவாமி இருக்கும் திசை நோக்கி வணங்குவாள். கண்ணீர் நிற்காமல் செவுட்டுல உதிர்ந்துகொண்டிருக்கும்.

4

வசுமதி

அடுப்படி

1

“மாம்... காப்பி பொடி எங்க வச்சிருக்க...” நிவேதிதாவின் கத்தலுக்கு, அடுப்பில் கிண்டியபடியிருந்த கேசரியில் இருந்து பார்வையை வசுமதி திருப்பினாள்.

“எதுக்குடி கத்துர... ஒனக்கும் எனக்கும் எடையில நாலு இன்ச் கூட தூரமில்ல...” என்று எரிச்சலுடன் கையை நீட்டி, ஷெல்பிலிருந்து ப்ரூ காப்பி டப்பாவை எடுத்து வைத்தாள்.

“என் கையில கொடுத்தாதான் என்னவாம்.. கொறைஞ்சா போயிருவே...” என்றபடி நிவேதி காப்பி போட ஆரம்பித்தாள்.

“எப்ப இங்க வந்தாலும், இவனுக்கு நான்தான் எல்லாத்தையும் கொண்டு கொடுக்கணும்...” என்று முணுமுணுக்கவும் செய்தாள்.

வசு சற்று கோபத்துடன், “எத்தன தடவடி சொல்றது... மாப்பிள்ளைய அவன் இவன்னு பேசாதேன்னு...”

“நீ எதுக்கு இத்தன குதிக்கிற. என் மாமியாரே கண்டுக்கிறதில்ல...” என்றதும், “அவள பத்தி எனக்கே சொல்லுதியா? மலர் பாவம், ஓங்கிட்ட மாட்டிக்கிட்டு அவ இல்ல அவஸ்த படுதா” என்றவாறே நெய்யைக்

கடைசியாக ஊற்றிக் கேசரி அடுப்பை அணைத்து விட்டு, ஸ்பூனை எடுத்தாள் வசுமதி.

“அவுகளுக்குப் பரிஞ்சுக்கிட்டு வாறதே ஓம் பொழப்பா போச்சும்மா. அண்ணன் பொண்டாட்டின்னாலும் இப்படியா?” என்று சொல்லிக்கொண்டே, “சரிம்மா, கேசரியை எனக்குக் கொஞ்சம் சம்படத்துல போட்டுக்கொடு. ஆபீசுக்கு லேட்டாச்சு. மதியம் சாப்பிட்டுக்கிறேன். இன்னொரு சம்படமும் ரெடி பண்ணு” என்றவாறே சூடாயிருந்த பாலை காப்பியுடன் கலக்கினாள்.

“இன்னொன்னு யாருக்கடி” என்று கேட்டதற்கு, “என்னோட சீஃப் ஆடிட்டர் ராகவன் சாருக்குத்தான். அவருக்கு ஒன் சமையல் ரொம்பப் புடிக்கும் பாத்துக்கோ,” என்றவாறு காப்பி கப்புடன் அடுப்படியை விட்டு வெளியே போனாள்.

“உங்கண்ணன் மாடியிலேருந்து கீழே வந்தாச்சா?” என்று வசு குரல் கொடுக்க, நிவேதி அதற்கு, “இல்லம்மா...” என்றபடி கௌஷிக்கான காப்பியுடன் ஹாலை நோக்கி நடந்தாள்.

வசு எதுவும் பேசவில்லை. மகன் முகுந்தனுக்கு, மருமகள் ராகவிக்கு என்று மதியச் சாப்பாட்டுக்கான இரண்டு ஹாட்பேக்கையும் எடுத்து வைத்துவிட்டு, நிவேதிக்குச் சாப்பாட்டு கேரியரும் ரெண்டு சம்படம் கேசரியும் எடுத்து ஹாலுக்குப் போகும் பாதையில், இதற்கெனப் போடப்பட்டிருக்கும் பெஞ்சில் வைத்துவிட்டாள். அவரவர் போகும்போது எடுத்துச் செல்வார்கள். அடுத்துத் தன் பேரன் மித்ரனுக்காக மதியத்துக்கானதை, ஸ்நாக்ஸ், தண்ணீர் எல்லாம் அவனுக்கான ஸ்கூல் பேக்கில் எடுத்து வைத்து விட்டு, ஹாலில் மருமகன் கௌஷிக்குடன் விளையாடிக் கொண்டிருக்கும் மித்ரனைக் குளிக்க அழைத்துப் போனாள்.

அவனைக் கிளப்பிவிட்டு இட்லி ஊட்டத் தொடங்கினாள். மலர்விழி ஊரிலிருந்து வந்திருப்பதால், நிவேதிதா இன்னைக்கு அவ பொண்ணு கீர்த்தியைக் கூட்டிட்டு வரலை. வந்தால் அவளுக்கும் சேர்த்து உடை மாற்றி இட்லி ஊட்டிவிட்டுக் கொண்டிருப்பாள்.

ராகவி, “அத்தே!” என்றழைத்தபடி வந்தாள். இவளுக்கென்ன... என்று யோசித்தபடி அவளைப் பார்த்தாள்.

பையன் சாப்பிட்டுக்கொண்டிருப்பதைக் கவனிக்காமலேயே, “பிங்க் அயர்ன்லிருந்து என்னோட துணியெல்லாம் அயர்ன் பண்ணிக்கொண்டு வரலையா? என்னோட கிரே சுடிய காணோமே அத்தே” என்றாள்.

"நேத்து பவர் கட் இல்லையா நம்ம ஏரியாவில... அதுதான் துணி வரல. இன்னைக்குக் கொண்டுவரேன்னு சொல்லி யிருக்கான்..." வசு சொன்னதுமே, சற்று முகவாட்டத்தைக் காட்டினாள் ராகவி. ஹாலில் நிவேதிதா நிற்பதைக் கண்டதும், "எப்போ வந்தே... கௌஷிக்கை ஹாலில் பார்த்தேன்... அவர் மட்டும்தான் வந்திருக்காரோன்னு நெனைச்சேன்... எங்க கீர்த்தி?" என்று கேள்விகளை அடுக்கினாள்.

"ஸ்கூல் கிளம்பிக்கிட்டு இருக்கா. கௌஷிக்கு டாட் கிட்டே ஒரு வேலை. அதுதான், அப்படியே ஆபீஸ் போறோம்." என்றபடி இருவரும் நகர்ந்தார்கள் சாப்பாட்டு மேசையை விட்டு.

"ராகவி... சுவிதா எந்திச்சாளா..." என்ற வசுவின் குரல், போகும் அவளை நிறுத்திக் கேட்க, "தூங்குறா... நா சாப்பிட்டுக் கிளம்புறேன். அவ எழுந்தா பாத்துக்கோங்க. டின்னர் இன்னைக்கு எனக்கு வெளியே" என்றாள் நடந்துகொண்டே, வசுவின் 'எதனால...' என்னும் காரணம் கேட்கும் அடுத்த கேள்விக்கு இடம் கொடுக்காமல்.

அவள் நிவேதிதாவுடன் சகஜமாகப் பேசிக்கொண்டே நகர்வதைக் கண்டதும் ஒரு சமாதானம் வந்தது. நம் காலத்தில் நாத்தனார்கள் எங்கே இவ்வாறு பேசிக்கொண்டோம் என்று வசுவுக்குள் தோன்றியது. கணவர் வேலுச்சாமியின் தங்கை நிர்மலா வந்தால் நேராக அவள் அம்மாவைத் தேடித்தான் போவாள். இவள் கண்ணில் பட்டாலும் என்ன ஏது என்று விசாரிப்புகூட கிடையாது. வேலுச்சாமியின் அக்காக்காரி கோமதி மட்டும் எப்போது வந்தாலும் இவளிடம் இருந்து ஊர் விஷயங்களைக் கறந்துகொண்டு செல்வது உண்டு. வசுவின் அம்மா ஒருமுறை, 'சாந்தா வீட்டில் பையனுக்கு இரண்டாவது திருமணத்துக்குப் பொண்ணு பார்ப்பதை ஒன் ஒருத்திக்கிட்டே மட்டும்தானடி சொன்னேன், அது எப்படி வெளிய போச்சு?' என்று இவளிடம் கேட்கும்வரை இவளுக்கு உறைக்கவில்லை, கோமதி மதினிதான் இத்தனைக்கும் காரணம் என்று.

ஆனால் இப்போதைய பெண்கள் பரவாயில்லை; அதிகமாக ஒட்டிக்கொள்வதும் இல்லை, வெட்டிக்கொள்வதும் இல்லை. புத்திசாலிகளாக வாழத் தெரிந்திருக்கிறார்கள்.

மித்ரனைப் பள்ளி வேனில் அனுப்பிவிட்டுத் திரும்பும்போது, "ஆச்சி..." என்றபடி மாடிப்படி இறங்கிவந்துகொண்டிருந்தாள் மூன்று வயது சுவிதா. அவளுக்குப் பால் கலக்கிக் கொடுத்துச் சாப்பாடு ஊட்டி முடிக்கும்போது, முகுந்தனும் வேலுசாமியும் சாப்பிட்டு முடித்திருந்தார்கள். வேலுசாமிக்கு டிபன் முடிந்ததும்

காப்பி வேணும் என்பதால், சுவியை முன்னறையில் முகுந்தன் ஷூ மாட்டும்வரை அவனிடம் விட்டுவிட்டு, காப்பி கலக்கிக் கொண்டு வந்தாள். முகுந்தன் கார் எடுத்துக்கொண்டு கிளம்பியதும் வேலுசாமி ரைஸ்மில்லுக்குப் போகத் தயாராகி வந்ததும், சுவி ஓடிப்போய், "தாத்தா செருப்பு!" என்று அவரின் வெள்ளை நிறச் செருப்பைக் காட்ட, அவள் கன்னத்தில் தட்டிக்கொடுத்துவிட்டு அவரும் வண்டியை எடுத்துக்கொண்டு கிளம்பினார். இனி மதியச் சாப்பாட்டுக்கு வீட்டுக்கு வந்துவிடுவார் வேலுசாமி. இவ்வளவு நேரமாகியும் காலை காப்பியோடு தன் வயிறு கூப்பிட்டுக் கொண்டிருப்பதை உணர்ந்தாள் வசு. சாப்பிட்டுவிட்டு மாடி ஏற முடியாது. இப்போது போய் மாடி அறைகளைச் சுத்தம் செய்து துணிகளைத் துவைக்கப் போட்டுவிட்டால் மதியத்துக்கு முன் காய்ந்த துணிகளை மடித்து எடுத்துவிடலாம் என்று நினைத்தவாறே சுவியைக் கூட்டிக்கொண்டு மாடிக்குச் சென்றாள் வசு.

அறைகளை ஒதுங்கவைக்கத் தொடங்கும்போது, கீழே செம்பகம் வந்து பாத்திரங்களைக் கழுவும் சத்தம் கேட்டது. கடைசி மகன் சரவணனின் அறையைத் திறந்தாள். அவன் பெங்களூரில் இருந்து இங்கு வந்து நான்கு மாதங்கள் இருக்குமா? வேலுசாமிக்கும் அவனுக்கும் ஆகாமல் போய் அவன் எப்போதோ ஒருமுறைதான் இங்கு எட்டிப்பார்க்கும் நிலை. அவனுக்கு ஒரு கல்யாணத்தை முடித்துவிட்டால், தான் நிம்மதி ஆகிவிடுவோம் என்று வசுவுக்குத் தோன்றியது. அவனுடைய அறை சுத்தமாகத்தான் இருந்தது; துடைத்துவிட்டு மூன்று நாட்கள் இருக்கலாம். இன்று வேண்டுமென்றால் தூசி தட்டிப் பெருக்கிவிடச்சொல்லலாம் செம்பகத்தை என்று நினைத்துக்கொண்டாள்.

முகுந்தனின் அறையைத் திறந்ததுமே, புழுக்கமான மணம் வந்தது. ராகவி துடைத்த ஈரமான துவாலை சரியாக விரித்துக்கூட போடப்படாமல் துணி ஸ்டேண்டில் தொங்கிக்கொண்டிருந்தது. முகுந்தனுடையதைக் காணோம். குளியலறையிலேயே விட்டு வந்திருப்பான். அங்கு சோப் வைக்கிற ஷெல்ப் முழுவதும் தண்ணீர் கட்டி நின்றது. இத வடித்துவைக்கமாட்டாளா ஒரு பொம்பள என்று வசுவுக்குள் புலம்பல் ஆரம்பித்தது.

சுவிதா, "ஆச்சி" என்றபடி தரையிலிருந்து எதையோ எடுத்துக்கொண்டு ஓடிவந்தாள். அது ஏதோ மாத்திரை அட்டை. அதை வாங்கிப் படுக்கையின் அருகிலுள்ள மேசையில் வைத்தாள். துவைக்கச் சேர்ந்திருந்த துணிகள் இருந்த கூடையில் சுவிதாவின் ஒண்ணுக்கு இருந்த இரவு உடை நாற்றத்துடன் அப்படியே கிடந்தது. இவங்க ரெண்டுபேர் கிட்டேயும் பொறுப்பும் இல்ல,

அகிலா

சுத்தமும் இல்ல. அதுவும் ராகவிய சொல்லவே வேண்டாம். எது எடுத்தாலும் அங்கங்கே போட்டுவிட்டுப் போய்விடுவாள். என்ன வளர்ப்போ என்று சலித்துக்கொண்டாள் வசு. படுக்கை கசங்கிப் போய்க் கிடந்தது. அதையும் நேர் செய்து அறையை ஒழுங்குபடுத்தி விட்டு, முகுந்தன் சொல்லியிருந்த ரூம் பிரெஷ்னர் எங்கே என்று தேடினாள். அதுவும் ஒரு இடத்தில் இருப்பதில்லை. சுவியிடம் கேட்டாள். அந்தக் குட்டிக் குழந்தை தெளிவாக 'அப்பா இங்க வச்சாங்க' என்று சன்னலைக் கை காட்டினாள். அது திரைக்கு உள்புறமாய்ச் சன்னலின் விளிம்பில் இருந்தது. எடுத்து புஸ்புஸ் என்று அறையில் அடித்துவிட்டு சுவியை அழைத்துக்கொண்டு வெளியே வந்தாள்.

அடுத்து நிவேதியின் அறையில் எட்டிப்பார்த்தாள். அங்கு துணி அலமாரி திறந்தமானைக்குக் கிடந்தது. நேற்றுச் சாயந்திரம் வந்திருந்தபோது, சில உடைகளை எடுத்துப் போட்டுப் பார்த்திருப்பாள் போல, அப்படியே அவிழ்த்துப் போட்டவற்றைப் படுக்கையின் மீது விட்டுச் சென்றிருந்தாள். இப்பதான ராகவியின் வளர்ப்பைப் பேசினோம். இங்கன மட்டும் என்ன வாழுது. நாம வளத்ததும் இப்படிதான இருக்கு. அடுத்த வீட்டுப் புள்ளைய மட்டும் குற சொல்லி என்ன பிரயோசனம் என்று நொந்துகொண்டாள் வசுமதி.

சுவியை அங்கே விளையாடச் சொல்லிவிட்டு, எல்லா ஆடைகளையும் மடித்து அலமாரிக்குள் அடுக்கிவைத்துவிட்டுத் திரும்பினால், மேசையில் தங்க ஜிமிக்கி ஜோடியாகச் சிரித்தது. நேற்று போட்டுவந்து கழற்றிவைத்திருப்பாளோ என்னமோ. கீழே தன்கிட்டே கொண்டு வந்து கொடுத்துவிட்டுப் போயிருக்கலாமே என்று தலையிலடித்துக்கொண்டாள். காணாமப் போச்சுன்னா தையா தக்கா என்று குதிப்பாள். யார் என் ரூமுக்கு வந்தது, யார் பெருக்கியது என்று வீட்டையே இரண்டாக்கி விடுவாள். என்ன பொண்ணுங்களோ இதுங்க என்று சலிப்பாய் இருந்தது வசுவுக்கு. அறையை விட்டு வெளியே வந்து, துவைக்க எடுத்துப் போகவேண்டிய துணிக்கூடை, காயப்போட வேண்டியவை என்று எல்லாவற்றையும் எடுத்துக்கொண்டு சுவியையும் கையில் பிடித்தவாறு மெதுவாக மாடிப்படி இறங்கும்போது, சுவி வசுவைப் பார்த்து, "ஆச்சி, நாம ரெண்டு பேரும் எவ்வளவு வேலை செய்றோம்," என்று பெரிய மனுஷி போல கைகளை விரித்து அலுத்துக்கொண்டதைப் பார்த்தபோது வசுவுக்கு இத்தனை நேர வேலையும் சிரிப்பாக மாறியது. "எங்க செல்லம்டி நீ" என்று பேத்தியைக் கொஞ்சிக்கொண்டாள்.

துணியை வாஷிங் மெஷினில் போட்டுவிட்டால், செம்பகம் காயப்போட்டு விடுவாள். அதன்பிறகுதான் சாப்பிட உட்கார வேண்டும். சுவி மதியம் தூங்கிய பிறகு, அவற்றைத் திருப்பி மடித்து எடுத்துக்கொண்டு வந்து எல்லாவற்றையும் அடுக்கி வைத்துவிட்டுப் போக வேண்டும். இதற்கு இந்த வீட்டில் எந்த நன்றியும் கிடைக்காது. இருந்தும் தன் வீடு, தன் பிள்ளைகள் என்றுதான் தன்னைப் போலவே எல்லா அம்மாக்களும் உழைக்கிறார்கள் போலும் என்று நினைத்துக்கொண்டாள் வசு.

மதியம் நேரம் சாப்பாடு முடிந்து, சுவியைத் தூங்க வைத்துவிட்டுப் பின்கட்டுக்கு வந்தாள். அவரைக் கொட்டைகளை உதிர்த்துக்கொண்டு அவளுக்குப் பிடித்தமான பின்கட்டின் படிக்கட்டில் அமர்ந்திருந்தபோது, வேலுசாமி ஹாலிலிருந்து படுக்கை அறைக்குள் போக இருந்தவர், இவளைப் பார்த்து வந்தார். “படேன் கொஞ்ச நேரம்...” என்றார் கரிசனத்துடன்.

“எங்கங்க... அடைக்கு ஊற வச்சிருக்கேன்... சின்னவ எழுந்துக்கதுக்குள்ள அரைச்சிரணும்... மித்ரன் வந்தா ரெண்டு தோசைய ஊத்திக் கொடுக்கணும்...” என்று அவரை அண்ணாந்து பார்த்துச் சொல்லவும், என்னமோ செய் என்னும் பாவனை கையசைப்புடன் அவர் படுக்கச் சென்றார். படுத்தால்தான் அவருக்குச் சாயங்காலம் நான்குமணிக்கெல்லாம் ரைஸ்மில் போக வசதியாக இருக்கும். இதே உழைப்புதான் வசுமதிக்கும் இருக்கிறது. ஆனால் உடம்பைச் சற்று நேரம் படுக்கையில் போட மனசு இருப்பதில்லை, அதைவிட நேரமும் இருப்பதில்லை என்பதே உண்மை. தேவகியின் கடிதம் வந்து சேர்ந்து ஒரு மாதம் ஆகிறது. இன்னமும் பதில் எழுதத் தனக்கு நேரம் கிடைக்கவில்லை. தனக்குக் கல்யாணம் முடிந்து வள்ளியூர் வந்தபிறகு அடிக்கடி திருச்செந்தூருக்குப் போய்வந்து கொண்டிருந்தாள் வசு. அங்கு போனதும் முதல் வேலையாக தேவாவைப் பார்த்துவிட்டு வந்து தான் மறுவேலை பார்ப்பாள் வசு. திருநெல்வேலிக்கு மாறி வந்தபிறகுதான் இந்தக் கடிதம் எழுதும் வேலையை இருவரும் தொடங்கினார்கள். தேவகி இங்கிலாந்து போனபிறகும் இப்படி தான் தொடர்கிறது அவர்களின் அன்பு.

தேவாவுக்குக் கடிதம் எழுத நமக்கு எப்போதான் ஓய்வு கிடைக்கும் என்று யோசிக்கலானாள். இப்படியே எத்தனை நாளைக்கு உழைக்க என்று வசுவுக்குத் தெரியவில்லை. ஊள்ளூருக்குள்ளே பொண்ண கட்டிக்கொடுத்தது தப்பாப்போச்சு. எல்லோரும் வேலைக்குப் போக, வசு இன்னொரு சுழற்சியாக குழந்தை வளர்ப்பைக் கையிலெடுத்தாள்... எங்கே எடுத்தாள்? அவள் கையிலல்லவா திணித்துவிட்டார்கள்... மலர்விழி இந்த ஒரு மாசமா வந்து இருக்கிறதால கீர்த்திய ரொம்ப பாக்குற

வேலை இவளுக்கு இல்ல... இல்லேன்னா அவளும் மித்ரன்கூட இங்க இருந்துதான் ஸ்கூலுக்கு கிளம்புவா... பாவம் மலர்விழியும். அவளும் வேறு யாருமில்லை, வசுவின் பெரியப்பா மகனின் மனைவிதான். மூட்டு வலியால வேற சிரமப்படுறா. நிவேதிதா அவ ஊரிலிருந்து வரப்போறதா சொன்னதுமே இந்தத் தடவை ஒரு சமையல்காரியை ஏற்பாடு பண்ணிட்டா. அப்போ இந்த வீட்டுல நாம யாரு என்னும் கேள்வி வசுவுக்குள் இப்போதெல்லாம் முளைக்கத் தொடங்கியிருக்கிறது.

வேலுசாமியால் மூத்தவன் முகுந்தனிடம் வசு சிரமப்படுவதைப் பற்றிப் பேச மனசில்ல. வசுவாக சில சமயங்களில் முகுந்தனிடம் சொல்லுவாள். 'முடியலைன்னா ஆள் வச்சுக்கோயேன்ம்மா... இதையெல்லாம் என்கிட்ட சொல்லணுமா...' என்று முடித்துக்கொள்வான். எதற்கு ஆள் வைக்க என்பதில் வசுவுக்குப் பெரும் குழப்பம் உண்டு. பிள்ளைகளைப் பார்த்துக்கொள்ளவா... வீட்டைக் கவனிக்கவா... சாப்பாடு செய்யவா... இவள் படும் பாட்டைப் பார்த்துப் பாத்திரம் கழுவி வீடு துடைக்க வரும் செம்பகம் 'கொடும்மா... நா கொழம்பு வைக்கிறேன்...' என்றபடி கரண்டியை வாங்கப் பார்ப்பாள் சில நேரங்களில்.

'வேண்டாம்மா... என் சமையல தவிர வேற வித்தியாசமா இருந்தா ஒவ்வொருத்தரா சத்தம் போடுவாங்க... விடு. நீ மத்த உதவி செய்யி, அது போதும் எனக்கு,' என்றபடி கரண்டியைக் கைப்பற்றிக்கொள்வாள்.

2

வாசலில் கார் ஒன்று வந்து நிற்கும் சத்தத்திற்குக் காலையில் கிச்சடிக்காகக் காய் நறுக்கிக்கொண்டிருந்த வசு, கையைக் கழுவிக்கொண்டு அடுக்களையை விட்டு வெளியே வந்தாள். இன்று சனிக்கிழமை. வீட்டில் யாரும் இன்னும் எழுந்திருக்கவில்லை. வராந்தாவில் வந்து எட்டிப்பார்த்தபோது, ஏதோ ஒரு வாடகை வண்டிபோல தெரிந்தது. சரவணன்தான். வசுமதிக்குள் பரவசம் தொற்றிக்கொண்டது. நான்கு மாதங்கள் ஆயிற்று பெங்களூரில் இருந்து அவன் வீட்டுக்கு வந்து.

கேட்டைத் திறந்து அவன் உள்ளே வந்ததும், "வாடா... ஒரு போன் பண்ணியிருக்கலாம் இல்ல... நம்ம வண்டிய அனுப்பிச்சிருக்கலாமே" என்ற வசுவைப் பார்த்து, "அதாம்மா முக்கியம்? ஒன் வீட்டுக்காரர் எழுந்துட்டாரா?" என்றான்.

"என்னடா வந்ததும் வராததுமா உம்முனு இருக்கே. அதுவும் இப்படி பேசுத? இன்னும் யாரும் எந்திக்கல. முகம் கழுவிட்டு

வா. காப்பி போடுறேன்", என்ற வசுவின் சொற்கள் அவன் காதில் விழுந்ததா என்றே தெரியவில்லை. அவன் பாட்டுக்கு மாடியில் இருக்கும் தன்னுடைய அறையை நோக்கி நடந்தான். தான் பேசிக்கொண்டிருப்பதைக்கூட வகைக்கு எடுக்காமல் செல்லும் தன் கடைசி மகனைப் பார்த்தவாறே நின்றிருந்தாள் வசு.

எப்படி அவளுடன் சினேகமாக இருந்தான் ஒருகாலத்தில். அவளின் செல்லப்பிள்ளை என்றால் சரவணனைத்தான் கைகாட்டுவார்கள் எல்லோரும். வேலுசாமி செய்த ஒரு வேலையினால் தன்னிடம் இப்படி முகம் காட்டுகிறான். இன்னைக்கென்ன அதிசயமா வந்திருக்கான்? என்ன சண்ட காத்திருக்கோ தெரியலயே என்று புலம்பியபடியே உள்ளே சென்றாள். காலை சாப்பாடு முடிந்தபின் வேலுசாமி ஹாலுக்குப் பத்திரிகை படிக்கச் சென்றார். மற்றவர்களும் பேசாமல் சாப்பிட்டு எழுந்துகொள்ள வசுமதி அடுப்படியை ஒதுக்கிவிட்டு அடுத்த சமையலை ஆரம்பிக்கத் தயாரானாள். அதற்குள் ஹாலில் பேச்சு சத்தம் பெரிதாகவே சுவிதா அழத்தொடங்கினாள். அடுக்களைப் பக்கம் வந்த ராகவி, "அத்தே, சரவணன், மாமாகிட்ட கத்திக்கிட்டு இருக்கான். நீங்க போங்க", என்று சொல்லியவாறு பின்கட்டுக்குப் பிள்ளையுடன் சென்றாள்.

"எனக்கு இப்பவே தெரியணும்? யாரைக் கேட்டு வரச்சொன்னீங்க?" சரவணனின் குரல் எட்டு வீட்டுக்குக் கேட்கும்போல இருந்தது. முகுந்தன் குறுக்கிட்டு, "ஏன்டா இப்படி கத்துற? நானும் அப்பாவும் பேசித்தான் செய்தோம். ஏன் நாங்க செய்யக்கூடாதா என்ன?" என்று சொன்னான். இவர்கள் எதைப் பற்றிப் பேசுகிறார்கள் என்பது தெரியாமல் வசு முழித்துக்கொண்டு நிற்க, அவன் வந்து நிற்பதை அப்போதுதான் கவனித்த சரவணன், "வாங்க, நீங்க மட்டும்தா பாக்கி. உங்களுக்குத் தெரியுமா தெரியாதா?" என்றான்.

"என்னன்னே எனக்குப் புரியல. என்ன ஆச்சுன்னு இப்படி பேசுத. இவங்க என்ன செய்ஞ்சாங்க?" சொருகியிருந்த சேலையை எடுத்துவிட்டுக் கழுவிய கைகளைத் துடைத்துக்கொண்டே படபடப்பாகக் கேட்டாள்.

"இங்கன என்ன நடக்குதுன்னே தெரியாம நீங்கள்லாம் ஒரு வைப் இவருக்கு?" என்று வேலுசாமியைக் கைகாட்டிச் சொல்லிவிட்டு, "உங்க வீட்டு ஐயா என்ன செஞ்சாருன்னு தெரியுமா? அவராட்டு ஒரு பொண்ண எனக்குப் பாத்துப் பேசி முடிச்சு பெங்களூருக்கு என்னைப் பார்த்து வர, பொண்ணையும் பொண்ணோட அப்பாவையும் அனுப்பியிருக்காரு. ரொம்ப

மாடர்ன் ஆயிட்டாரு, பாத்துக்கோங்க. இதுக்கு உங்க மூத்தவனும் உடந்தை” என்றான்.

“இதெல்லாம் எப்படா நடந்துச்சு?” என்று முகுந்தனைப் பார்த்துக் கேட்டுவிட்டு, “ஏங்க, என்கிட்டக்க ஒரு வார்த்த சொல்லணும்னு தோணல உங்களுக்கு?” என்று வேலுசாமியைப் பார்த்தாள். வேலுசாமி முன்வாசலைப் பார்த்தபடித் திரும்பி நின்றுகொண்டார்.

சரவணனிடம் திரும்பிய வசு, “அதுக்கு ஏன்டா தையா தக்கான்னு குதிக்க? அவுக உன் அப்பாவும் அண்ணனும்தான. ஏதோ முந்திரிக்கொட்டைத் தனமா ஒரு காரியம் செஞ்சுட்டாக. விட்டுத் தள்ளுவியா . . . பொண்ண பிடிச்சிருக்குன்னா பிடிச்சிருக்குன்னு சொல்லு. இல்லேன்னா வேண்டாம்னு சொல்லி வந்தவுகள திருப்பி அனுப்பிற வேண்டியதுதான?” என்றாள்.

“அதானே...” என்று முகுந்தன் ஒத்து ஊத, சரவணனுக்குக் கோபம் உச்சிக்கு ஏறியது, “ஆஹா, இது நல்லாயிருக்கும்மா. ஒனக்கே தெரியாம ரெண்டு பேரும் இம்புட்டுக் காரியம் பண்ணியிருக்காங்க. அது பெருசில்ல, நா இப்ப கத்துறதுதா உனக்குப் பெருசு என்ன?” என்றான்.

அவனை அன்று சமாதானப்படுத்துவதற்குள் போதும் போதுமென்றாகி விட்டது வசுவிற்கு. கடைசியில் பெண்ணைப் பிடிக்கலைன்னு சொல்லித் திருப்பி அனுப்பிவிட்டதாகக் கூறினான். அதன்பிறகு ஒன்றைத் தெளிவாகச் சொன்னான்.

“இனி எனக்கு யாரும் பொண்ணு கிண்ணு பாக்க வேணாம். அதவிட, எனக்குக் கல்யாணமே வேணாம். ஓங்களுக்கு இருக்கிற பேரப்புள்ளைங்க போதும். என்னய விட்டுருங்க. இனி இப்படி ஏதாவது நடந்துதுன்னா, உங்களுக்கும் எனக்கும் எந்த உறவும் இல்ல, புரிஞ்சுதா?” என்றான்.

வேலுசாமி, “என்னலே . . . காத்தாலே இருந்து மிரட்டுத ரொம்ப தா . . .” என்று நாற்காலியில் இருந்து வெரசலா எழுந்துக்கவும், வசு அவரிடம், “பேசாம இருங்களேன் கொஞ்சம்”, என்று கெஞ்சினாள். அவர் விடுவதாக இல்லை. வசுவிடம், “நீயே கேளு அப்ப. இவரு காதலிச்ச அந்த பாக்கியாட்டி கல்யாணம் கட்டிக்கிட்டு அமெரிக்கா வரைக்கும் போயி ரெண்டு புள்ளைகளோட சந்தோஷமா போட்டோ புடிச்சுப் போட்டுக்கிட்டு இருக்காளாம். நம்ம செந்திலு மவன் அந்த எழவு பேஸ்புக்குல பாத்துட்டுச் சொல்லுதான். இங்கன இவரு என்னடான்னா...” என்று எரிச்சலாகப் பேசினார்.

வசுவும் அவனிடம் திரும்பி, "சரவணா, அப்பா சொல்றதும் ரைட்டுதான. அவ சந்தோஷமாட்டு இருக்கா. நீ இங்கன எங்கள வாட்டி வதச்சுக்கிட்டு இருக்க. நீயே சொல்லுல" என்றாள்.

சரவணன் வசுவிடம், "அம்மா, ஒனக்கு மூளையே கெடையாதா? இவரு பேசுறதயெல்லாம் அப்படியே நம்புவியா? ஒன் பையன் மனசுல என்ன இருக்குனு தெரிஞ்சுக்க மாட்டியா? நா கல்யாணம் வேண்டாம்னு சொல்றது அவளுக்காக இல்ல. அவளையெல்லாம் மறந்து வருஷமாச்சு. அத முதல்ல இந்த வீட்டுல எல்லோரும் புரிஞ்சுகோங்க. என் கல்யாணத்துக்கும் அவளுக்கும் சம்பந்தமே இல்ல. இப்ப நான் வேண்டாங்கிறது எதுக்குன்னா, எனக்குக் கல்யாணத்து மேல இண்டரெஸ்ட் இல்ல. கமிட் ஆகுறது, பிள்ளை பெத்துக்கிறது, அதுகளுக்காகக் கெடந்து சாகுறது எதுவும் எனக்குப் புடிக்கல. நா எம்பாட்டுக்குச் சுதந்திரமா இருக்கணும். அவ்வளவுதா" என்று சொல்ல, 'சே, இவ்வளவுதானா' என்று சுவியைத் தோளில் வைத்துத் தட்டியபடி அங்கு நின்று கேட்டுக்கொண்டிருந்த ராகவி முகத்தில் தெரிவதை முகுந்தன் கவனித்தான். இவனால நம்ம லெவல் இறங்கிரும் என்று நினைத்து, "வா, நாம வெளிய தோட்டத்துல நடக்கலாம்" என்று ராகவியையும் மித்ரனையும் அழைத்துக்கொண்டு முன்வாசலை நோக்கி நடந்தான்.

வேலுசாமி, "அப்ப கட்டிக்கிட்டு, புள்ளைகள பெத்துப் படிக்க வச்சு வாழுற நாங்கள்லாம், பாக்க ஒனக்கு எப்படி தெரியுது?" என்று தலையில் அடித்துக்கொண்டு அறைக்குள் சென்றுவிட்டார்.

வசு மெதுவாக சரவணன் அருகில் வந்து, "இனி யாரும் இங்கன, ஒன்னைய விட்டுட்டுப் போன அந்தப் புள்ளைய வச்சு வம்புக்கு இழுக்க மாட்டாங்க சரவணா. ஆனா நீ என்னைக்காவது ஒருநாள் கல்யாணம் கட்டுனும்ங்கிற என் பேச்சை கேப்பேன்னு நா நம்புதேன்," என்று சொல்லியபடியே அடுக்களைக்குள் சென்றாள். ஒன்றும் பேசாமல் சரவணன் டிவியைப் போட்ட படி சோபாவில் அமர்ந்தான்.

5

வசுமதி

தேவகி

1

'தேவா, உன்னிடம் இந்த விஷயத்தை உடனே சொல்லணும்போல இருந்ததால்தான் ஒரு மாசம் கழித்தாவது இந்த லெட்டரை எழுதுறேன். என்னோட பெரியப்பா பெண்ணான வடிவு அக்காவை உனக்குத் தெரியும்தானே? அவங்களுக்கு போன வாரம் உடம்பு சுகமில்லை என்று பார்க்க போயிருந்தேன். அவங்க இப்போது வள்ளியூர் டவுனுக்குள்ளே ஆஸ்பத்திரி வசதிக்காக வேண்டி அவங்களுடைய மகன் வீட்டிற்கே வந்துட்டாங்க. வீடு நம்ம வள்ளியூர் பழைய பஸ் ஸ்டாண்ட் தாண்டிப் போனால் கொஞ்சம் தூரத்தில் உள்ள யாதவர் தெற்கு தெருவுக்குள்ளே இருக்கிறது. ஆனால் நாஙகதான் திருநெல்வேலியிலிருந்து ஊர்ப் பக்கம், இரண்டு மாசத்துக்கு ஒரு தடவை காதுகுத்து, கல்யாணம், கோயில் விசேஷம்னு போற மாதிரி ஆகிவிட்டது. பிள்ளைகள் படிப்புக்காக இந்தத் திருநெல்வேலி பட்டணத்துக்கு வந்து இங்கேயே இருக்கிற மாதிரி ஆகிவிட்டது.

உனக்கு வள்ளியூர் நினைவில் உண்டென்று நினைக்கிறேன் தேவா... நான் வள்ளியூரில் இருந்த சமயம் நீ உன் ஆச்சியோட இரண்டு தடவை வந்திருக்கிறாய். இரண்டாவது தடவைதான் யமுனாவை மட்டும் கூட்டிக்கொண்டு வந்திருந்தாய். ஆச்சிக்கு அப்போது வயதாகிவிட்டிருந்தது. உடம்பு

கழியாமலும் இருந்தார்கள். மூன்று நாட்கள் இங்கே இருந்தீர்கள். அப்போது உன்னுடைய வீட்டுக்காரரும் தவறிக் கொஞ்சம் மாதங்கள் ஆகியிருந்தது. அதனால்தான் உன்னால் வரவும் முடிந்தது. அந்தக் கதையை எதற்காக இப்போது பேசணும்... விட்டுவிடுவோம் தேவா.

“அப்போது நாம் எவ்வளவு ஊர் சுற்றினோம்... அந்தச் சமயம்தான் பணகுடிவரைக்கும் போய் வடிவு அக்காவைப் பார்த்துவிட்டு எங்களுடைய சாஸ்தா கோயிலுக்கும் போய்விட்டு வந்தோம். அப்போதே யமுனா எத்தனை அழகாக இருந்தாள் என்பது என் நினைவில் உண்டு, தேவா... இப்போதும் அப்படிதான் இருப்பாள். அவ்வப்போது அவளைப் பார்க்க வேண்டும் என்று தோன்றும். ஆனால் நினைத்தவுடன் பார்க்கும் தொலைவிலா நீங்கள் இருவரும் இருக்கிறீங்க? எங்கேயோ இருக்கிற வெளிநாட்டில் இருக்கீங்க. நான் இப்படி உனக்குத் தொடர்ந்து லெட்டர் எழுதுறதும் அதை முகுந்தனை வைத்து போஸ்ட் செய்வதும் பார்த்து என் வீட்டில் சிறுபிள்ளைகள்வரை சிரிக்கிறார்கள் தேவா . . . வாட்ஸ்அப்புல பேசிக்கொள்ளலாமே என்று சொல்கிறார்கள். நீ அங்கே இருப்பதால், உனக்கு அதெல்லாம் அறிமுகம் இருக்கலாம். ஆனால் எனக்கு அது எதுவும் சரிப்பட்டு வராது என்றே தோன்றுகிறது.என்னுடைய கடைசி மகன் சரவணன் பேசும்போது மட்டும் என்னிடம் போனைக் கொண்டுவந்து கொடுக்கிறார்கள். அவன் இப்போது பெங்களூரில் இருக்கிறான், தேவா.

“அவன் மட்டுமே இன்னும் திருமணம்செய்துகொள்ளாமல் காலத்தை ஓட்டுகிறான். எப்போது கேட்டாலும் தனக்குக் கல்யாணம் வேண்டாம் என்கிறான். முகுந்தனும் உடலில் ஏதாவது குறை இருக்கிறதாவென்று கூட கேட்டுவிட்டான். அப்படியெல்லாம் ஏதுமில்லை என்கிறான். எனக்கு இது ஒரு சங்கடமாகவே இருக்கிறது தேவா. இவர்களெல்லாம் சிறுவர்களாக இருக்கும்போது நாம் பேசிக்கொண்டது உன்னுடைய நினைவில் இருக்கிறதா தேவா? சரவணனுக்கு யமுனாவைக் கட்டி வைத்துவிட்டால் நாம் இருவரும் எப்போது நினைத்தாலும் சந்தித்துக்கொள்ளலாம் என்று. அது நடக்காமலே போய்விட்டது. அதுவும் என் புலம்பல்களில் ஒன்றாக நின்றுவிட்டது. எதையோ சொல்ல வந்து எதையோ எழுதிக்கொண்டிருக்கிறேன் தேவா... வடிவு அக்காவைப் பார்க்கப்போன விஷயத்திற்கு வருகிறேன்.

“அவங்களுக்குப் பெரிதாக ஒன்றும் உடம்பு முடியாமல் இல்லை. ஆனால் என்னைப் பார்த்ததும் அவர்கள் கண்களில்

ஒருவித பதற்றத்தைப் பார்த்தேன். அந்தச் சமயம் பார்த்து அவங்களுடைய மகனும் வர, பேசிக்கொண்டே இருந்தோம். அவன் இப்போது பெரிய வக்கீல் என்று சொல்கிறார்கள். அவனும் என்னிடம் சிறிது தயக்கத்திற்குப் பின் ஒரு விஷயத்தைத் சொன்னான். என்னுடைய கணவர் சொத்தைப் பிரிப்பது சம்பந்தமாகத் திருநெல்வேலியில் இருக்கிற அவனுக்குத் தெரிந்த பெரிய வக்கீல் ஒருவருடன் கலந்தாலோசித்ததாகச் சொன்னான். மகனும் மருமகளும் சொத்தைப் பிரித்துக் கொடுக்க சொல்வதாகவும் பேசியிருக்கிறார்கள். இதைக் கேட்டபிறகு எனக்கு மனதே விட்டுப்போய்விட்டது தேவா . . . என்ன மனுஷன் இவர் என்று தோன்றியது. என்னிடம் இது குறித்து ஒரு வார்த்தைக்கூட சொல்லவில்லை; பேசிக்கொள்ளவில்லை. ஆனால் வக்கீலுக்கிட்ட பேசியிருக்கார். நான் அதே வீட்டில் என் பிள்ளைகளுக்கு, அவங்களோட பிள்ளைகளுக்கு என்று ஊழியம் செய்துகொண்டு இருக்கிறேன். என்னிடம் யாரும் இதைக் குறித்துப் பேசவில்லை. அப்போது நான் யார் தேவா இவர்களுக்கு? வெறும் அம்மா மட்டுமா அல்லது அம்மா என்று ஒரு வேலைக்காரியா? அம்மாங்கிற ஸ்தானத்துக்கு மரியாதை இல்லாமல் ஆகிவிட்டது, தேவா.

“வீடு யோக்கியமாகச் சரிவர நடக்க வேண்டும்; வேளாவேளைக்கு இவர்களுக்குச் சோறு தண்ணீர் வைத்துக் கொடுக்க வேண்டும்; இவர்களின் பிள்ளைகளைப் பார்த்துக் கொள்ள ஒரு ஆயாவாக இருக்க வேண்டும், அவ்வளவுதானா? இதெல்லாம் தெரிந்த பிறபாடு எனக்கு இங்கே இந்த வீட்டுக்குள் இருக்க பிடிக்கவில்லை தேவா . . . அதுதான் இந்த லெட்டரை உனக்கு எழுதுகிறேன். அன்று ராத்திரியே எல்லோரும் உட்கார்ந்து சாப்பிடும்போது சொல்லிவிட்டேன், எனக்கு சரவணன்கூட போய் இருக்க வேண்டும் என்று ஆசையாக உள்ளதென்று. சாப்பிட, வாய் கிட்ட கொண்டு போன சாப்பாட்டை, அப்படியே வைத்துக்கொண்டு என் வீட்டுக்காரர் முழிப்பதைப் பார்க்கிறேன். நான் இல்லையென்றால் இந்த வீடு ஸ்தம்பித்துப் போகுமென்று என் மருமகளுக்கு அடுத்ததாகப் புரிந்துவிட்டது. மூத்தவன் ஒன்றும் சொல்லாமல் சாப்பிட்டுக்கொண்டு இருக்கிறான். நான் வேறொன்றும் பேசாமல் அடுப்பங்கரைக்குள்ளாற வந்து விட்டேன்.

“அதன்பிறகு, ராத்திரி ஹாலில் என்னை உட்கார்த்தி வைத்து ஆளாளுக்குக் கேள்விகளாகக் கேட்டாங்க, ‘இங்கே என்னம்மா உங்களுக்கு குறையென்று’. நான் என்பாட்டுக்குப் பேசாமல் இருந்துவிட்டேன். உடனே சரவணனுக்கு போன் செய்து, ‘ஏன்டா நீ ஏதும் சொன்னியா’ என்று விசாரித்தார்கள். மிரண்டு போன

அவன் 'நான் அம்மாவை வரவே சொல்லவில்லை' என்று அழுகிற குரலில் சொல்லிவிட்டான். எல்லோருள்ளும் ஒரு பதற்றம்.

"ஏன் அவனை இவனை என்று மிரட்டிக்கிட்டு இருக்கீங்க? எனக்கு இங்கே சௌகரியமாக இல்லை. நான் இங்கே ஒரு வேலைக்காரி மாதிரில்ல இருக்கிறேன். எனக்கும் அம்பத்தி நாலு வயசாகுது. ஊர்ல உலகத்துல இருக்கிற பொம்பளைங்க இருக்கிற மாதிரியா நான் இருக்கிறேன். அழகாக ஒரு சேலை உடுத்த முடியுதா? சாயந்திரமானால் கொண்டை போட்டு பூவச்சு நம்ம எதிர்த்த வீட்டு சுலோச்சனா போகிறமாதிரி கோயிலுக்கு, கடைக்கண்ணிக்கு என்று போகவாவது முடிகிறதா? அவளும் என்னைக் கூப்பிட்டுக் கூப்பிட்டுக் சலித்துப் போய்விட்டாள். பொழுதுக்கும் அடுக்களை அடுக்களை..." இப்படி என்று நான் மூக்கைச் சிந்திய பிறகுதான் ஆளாளுக்கு இவ்வளவுதானா, இதுக்குத்தானா அப்படி என்பதாகச் சிரிக்கத் தொடங்கினாங்க. அது எனக்கு இன்னும் கோபத்தைத்தான் கிளறியது, தேவா...

"இதற்கிடையில் மூத்தவன், அவன் என்ன சொல்கிறான் என்றால், 'அன்னைக்கே சொன்னேன், சமையலுக்கு ஆள் போட்டுக்கோன்னு', என்று சொல்லிட்டு ராகவியைப் பார்த்து, 'ராகவி, நாளைக்கே ஏதாவது ஏஜென்சியில போன போட்டு சமையல்காரம்மா ஒருத்தர பாரு' என்று ரொம்ப சாதாரணமாகச் சொல்கிறான்.

"என் வீட்டுக்காரர் நக்கலாகச் சிரித்துக்கொண்டே, 'பாருடா, உங்கம்மாவுக்குப் பெரிய விஷயமெல்லாம் புத்திக்கு எட்டாது. வீட்டுல நடக்கிற சமையலைத் தூக்கிட்டு வருவதைப் பார்த்தால் சிரிப்புதான் வருகிறது' என்று சொல்கிறார். அவனும்கூட விஷமமாகச் சிரிக்கிறான். நான் உடனே என்ன கேட்டேன் என்று உனக்குத் தெரியுமா தேவா...'எந்த விஷயத்தைப் பேசத் தெரியாது? சொத்தைப் பிரிக்கிறதைப் பற்றியா?' என்று நிதானமாகக் கேட்டதும் அவர் அப்படியே ஆடிப்போயிட்டார் தேவா.

"சமையலறையில் புழங்குகிற பொம்பளை என்றால், அவளுக்கு ஒன்றுமே தெரியாது என்று இவர்களுக்கு நினைப்பு. அப்படியாகத்தானே நானும் இருக்கிறேன். அன்று அவர்கள் எல்லாத்தையும் பேசி, திட்டித் தீர்த்துவிட்டுதான் படுக்கச்சென்றேன். நான் அன்று பேசியபிறகு, இதுவரைக்கும் இந்த வீட்டுக்கு இரண்டு சமையல்காரி வந்துவிட்டார்கள். ஒருத்தராலும் நான் செய்வதைப்போல செய்யவே முடியவில்லை. அவர்களுக்கு நான் தொண்டை கிழிய கிளாஸ் எடுத்தது மட்டும்தான் மிச்சம். இப்போது ஒரு பெண் ஹாண்ட்பேக்கோட டூ வீலர்ல வருகிறாள். இவளாவது தேறுவாளா என்று பார்க்கிறேன்.

"நான் எழுதியிருக்கிறதைப் படிக்கும்போது, உனக்குச் சிரிப்பு வரலாம் தேவா. ஆனால் புரிஞ்சிக்க முடியும் என்று நினைக்கிறேன். நான் கல்யாணம் ஆகி, வந்த வீட்டுச்சூழல், உனக்கு இல்லை. நீ அந்தப் பெரிய வீட்டிலேயே பிறந்து வளர்ந்து, அங்கேயே கல்யாணம் பண்ணி அங்கேயே வாழ்ந்துவிட்டாய். புதுசாக ஒரு வீட்டுக்கும் போகல; மாமியார் நாத்தனாரு என்று யாரும் இல்லை. உன்னோட கஷ்டமெல்லாம் வேற மாதிரி. ஆனால் நான்... சாதாரண பொம்பளைங்க வாழ்க்கை என்னுடையது. வேரோடு பிடுங்கி வேற பக்கமாக நட்டுட்டாங்க. அங்கே வாழப்போன இடத்துல அவளாக அடித்துப் பிடித்துப் போராடி வாழணும், வாழக்கத்துக்கணும். பிள்ளைகளை வளர்த்தெடுக்க வேண்டும், அவங்க வளர்ந்து எட்டி உதைத்தாலும் சிரிக்க வேண்டும். வீட்டுக்காரருக்கு எப்போ வேண்டுமென்றாலும் இசைந்து கொடுக்க வேண்டும். அது வேற கதை தேவா. அதை இன்னொரு நாள் எழுதுகிறேன். இதை எழுதும்போதே எனக்கு ரொம்ப அலுப்பாக இருக்கிறது.

"அந்த ஊரில் இருக்கின்ற வெளி உலகத்த, அங்கே இருக்கிற வெள்ளைக்காரங்களை, அவர்கள் வீட்டு கஷ்டநஷ்டத்தைப் பற்றியும் கொஞ்சம் எழுது தேவா. அவங்களும் நம்மைப் போல பிள்ளைகுட்டியெல்லாம் வளர்த்தெடுக்கிறார்களா என்று எனக்கு தெரிய வேண்டும் தேவா... அவங்களுக்கும் இதே போன்ற கஷ்டம் இருக்கு என்று தெரிந்தால் நான் கொஞ்சம் சமாதானம் ஆகிக்கொள்ளலாம் இல்லையா, அதற்காகத்தான்...

"இந்த லெட்டர போஸ்ட் பண்ண முன்புபோல முகுந்தன் கிட்டே கொடுப்பது இல்லை. அவனுக்கு அதற்கு நேரமில்லை என்று புலம்புகிறான். அதனால எங்க வீட்டு டிரைவர் ஐசக் கிட்டேதான் கொடுக்கிறேன். படித்த பையன், பொறுப்பாக இருக்கிறான். ஆனால் அவனை ராகவிக்குப் பிடிக்கிறதில்ல. இந்தக் காலத்துப் பொண்ணுங்களை நாம் புரிஞ்சுக்க முடியாமல் இருக்கிறோமோ என்று தோன்றுகிறது எனக்கு.

"போன லெட்டரில் உனக்கு எழுதியிருப்பேன், இப்ப இருக்கும் பிள்ளைகள் பொருந்திப் போகிறதைப் பற்றி. ஆனால் நான் அப்படி நினைத்தது தப்பு தேவா. ஒட்டாமல், உரிமை அதிகம் எடுத்துக் கொள்ளாமல், உரிமை அதிகம் கொடுத்துக் கொள்ளாமல், பட்டும் படாமலும், அன்பில்லாமல் இருக்கிறார்களோ என்று இப்போது தோன்றுகிறது. அதாவது நம் காலத்து ஆண்கள் இருந்தாங்களே, குடும்பத்துக்குள்ளே பட்டும்படாமல், அந்த மாதிரி... என்னோட மூத்த மதினி கோமதி இருக்காங்களே, அவங்க என்னிடம் அவ்வப்போது முறைத்துக்கொண்டு

பேசாமல் இருப்பார்கள்தான். ஆனால் எனக்குக் கருக்கலைஞ்சு ஒரு தடவை கஷ்டப்பட்டபோது, அப்பெண்டிஸைடீஸ் வந்து சிரமப்பட்டபோதும் அவங்கதான் முழுவதும் என் கூட இருந்து என்னைக் கவனித்துக் கொண்டார்கள். எனக்குச் சமைத்துப் போட்டார்கள். என்னோட பெட்பான் கூட கழுவியிருக்காங்க. சண்டை பிடித்தாலும் அந்த இழைதலும் விட்டுக்கொடுத்தலும் இப்போது இருக்கிற பிள்ளைகளிடம் என்னால பார்க்க முடியவில்லை தேவா...

“சரி விடு, நான் எழுத ஆரம்பித்தால் எழுதிக்கொண்டே இருப்பேன். நீ படித்த பிறகு பொறுமையாகப் பதில் போடு. யமுனா ஆசுவாசமாக இருக்கும்போது ஒரு நாள் அழைத்துப் பேசு தேவா...

“போன லெட்டரில் நீ எழுதியிருந்தியே, நான் உனக்கு எழுதும் லெட்டரை எல்லாம், சேர்த்து வைத்திருப்பதாக. ஆனால் உன் வசு அப்படியில்லை தேவா. இங்கே யாருக்கும் என் மேல் நம்பிக்கை கிடையாது. உன்னுடைய லெட்டரை எடுத்துப் படித்துவிட்டார்கள் என்றால், உன்னையும் என்னையும் பேசிக் கேலி செய்வார்கள். அதுவும் என் வீட்டுக்காரர் முதல் ஆளாக நிற்பாங்க. அதனால உன் லெட்டரில், ஒன்றும் பாதகமில்லாத விஷயமாக எழுதியிருக்கும் ஒன்றிரண்டு என்னிடம் இருக்கும். மீதியெல்லாம் பதில் எழுதி முடிந்ததும், நான் உனக்கு எழுதுவதை ஒட்டுவேன், நீ எழுதியிருந்ததைக் கிழித்துவிடுவேன். இதுக்காக என்னைத் திட்டிவிடமாட்டாய் என நம்புகிறேன்.

உன் சுகம் பற்றி எழுது...

எப்போவும் உன்னுடைய வசு...’

6

யமுனா

மேக்பை

1

நார்த்தம்ப்டனில் குளிர்காலம் இறுதிக்கு வந்திருந்தது. வசந்தக் காலத்துப் பூக்கள் மொட்டு விட்டுக் கொண்டிருந்தன. எட்டுமணிக்கு எழுந்து மாலை மூன்றரைக்குப் படுக்கப் போய்க் கொண்டிருந்த சூரியன் ஏழரைக்கு எழுந்து மாலை ஐந்தரைக்குப் படுக்கப் போகிறான்.

யமுனா காப்பியுடன் முன்னறையின் சிட் அவுட்டில் கண்ணாடி சன்னலின் அருகாய் வந்து அமர்ந்தபோது மணி பதினொன்று இருக்கும். தெருவில் ஆளரவம் இல்லை. பெரும்பாலும் இப்படிதான் இருக்கும், வெறிச்சென்று. மெயின் ரோடு பக்கம் போனால், சர்புர் என்று வாகனங்கள் பறந்துகொண்டிருக்கும். எதிர்த்த வீடு சாத்தியிருந்தது. குளிருக்காக எல்லா வீடுகளும் எப்போதும் சாத்திதான் இருக்கும். வெயில் நேரங்களில், பள்ளி விடுமுறை நாட்களில் குழந்தைகள் சைக்கிள், சிறு எலக்ட்ரிக் கார் ஓட்டுவதைக் காண முடியும். எதிர் வீட்டுப் பூனை, அந்த வீட்டின் சாத்தியிருந்த ஒவ்வொரு சன்னலாகச் சுரண்டிக்கொண்டிருந்தது. அதன் உடல் பெருத்தும் உரோமங்களால் மூடப்பட்டும் இருந்தது. முன்கதவின் முன்னே நின்று மியாவ் எனத் தனது வாயினைக் கோணலாக இளித்துக்கொண்டது. மிஸஸ் ஆல்பர்ட், தூங்கியிருக்க வேண்டும்; அல்லது

கேட்காத தொலைவில் சமையலறையில் இருந்திருக்க வேண்டும். அவரது மகனின் வண்டி வெளியே நின்றது. பூனை மெதுவாகத் தனது பெரிய உடம்பை அசைத்தபடி கேரேஜை ஒட்டியிருந்த சுவரில் ஏறி மாடிப்பக்கம் செல்ல முயன்றது. அதில் வெற்றி பெற்று கேரேஜின் ஓடுகளின்மீது பூனையைப்போலவே நடந்து மாடிச் சன்னலில் சுரண்டியது. சன்னலுக்கு உள்விளிம்பில் இருந்த பூனை பொம்மையானது, மெதுவாக அசைந்தது. இருந்தும் சன்னல் திறக்கப்படாத தோல்வியில் என்ன செய்வதென்று தெரியாமல் நின்றது பூனை. அங்கிருந்து இங்கிருக்கும் யமுனாவைப் பார்த்தபடி இருந்தது. சட்டென முன்கதவு திறக்கப்படும் கிளிக் சத்தத்திற்கு எச்சரிக்கையாகி மீண்டும் ஓடுகளின் வழியே மெதுவாக அசைந்து அசைந்து நடந்து கேரேஜின் கீழ்ப்பக்கமாக குதிக்க முனைந்தது.

கதவைத் திறந்து வெளியே வந்த ஆல்பர்ட்டின் மகன் ஜென்சன், யமுனா அமர்ந்திருப்பதைக் கண்டதும் கையசைத்தார். பதிலுக்குக் கையசைத்தாள் யமுனா. கேரேஜ் திறந்து ஏதோ ஒரு கேனை எடுத்து வந்து அவரின் காருக்குள் வைத்தபோது, அவரின் பத்து வயது மகன் ஃப்ரெடி தனது பாட்டியுடன் வெளியே வந்து, தான் மட்டும் வண்டியில் ஏறிக்கொண்டான். கேரேஜைப் பூட்டிவிட்டு ரிமோட் சாவியைத் தனது அம்மாவிடம் கொடுத்தார் ஜென்சன். மிசஸ் ஆல்பர்ட் அவர்களை வழியனுப்பிவிட்டு, கைத்தடியை ஊன்றியபடி மெதுவாய் உள்ளே செல்லத் தொடங்கினார். இதெல்லாம் நடந்துமுடியும்வரை நேரம் தனக்காகக் காத்திருக்கும் என்பதாக அந்தப் பூனை நினைத்திருக்கும்போல, தனது பெருத்த உடலுக்கு வலிக்காமல் நடந்து வந்து, கதவைச் சாத்த எத்தனிக்கும் கடைசி விநாடியில், மிஸஸ் ஆல்பர்ட்டின் கால்களை உரசிக்கொண்டு உள்ளே சென்றது. இங்கு பூனைகள் கூட அவசரப்படுவதில்லை. கதவு திறந்திருக்கும் இந்தச் சிறிய நேரத்துக்குள் அது வீட்டுக்குள் நுழைந்துவிடுமா என்னும் யமுனாவின் படபடப்புக் கூட தனக்குத் துளியும் இல்லை என்பதுபோல அவளைப் பார்த்துக்கொண்டே அது உள்ளே சென்றது.

மிஸஸ் ஆல்பர்ட் யமுனாவைக் கவனிக்கவில்லை. கவனித்தால் உடனே சாலையைக் கடந்து வந்து தேவகி பற்றிக் கேட்டுச் செல்வார். இவர்களிடம் அம்மா இன்னும் பேசிப் பழகத் தொடங்கவில்லை. ஆங்கில மொழி தெரிந்திருந்தாலும் முழுக்க அதிலேயே பேசிக்கொண்டிருப்பது அம்மாவுக்குத் தொந்தரவைத் தருவிப்பதாக இருந்தது; தலை வலிக்கிறது என்பாள்.

ஆனால் வாக்கிங் செல்லும் இடத்தில் அவளின் நண்பர் ராய்ஸ் உடன் மட்டும் எப்படி சிநேகம் கொண்டாள் என்பது இன்னமும் யமுனாவுக்குப் புரியாத புதிர்தான். அவர்கள் இருவருக்குள்ளும் சோகம் அடர்ந்து இருந்தது. அவரவர் வாழ்க்கையின் சோகம் இப்போதும் இருக்கிறது. இருவரும் பகிர்ந்தும்கொள்கிறார்கள். இதைத் தவிர, அவர்களுக்கிடையேயான மொழி ஆங்கிலத்தைத் தவிர மௌனமாகவும் இருக்குமென்று தோன்றியது அவளுக்கு. தனக்கும் ஹரிக்கும் கூட அப்படித்தானே முதலில் இருந்தது.

யமுனா முதலில் அமெரிக்காவில் மேல்படிப்பு படிக்கச் சேர்ந்தபோதே, 'நம்ம பையன் ஒருவன் அங்கே படிக்கிறானாம். இடைச்செவல் ஊருக்கு வாக்கப்பட்டுப் போன சுலோசனாவின் நாத்தனார் சண்முகவல்லியின் பையனாம் அவன். பார்த்துச் சொல்லு. பிடித்திருந்தால் அவனை உனக்குப் பார்க்கலாம்னு நெனைக்கிறேன்'னு அம்மா சொன்னதன் பேரில் அவனோடு பழகத் தொடங்கினாள்.

சான் டெய்கோ பல்கலைக்கழகம் தொடங்கி அவளது அறைக்கோ அல்லது இரவு உணவுக்கோ செல்லும்வரை ஹரி ஏதாவது பேசிக்கொண்டே வருவான். யமுனா உம் கொட்டி ரசித்தபடி உடன் நடப்பாள். மிக அழகாக இருந்தது அந்தக் காலம். திருமணம் முடிந்ததும் சில நாட்கள் சான்டியேகோ பே பக்கமாக ரிசார்ட்ஸ் எடுத்துத் தங்கியது நினைவுக்கு வந்தது. அதன்பிறகு இருவருக்கும் படிப்பு, வேலை என்று வந்தபோது ஒட்டாத பிடிப்பில்லாத ஒரு வாழ்க்கையாக மாறியது. பல்கலையில் இங்கிலாந்தில் அவளுக்கு வேலை வாய்ப்பு கிடைத்தால் போவீர்களா என்னும் கேள்விக்கு உடனே சரி என்று எழுதிக்கொடுத்து வந்தாள். அன்றிரவு இருவருக்கும் இடையே கடும் வாக்குவாதம். "அரசாங்க மருத்துவமனை வேலை ஹரி, நீயும் என்னுடன் வந்துவிடு. அங்கேயே ஏதாவது யுனிவர்சிட்டியில் சேரலாம்," என்றபோது எனக்கு அமெரிக்காதான் கனவு என்று சொல்லிவிட்டான். அவள் கிளம்பி இங்கிலாந்து வந்துவிட்டாள். அவன் அங்கேயே பல்கலைக்கழகத்தில் வேலை கிடைத்து உட்கார்ந்துகொண்டான்.

யமுனா அமெரிக்காவில் ஹெல்த் சயின்ஸில் டாக்டரேட் முடித்து இங்கு நார்தம்ப்டன் என் ஹெச் எஸ்ஸில் வேலை கிடைக்கவும் வந்து சேர்ந்தவள்தான். வேலை மிகவும் பிடித்துப்போனது அவளுக்கு. 'செரிடன் வே' பக்கமாக வீடு வாங்கி தங்கியும் விட்டாள். ஹரி இங்கு இரண்டு முறை வந்து சென்றான்.

ஏனோ அவனுக்கு இங்கு ஒட்டவில்லை. தூங்குமூஞ்சித்தனமாக உள்ளது என்றான். எப்போதுமே அமெரிக்காதான் தனது கனவு என்று சொல்பவனிடம் பேச ஒன்றுமில்லை யமுனாவுக்கு. அமெரிக்காவின் நகரங்கள்போல வேறு எங்கும் வராது என்று சொல்லித் திரிவான், அவன் அங்கேயும் இவள் இங்கேயுமாக காலம் ஓடியது. இருவருக்கும் இடையே அத்தனை நீளமான உரையாடல்கள் முன்புபோல இல்லை.

பிரிவு வெகு தொலைவில் இல்லை என்பது அவர்களுக்குப் புரிந்தே இருந்தது. அவன் அடிக்கடி தன்னுடன் வேலை செய்யும் யூத இனத்தைச் சேர்ந்த எலினா குறித்துச் சில நேரம் குறிப்பிடும்போதே யமுனாவுக்குப் புரிந்தது. சட்டப்படி பிரிதலுக்கான விவரங்கள் பற்றி அவனிடம் பேசத்தொடங்கலாம் என்று நினைத்தாள்; பேசவும் செய்தாள். அதுவும் ஒரு முடிவு நோக்கி நகர்ந்து வருகிறது. கடந்த ஐந்து வருடங்களாகவே அம்மா தன்னுடன் இருப்பதைப் பெரிய பலமாக உணர்கிறாள். எப்போதும் அப்படியிருக்க அம்மா இன்னும் ஸ்திரமாக வேண்டும் என்பதும் அவளுக்குப் புரிந்தே இருந்தது.

இந்த ஒரு மாதம்தான் சற்றுக் கடினமான வேலையாக இருக்கும். கொரோனாவின் தாக்கம் இப்போதுதான் இங்கு வேலை பார்ப்பவர்களிடமும் குறையத் தொடங்கியிருக்கிறது. புதிய பணியாளர்கள் கேர் ஹோமில் சேரத் தொடங்கி இருக்கிறார்கள். அப்படி சேர்ந்துவிட்டால் தனக்கு இத்தனை சிரமம் இருக்காது. சனி, ஞாயிறுகளில் தேவகியுடன் வெளியே போய்வர, ஷாப்பிங் செய்ய என்று பழைய நிலைக்குத் திரும்பிவிடலாம். இப்படி நினைக்கும்போதே மனசு லேசானது போல இருந்தது யமுனாவுக்கு.

டாக்டர் ஜான் இன்றைக்கு தேவகியைப் பரிசோதித்துவிட்டு யமுனாவிடம் சிறிது நேரம் அமர்ந்து பேசினான். அவன் பேசிய விஷயங்கள் இவளுக்குள் சீரணமாகக் கடினமாகத்தான் இருந்தது. இந்த நான்கு வருடத் தொடர் சிகிச்சைக்குப் பிறகு அம்மா எவ்வளவோ பரவாயில்லை. முன்பெல்லாம் எப்போதும் பதற்றத்துடனே இருப்பாள். வெளியே அழைத்துச் சென்றால் யார் அருகில் வந்து பேசினாலும் யமுனாவின் பின் போய் நின்று கொள்வாள். செல்லம்மா ஆச்சியைத் தவிர, அவள் வேறு யார் குறித்தும் பேசமாட்டாள். அதுவும் அவள் ஊரிலிருந்து கிளம்பும் முன் அந்தப் பெரிய பண்ணை வீட்டில் நேர்ந்த அனுபவங்கள் தேவகியை மிக மோசமான பாதிப்புக்குள் தள்ளியிருந்தன. அதிலிருந்து தேவகியை மீட்டெடுக்கவே ஜானும் யமுனாவும் நிரம்ப கஷ்டப்பட்டிருக்கிறார்கள் என்று சொல்லலாம்.

செல்லம்மா ஆச்சிதான் அம்மாவின் இன்பம் துன்பம் அனைத்துக்கும் காரணமாக இருந்திருக்கிறாள் என்பதுதான் ஜானின் கூற்று. அம்மாவுக்குப் பக்கபலமாக ஆச்சிதான் இருந்திருக்கிறாள். ஆனால் அம்மாவின் அந்தத் துயரத்துக்கும் ஆச்சிதானே காரணமாக இருந்திருக்கிறாள். மனநிலை பாதிப்பிலிருந்த தனது இளைய மகனை தேவகிக்குக் கட்டி வைத்திருக்கிறாள் என்று ஜான் சொன்னபோது, யமுனாவால் மறுக்கமுடியவில்லை. இருந்தும் ஜானிடம் விளக்கினாள், "எங்கள் ஊரில் இப்படி இருப்பவர்களுக்குக் கல்யாணம் செய்து வைத்தால் சரியாகிடும் என்றொரு நம்பிக்கை உண்டு, ஜான். அதுமட்டுமல்லாமல் சொத்து கைவிட்டு போகாமல் இருக்கவும் ஆச்சி இந்த முடிவை எடுத்திருக்கலாம். ஆச்சியும் பழைய காலத்து மனுஷியில்லையா, அம்மாவைக் கல்லூரி முதல் வருடத்தோட படிப்பை நிறுத்தித் திருமணம் செய்து வைத்திருக்கிறாள்."

நிமிட நேர மௌனத்திற்குப் பிறகு ஜான், "உறவுகள் அறுந்து போகாமல் இருக்க பழைய காலத்து மனுஷிகள் எப்படியெல்லாம் யோசித்து இருக்கிறார்கள். எல்லா நாடுகளிலும் இப்படிதான் இருக்கிறார்கள். என் அம்மாகூட தாத்தாவுக்கு மிகவும் தெரிந்த ஒருவரின் குடும்பத்தில்தான் திருமணம் செய்யவேண்டும் என்று கட்டாயப்படுத்தப்பட்டு, பின்னர் விவாகரத்து ஆகி, என் அப்பாவைத் திருமணம் செய்துகொண்டார். பெரியவர்களின் மனதுக்குப் பழக்கப்பட்டுப்போன வழக்கங்களை மாற்றுதல் கடினம்தான்," என்று கடைசியில் சொன்னான்.

"ஆனால் இதையெல்லாம் ஆச்சி தன் சுயநலத்தை முன்னிறுத்தித்தான் தனக்குச் செய்தாள் என்ற விசயம் அம்மாவுக்கும் தெரிந்திருக்கும்தானே? அதை அம்மா மன்னித்து ஆச்சியை ஏற்றுக்கொள்ள வேறு ஏதோவொரு பலமான காரணம் இருந்திருக்க வேண்டும். அது என்னவென்று தெரிந்தால்தான் அவர்களின் இம்மாதிரியான திடீர் பதட்டங்களைச் சரிசெய்ய இயலும் யமுனா," என்று சொல்லிவிட்டு, மருந்துகளைச் சற்றுக் குறைத்து எழுதினான். எஸ்ஸிடோலோப்ரம் மட்டும் போதுமென்றான். "மருந்துகளைக் குறைத்திருப்பதால் பகலில் பெரிதாக தூக்கக்கலக்கம் இருக்காது. அதனால் நடைப்பயிற்சி, சமையல், புத்தகம் வாசித்தல், இசை, எழுத்து என்று எதிலாவது கவனம் செலுத்தலாம். இதெல்லாம் அவர்களைச் சரிசெய்யும்" என்றும் சொன்னான் ஜான்.

யமுனாவுக்குள் அவன் சொன்ன விஷயம் உறுத்தலைக் கொடுத்தது. தனக்குத் தெரியாமல் அப்படி என்ன விஷயம் அவர்களுக்குள் இருக்க முடியும். பிறந்ததில் இருந்து அதே

வீட்டுக்குள்தான் அவளும் வளர்ந்து வந்திருக்கிறாள். வாணி அத்தை, வேலய்யா தாத்தா, மாடப்பன் என்று பழைய ஆட்கள் எல்லோரையும் அவளுக்கும் தெரியும். அவர்களுக்குத் தெரிந்திருந்தால் சொல்லியிருப்பார்களே. பள்ளி விடுமுறை நாட்களில் வாணி அத்தையுடன் மதிய நேரமெல்லாம் தோட்டத்தில், மரங்களின் நிழலில் அமர்ந்து, அவள் சாப்பிடும் போதெல்லாம் விளையாடியபடி பேசிக்கொண்டிருப்பது யமுனாவுக்கு வழக்கம். வாணி தேவகியைவிட நான்கைந்து வயதாவது மூத்தவளாக இருப்பாள். அவள் தேவகி – வரதன் கல்யாணம் பற்றியெல்லாம் யமுனாவிடம் சொல்லியிருக்கிறாளே. அதிகநேரம் அவளோடு பேசிக்கொண்டிருந்தால் செல்லம்மா ஆச்சி வீட்டுக்குள்ளே வரச்சொல்லி அழைத்துவிடுவாள். வெயிலில் இருக்கக் கூடாது என்று உள்ளே கூட்டிச்செல்வாள்.

உள்ளே வந்ததும், “ஏம்டீ! அவ கூட கெடந்து புரளுக... அவ கூட பேச்சுகீச்சு வச்சத இனி நா பாத்தேன், அம்புட்டுதா... சொல்லிட்டேன்!” என்று மிரட்டல் தொனியில் இருக்கும் ஆச்சியின் குரல். தான் அவளுக்குப் பயப்படாமல் இருந்தது ஆச்சரியம்தான். ஆனால் அம்மா அப்படியில்லை. ஆச்சி சொன்ன சொல்லைத் தட்டிப் பழக்கமில்லாதவள்.

யமுனாவின் பார்வை பின்தோட்டத்தின் பக்கம் சென்றது. அங்கு மூன்று மேக்பை பறவைகள் சிறகுகளைப் படபடத்துப் பேசிக்கொண்டிருந்தன; இல்லையில்லை... சண்டையிட்டுக் கொண்டிருந்தன. இங்கிருக்கும் பறவைகள் சண்டைகளின் போதும் அதிகம் சத்தம் எழுப்பாதவை; அல்லது இந்தக் குளிருக்குச் சத்தங்கள் பெரிதாக எடுபடுவதில்லையோ என்னமோ? சாப்பாட்டு மேசைப் பக்கமாய்ச் சென்று அங்கிருந்த கண்ணாடி சன்னலின் வழியே பார்த்தாள். இரண்டு ஆண் வண்ணாத்திக் குருவிகளும் பெண்குருவி ஒன்றும் இருந்தன. இரண்டு ஆண் குருவிகளும் ஒன்றையொன்று அடித்துக்கொண்டன. பெண் மேக்பை பேசாமல் நின்று வேடிக்கை பார்த்தது. இடையிடையே கீழே இருந்து புல்லின் நுனிகளைச் சாப்பிடுவதாகப் பாவனை செய்தது. அதிகமாக மற்றொன்றைக் கொத்திய மேக்பையைக் கவனித்தபடியே அது இருந்திருக்க வேண்டும். கடைசியில் வெற்றி பெற்ற மேக்பையுடன் சேர்ந்துகொண்ட பெண் பறவை ஓய்ந்து நின்றிருந்த மற்றொரு ஆண் மேக்பையை இரண்டு முறைக் கொத்திவிட்டு மற்றொன்றுடன் பறந்துவிட்டது.

பாவமாய் நின்றிருந்த மேக்பையைப் பார்க்க யமுனாவுக்குள் சங்கடமாக இருந்தது. பறவைகளுக்கானத் தானியப் பையிலிருந்து

கைக்குத்தலளவு தானியத்தை எடுத்துக்கொண்டு பின்பக்கமாகச் சென்று பேர்ட் பீடருக்குள் போட்டாள். இவள் வருவதைக் கண்டதும், அந்த வண்ணாத்திக் குருவி பறந்து சிறிது தள்ளிச்சென்று தரையில் அமர்ந்தது. பிறகு மெதுவாக பீடரின் அருகில் வந்து தானியங்களைக் கொத்தத் தொடங்கியது. யமுனாவுக்குள் வாணி அத்தை ஒருமுறை சொன்னது நினைவுக்கு வந்தது.

'உங்கம்மா கல்யாணத்தப்போ நா தான் அவள கட்டுவேன்னு, உங்கம்மாவோட பெரிய மாமன் பண்ணின கலாட்டா இருக்கே... சத்தமில்லாமல் ஆச்சிதா வேலய்யாட்ட சொல்லி பிரச்சனைய யாருக்கும் தெரியாம சமாளிச்சு, அவர வெளியே அனுப்பிவிட்டுச்சு, பாத்துக்கோ...' யார் அந்த ஒதுக்கிவிடப்பட்ட இன்னொரு ஆண் மேக்பை?

அப்படியொரு ஆச்சியின் மகனை யமுனா அந்த வீட்டில் தான் வாழ்ந்தவரை பார்த்ததே இல்லை; ஒரு புகைப்படம்கூட இல்லையே. அம்மாவிடம் கேட்கலாமா என்றும் தெரியவில்லை. அவள் ஓய்வாக இருக்கும்போது கேட்போம் என்று மனத்துக்குள் குறித்துக்கொண்டாள். மொபைலில் மெசேஜின் சத்தம் கேட்டது. மதியம் இருந்த முதிய பெண்மணியின் அப்பாயின்மெண்ட் நாளைக்கு ஒத்திப்போடப்பட்டிருந்தது. இது கேத்தரீனுக்கு ஆனது. அந்தச் செய்தியை கேத்தரீனுக்கு மடை மாற்றிவிட்டுச் சமையலை ஆரம்பிக்கச் சென்றாள் யமுனா.

7

தேவகி

ராய்ஸ்

1

நேனே நதியின் கரையை ஒட்டிச்செல்லும் பாதையில் கிட்டதட்ட அரை கி.மீ. தூரமே வந்திருப்பாள் தேவகி. நீரின் அருகே குளிரின் தாக்கம் அதிகமிருந்தது. அங்கே இருந்த படகுத் துறையில் நின்றிருந்த இரண்டு படகுகளுமே மனிதர்கள் இல்லாமல் இருந்தன. அவற்றின் பக்கவாட்டுப் பகுதிகளில் பெயர்களுடன், சாய்வான எழுத்துகளில் நார்தம்டன் என்று ஊரின் பெயரும் குறிப்பிடப்பட்டிருந்தது. இங்கிருப்பவர்களுக்கு ஊர் குறித்த பெருமை அதிகமுண்டு. அதுபோலவே அரசர், அரசியாரின் மீதும் அதிக அளவில் அன்பு வைத்திருப்பார்கள். பழைமையை, பழம்கதைகளை, தொன்மங்களை, மதம் கூறும் நல்விடயங்களை விடாமல் போற்றுவதில் ஒரு நியாயம் வைத்திருக்கிறார்கள். இங்குதான் ஆத்திகர்களும் இருக்கிறார்கள். மதம் என்பது வேறு பண்பாடு, அதன் விழுமியங்கள் வேறு என்ற புரிதலில் தெளிவாக இருக்கிறார்கள் அவர்களும். ஒரு காலத்து ஆங்கிலேயர்களின் ராஜ்ய விரிவாக்கத்திற்கு இவையெல்லாம்தான் அடிப்படைக் காரணங்களாக இருந்திருக்கும்.

தேவகி மெதுவாய் நடந்து வாக்கிங் பாதையின் வளைவைக் கடக்கையில் பெண்மணி ஒருவரின் உருவம் துறையின் அண்மையிலிருந்த கடையின், நதியின் நீர் பாய்ந்துகொண்டிருந்த பக்கமாய், உள் நீண்டிருக்கும் பலகையின் மீது அமர்ந்திருப்பது

கண்ணில்பட்டது. இங்கு யாருடனும் அதிகமாய்ப் பேச தேவகியை யமுனா அனுமதிப்பதில்லை. ஆனால் இந்த உருவத்தைத் தினமுமான நடையில் கவனிக்க தான் செய்கிறாள் தேவகி. ஒருநாள் அவர் எழுந்து இவளை நோக்கி வருவதைப் போல் வந்து தாண்டிச் சென்றார். அந்தக் கண்கள் வெறுமையாய்ப் பார்த்தன தேவகியை. அவளுக்குள் ஒரு சிலிர்ப்பு உண்டாயிற்று. அந்தப் பெண்ணின் உருவம் தேவகியின் ஆச்சியை ஒத்திருந்தது. கனமான நடுத்தரமான உடம்புவாகுடன் தென்னிந்திய பெண்ணைப் போலிருந்தார். தேவகியைவிட ஒன்றிரண்டு வயது வேண்டுமானால் அதிகமிருக்கலாம்.

அறியா வயதில் பாலக்கடை முக்கில் எவனோ ஒருவனால் அதிர்ச்சி முத்தம் வாங்கியவராக இருக்கலாம் அல்லது தன்னைப் போல, நோயினால் செயலிழந்து போனவனை, உடன் வாழும் பாக்கியவானாய்ப் பெற்றிருக்கலாம். ஏதோ பெரும் சோதனையைச் சுமந்து வைத்திருப்பவராய் அசையாமல் அமர்ந்திருந்த அவரைப் பார்த்தவாறே சென்றபோது, சட்டென யார் மீதோ மோதும் நெருக்கம் உணர்ந்து, நினைவில் இருந்து வெளிவந்து தன்னிச்சையாக சாரி என்றாள். நினைவுகளுக்குள் நுழையாமல் இருங்கள் என்று டாக்டர் சொன்னது சரியாகவே இருக்கிறது போலும். யமுனா பயப்படுவதும் இதற்குத்தான்.

“ஹாய்... தேவக்கி” என்று தன் பெயரின் கடைசி ‘வகி’யை அழுத்திச் சொன்னவிதமே அவரை ராய்ஸ் என்று தேவகிக்குள் நினைவுபடுத்திப் பட்டாம்பூச்சிகளைச் சிதறடித்தது. வழக்கமாய் அவர் ராய்ஸ் அண்ட் கோ வாட்ச் கடையில்தானே இருப்பார். எங்கே இந்தப் பக்கம் என்ற நினைவுடன், யமுனா சொன்னமாதிரி, முகத்தைச் சிரித்தபடி வைத்துக்கொண்டு, “ஹாய்... இந்தப் பக்கம்?” என்று மெதுவாய்க் கேட்டாள்.

“உன்னை அங்கே தொலைவில் பார்த்தேன். அதுதான் வந்தேன். ஏன் வரக்கூடாதா?” குனிந்து அவள் முகத்தைப் பார்த்துச் சிரித்துக்கொண்டே கேட்க, தேவகி சிரிப்புடன் சகஜமானாள்.

இருவரும் பேசியபடியே நடக்கத் தொடங்கினர். அவர் சந்தன நிறத்தில் பேண்ட்டும் அதைவிடச் சற்று அடர் நிற ஜாக்கெட்டும் போட்டிருந்தார். மெல்லிய பிரேமிட்ட கண்ணாடி அவரின் வயதை அறுபதிலிருந்து குறைத்திருந்தது. இன்றும் அவளுடைய உடல்நிலையை விசாரித்தார்.

முன்பு ஒருமுறை ஏதோ நினைவுகளுடன் நேனே நதியின் ஓரமாய் உட்கார்ந்திருந்தபோது, தன் கையில் இருந்த வளையல்கள் முதல் வாட்ச்வரை கழற்றிப் புல்வெளியில் போட்டுவிட்டு வெகுநேரம் நதியை வெறித்துவிட்டுக் கிளம்பியவளைக் கவனித்து,

அருகிலிருந்த படகுத்துறைக் காவலரிடம் சொல்லி எடுத்து அவளிடம் சேர்ப்பித்து நட்பானார். யமுனா வந்து அன்று அவளை அழைத்து செல்லும்வரை காத்திருந்தார். அன்றிலிருந்து ராய்ஸ் மீது தேவகிக்கு ஒரு பிரியம் உண்டானது.

வாட்ச் கடை வைக்கும்முன் அவர் ராணுவத்தில் பணியாற்றியதாகவும், 1992இல் நடந்த பிரிட்டிஷ் ராணுவத்தின் ஆப்ரேஷன் கிரேப்பிள் பாஸ்னியா – செர்பியா போரின்போது, இரவென்றும் பகலென்றும் உணரவியலாத சிறையிருட்டில் பாஸ்னிய இஸ்லாமியப் பெண்கள் பலர் மானபங்க படுத்தப்பட்டதை நேரில் கண்டு மனதளவில் பாதிக்கப்பட்டுச் சிறை மருத்துவனையில் சிகிச்சையில் இருந்து ஊருக்குத் திரும்பி வந்ததாகவும் சொன்னார். அப்பெண்களின் ஓலங்கள் தன் காதுகளில் இன்னும்கூட சில நேரங்களில் கேட்பதாகவும் சொன்னார். நான்கைந்து வருடங்களுக்குள்ளான தொடர்சிகிச்சைக்குப் பிறகே தான் சரியானதாகவும் இன்னும் பயங்கரக் கனவுகள் இரவு தூக்கத்தைக் கெடுப்பதாகவும் யமுனாவிடம் பேசியிருந்தார். அதனால்தான் தேவகியின் வெறிச்சிட்ட பார்வை அவரை அன்று தொடர்ந்து கவனிக்கத் தூண்டியதாகவும் சொல்லி, அதற்காக வருத்தப்படுவதாகவும் சொன்னதாக யமுனா பின்னொரு நாளில் தேவகியிடம் சொன்னாள்.

அன்றிலிருந்து இந்த நடைபாதையில் எப்போது தேவகியைப் பார்த்தாலும் அவரின் நலம் விசாரிப்பு உண்மையாகப் படும் தேவகிக்கு. மொழி அன்னியப்பட்டாலும் மனிதர்களின் நேசம் அன்னியப்படுவதில்லை என்று அவளுக்குள் தோன்றும். ராய்ஸ் உடன் இருக்கும் நேரங்கள் எவ்வாறு கரைந்து செல்கின்றன என்பது அவளுக்கே புரியாத ஒன்று. நிறைய விஷயங்கள் குறித்து அவர் பேசுவார். இன்று அவர் பேசிக்கொண்டு வரும்போதும் தேவகி கவனித்தாள், அவரின் நிதானமான முக அசைவுகளை. எத்தனையெத்தனை போர்க் காயங்களை அவர் சந்தித்திருந்த போதும், அந்தச் சலனங்கள் சற்றும் முகத்தில் தெரியாவண்ணம் இருப்பது ஆச்சரியமாகப் படும் அவளுக்கு.

இருவருமாக கஃபே இருக்கும் பக்கம் வந்தபோது, அவளை இருக்கச் சொல்லிவிட்டு அவர் காப்பி வாங்கி வந்தார்.

“பெரிய லேட்டே கப்பாக இருக்கிறதே... பெரிய கதையோ இன்னைக்கு?” சிரிப்புடன் தேவகி கேட்டாள்.

“இந்த உலகத்துல எல்லார் கதையும் பெரிய கதைதானே தேவக்கி ... இன்னைக்கு உன் பெரிய கதையைத்தான் நான் கேட்கப்போகிறேன்,” என்று சொல்லிச் சிரித்தார். தேவகி பதிலொன்றும் சொல்லாமல் மௌனமானாள்.

“ஹேய்! நீ பயந்துக்காதே! நான் விளையாட்டுக்குச் சொன்னேன்... ஒன் பெண் யமுனா எனக்கு உன் கணவரைப் பற்றியும் உன் குடும்பம் பற்றியும் சொல்லியிருக்கிறாள். திருப்பியும் ஒரே கதையைக் கேட்டால் எனக்கும் போரடிக்கும்தானே...” என்று சொல்ல, தேவகி சிரித்துவிட்டாள். சிரிக்கும் அவளையே ராய்ஸ் பார்த்துக்கொண்டிருந்தார். தேவகிக்குச் சற்று வெட்கமாகிப் போய்ச் சிரிப்பை நிறுத்திக்கொண்டாள். அவள் அவரைப் பார்த்து, “பெண்கள் ரொம்ப அழகானவங்க. இப்படி சிரிக்க வைத்துதான் பாக்கணும்” என்று அவளின் சிரிப்பை ஆமோதிப்பதுபோல சொல்லிவிட்டு, தொடர்ந்து, “...கசக்கி அல்ல...” என்று சொல்லிவிட்டு அமைதியானார்.

காலியான காப்பியின் பேப்பர் கப்பை உள்ளங்கைகளுக்கு இடையே உருட்டிக்கொண்டே மேலும் சீரியசாகப் பேசத் தொடங்கினார்.

“உலகத்தின் எல்லா மூலைகளிலும் பெண்ணின் மீதான வன்முறை இருக்கு. வீட்டுக்குள் வைத்து வளர்க்கப்படும் குழந்தைக்கும் அதன் உறவு முறை ஆண்களால் வன்முறை நிகழ்த்தப்படுவதும், வெளியே சமூகத்திலும் அந்தக் குழந்தைக்கு அறிமுகமானவர்களால் இந்தப் பாலியல் அத்துமீறல்கள் நடப்பதும், அதைவிட மோசமாகப் போர்க்காலக் குற்றங்களில் முக்கியமானதே பெண்கள்மீது திணிக்கப்படும் பாலியல் கொடுமைகள்தான்,” என்று சொல்லிவிட்டுச் சற்று நிறுத்தினார்.

“போரின் உச்சக்கட்ட நடப்புகளை நீயும் தெரிஞ்சுக்கணும் தேவக்கி... பாஸ்னியா – செர்பியா போரின் உச்சக்கட்டத்தில் யு என் அனுப்பிய நட்பு நாடுகளின் படைகளின் கீழ் எங்களின் படைகள் பாஸ்னியா சென்று இறங்கின. அங்கு நடப்பவைகளைக் கவனிப்பதும் ரிப்போர்ட் செய்வதும் எங்களுடைய, வெளியே சொல்லப்படாத வேலையாக இருந்தது. அங்கு சிறைகளில் இடம் போதாமல் போதைலும் பெண்களை விரும்பிய நேரத்தில் கையகப்படுத்த முடியாத நிலையையும் மனத்தில் கொண்டு அனேக பெண்களை அருகே இருந்த இடங்களில், வயல்களின் உள்ளே இருந்த வீடுகளிலெல்லாம் அடைத்து வைத்திருந்தார்கள். சிறையில் பெண்களுக்கு நடக்கும் கொடூரங்களைவிட அடைத்து வைத்திருக்கும் வீடுகளில் குற்றங்களும் இறப்புகளும் அதிகம் என்று என்னிடம் ஜோர்டானிய ராணுவவீரன் ஒருவன் சொன்னான். அவனையே எங்களுக்குத் துணைக்கு அழைத்துக்கொண்டு அங்கு செல்லலாம் என்று முடிவு செய்து போனோம் நானும் என்னுடன் பணியில் இருந்த ஸ்டீவார்ட்டும்.

பாஸ்னியாவின் தென்கிழக்குப் பகுதியில் உள்ள ஓர் ஊரில் இரண்டு வீடுகளை அடையாளம் காட்டினான் அவன். அதில் ஒன்றின் அருகே ஜீப்பை மறைவாக நிறுத்தச் சொல்லிவிட்டு எங்கள் இருவரையும் உள்ளே கூட்டிப் போனான்.

வீட்டின் உட்புறம் நுழையும்போதே இரத்தத்தின் வாடையும் உடல்களின் வியர்வை நாற்றமும் ஆணின் முசும்பு வாசனையும் வர, அதையும் மீறிக் கறித் துண்டுகள் வறுத்து வைக்கப்பட்டிருந்த வாசனையும், அவர்கள் குடிக்கும் ராகிஜா மதுவின் வாசனையும் மூக்கைத் தொட, அங்கிருந்த ராணுவ வீரர்களிடம் நல்ல சாப்பாட்டுக்காக இவர்கள் வந்திருக்கிறார்கள் என்று எங்களை அறிமுகப்படுத்தினான் அந்த ஜோர்டானிய வீரன்.

திரும்பி என் காதில், 'பேனாவையும் பேப்பரையும் எக்காரணம் கொண்டும் பையிலிருந்து எடுத்துவிடாதீர்கள்' என்று சொல்லியிருந்தான். அங்கிருந்த சாப்பாட்டுத் தட்டு ஒன்றை எடுத்துக் கையிலும் திணித்துவிட்டான். நாங்கள் இருவரும் மற்றவர்களின் நடுவே நுழைந்துபோய்க் கறித்துண்டுகளையும் ரொட்டியையும் எடுத்தபிறகே அவர்கள் எங்களின் மீதான பார்வையை விலக்கிக்கொண்டனர். அங்கிருந்து நகர்ந்து பக்கத்து அறைக்குச் செல்லும்போதே, பெண்களின் ஓலக்குரல்கள் தொடர்ச்சியாகக் கேட்டன. தட்டுகளைத் துருத்தி நிற்கும் பே விண்டோவின் தட்டையான பகுதியில் வைத்துவிட்டு வெளிச்சம் குறைந்த பக்கத்து அறையின் உள்ளே எட்டிப்பார்த்தேன். ஒரு சிறு குண்டு பல்ப் மட்டுமே தன் உயிரைக் கையில் பிடித்திருப்பது போல எரிந்துகொண்டிருந்தது. கண்கள் அந்த விளக்கு வெளிச்சத்துக்குப் பழக்கப்பட்டதும் முதலில் தெரிந்தது, கத்திக்கொண்டிருக்கும் ஒரு பெண்ணின் இழுத்து இழுத்து அசையும் கால்கள்தான். அவள்மேல் பரவியிருந்தவன், அவளின் கத்தும் வாயைத் தனது உறுப்பால் மூட முயன்றவன், இன்னும் இரண்டு பெண்களின் பிட்டங்களில் அழுந்தி அமர்ந்திருந்த ஆண்கள் என்று பலர் உள்ளிருந்தனர். பார்த்தவற்றையெல்லாம் மறைக்க, அசட்டுத்தனமாக நான் என் கண்களை கைகளால் மூடிக்கொண்டேன். சட்டென அந்த அறையை விட்டு நீங்கினேன். மனது பதைபதைப்புடன் நடுங்கியது.

அங்கிருந்த அறைகளிலும் நடந்து செல்லும் காரிடாரிலும் மூத்திர நாற்றமும் இரத்த வாடையும் மாறி மாறி அடிக்க, பெண்களின் அவலக்குரலில் எனக்குத் தலைசுற்றத் தொடங்கியது. அறையொன்றில் இருந்தவன் என்னைப்

பார்த்துவிட, 'உனக்கு சின்ன பெண் வேண்டுமா? உள்ளே செல். சொர்க்கம்' என்று சொன்னவனை அடிக்கக் கை விறுவிறுத்தது. உள்ளே எட்டிப்பார்த்தால், நான்கைந்து சிறு பெண் குழந்தைகளும் ஆண் குழந்தைகளும். என் ஒருவனால் என்ன செய்துவிட முடியும் என்ற பதட்டமும், நான் மாட்டினால் என்னைச் சுட்டுவிட தயங்க மாட்டார்கள் என்ற நிஜமும் உறைக்க, அவனைத் தள்ளிவிட்டு மாடிக்குச் சென்றேன். மாடியில் இருந்த அறையொன்றில் ஒரு ஐம்பது வயது மதிக்கத்தக்கப் பெண் இறந்து கிடந்தாள். உடல் இன்னும் சூடாக இருந்தது. தலையிலிருந்து இரத்தம் வழிந்து ஓடியது. அறையைக் கடக்கும்போது ஒருவன் தள்ளாடி அங்கு வருவது தெரிந்தது. அந்த பெண்ணைப் பார்த்தான். அறைக்குள் எட்டிப்பார்த்தான். உள்ளே யாரும் இல்லாததைப் பார்த்திருப்பான் போலும். டிரௌசரை இறக்கிக்கொண்டு அவளைத் திருப்பிப் போட்டு ஆக்ரமிக்கத் தயாரானான். எனக்குக் குமட்டிக்கொண்டு வந்தது.

அங்கு வரிசையாக இருந்த அறைகளின் கடைசியில் ஒரு கழிவறை இருப்பது தெரிந்தது. உடனே அங்குதான் ஓடினேன். அதன் ஒரு மூலையில் வாஷ்பேசின் மிகுந்த அசுத்தத்துடன் இருந்தது. அதைப் பார்த்ததும் அடிவயிற்றிலிருந்து வெளிவந்தது வாந்தி. குழாயைத் திறந்து வாயைக் கழுவியபோது, என் காலுக்கடியில் முனகல்போலக் கேட்க, குனிந்து பார்த்தால், ஒன்பது அல்லது பத்து வயது பெண் குழந்தையொன்று உடையேதும் இல்லாமல் கால்களை இடுக்கிக்கொண்டு வாஷ்பேசினின் அடியில் தன்னைக் குறுக்கிக்கொண்டு என்னைப் பயத்துடன் பார்த்தபடி அழுதது.

'இல்லை, இல்லை. அழாதே குட்டிப் பெண்ணே. நான் உன்னை ஒன்றும் செய்யமாட்டேன்.' என்று சொல்லி நான் போட்டிருந்த ஜம்பரைக் கழட்டி அவள்மேல் போர்த்திவிட்டேன்.

'உன் பெயர் சொல்' என்றேன்.

'பெசீமா' என்றாள் முணுமுணுப்பாய், 'எங்கம்மாவும் இங்க தான் வந்தாங்க. என்னோட அண்ணனும். எங்கண்ணன் செத்துட்டான் தெரியுமா? ஏன் இப்படி இருக்கீங்க?' ராணுவ உடையை வெறித்தபடி கேட்டாள்.

'நானில்லையம்மா நீ நினைக்கும் ஆட்கள் மாதிரி' என்ற என் சொற்கள் அவளுக்குப் புரியவில்லை; அல்லது அவளுக்கு உறைக்கவில்லை. என் மேலிருந்த ராணுவ உடை மட்டுமே அவளுக்குப் புரிந்திருந்த ஒரே மொழியாக இருந்தது.

'இங்கேயே ஒளிந்திரு. நான் ஆட்களைக் கூட்டிவந்து உன்னைக் காப்பாற்றுகிறேன்,' என்று சொல்லிவிட்டுக் கீழே இறங்கத் தலைப்பட்டேன். என்னுடைய தலை மீண்டும் சுத்த ஆரம்பித்தது. நான் கீழே வந்ததும், ஜோர்டானிய வீரன் என்னை நோக்கி வந்தான். 'சார், போய்விடலாம்' என்று அவசரப்படுத்தினான். நான் அந்தக் குழந்தையைப் பற்றிச் சொன்னேன். 'இங்கே அதுபோல நிறைய குழந்தைகள் இருக்கின்றன, சார்' என்றான் கிசுகிசுப்பாய். 'நான் அவளுக்கு வாக்குக் கொடுத்திருக்கிறேன்' என்றேன். பேசாமல் மௌனமாக இருந்தான்.

நாங்கள் வெளியே வந்தபோது, பாதை தெரியாத அளவுக்கு இருட்டும் பனியுமாக இருந்தது. இந்த வீட்டை விட்டால் வேறு வீடு எதுவும் அருகில் இல்லை. 'சார் அங்கேயே இரவைக் கழித்துவிட்டுக் காலையில் வெயில் வந்ததும் கிளம்பிவிடுவோம் சார்' என்றான்.

'பெசீமாவை அழைத்து வந்து நான் ஜீப்பில் இருந்து கொள்கிறேன். நீங்கள் உள்ளே போங்கள்', என்று சொல்லியபடி ஸ்டூவார்ட் தலையசைப்பதைப் பார்த்துக்கொண்டிருந்த போதே, எனக்கு மீண்டும் குமட்டலும் தலைச்சுற்றலுமாக இருக்க, நான் எப்போது மயங்கினேன், எப்போது கண் விழித்தேன் என்று தெரியவில்லை. கண்களைத் திறந்தபோது, நான் அந்த வீட்டில் இல்லை. வேறு ஒரு இடத்தில் ஒரு சோபாவில் படுக்க வைக்கப்பட்டிருந்தேன். இங்கும் ஓலங்கள் தொடர்ந்து கேட்டபடி இருந்தன.

'ஸ்டூவார்ட்' என்ற என் குரலுக்கு ஜோர்டானியன் வந்தான். 'சார், டாக்டர் பார்த்தார். ஊசி போடப்பட்டுள்ளது உங்களுக்கு.'

'என்னை இங்கிருந்து வெளியே கூட்டிப்போ. நான் கேம்ப்புக்கு திரும்பனும்' என்று தலைவலி தாங்கமுடியாமல் சத்தமிட்டேன்.

'சார், பனிப்பொழிவு கடுமையா இருக்கு. அந்த வீட்டிலிருந்து அரை மைல் தள்ளி டாக்டர் இருக்கும் இந்த வீட்டுக்கு வருவதற்கே சிரமப்பட்டுப் போனோம். இன்னும் இரண்டு நாட்களில் போய்விடலாம் சார். கேம்புக்குச் சொல்லியாச்சு சார்' என்றான் என்னைப் பரிதாபமாக பார்த்துக்கொண்டே.

புரியாத மொழியின் அடக்குமுறைக் கத்தல்களுக்கும் 'வல்லவனாகிய இறைவனே' என்று ஓலமிடும் பெண்குரல்களுக்கும் இடையே நான் செத்துக் கொண்டிருந்தேன் அந்த வீட்டிலும். பிறப்பு உறுப்பிலிருந்து

கால் வழியே இரத்தம் சொட்டச் சொட்ட ஒரு பெண்ணை இழுத்துச் சென்று வெளியே போட்டார்கள். யார் யாரோ புதிது புதிதாய் வந்து கொண்டிருந்தார்கள். இவர்கள் மட்டும் எப்படி வருகிறார்கள் என்று கேட்டது நினைவில் இருக்கிறது. ஜோர்டானிய வீரன் இறுக்கமாக இருந்தான். ஸ்டீவார்ட் பற்றி விசாரித்தபோதும் அவன் வாயைத் திறக்கவில்லை. பயம் என்னைச் சூழ, கண் திறக்க மறந்து போயிருந்தேன் நான். நான் அரை மயக்கத்தில் இருந்தபோது, ஒருத்தி என் கால்களைப் பிடித்துக் கெஞ்சிக் கொண்டிருந்தாள். அவளை இரண்டுபேர் சேர்ந்து இழுத்துப் போனார்கள்.

நான்கு நாட்கள் இருக்கலாம். நான் முகாமுக்குத் திரும்பியதில் இருந்து, என் கண்முன்னே நடந்ததையெல்லாம் உடல் நலமில்லாதபோதும், எழுதிக்கொடுத்தேன். கடைசியில் 'பெசீமாவைக் காப்பாற்றுங்கள்' என்று எழுதியிருந்தேன். என் காதுகள் முழுவதும் பெண்களின் குரலாலே நிறைந்திருந்தது. தூக்க மாத்திரைகளுக்கு அப்புறமும் என்னால் தூங்கமுடியாமல் போனது.

ஒருமுறை லெப்டினண்ட் என்னை வந்து பார்த்தார்; பாராட்டினார். என்னுடன் வந்த ஸ்டீவார்ட்டை அவர்கள் கொன்றுவிட்டதாகச் சொன்னார். அங்கிருந்த பெண்களில் சிலரைக் காப்பாற்ற முடிந்ததாகச் சொன்னார்; நிறைய பிணங்களையும் கூட.

நான் 'பெசீமா' என்றேன். 'அப்படி யாரும் இல்லை அங்கு' என்று சொன்னார்கள். 'மாஸ் ஜெனோசைட், கிட்டத்தட்ட ஆயிரக்கணக்கில் பாஸ்னிக்ஸ் சடலங்கள் கண்டெடுக்கப்பட்டுள்ளன. கேப்டன் உங்கள் உடல்நலன் கருதி ஊருக்குத் திரும்பும் உத்தரவில் இருக்கிறீர்கள்' என்று சொன்னார். வெறுமையான கண்களுடனும் பெரும் மனச்சிதைவுடனும் நான் ஊர் திரும்பினேன்."

பேசி முடித்ததும் அவர் கண்களில் தெரிந்த வெறுமை அன்றிருந்ததை விட இன்று அதிகமாக இருக்கலாம் என்று தேவகிக்குத் தோன்றியது. நிறைய பெசீமாக்கள் இந்த உலகம் முழுவதும் உடல்ரீதியான மனரீதியான தொந்தரவுகளுடன் எங்கோ வாழ்ந்து கொண்டுதான் இருக்கிறார்கள். நானும் அதில் ஒருத்தியாக இருக்கிறேன் என்ற வலுவற்ற பெண் குழந்தை ஒன்று தேவகியாய் மாறி அவள் முன் நின்றது.

"என்னுடைய காலத்தின் கடினத்தை உங்கள் மேல் திணிக்கப் பார்க்கிறேன்போல. நான் ஒரு மடையன்," என்று கைகளைத் தன் மேலேயே குத்திக்கொள்வதைப்போல பாவனை செய்தார்.

தேவகிக்குள்ளும் பாவனையாய் ஒரு சிரிப்பு வந்தது. அவரும் மெதுவாகச் சிரித்தார்.

நேனே நதியின் ஓரமாக நடக்கையில் ஒரு காலத்தில் தானும் தன் நண்பர்களும் டெலப்பிரே அபி வரைக்குமான நீச்சல் எத்தனை சுகமானது என்று பேச்சை மாற்றினார். இப்போது சில வருடங்களாக சைவேல் மாதிரியான பூங்காக்களில் கவனிக்கப்படும்போது மட்டும் நீச்சல் அனுமதிக்கப்படுவதைப் பற்றிச் சொல்லிவிட்டுத் தன்னுடைய டீன் ஏஜில், டெலப்பிரே அபி வரையிலும் நீந்தி விட்டு வந்ததைச் சொல்லும்போது அவர் முகத்தில் இருந்த சந்தோஷம் தேவகியையும் தொற்றிக்கொண்டது. ஒருமுறை அவ்வாறு நீந்தும்போது தன் நண்பன் நீரின் அடியில் இருக்கும் குளிர்ந்த தண்ணீரின் உறைநிலைக்குள் மாட்டிக்கொள்ள அவனைக் காப்பாற்றிக்கொண்டு வந்து, அனைவரும் பதற்றத்துடன் அமர்ந்து அவனுக்கு முதலுதவி செய்ய, அவன் கண் திறந்ததும் சிரித்த சிரிப்பின் ஆனந்தம் இன்னும் தனக்குள் மிச்சமிருப்பதாகச் சொல்லிச் சிரித்தார். அதன் பிறகு தொடர்ந்த இரண்டு வருடங்களுக்குள்ளாக அவனுக்கு ஏற்பட்ட சுவாச நோய் பிரச்சினைகளில் அவன் இறந்துபோனதைச் சொன்னபோது அவரின் நாசிகள் சிவந்து, விம்மி அடங்கியதை தேவகி பார்த்தாள்.

“இந்த நேனே நதி எப்படியோ அப்படிதான் சிறுவயதில் எங்களுக்கு எங்களூரும். நார்தம்ப்டானில் என்னுடைய கால் படாத இடம் கிடையாது. அப்போதெல்லாம் டவுன் சென்டரில் உள்ள மார்க்கெட் தான் எங்களுக்கு எல்லாவிதமான பொருட்களும் கிடைக்குமிடம். ஜேம்ஸ் ஹார்ட்டனின் பட்டறையில்தான் நிறைய கைவேலைகளைக் கற்றுக்கொண்டோம். பள்ளிக்கூடத்து விடுமுறை நாட்களில் இந்த மார்க்கெட்டும் பார்ன்ஸ் மேடோவ்வில் இருக்கும் புல்வெளியும்தான் எங்கள் உலகம். உனக்கும் இது மாதிரியான ஒரு உலகம் உங்கள் ஊரில் இருந்திருக்கும்தானே…”, என்று அவர் சொன்னபோது, அவள் தலையசைத்தாள். “இந்தப் பால்யத்தின் வேர்களின் மீதுதான் நம்மைப் போன்றோர் மெத்தையிட்டு இன்னும் தூங்குகிறோம்”, என்று சொல்லிச் சிரித்தார். அவளும் பதிலுக்குத் திருச்செந்தூர் கடலின் இள நீல நிறத்தையும் சுப்ரமணிய சுவாமியையும் தேர்முக்குக் கடைகளையும் சொல்லிக்கொண்டே வந்தாள். அதன்பிறகு சிறிது தூரம் இருவரும் மௌனமாக நடந்தார்கள்.

“ஏன் நீங்க ஒருமுறைகூட திருமணம் செய்துக்கல?” என்ற சங்கடமான ஒரு கேள்வியைக் கேட்ட தேவகியை அவர் ஆச்சரியமாகப் பார்த்தார்.

“இப்படி எங்கள் ஊரில் முகத்துக்கு நேராக கேட்க மாட்டார்கள்,” என்று சொன்னதும் தேவகி, “ரொம்ப சாரி ராய்ஸ்,”

என்று நாக்கைக் கடித்துக்கொண்டும் தன் தலையின் பின்னே செல்லமாய்த் தட்டிக்கொண்டும் வெட்கப்பட்டாள். ஒரு சிறு குழந்தையைப் பார்ப்பதுபோல அவர் அவளைப் பார்த்தார். கடைசியாக, “இட்ஸ் ஆல்ரைட்”, என்று சொல்லிச் சிரித்தார்.

“குறிப்பிட்டுச் சொல்லும்படி எந்தக் காரணமும் கிடையாது, தேவக்கி. என் ராணுவ வாழ்வு, அதனால் மனநலம் பாதிக்கப்பட்டு அவதிப்பட்டது, அதன் தொடர்ச்சியாக என் சகோதரனின் குடும்ப அரவணைப்பில் நான் இருக்க நேர்ந்த நிலை, சரியான வேலையில் என்னை இருத்திக் கொள்ள முடியாமையோடு ஐம்பதைக் கடந்து வந்துவிட்டிருந்தேன். பயங்களை விட்டுச் சற்று விலகியும் வந்திருந்தேன். என்னுடைய பெரிய அண்ணன்தான் வாட்ச் ரிப்பேர் செய்வதில் எனக்கிருந்த அதீத ஆர்வத்தைத் தெரிந்து இந்தக் கடையையும் வைத்துக்கொடுத்து ஒரு வீட்டையும் வாங்கி என்னைத் தனியே குடியமர்த்தினார். தனியாக வாழ்வது குறித்து முதலில் நிறைய பயந்தேன். அதன்பிறகு அதுவே பழகிவிட்டது. ஆசைகள் அதிகம் கிடையாது எனக்கு, குறிப்பாக பெண் ஆசைகள்... பெண் குறித்த சிதைந்த பிம்பங்கள் இன்னும் என்னுள்ளே இருக்கின்றன” என்று பேசும்போது வேறு பக்கம் முகத்தைத் திருப்பிக்கொண்டார். தேவகி அவரையே பார்த்துக் கொண்டிருந்தாள். தன்னுள் இருக்கும் வலியை, பயத்தை எத்தனை கம்பீரமாகச் சொல்லத் தெரிந்திருக்கிறது இவருக்கு. இப்படிதானே தானும் இருக்க வேண்டும் என்று யமுனா விரும்புகிறாள்.

“வாழ்க்கை குறித்த உங்களின் இந்த அணுகுமுறைக்கு ஒரு பெரிய சல்யூட் கேப்டன்,” என்று சொல்லிவிட்டு, அவரின் முகத்தைப் பார்த்து, “கேப்டன்தானே நீங்கள்?” என்றாள். ஆமாம் என்பதாகத் தலையசைத்தார் ராய்ஸ். கண்களில் மினுமினுத்த கண்ணீருடன், பொன்னிற முடிக்கொத்து ஒன்று அவரின் முன்நெற்றியில் அசைந்தாடியது. தேவகிக்குப் பிடித்திருந்தது அந்த நதியின் பொழுது.

2

வசுவுக்குக் கடிதம் எழுதும்போதெல்லாம் ராய்ஸ் பற்றிச் சொல்ல வேண்டும் என்று நினைப்பாள். ஏதோ ஒன்று அதைத் தடுப்பதாக நினைப்பாள். நிச்சயமாக இந்த முறை எழுதிவிட வேண்டும் என்று தீர்மானித்தாள். அதற்குப் பதிலாய் அவள் எழுதியதைத் தாங்கிவரும் கடிதம் கிண்டலைச் சுமந்து வருமென்பதும் தேவகிக்குத் தெரியும். தனக்குப் புதிதாக ஓர் அன்பு கிடைக்கிறது வசுவுக்கு மகிழ்வாகத்தான் இருக்கும். தேவா என்று வசு அவளை எப்போதிலிருந்து அழைக்கத் தொடங்கினாள் என்று தேவகிக்குச் சரியாக நினைவில் இல்லை. ஆனால் அந்த

அழைப்பு வசுவின் குரலோடு இணைந்து காதில் விழும்போது அவளுள் எழும் அன்பின் அலை ஓயாத ஒன்றாய்க் கூடியிருக்கும். வசுவைப் பார்த்து எத்தனை வருடங்கள் ஆயிற்று. எனினும் அதிகம் பேசிக்கொள்வது கடிதங்களின் வழிதான். 'வாட்சப் எல்லாம் வந்தபிறகு என்னம்மா இது எழுதுறதும்...' போஸ்ட் பண்ணிட்டுவான்னு என்னை படுத்துறதும்... என்று யமுனா சொல்லிச் சிரிப்பாள். ஆனால் அவர்கள் பேசிக்கொள்ள கடிதத்தை விட்டால் வேறு வழியில்லையென்றே தேவகிக்குத் தோன்றும்.

போனில் அழைக்கும்போதெல்லாம், 'கொஞ்சம் இரு தேவா, குட்டிம்மா ஆய் போயிட்டா. மாத்தி விட்டுட்டு வந்துடுறேன்' என்றோ 'இப்பதான் நிவேதி ஆபீஸ் முடிஞ்சு வந்திருக்கா. இன்னும் அரை மணி நேரம் கழிச்சு கூப்பிடுறியா' என்றோ கூறுவா. சில நேரங்களில் போனே எடுக்காமல் இருப்பாள். அவளைப்போல பெரிய குடும்பத்தைக் கட்டி இழுத்துக்கொண்டு செல்பவர்கள் இப்படித்தானே போனில் பேச முடியும். இந்தத் துண்டு துண்டான பேச்சு தேவகியை ரொம்ப யோசிக்க வைக்கும். தன்னிடம் ஏன் அவள் பேசவில்லை, போன லெட்டரில் ஏதாவது எழுதிவிட்டோமோ என்றெல்லாம் அசைபோடும்போது தூக்கம் கெட்டுக் காலையில் கண்களைச் சிவப்பாக்கியிருப்பாள். அதன்பொருட்டே கடிதங்கள். அவை தொந்தரவு இல்லாதவை. மாசத்துக்கு ஒரு கடிதம். நிதானமான மதிய நேரம் போதும் வசுவுக்கு, இருட்டிக் கொண்டுவரும் மாலை நேரம் போதும் தேவகிக்கு.

சில நேரங்களில் வசுவின் கடிதங்கள், வசுவின் உலகத்துக்குள் இவளை இட்டுச்செல்லும். முகுந்தனுடனும் ராகவியுடனும் நிவேதியுடனும் வாழும் வாய்ப்பைக் கொடுக்கும். வசுவின் எண்ணப்படி யமுனாவை சரவணனுக்குக் கட்டி வைத்திருக்கலாம்தான், சரவணன் வேறொரு பெண்ணை விரும்பாமலிருந்திருந்தால். இன்று இருவருமே வாழாமல் இருக்கிறார்கள். செல்லம்மா ஆச்சி அன்னைக்கு முடிக்க வேண்டியதை அன்னைக்கே முடிக்கணும் என்பாள். 'நாளைக்கு என்ன சாசுவதம்?' என்று கேள்வி வைப்பாள். பேசிய அன்றே ஒரு வெத்திலை தாம்பாளம் மாத்தியிருக்கலாம். 'சே' என தன் மேலேயே வெறுப்பு வந்தது தேவகிக்கு. 'எந்தக் காலத்தில் இருந்துகொண்டு இப்படி பத்தாம்பசலித்தனமாக யோசிக்கிறோம். கல்யாணம் என்ன சின்ன பிள்ளைகள் விளையாட்டா? யதார்த்தம் தொட்டே அனைத்தும் நடக்கும். முதலில் ஆச்சியைப்போலச் சிந்திப்பதை நிறுத்திக்கொள்ளவேண்டும் என்று தேவகி நினைத்துக்கொண்டாள்.

8

யமுனா

ஹரி

1

யமுனாவுக்குக் காலையில் இருந்து தொடர்ந்து வேலை. ஹெல்த் அண்ட் சோசியல் கேர் சம்பந்தமான அரசின் நிகழ்வு ஒன்றுக்காக பீட்டர்பரா வரை சென்றிருந்தாள். வயதானவர்களின் நலன் பேணும் துறை சார்ந்த வேலை வாய்ப்புகள் குறித்துப் பேசுவதும் அந்த வேலைகளைச் செய்வதில் ஆர்வம் காட்டுபவர்களைக் கண்டடைந்து ஊக்குவிப்பதும் அதன் முக்கிய அம்சங்கள். யமுனாவுக்கு இங்கு பிடித்த விஷயமே அவர்கள் வயதானவர்களைப் பேணுவதுதான். நம் ஊரைப் போன்று பெற்றோரை வயதான காலத்தில் பார்க்கும் கண்டிப்புகள் இங்கு இல்லாததால், அரசின் முக்கிய பணிகளில் ஒன்றாக வயதானவர்களைக் காப்பாற்றும் பணியும் உண்டு. அதற்கான துணைத் தொழில்களை உருவாக்குவதுதான் இதில் முக்கியமாக அடங்கும். கருணை, அன்பு இரண்டின் அடிப்படையில் வேலை பார்க்கும் மனப்பாங்கை வளர்க்கிறார்கள். நர்சுகள், வயதானவர்களைக் கவனிக்கும் பணியாளர்கள், சமையல்காரர்கள், துணிகளைப் பராமரிப்பவர்கள் என்று அவர்களைச் சுற்றி இயங்கும் சப்போர்ட் சிஸ்டம் இங்கு மிகப் பெரிது. யமுனாவுமே அவளின் ஹெல்த் சர்வீஸ் பணியுடனான பயணத்தில், இதையும் ஒன்றாகச் செய்ய மனம் விரும்பி, கலந்து கொண்டு செயல்பட்டு வருகிறாள். இதுவும் அவள்

செல்லம்மா ஆச்சியுடன் வளர்ந்து வந்ததன் தொடர்ச்சியாகக் கூட இருக்கலாம் என்று அவ்வப்போது நினைத்துக் கொள்வதுண்டு.

செல்லம்மா, அவளின் அம்மாவின் ஆச்சி என்ற வகையில் பூட்டி முறையாகும். பள்ளிக்காலங்களிளெல்லாம், செல்லம்மாவுக்குத் தண்ணீர் எடுத்து வருவதுமுதல் குளியலறை அழைத்துச் செல்வதுவரை எல்லாம் செய்பவளாக இருந்திருக்கிறாள். சில இடங்களில் யமுனா அவளுக்கு உதவுவதை ஆதரிக்க மாட்டாள் ஆச்சி. உறவுகள் யாராவது வந்துவிட்டால் செல்லம்மாவின் கறார் நிலையைப் பார்க்க வேண்டுமே. நாற்காலியில் இருந்து எழுந்துகொள்ளும்போது தடுமாறிவிடுவாளே ஆச்சி என்று யமுனா ஓடிச்சென்று கையைப் பிடித்தால் தாட்சண்யம் இல்லாமல் உதறிவிடுவாள். 'செல்லம்மா, நீ விழுந்தாதான் சரி வருவே', என்று யமுனா பல்லைக் கடிப்பாள். 'போ...ட்டி, ஒன் வேலைய பாத்துக்கிட்டு', என்று செல்லம்மாவும் விடாமல் பதில் சொல்லும்போதே தடுமாறுவாள். யமுனாவுக்குச் சிரிப்பை அடக்கி மாளாது. தேவகி இதைப் பார்த்தால் போதும், 'என்னட்டி என் ஆச்சிய இந்த ஓட்டு ஓட்டுத...' என்பாள். ஆனால் யமுனாவை ஆச்சிதான் வளர்த்தாள் என்றால் மிகையில்லை என்ற விசயம் யமுனாவுக்குத் தெரியும். அம்மா பண்ணை வேலைக்கும் வெளிவேலைகளுக்குமா அங்குமிங்குமாக அலைந்து கொண்டிருப்பாள். அதனால் ஆச்சிக்கும் இவளுக்குமாக ஒரு பிடிபடாத சிநேகம் உண்டாகியிருந்தது. அவளை, 'ஆச்சி' என்று அழைத்ததைவிட, 'செல்லம்மா' என்று அழைத்த பொழுதுகள்தான் அதிகம். தேவகி அடிக்கடி சொல்வதுண்டு, செல்லம்மா ஆச்சியின் மனத்திடமும் பிடிவாதமும் அவளுடனே வளர்ந்த யமுனாவுக்குள்ளுள் அதிகமுண்டு என்று. வயதில் மிகுந்தவர்களைப் பார்க்கும்போதெல்லாம் செல்லம்மாவை நினைத்துக்கொள்ளாமல் யமுனா இருந்ததில்லை.

அவர்களைப் பார்க்கும் பழகும் பொருட்டே இம்மாதிரியான துணை வேலைகளையும் தன் வேலையுடன் இழுத்துப் போட்டுக்கொண்டு செய்வாள். இன்றும் அதனால்தான் இந்தப் பயணம். நார்தம்ப்டனில் இருந்து பீட்டர்பரா செல்லவே காரில் ஒரு மணி நேரப் பயணம். கடைசி நேரத்தில் சொல்லப்பட்டதால் ரயிலில் செல்ல சாத்தியமே இல்லை. விமானத்தைப்போல மாறுபடும் கட்டணங்களைக் கொண்டது இங்கெல்லாம் ரயில் பயணம். டிக்கெட் கட்டணம் இரண்டு மடங்காக இருக்கும். பஸ் என்றால் ஊரெல்லாம் சுற்றுவான். இங்கு சிறு தொலைவுகளுக்குப் பேருந்து சரிபடும். அதுவும்கூட எப்போதாவதுதான் வரும்.

நாம் நினைக்கும் நேரத்துக்குச் சென்று வருவது இயலாத ஒன்று. அதனால் யமுனா பெரும்பாலும் கார்தான். முன்பே திட்டமிட்டுச் செல்வதாக இருந்தால் மட்டும் ரயில். பீட்டர்பரோவில் இருக்கும் சென்டரில் வைத்துதான் நிகழ்வே. அதனுடன் இணைந்த கேர் ஹோமில் இருக்கும் சிலரும் ஆர்வம் காரணமாக நடப்பதைப் பார்க்க வந்திருந்தனர். நிகழ்வு முடிந்து அவர்களுடன் பிஸ்கட் டீ யெல்லாம் அருந்திவிட்டுதான் கிளம்பினாள் யமுனா.

நார்தம்ப்டன் வந்து இங்கிருக்கும் வேலைகளை முடித்துத் திரும்பிப் பார்ப்பதற்குள் நேரம் ஒன்றைத் தாண்டியிருந்தது. வீட்டுக்குக் கிளம்பலாம் எனும்போதுதான் போனைப் பார்த்தாள். ஹரி அப்போதுதான் அழைத்திருக்கிறான். அவனுக்குக் காலை ஆறுமணிதானே இருக்கும். அதற்குள் எழுந்துவிட்டானா? ஆச்சரியம் என்று யோசித்துக்கொண்டே, அவனுக்கு அழைப்பை அழுத்தினாள்.

“குட் மார்னிங் ஹரி! என்ன காலையிலேயே?”

“ஒண்ணுமில்ல, நேத்து நைட் வரதுக்கு லேட் ஆகிடுச்சு. அதுதான் இப்ப கால் பண்ணினேன். எதுக்குக் கூப்பிட்டேன்னா, கேஸ் பைல் பண்ணிட்டேன்,” ஒரு நொடி இடைவெளிக்குப் பின், “மியூசுவல் கண்சண்ட் டைவோர்ஸ். முக்கியமா ரெண்டு பாயிண்ட்ஸ் போதும்னு சொல்லிட்டார் லாயர். நீ இங்க என்னோட கொஞ்ச காலம் வாழ்ந்திருக்கே. இப்ப அஞ்சு வருஷமா சேர்ந்து இல்ல. இதெல்லாம் போதுமாம். நீ அவர்கள் வரச்சொல்லும்போது மட்டும், முக்கியமாக பர்ஸ்ட் ஹியரிங் ஆக இருக்கும்னு நினைக்கிறேன். அப்ப மட்டும் ஒருமுறை வரவேண்டியிருக்கும். அவ்வளவுதான்”, என்றான். அவன் குரலில் இருந்தது வருத்தமா சோகமா அல்லது விவாகரத்து கிடைத்தால் போதுமென்ற அவசரமா என்று தெரிந்து கொள்ள முடிய வில்லை யமுனாவுக்கு. அவளால் ஒன்றையும் கண்டுபிடிக்க முடியவில்லை.

“சரி, எப்போ என்று சொல்லு. நா வந்துடறேன்”, என்றபோது, “உனக்கும் நோட்டீஸ் வரும். நா உனக்குச் சொல்றேன். லைப் எப்படி போகுது? ஆண்டி எப்படி இருக்காங்க இப்ப?” என்ற முறையான கேள்விகளை ஹரி அதன்பிறகே வைத்தான். இதை அவன் முதலில் கேட்டிருக்க வேண்டும் என்று யமுனாவுக்குத் தோன்றியது. கேட்டவற்றிற்குப் பதில் சொல்லிவிட்டு போனை வைக்கப் போகும்போது, ஹரியிடம் ஒரு கேள்வியை வைத்தாள் யமுனா.

“உனக்கு ஏதாவது வருத்தம் இருக்கா ஹரி?”

“ஒண்ணுமில்ல யமுனா. இத்தனை வருஷமா போனில் மட்டுமே பேசுவதும் கொள்வதுமாக இருக்கிறோம். அவரவர் விருப்பங்களை விட்டுக்கொடுத்துச் சேர்ந்து வாழணும்னு நாம ரெண்டு பேருமே நினைக்க மாட்டேங்குறோம். எங்கம்மாகிட்ட சொன்னப்போ அவ சொல்றா, ‘புதுசு புதுசா வித்தியாசமா காரணங்களைக் கண்டுபிடிக்கிறீங்க இப்ப. எங்களுக்கெல்லாம் இதுதான் விதின்னு இருந்துது. நீங்க உங்களுக்கான விதியைத்தானே எழுதிக்கிறீங்க’ன்னு சொல்லிச் சலிச்சுக்கிட்டா. எனக்கும் அப்படிதான் தோணுது. சரி விடு. பிடிக்காம எதுக்கு வாழ்க்கையைச் சலிப்போடு வாழணும். இருக்கிற இடத்துல பிடித்த மாதிரி வாழ்ந்துட்டுப் போறோம்”, என்று சந்தோஷமாகத்தான் பேசினான்.

போனை வைத்தபிறகும் அவளுக்குச் சமாதானம் ஆகவில்லை. அவன் பதில் சரிதானா? அவன் குரலுக்குள் எத்தனையோ வசியம் இருந்தும் அவன் மனத்துக்குள் தனக்கென ஒரு இடம் இல்லாதது அவனின் பக்கம் தன்னை ஈர்க்க விடாது வைத்திருக்கிறது போலும். யமுனா என்ற ஒரு அத்தியாயம் முடிந்ததும் அடுத்த ஒன்றுக்குத் தயாராகிவிடுவான். இப்போதே ரிலேஷன்ஷிப்க்குள்தான் இருப்பான்.

நான் மட்டும் ஏன் இப்படி யாரிடமும் விருப்பம் காட்டாமல் இருக்கிறேன்? நானும் என் அம்மாவைப்போல ஆகிவிடுவேனா? சே, ஒருபோதும் இருக்காது. தன்னுடைய அலைவரிசைக்குச் சரியாக யாரும் வரமாட்டேன் என்கிறார்கள் போலும் என்று நினைத்துச் சிரித்துக்கொண்டாள். இதுவரை அப்படியான நினைப்பில் இருக்கவில்லை. தானாக அமைந்தால் பார்ப்போம் என்று எண்ணியவாறே வீட்டுக்குச் செல்ல எழுந்தாள்.

வீட்டுக்குள் நுழையும்போதே கறிக்குழம்பின் வாசம் பசியைக் கிளறியது. மாடிக்குச் சென்று உடை மாற்றி வருவதற்குள் சாப்பாட்டு மேசைக்கு எல்லாம் வந்திருந்தது. யமுனா சந்தோஷமான முகத்துடன் அமர்ந்திருப்பதைப் பார்த்ததும், “என்ன இன்னைக்குச் சலிப்பில்லாம வேலையை பாத்திருக்கிறா மாதிரி இருக்கே, எம் பொண்ணு?” கேலி காட்டினாள் தேவகி.

“அம்மா, உக்காந்து சாப்பிடு. சொல்றேன்,” என்று ஆரம்பிக்கவும், தேவகி தட்டைத் தன் பக்கம் இழுத்துவைத்துக்கொண்டு உட்கார்ந்தாள். பீட்டர்பரா கதைகளையெல்லாம் சொன்னபோது உற்சாகமாகக் கேட்டுக்கொண்டு வந்தாள் தேவகி.

“இன்னைக்கு ஹரி பேசினான்,” என்றபோதே தேவகி சாதத்தின்மீது ஊற்றத் தொடங்கிய தயிர் கரண்டியை நிறுத்தி வைத்து எச்சரிக்கையாகி விட்டது தெரிந்தது யமுனாவுக்கு.

“மாம், ரிலாக்ஸ். ஒண்ணும் பெருசா இல்ல. டைவர்ஸ் பைல் பண்ணியாச்சுன்னு சொல்லத்தான் கூப்பிட்டிருந்தான். இடையில் ஒருமுறை நான் யு எஸ் போகவேண்டியிருக்கும். அவ்வளவுதான். இதுதான் என் முகமலர்ச்சிக்குக் காரணம் தாயே!”, என்று சொல்லிவிட்டுச் சுகமாகக் கறியைப் பிய்த்தெடுத்துச் சாப்பிட ஆரம்பித்தாள். தேவகி அவளையே பார்த்துக்கொண்டிருந்தாள். இவளுக்கு நாம் என்ன பதில் சொல்வது? சரியென்பதா அல்லது கவலைப்படுவதா? குழம்பியபடி வாயில் சாப்பாட்டை வைத்தாள்.

யமுனாவுக்குத் தெரியும், தேவகி இப்படிதான் இருப்பாள் என்று. அம்மாவைக் கலகலப்பாக்க, தெளிவுபடுத்த பேசத் தொடங்கினாள்.

“எனக்கு இதில் முழுச் சம்மதம்மா. அவனோடு நிச்சயமாக நா போயி வாழமுடியாது. இதில் ஊர் மட்டும் பிரச்சனை இல்ல. எனக்கும் அவனுக்கும் ஒட்டாத மாதிரி இருக்கும்மா. எனக்கு இங்கன புடிச்சிருக்கு. நிம்மதியாவும் இருக்கேன். எதுக்கு அப்படி ஒரு பிடிக்காத ஒண்ணுமே இல்லாத உறவைக் கட்டிக்கிட்டு அழணும்? இதுக்குப்புறம் அவனும் வாழுவான்; நானும் வாழுவேன்”, என்று நிதானமாகச் சொல்லி முடித்த போது, தேவகி சற்றுச் சமாதானமடைந்ததுபோலத் தெரிந்தது யமுனாவுக்கு. இதன்பிறகு தேவகி என்ன சொல்கிறாள் என்று பார்ப்போம் என்று யமுனா தன் பாட்டுக்குச் சாப்பிட்டுக் கொண்டிருந்தாள்.

சற்றுச் சமாதானம் ஆன தேவகி, “நீ சொல்றது சரிதான் யம்மு. நாங்கள்லாம் எப்படி கடிவாளம் போட்டா மாதிரி வாழ்ந்திருக்கோம் என்று நினைக்கும்போது அது சரியா இல்ல, இது சரியான்னு குழப்பம் வருது. நாங்க வாழ்ந்த அந்தக் காலத்துல அமைப்பை விட்டு வெளியே வர பெரும் போராட்டம் நிகழ்த்த வேண்டியிருந்தது. அந்தக் காலகட்டத்தில் ரேவதி நடிச்ச புதுமைப்பெண் மாதிரியான சில புரட்சி படங்களைப் பார்த்தபிறகே குடிகாரனிடம் தான் பட்ட கஷ்டத்திலிருந்து பிள்ளைகளைக் கூட்டிக்கிட்டுத் தனியா வந்தேன்னு சொன்ன பெண்கள் உண்டு. அப்படி வெளிவந்த பெண்களுக்குக் கைகொடுக்க சில பெண்கள் இயக்கங்கள் மட்டுமே இருந்தன அப்போது. அந்த மாதிரி இயக்கங்களில் இருந்த பெண்களையும் தாறுமாறாக

இந்தச் சமுதாயம் பேசிக்கொண்டே இருந்தது. நானே நான்கு ஐந்து பெண்களுக்கு இரண்டு மாடுகள் வாங்கிக்கொடுத்து வாழ வழிவகை செய்திருக்கேன் யம்மு. ஆனா என் வாழ்க்கையில் எனக்கு நேர்ந்ததைத் தடுக்கவோ மாத்தி அமைக்கவோ என்னால் இயலாது போயிற்று. உன்னிடமும் சிலவற்றை மனம்விட்டுப் பேசக்கூட தடங்கல் இருந்துக்கிட்டே இருக்கு யம்மு. சொன்னால் நீ என்னய பத்தி என்ன நெனப்பியோன்னு ஒரு கூச்சம். நாங்கெல்லாம் எப்போ உங்கள மாதிரி எனக்கு இதுதா பிடிக்கும், இது பிடிக்காதுன்னு சொல்ற தைரியத்தோட வாழ்றது? ஒன்னோட இந்த முடிவு சரிதான் யம்மு", என்று சொல்லி முடித்தபோது, சண்முகவல்லி அத்தையும் இதைத்தானே சொன்னதாக ஹரி சொன்னான் என்று நினைத்தாள். கைகளைச் சிறகுகளாக்கி விரித்துப் பறக்கக் கற்றுக்கொண்ட பெண்களுக்குக் கால்களை எட்டிப்போட்டு நடந்து உலகை எட்டிப்பார்க்கக் காலங்கள் அதிகமாகத் தேவைப்பட்டிருக்கிறது போலும் என்று நினைத்துக்கொண்டாள் யமுனா.

9

வசுமதி

துறப்பு

1

சனிக்கிழமை சாயங்காலமாதலால், ஊரச்சுத்த அப்படியே வெளியில சாப்பிட்டு வரன்னு மக, மகன் குடும்பமும் கிளம்பிவிட, அக்கடான்னு முன் வராந்தாவில் கம்பி அழியில் சாய்ந்தபடி ரோட்டைப் பார்த்தவாறு அமர்ந்தாள் வசு. முன்னாடி இருக்கும் தோட்டத்தைத் தாண்டி ரோடு கண்ணுக்குச் சரியாகத் தெரிவதில்லை. அப்பப்போ வண்டி போகும் சத்தம் மட்டும் கேட்டுக்கொண்டே இருந்தது. இப்படி வந்து உட்காருவது வசுவுக்கு இப்பதான் சாத்தியப்படுது. சமையல் வேலை இல்லாததால் சில சமயங்களில் இப்படி மூச்சுவிட முடிகிறது. ராத்திரி சப்பாத்தி வேண்டுமென்றால் காலையிலே பிசைந்து வைக்க வேண்டும்; வடைக்கு என்றால் முன்பே ஊறப் போட வேண்டும். எப்போதும் தலைக்குள் சமையலும் வீட்டுவேலைகளும் குழந்தைகளின் வேலைகளும் ஓடிக்கொண்டே இருக்கும். இப்போது சமையல் செய்யும் பாரம் குறைந்திருக்கிறது. எல்லாவற்றையும் சமையல் செய்ய வரும் அந்தப் பெண் சுபத்ராவிடம் சொல்லிவிட்டால் போதும்; அவளே அதை முடித்துவிடுகிறாள்.

இன்றுதான் ஆற அமர தோட்டத்தைப் பார்க்க முடிகிறது. என்ஜிஓ காலனியில் இருக்கும் இந்த வீட்டை வாங்கி இருபது வருடங்களுக்கும்

மேலாகிறது. நிவேதியை கான்வென்ட்டில் சேர்த்துப் படிக்க வைக்க வேண்டுமென்ற வேலுசாமியின் ஆசையில் திருநெல்வேலி வந்தோம் என்று வசு கணக்கிட்டாள். பிள்ளைகளுக்குப் பரீட்சை விடுமுறையில் மட்டும் வள்ளியூர் போவது என்றாகிப் போனது. வசுவின் மாமியார் இருந்தவரை அதுவும் ஒழுங்காக நடந்தது. அவங்க இறந்தபிறகு சொந்த ஊருக்குச் செல்வதைக் குறைத்துக்கொண்டார் வேலுசாமி. வசுவும் அப்படிதான். அம்மாவுக்கு அப்புறம் அப்பாவும் ஒரே வருடத்தில் இறந்துபோனபின்பு திருச்செந்தூர் செல்வதை நிறுத்திவிட்டாள். தைப்பூசத்துக்கு மட்டும் தவறாமல் திருச்செந்தூர் கோவிலுக்குப் போய்விடுவாள்.

இந்த வீட்டை முதலில் வாங்கும்போது நான்கு அறைகளுடன் சின்னதாக இருந்தது. அதன்பிறகு கீழ்த் தளத்தில் புதிதாக மூன்று அறைகள், மாடியில் நான்கு அறைகள் என்று பெரிதும் படுத்தியாயிற்று. தோட்டமும் செடிகளைவிட மரங்களை அதிகம் கொண்டிருந்தது. எழுந்து வந்து வளாகத்தின் மூலையில் இருந்த சப்போட்டா மரத்தைப் பார்த்தாள். நட்டு இத்தனை வருஷமாகியும் குத்துச்செடிக்கும் மரத்துக்கும் இடையிலான உயரத்தில்தான் நிற்கிறது. ஆனால் காய்த்துக்கொண்டே இருக்கிறது. இதை முகுந்தன் கல்லூரி சேர்ந்தப்ப அவன் கல்லூரிக்கு வந்திருந்த நடிகர் ஒருவர் ஆளுக்கொரு மரக்கன்றை வைக்கக் கொடுத்துவிட்டது. வளாகத்தை ஒட்டியவாறு இருக்கும் வேப்பமரம் கண்ணில் பட்டது. அதனருகில் இருக்கும் குழாயிலிருந்து வரும் தண்ணீரும் அங்கே சுருட்டி வைக்கப்பட்டிருந்த பிளாஸ்டிக் குழாயும் சேர்ந்து அந்த இடத்தைப் பள்ளமாக்கி இருந்தன. மரத்தின் அடியில் மண்ணரித்துப் போய் வேர்கள் சில வெளியே தெரிந்தன. இதை முதலில் சரிசெய்யச் சொல்லணும் தோட்ட வேலைக்கு வரும் ராயப்பனிடம். சொரசொரவென்று இருக்கும் அதன் அடிமரத்தைத் தொட்டவாறு நின்றாள். இந்த வேப்பமரத்தைப்போலவே பெரியதொரு வேப்பமரம் ஒன்று வேலுசாமியின் ஊரான வள்ளியூரில் உள்ள வீட்டில் உண்டு. அந்த வேப்பமரத்துக்குன்னு வசுகிட்ட ஒரு கதை உண்டு. அவள் வள்ளியூருக்குக் கல்யாணம் கட்டி வந்த அன்றே, அந்த மரத்துக்கு அடியில் அரைமணி நேரமாவது நிறுத்திவைக்கப்பட்டாள். ஆரத்தி எடுக்கவேண்டிய கோமதி மதினிக்கு வயிறு திடீர்னு கலக்க, அவ வெளிக்கிப் போயிட்டு வரட்டும்னு காத்திருந்தாக எல்லோரும் பேசிக்கொண்டார்கள். அவ வந்ததும் சிரிப்பா எல்லாரும் சிரிக்க, மதினிகாரிக்கு ஒரே வெக்கமாப் போச்சு. அந்த நேரத்தில் வேலுசாமி வசுவை உரசிக்கிட்டே நின்னாருன்கிறது வசுவுக்குள்ளும் வெக்கத்தைப் பிடுங்கிக்கொண்டிருந்தது என்பது

யாருக்குத் தெரியும்? இப்பவும் வள்ளியூரு போனால் அந்த மரத்தின் அருகே கொஞ்சம் நேரம் நின்னு பேசாம வருவதில்லை வசு. இங்கிருக்கும் வேப்பமரத்தைப் பார்த்தாலும் வசுவுக்குள் அந்த கதை நினைவுக்கு வராம போறதில்லை. அண்ணாந்து மேலே நிமிர்ந்து பார்த்தாள். கிளைகள் அடர்ந்து படர்ந்து பாதி ரோட்டை அடைத்துக்கொண்டு பந்தலிட்டு இருந்தன. ராயப்பன் வரும்போது இந்தக் கிளைகளையும் கொஞ்சமா தரித்துவிடச் சொல்லணும்ன்னு நினைத்துக்கொண்டாள் வசு.

வேலுசாமி கணக்கு நோட்டை மூடியபடியே வராந்தாவில் இருந்த நாற்காலியில் வந்தமர்ந்தார். வசுவும் வந்து படிக்கட்டில் அமர்ந்துகொண்டாள். இந்த மனுஷன்கிட்ட இன்னைக்குப் பேசியே ஆகணும். வீட்டுல எல்லாரும் இருக்கும்போது பேச முடியிறதில்ல சில விஷயங்கள என்று நினைத்தவாறு அவரைப் பார்த்தாள்.

“சமையல்காரி வந்த பொறகுதான் ஒனக்கு இப்படி உக்கார வாய்க்குது” என்ற வேலுசாமியின் குரலில் தெரிந்தது கரிசனமா அல்லது கிண்டலா என்று வசுவுக்குள் பிடிபடவில்லை. ‘உம்’ மட்டும் கொட்டினாள்.

“ஏங்க, இப்ப சொத்த பிரிக்கிறதுக்கு என்ன அவசியம் வந்தது? நாம என்ன சாவக்கிடக்கோமா என்ன...” என்று உள்ளே பொறுக்கமுடியாமல் உடனடியாகப் பேச ஆரம்பித்தாள்.

“நீ இத அன்னைக்கே கேப்பேன்னு நெனைச்சேன். லேட்டா கேக்க.. அதுக்கும் சமயம் பாத்திருந்திருக்க. வெவரமான பொம்பளதா நீ” பலத்த சிரிப்புடன் சொன்னபோது, வசுவுக்கு எரிச்சல் வந்தது. என்ன குசும்பு இந்த மனுசனுக்கு என்று முகத்தைத் திருப்பி வைத்துக்கொண்டாள்.

“சாவக்கெடந்தா தா சொத்த எழுதி வைக்கணும்ன்னு யாரு சொன்னா ஒனக்கு? எழுதி வச்சுட்டா சாவு வந்துரும்னு நீ எம் மேல இருக்குற பிடிப்புனால யோசிக்கிற. அதுதா ஒனக்கு இம்புட்டுக் கோபம் வருது. பொம்பள புத்திங்கிறது சரிதான்” சொல்லி முடிக்கவும், வசு கோபத்துடன், “பொம்பளைங்கள குற சொல்றதே ஓங்களுக்குச் சரியா இருக்கு, என்னவாச்சும் பண்ணுங்க போங்க,” என்று முடித்துக்கொண்டாள்.

“பொம்பளை புத்தின்னு சொன்னா மட்டும் என்ன நறுக்குன்னு கோவம் வருது ஒனக்கு. இப்ப நீ பேசுறத பொம்பளை புத்தின்னுதான் நா சொல்லணும் வசு. ஒரு வயசு வரைக்கும் நாம கட்டி ஆளலாம். அப்புறமா நமக்குப் பின்னாடி வர்றவுககிட்ட

தள்ளிரணும். நாம தள்ளி நின்னு பாத்துக்கணும். வயலு காடெல்லாம் கொஞ்சம் எழுதி வச்சிட்டோம்னா நானும் பொழுதுக்கும் ஓடவேண்டாமில்ல. ரைஸ்மில்ல மட்டும் கடைசிவரைக்கும் என் கன்ட்ரோலுலே வச்சிக்கணும்னு விரும்புறேன். அது எங்க அப்பாரு என்கிட்ட கொடுத்தது. கோமதியக்கா மவனுக்கு இது மேல ஒரு கண்ணு இருக்கு. பிரிச்சி கிரிச்சிக் கொடுத்து அவனுக்குத் தெரிஞ்சு கேஸகீஸ போட்டாம்னா... அதுக்குதான் அத மட்டும் பிரிக்காம பின்னால எழுதிக்கலாம்னு வச்சிருக்கேன்", என்றபடியே பிரம்பு நாற்காலியில் கிடந்த துண்டைத் தலைக்கு மேல இழுத்து விட்டுக்கொண்டார். இவரு இலேசுபட்ட ஆளில்லைதான் என்று மனத்துக்குள் நினைத்துக்கொண்டாள் வசு.

"என்ன பேசாம இருக்க? சரிதான நா சொன்னது?" என்று வேலுசாமி ஆரம்பிக்க, வசு, "சரிதான் ... எனக்குன்னு என்ன எழுதி வச்சிருக்கீங்க?" என்று இழுக்க, வேலுசாமியால் சிரிப்பை அடக்கிக்கொள்ள முடியவில்லை.

"ஏய் ... இப்பவும் அதே பொம்பள புத்திதான். அத ஏன் சத்தம் குறைச்சலா கேக்குத? சத்தமா கேளு. ஒனக்கு அதுக்கு உரிம இருக்குல்லா... இந்த வீடே ஒனக்குப் பின்னாடிதான் இவுகளுக்கு. என் காலத்துக்குப் பின்னாடி ஒன் நெலம என்னன்னு எனக்குத் தெரியும். சின்னவன் ஒட்டாம ஒதுங்கிட்டான். ஒன்னைய வேணா அவன் பாத்துக்குவான், என்னைய நிச்சயம் பாக்க மாட்டான்னு எனக்குப் படுது. ஏதோ அவனுக்கு நான் காதலுக்குக் குறுக்க நின்னு வாழவிடாம பண்ணிட்டேன்னு கோவம். அந்த வெருவா கெட்ட பயலுக்கு புரியவேண்டாமா, படிக்கிற காலத்துல கல்யாணம் கட்டிக்கிட்டா எப்படி சம்பாதிச்சுக் காப்பத்துறதுன்னு... கூறுக்கெட்டவன். நல்லவேள பாத்துக்கோ, அந்தக் குட்டி வேற பக்கம் வாக்கப்பட்டுப் போயிருச்சு. இல்லேன்னா வேற சாதின்னு எம் மானமில்ல நம்ம அரிசிமில்லுல இருக்கிற தவிட்டு உமியோட இல்ல பறந்திருக்கும்", என்று கெக்கலித்துக்கொண்டே சொல்லும் அவரைப் பார்க்கையில் வசுவுக்குள் இந்தாளை விவரம்னு சத்த முன்ன நெனைச்சுட்டோமேன்னு வருத்தமா இருந்தது. முகத்தை வாயிலைப் பார்த்து வைத்துக்கொண்டாள்.

"சரி, விடு, அவன மட்டும் இன்னும் கட்டிக்கொடுக்கணும். அதுதா எம் பாரம். சாமியாரா போகணும்னு முதல்ல இருந்தே விட்டுரும்ந்தோம்னா பரவாயில்ல. இப்ப சாமியாரா வாழப்போறேன்னு சொன்னா, எப்படியாக்கும் சரிபடும், சொல்லு? புள்ள குட்டிகள பெத்துக்கிறதுல இஷ்டமில்லயாம், நல்ல கத இது!" என்றார்.

“அவன சாமியாரா நாமதான ஆக்கிட்டோம். பாப்போம், அவனாட்டு ஒரு நா கல்யாணம் பண்ணி வையிங்கன்னு வருவான் பாருங்க. புள்ள குட்டி வேணாங்கிறான். இருந்துட்டுப் போட்டுமே. அவனுக்குச் சரியா இன்னொருத்தி கெடைக்காமலா போயிருவா? எனக்கு உள்ளாற ஒரு யோசன,” என்றபடி அவர் முகத்தைப் பார்த்தாள். ‘சொல்லு’ என்பதுபோல முகத்தைத் தழைத்தார்.

“நம்ம தேவா புள்ளயும் வாழாம இருக்கு. டைவார்ஸ் ஆயிருச்சுன்னோ ஆக காத்திருக்குன்னோ தேவா சொன்னதா நெனவு. அது சரிப்பட்டு வரும்னா முடிக்கலாம்ங்க,” என்று முடித்துப் பதிலுக்காக அவரைப் பார்த்தாள்.

வேலுசாமி லேசான இருமலுடன், “நீயும் இத எப்பத்திலிருந்தோ சொல்லிக்கிட்டுதான இருக்க. தேவகியும் அப்படிதா பிரியப்படுதா. ஆனா, இந்தப் பய சம்மதிக்கணுமே, அதவிட அந்தப் புள்ளையும் சரிங்கணுமே. இதுதா நடக்கணும்னா அதுதா நடக்கும். எல்லாம் அந்த முருகன் தொணை!” சொல்லவும், ‘அப்ப இவரும் சரின்னு தா இருக்காரு. அந்தப் பயகிட்டக்க நேரம் காலம் பாத்துதா பேசணும்’ என்றவாறு யோசிக்கவும், வெளிக் கதவைத் தொறந்து சுபத்ரா ராத்திரி சமையலுக்காக வரவும் சரியாக இருந்தது.

வசு எழுந்துகொண்டே, “எங்க ரெண்டுபேருக்கும்தான. நானே ரெண்டு தோசய ஊத்திருப்பேனே புள்ள,” என்றாள்.

“அப்படி ஆகாதும்மா. நா எதுக்கு இருக்கேன்? ரெண்டு சட்னி வச்சு தாரேன்,” என்று சொல்லியபடி முன்வாசப்படிக்கு வெளியே செருப்பைக் கழற்றிவிட்டு, சமையலறையைப் பார்த்து நடந்தாள்.

2

சுவிதாவைத் தூங்கவைத்துத் தன்னறையில் படுக்க வைத்துக்கொண்டாள் வசு. விடிவிளக்கைப் போட்டுவிட்டு நைட்டியை எடுத்துக்கொண்டு குளிமுறிக்குள் சென்றாள். மீண்டும் அறைக்கு வந்தபோது, சுவிதாவைக் கட்டிலில் காணவில்லை. பிள்ளை எழுந்து மாடிக்குப் போய்விட்டாளா என்ன? தூக்கச்சிக்கில் இருக்கும் குழந்தை எழுந்து உட்கார்ந்து அழத்தானே செய்வாள். எவ்வாறு மாடிக்குச் செல்ல முடியும். ராகவி வந்தாளா என்ன? இரவு உணவை முடித்துக்கொண்டு அவள் மேலே தன்னறைக்குச் சென்றால் மீண்டும் கீழே இறங்கும் பழக்கமே கிடையாது அவளுக்கு. சில சமயங்களில் அங்கிருக்கும் டிவியில் எதையாவது படத்தைப் பார்க்க சாப்பாட்டையும்

சேர்த்து எடுத்துக்கொண்டு போய்விடுவாள். யோசித்துக் கொண்டிருக்கும்போதே அறைக்குள் வேலுசாமி நுழைந்தார்.

“ஏங்க சுவியை பாத்தீங்களா? இங்கன படுக்க வச்சிருந்தேன்” என்றாள் பதற்றத்துடன்.

“ஏன் பதறுற? நா உள்ள வரும்போதுதான் முகுந்தன் அவள எடுத்துக்கிட்டுப் படி ஏறிக்கொண்டிருந்தான்” என்றார் சாவகாசமாக. அவனாக வந்து எடுத்துக்கொண்டு போனானா அல்லது இவர் சொல்லியிருப்பாரா என்பதில் சந்தேகம் உண்டு வசுவுக்கு.

“சொல்லிட்டு எடுத்துட்டுப் போகலாமில்ல?” என்றாள் வசு சிறிது எரிச்சலுடன். வேலுசாமி பதிலே சொல்லவில்லை.

“சரி வந்து படு”, என்று எளிதாகச் சொல்லிவிட்டுப் படுத்துவிட்டார்; புரிந்தது வசுமதிக்கு. அவர் தூங்கட்டுமென்று வசு அறையை விட்டு வெளியே வந்தாள். வீட்டின் எல்லா கதவுகளையும் ஒருமுறை சரிபார்த்துவிட்டு வந்தபோது வேலுசாமி படுத்திருந்தார். தூங்கினாரா என்று உறுதி செய்யமுடியவில்லை. நெற்றியையும் கண்களையும் மறைத்தவாறு வலதுகையைத் தலைப்பக்கமாய் வைத்துக்கொண்டு படுத்திருந்தார். விடிவிளக்கின் வெளிச்சம் அறைக்குள் சிறிதே வெளிச்சத்தைப் பாய்ச்சியிருந்தது; படுத்துக்கொண்டாள். வேலுசாமியின் மூச்சு கழுத்தினருகில் உரசியது. சற்றுத் தள்ளிப்படுத்தாள். அவர் ஏதோ முணுமுணுப்பது புரிந்தது. கவனம் செலுத்தாமல் உறக்கம் கண்ணைச் சுழற்றியது. இருந்தும் அவள் எழுப்பப்படுவாள் என்பதை உணர்ந்தே இருந்தாள்; எழுப்பப்பட்டாள். ஆண்களுக்கு வயதும் பொழுதும் உண்டா என்ன? ஆண் உடலின் நிம்மதியற்ற மூச்சுக்களுக்கு எப்போதும் பதில் சொல்ல இயலுவதில்லை ஒரு பெண்ணுக்கு. தன்னுடல் தனக்கானது அல்ல என்ற உண்மையை இந்த முப்பதுக்கும் மேற்பட்ட வருடங்களில் உணர்ந்தே இருக்கிறாள்.

காலையில் அழைப்பு மணிச் சத்தத்திற்கு முழித்துச் சமையல் செய்ய வந்திருப்பவளுக்குக் கதவு திறந்துவிட்டு மணியைப் பார்த்தால், ஆறு பத்து ஆகியிருந்தது. எப்படி தூங்கினோம் இப்படி? ஐந்தரை மணிக்கு எழுந்தால் மட்டுமே அத்தனைபேருக்கும் சாப்பாடு தயார்செய்து அனுப்ப முடியும். இந்த நினைவு வந்தபோது, சமையல்காரியின் வருகை நினைவுக்கு வந்தது. வேறு ஒருவர் அந்த வேலையைச் செய்வார்கள் என்ற நினைப்பு வந்தபோது, தன்னிடமிருந்த பதற்றம் சற்றுத் தணிந்திருந்தது புரிந்தது வசுவுக்கு. ஆனால் எதையோ ஒன்றைத் தான் இழந்ததுபோல இருந்தது.

“அம்மா, பால் இன்னும் காய்ச்சலையா? இப்போதான் எழுந்தீங்களா?” என்ற அடுத்தடுத்த கேள்விகளுக்கு ஒரே பதிலாய் உம் கொட்டிவிட்டு, இன்னைக்கு என்ன சமையல் செய்யணும் என்று நேற்று யோசித்துவைத்ததைச் சொல்லிவிட்டு, பல் துலக்கப் பின்பக்கமாய்ச் சென்றாள். பின்புறம் இருக்கும் வாழைத் தோட்டத்துக்கு இறங்கும் படிக்கட்டில் அமர்ந்துகொண்டாள். இந்தக் காலைவேளையில் கிணற்றின் மேல் பதித்திருந்த கம்பிவலையின் மீது அக்கா குருவிகள் பறந்துகொண்டும் தாவிக்கொண்டும் சண்டையிட்டுக்கொண்டிருந்தன. சூ என்று கையைத் தூக்கி விரட்டினாள். ஒன்றிரண்டு அவளைத் திரும்பிப் பார்த்துவிட்டு மீண்டும் சத்தமிட்டுச் சண்டையிட்டுக்கொள்ளத் தொடங்கின. வசுவுக்குள் சடவு எட்டிப்பார்த்தது. முகத்தைக் கழுவிக்கொண்டு துணிக்கொடியில் போட்டிருந்த துவர்த்தில் துடைக்கையில், சுபத்ரா கொடுத்த காபியை வாங்கிக்கொள்கையில் என்று சுரத்தில்லாமல் மனம் நின்றிருந்தது. மித்ரன் எழுந்துவிடுவானே, அவனைப் பள்ளிக்குக் கிளப்ப வேண்டுமே என்று ஒரு எண்ணம் சிறிதான பதைப்புடன் மேலெழுந்த போதும் அதைப் புறந்தள்ளிவிட்டு, இல்லை, இன்று ஞாயிற்றுக்கிழமை என்பது உரைக்க, ஏன் இப்படி மாறி மாறி எண்ணங்கள் வந்து விழுகின்றன இன்று என்று நினைத்தபடி அப்படியே அமர்ந்திருந்தாள்.

எந்த அலையும் இத்தனை வயதிலும் ஓய்வதில்லை. இந்த ஐம்பத்து நான்கு வயதிலும் இரவு நேரங்கள் அவளுக்கானதாக இல்லை. தன் உடலை விரித்துப் பரத்திப் படுத்துக்கொள்ள வாய்க்கவில்லை. தன்னருகில் படுத்திருப்பவன் எப்போது தன்னை உலுக்குவான் என்ற எச்சரிக்கை உணர்வு அழுந்த உறங்கச் செல்ல நேர்கிறது. ஆக்ரமிப்புகள் செய்யப்படும் உடலின் பாகங்களை நீக்கிவிடலாமா என்று எரியூட்டுகிறது மனசு. பதற்றம் ஏதோ ஒன்றாக உருவெடுக்கத் தொடங்குவதை உணர்ந்தாள். இரத்தம்.. ஆமாம், அதேதான்.. அதுதான் கட்டியாய் வந்து விழுந்த உணர்வு. இன்றைக்கு ஆரம்பித்தால் பத்து நாட்களாவது ஆகும். தூரம் இன்னும் நிற்கவில்லை. வயது ஏறிக்கொண்டே போகிறது. கர்ப்பப்பைக் கட்டிகள் வேறு. வழக்கமாகக் காட்டும் டாக்டரிடம் காட்டியாகிவிட்டது. அவரும் மாத்திரை மருந்து என்று ஏதேதோ மாற்றிக்கொடுத்துப் பார்க்கிறார்.

ஒரு சந்தர்ப்பத்தில், கட்டிகள் பெரிதாகக் காட்டிய ஸ்கேன் ரிப்போர்ட்டைக் கையில் வைத்துக்கொண்டு டாக்டர் கேட்டார், ‘கர்ப்பப்பையை நீக்கிவிடலாமா’ என்று. ஏனோ அதை நீக்கும் மனது வசுமதிக்குள் இல்லை. தன் குழந்தைகள் குடியிருந்த வீடு என்னும் சிலிர்ப்பு அதற்குள் பொதிந்து இருக்கிறது. பசங்களே ‘என்னம்மா

இது' என்று கேலி செய்தாகிவிட்டது. ஆனால் வேலுசாமியோ கர்ப்பப்பை எடுக்க விழையாத அவளின் மறுப்பைப் பெருமையாக வீட்டுக்கு வரும் உறவுகளிடம் பேசித் திரிகிறார். அதற்காகவாவது எடுத்துவிடலாம் என்று தோன்றும் சில நேரங்களில். இருந்தும் அவளின் பெண்மை அங்கேதான் இருப்பதாக ஒரு தார்மீகம் அவளுக்குள் இருந்து உறுத்திக்கொண்டே இருந்தது.

யாருக்காக அதைப் பாதுகாக்க வேண்டும் என்ற எதிர்வாதம் அவளுக்குள் சில நாட்களாகவே குடைந்து எழுந்தது. தான் படுத்துவிட்டால் தன் வீட்டை, குடும்பத்தைக் கவனிப்பது யார்? இந்த வீட்டுப் பெண்பிள்ளைகளுக்கு அந்தச் சாமர்த்தியம் இல்லையே, தன் பகுதி வேலைகளை மட்டும் பார்த்துவிட்டு ஒதுங்கிக்கொள்பவர்கள்தானே! ஒரு நாள் அப்படிதான் ஆயிற்று. சமைத்துவிட்டு உடல் முடியாமல் வந்து படுத்துவிட்டாள். மீண்டும் பத்துமணிக்கு எழுந்து சமையலறைப் பக்கம் சென்றால், ஆளாளுக்குச் சாதத்தையும் குழம்பையும் கறியையும் ஹாட்பேக்கில் எடுத்துக்கொண்டு மீதியை அப்படி அப்படியே திறந்துபோட்டுவிட்டுச் சென்றிருக்கிறார்கள். சாப்பாட்டு அறையும் அடுக்களையும் ஆகியிருந்த அந்த அலங்கோலத்தை ஒழுங்குபடுத்த முடியாமல் வசுமதி அப்படியே உட்கார்ந்து விட்டாள், செம்பகம் வரும்வரை.

இப்போதுதான் வீட்டிற்குச் சமையல்காரி ஒருத்தி வந்துவிட்டாளே. ஒவ்வொரு முறையும் இப்படியான மெனோபாஸ் துன்பத்தை அனுபவிப்பதைவிட, டாக்டரின் சொல்லைக் கேட்கலாம் என்று முடிவுசெய்தாள். மெதுவாய் எழுந்து குளியலறையை நோக்கி நடந்தாள்.

இந்த முறை டாக்டரைப் பார்த்தபோது, இரத்தப்போக்கைக் குறைக்க மாத்திரைகள் கொடுத்தனுப்பினார். அதன்பிறகு கர்ப்பப்பையில் இருக்கும் பைபிராய்ட், நீர்க்கட்டிகளுக்காக ஸ்கேன் செய்துவிட்டு முடிவு செய்வோம் என்று கூறினார். வீட்டுக்கு வந்தும் வலி அவளைத் தின்றுகொண்டிருந்தது. மாத்திரைகளை எடுத்துக்கொண்டு படுத்துவிட்டாள். கோபமும் எரிச்சலும் தலைவலியுமாக இரண்டு நாட்கள் ஓடின. யார் என்ன செய்தார்கள் என்று கேட்கவே இல்லை. கேட்பதற்குச் சமையல் செய்யும் சுபத்ராவையும் வேலையாட்களையும் தவிர்த்து வேறு யாரும் இல்லை வீட்டில்.

வேலுசாமியின் தங்கை நிர்மலா வந்திருந்தாள் வசுவைப் பார்க்க. "எப்படியிருக்க மைனி?" என்றாள் பரிவுடன். வசுவுக்குக் கண் கலங்கிவிட்டது. "எப்படியோ இருக்கேன் போ" என்றாள் கண்களைத் துடைத்துக்கொண்டே.

"பொம்பள ஜன்மமா பொறந்துட்டா இப்படிதான். செத்துச் சுண்ணாம்பா போறவரைக்கும் அதுவும் நிக்குறது இல்ல. வீட்டுலேயும் ரெஸ்ட் கெடைக்கிறது இல்ல . . ." என்று சலித்துக் கொண்டவளைப் பார்த்து வசு கேட்டாள், "நிர்மலா, ஒன் மாமியார் எப்படியிருக்கா ?"

"நீங்க போனதடவ வந்திருந்தப்போ எப்படி படுக்கையில கெடந்தாகளோ அப்படியேதான்... மூத்திரமும் பீயும் அங்கனதான். அந்த வாடையில சோறு திங்க முடியாமதான் நா இம்புட்டு இளச்சிட்டேன். கொழுந்தன் பொண்டாட்டியும் எங்களோடதான் இருக்கா பாத்துக்கோங்க, ஆனா சரியா பாக்கமாட்டா... படுத்துக்கெடந்தே கிழவியும் நொடிஞ்சுப் போச்சு. ரொம்ப நாளு தாங்குறது கஷ்டம்னு ஜோசியரு சொல்லிட்டாரு மைனி . . ." சுபத்ரா கொடுத்த மோரைக் களக் களக் என்று குடித்தபடியே பேசினாள்.

"சுதந்திராவ கூட்டிட்டு வந்திருக்கலாம்ல்ல . . ." என்ற கேள்விக்கு, "எங்க மைனி... அவளையும் இந்த மனுஷன் நா சொல்ல சொல்ல கேட்காம பெரிய குடும்பத்துல கட்டிக்கொடுத்தாரு. ஓய்வு ஒழிச்சலில்லாத வேல அதுக்கு. வேலைக்கும் போறாளா, அத வச்சு டிரான்ஸ்பர் வாங்கி நம்ம கோவில்பட்டி பக்கம் சோழவந்தான் ஸ்கூலுக்கு மாத்திலாகிப் போன மாசம்தான் ஜாயின் பண்ணிட்டா... புள்ளையையும் அடுத்த வருஷம் அங்கனயே ஒரு ஸ்கூல்ல சேர்த்துட்டான்னா அவளுக்கு அலைச்சல் குறையும்," என்றவளிடம், "அப்போ அவ மாப்பிள்ளை ?" என்று வசு கேட்க, "அவன் இவ சொல்றதயெல்லாம் கேக்குறது இல்ல, அவரு மதினி இருக்கால்ல அவ சொல்லுதான் வேதவாக்கு. அவ வச்சதுதான் அந்த வீட்டுல சட்டம் போங்க... என்னத்த சொல்ல... நம்ம கதய விட பெரிய கத அது . . ." முகத்தைத் துடைத்துக்கொண்டவள், "ஒரு சந்தோஷம் என்னன்னா . . . பாலாஜி நல்லாயிருக்கான்.. போபால்ல வேல பாக்கான் மைனி. அவனுக்கு ஒரு புள்ளைய பாருங்க. புள்ள வேலைக்குப் போனும்ங்கான் ..." என்று சொல்லிச் சிரித்தாள் நிர்மலா.

"ரெண்டு நாள் இரு நிர்மலா . . ." என்று சொல்லியவாறு அவள் கைகளைப் பிடித்தாள் வசு.

3

நிவேதிதாவின் பெரும் சத்தம் கேட்டுக் கண் திறந்தாள் வசு. சமையல்காரப் பெண்ணிடம் குரல் உயர்த்தி அவள் கத்திக்கொண்டிருப்பது தெரிந்தது. ராகவி வந்து என்னவென்று

கேட்பதும் நிவேதிதா அவளிடம் சூடில்லாத காப்பிக்காகச் சத்தமிட்டுக்கொண்டிருப்பதாக டைனிங்ஹாலில் பேசுவதும் கேட்டது. மெதுவாக அவர்களின் குரல் நகர்ந்து தான் படுத்திருக்கும் அறையினுள் வந்ததும் மெதுவாக எழுந்தாள் வசு. உதிரப்போக்கு சற்று மட்டுப்பட்டிருப்பது புரிந்தது வசுவுக்கு. ஏனென்றால் படுக்கையிலிருந்து எழுந்தாலோ, நடந்து வந்துகொண்டிருந்தாலோ அசைவுகளுக்கு ஏற்றபடி கட்டிக்கட்டியாக நாப்கினுக்குள் விழுவதும் அது அங்கு உறிஞ்சப்படாமல் தொடையின் பக்கங்களில் உரசி வழியத் துடிப்பதும் தெரியும். எங்கேயிருந்தாலும் குளியலறை பார்த்து ஓடும்போது உட்பாவாடை எல்லாம் சிவப்பாகிவிடும் நிலையில்தான் உள்ளே போய் நிற்பாள். கால்கள் இரண்டும் நடுங்கும். தலைச்சுற்றலும் சேர்ந்து கொள்ளும். இன்று அப்படியில்லை. மாத்திரைக்குக் கட்டுப்பட்டு இரத்தப்போக்கு குறைந்திருந்ததை உணரமுடிந்தது வசுமதியால்.

அவர்கள் இருவரும் இவள் எழுந்ததைக்கூடக் கவனியாமல் தங்களுக்குள் சுபத்ராவைக் குறை சொல்லிப் பேசிக்கொண்டிருந்தனர்.

“நேத்து சாப்பாட்ட வாயில் வைக்க முடியல ராகவி. வெளியிலிருந்து ஆர்டர் செய்துதான் சாப்பிட்டேன், பாத்துக்கோ.”

“அம்மாவுக்கு முடிந்தால் பரவாயில்லை,” என்று சொல்லியபடி கட்டிலைப் பார்த்துத் திரும்பினாள் நிவேதிதா. வசு எழுந்து உட்கார்ந்திருப்பதைப் பார்த்ததும், “இப்ப பரவாயில்லையாம்மா?” என்றாள்.

உம் என்ற வசு, “என்ன சத்தம் நிவேதா, கொஞ்சம் அனுசரிச்சுக்கக் கூடாதா என்ன? நா சமையலறையில் அவ கூட நின்னுக்கிட்டு இருந்தா, கொஞ்சம் கவனமா நா சொல்றது மாதிரி செய்வா. இல்லையா, தானா எதுவேன்னா செய்துருவா. எனக்குக் கொஞ்சம் நல்லாகட்டும்”, என்றபடி இருவரையும் பார்த்தாள். இருவரும் சமாதானம் கொண்டது அவர்கள் முகத்திலேயே தெரிந்தது.

“பெருசா ஒண்ணுமில்லத்தே. நீங்க இல்லாம எங்களுக்கு ஒண்ணும் ஓடல. சாப்பாடு சரியில்லாததுக்கு முகுந்தனும் கண்டுக்கிறது இல்ல. நா ஆபீஸ்ல பாத்துக்கிறேன்னு போயிட்டார். மாமாவும் அப்படிதான். மித்ரன்கூட சொல்ற பேச்ச கேட்குறது இல்ல. நீங்க அவனையும் சுவியையும் பாத்துக்கும்போது, எப்படி நல்ல பிள்ளையா இருக்காங்க. இப்ப ஒரே அடம்.” மித்ரன் என்றதும்தான், அவனைத் தான் காலையில் இருந்து பார்க்கவேயில்லையே என்று நினைவுக்கு வந்தது.

ஒண்ணுமில்லன்னு சொல்லிவிட்டு இத்தனை குறைகளைச் சொல்லும் ராகவியைப் பார்த்து வசுமதி கேட்டாள், "மித்ரனும் சுவியும் எங்கே?" என்று.

"வேற எங்கம்மா இருப்பாங்க," என்று எரிச்சல் கலந்த குரலில் நிவேதிதா கேட்டுவிட்டுத் தொடர்ந்தாள், "எங்க வீட்டுலதான். அத்தை தான் பாத்துகிறாங்க", என்றாள் முகத்தைத் திருப்பிக்கொண்டு சாவகாசமாக. அந்தக் குரலில் 'நீ பாட்டுக்குப் படுத்துகிட்ட. நாங்க என்ன செய்வோம்' என்ற குற்றச்சாட்டு இருந்தது. அப்படியும் இவர்களாகத் தான் பெத்ததுகளைப் பார்க்க மாட்டாங்களாம், வீட்டில் சும்மாதானே இருக்கிறார்கள், பார்க்கட்டுமே என்ற எண்ணத்தில் மூட்டுவலியால் அவதிப்பட்டுக் கொண்டிருக்கும் மலர்விழியிடம் கொண்டு விட்டிருக்கிறார்கள் குழந்தைகளை. சௌகரியவாதிகளாக இருந்து சுயநலவாதிகளாக மாறியிருக்கும் இருவரையும் பார்க்கும்போது வசுவுக்குள் கோபம் எட்டிப்பார்த்தது. வலி எடுக்கத் தொடங்கவும் பேசாமல் இருந்தாள்.

கர்ப்பப்பையை நீக்கும் முடிவை உறுதி செய்தாள் டாக்டரிடம். 'முதல்ல அட்மிட் ஆயிடுங்க... சில டெஸ்ட்டுகளை முடித்துவிட்டு ஆப்ரேஷன் வைத்துக் கொள்ளலாம்' என்று சொல்லிவிட்டார் டாக்டர். ஆஸ்பத்திரியில் அட்மிட் ஆனது முதல் எல்லோரும் பார்ட் டைம் வேலைபோல வந்து வந்து போனார்கள். லாப்ராஸ்கோபி மூலம் எடுத்துவிடலாம் என்று சொல்லியிருந்ததால் மறுநாளே ஆஸ்பத்திரியிலிருந்து வீட்டுக்குச் சென்றுவிடலாம் என்பதாக வசுவுக்குள் இருந்தது. காலையில் அறுவைச் சிகிச்சைக்கு அழைத்துச் சென்றார்கள். அதன்பிறகு அனஸ்திசியாவிற்கு மயங்கியவள்தான்.

யாரோ அழைக்கும் சத்தம் கேட்டுக் கண் விழித்தாள். உடலின் உள்ளே குத்திய வலிக்குக் கண் திறக்க முடியவில்லை. 'இப்போ எப்படி இருக்கு?' என்று யாரோ கேட்பது புரிகிறது. 'வலிக்குது' என்று மட்டும் முனகினாள். அன்று இரவே வலி சற்றுக் குறைந்திருந்தது. ஆஸ்பத்திரியில் இருந்து மறுநாள் வீட்டுக்குச் செல்லலாம் என்ற டாக்டர், "வெயிட் மட்டும் தூக்காதீங்க மூணு மாசத்துக்கு. பத்து நாட்களாவது ரெஸ்ட்டில் இருக்கணும். அதுக்கப்புறம் நார்மல் வேலைகளைப் பாருங்க. அதுக்காக அவசரப்பட்டுச் செய்யாதீங்க. ரெவிய்யு டேட் குடுக்கிறேன். அப்போ வாங்க. உங்க உடம்பு கொஞ்சம் தேறியபிறகு ஹெச் ஆர் டி மாத்திரைகள் எழுதித்தரேன். மற்றபடி சரியாகிடும். இனி இரத்தப்போக்கு, வயிற்றில் பிடுங்கும் வலியெல்லாம் இருக்காது, என்ன," என்றார் சற்றுச் சிரித்தவாறே.

அறையைவிட்டு நகரத்தொடங்கியவர், நின்று, "உங்களுக்குன்னு ஒரு ஹோம் நர்ஸ் கேட்டிருந்தாங்க பத்து நாட்களுக்கு. அவங்க உங்க வீட்டுக்கு நாளைக்குக் காலையில ஏழு மணிக்கு வந்திடுவாங்க" என்று சொல்லி இயல்பாய்ப் புன்னகைத்தார். அதுவே வசுவுக்கு ஒரு நிம்மதியைக்கொண்டு வந்தது. இல்லையென்றால் தன்னை வேறு யாரும் பார்க்க மாட்டார்கள் என்று தெரியும் அவளுக்கு.

வீட்டுக்கு வந்து சேர்ந்த இரண்டு நாட்களில் சரவணன் வந்தான். வசுமதிக்குச் சற்றுச் சமாதானமாக இருந்தது அவனைப் பார்க்க. இவள் பேசத் தொடங்கும் முன்பே நிபந்தனை வைத்தான்.

"உங்களுக்கு முடியலேன்னுதாம்மா வந்தேன். கல்யாணப் பேச்சை எடுக்க மாட்டேன்னு போன தடவ வந்திருக்கும்போது சொன்னீங்க. நா ஒங்கள நம்புதேன் பாத்துக்கோங்க," என்று சிரித்தபடிச் சொன்னான்.

"சரிடா சரவணா, நா இனி அதப் பத்திப் பேசல. நீ வந்து போயிருந்தா போதும்", என்றாள் கமறும் குரலில்.

வீட்டுக்கு வந்து கிட்டத்தட்ட இரண்டு மாதங்களுக்குள் பழைய நிலைக்குத் திரும்பியிருந்தாள். மீண்டும் வீட்டுவேலைகள், குழந்தைகள் என்று வாழ்க்கை அவளை விரட்டிக்கொண்டிருந்தது. இந்த ஒரு வருட காலத்தில் தீட்டு குறித்த பயம் சுத்தமாக நீங்கியிருந்தது. ஒவ்வொரு பெண்ணுக்குள்ளும் அது ஒரு பெரும் பாரம்தான் என்று நினைத்துக்கொண்டாள். இப்போதெல்லாம் வேலுசாமியிடம் இருந்து தள்ளிப் படுத்தாள். 'என்னால் முடியாது' என்று சொல்லத் தொடங்கியிருந்தாள். அவரும் ரைஸ்மில்லில் இருந்து வீட்டுக்கு வருவதை ஆறு மணியிலிருந்து எட்டு மணி ஆக்கியிருந்தார். 'தன்னைத் தானே அதிகமாக வேலையில் ஈடுபடுத்திக்கொள்வதும் நல்லதுதான் அவருக்கு' என்று வசுவும் எண்ணினாள். முகுந்தன் ஒருமுறை அதற்காகச் சத்தம் போடவும் செய்தான்.

வசு அவனிடம், "அவர் வேலையைப் பார்த்துட்டுதானே வரார். இத்தனை வருஷமும் அவர் எத்தனை மணிக்கு வராருன்னு அக்கறையில்லாம, இப்ப ஏன்டா குதிக்கிற?" என்று சாதாரணமாகக் கேட்டாள்.

அவன் அவளை முறைத்துப் பார்த்தபடி, "அவருக்கு வயசாவறது உங்களுக்குத் தெரியுதா? அதைவிட வேற ஒண்ணும் இருக்கு", என்று சொல்லி நிறுத்தினான். வேற என்ன என்பதுபோல

அவனைப் பார்த்தாள் வசு. அவன் பேசாமல் இருந்தான். “சொல்லுடா...” என்று அழுந்தச் சொன்னாள்.

“ஒண்ணுமில்லம்மா, சொத்து தொலைஞ்சிறக் கூடாதுல்ல”, என்று சொல்லிவிட்டு, அவள் கண்களைச் சந்திக்காமல் இருக்க சட்டென நகர்ந்து சென்றுவிட்டான். அவன் என்ன சொல்கிறான் என்று புரிய வசுவுக்குச் சில வினாடிகள் ஆனது. சுதாகரித்து நிமிர்ந்தவளின் உடல் நடுங்கியது. படுத்தபோது தலையும் சுற்றியது. ‘ஏன் இந்த வயசுல நா இதெல்லாம் அனுபவிக்கணும்?’ என்ற எண்ணம் அலையலையாக மேலெழும்பியது. எப்போது எழுந்தாள் என்று நினைவில் இல்லை. அதற்குள் வேலுசாமி ஜாகிங் கிளம்பி சென்றிருந்தார். சமையல்கட்டின் பக்கம் வந்தபோது, சுறுசுறுப்பாக சுபத்ரா இயங்கிக்கொண்டிருந்தாள். இப்போதெல்லாம் சுபத்ராவைத் தனக்குள் கொண்டு வந்திருந்தாள். யாருக்கு என்னென்ன வேண்டும் என்பதற்கு அவளும் பழக்கப்படத் தொடங்கியிருந்தாள்.

அன்றிரவும் அவர் தாமதமாக வர, மறுநாள் அவரிடம் தான் கடைக்குப் போக வண்டி வேண்டுமென்று கேட்டாள். நான் ரைஸ்மில்லில் இறங்கிவிட்டு அனுப்புகிறேன் என்றார். காரில் போகும் வழியில் ஐசக்குடன் பேச்சுக் கொடுத்தாள். குடும்ப விசாரிப்புகளுக்குப் பின்னர் அவளின் வார்த்தை வழிக்குள் வந்திருந்தான் அவன். வேலுசாமியின் கடினமான வேலை குறித்துக் கவலைப்படுவதாகச் சொன்னபோது, ஏதும் சொல்லாமல் இருந்தான். இன்னும் சற்று அதே விஷயத்திற்கு அழுத்தம் கொடுக்கவும் அவன் வாயைத் திறந்தான்.

“அம்மா, நீங்க ரொம்ப கவலைப்படுறீங்க. உங்க உடம்புக்கு ஆகாதும்மா,” என்று நிறுத்திவிட்டுக் கண்ணாடியின் வழியாகப் பின் இருக்கையில் இருந்த அவளைப் பார்த்தான். வசுமதி அதைக் கவனித்தும் கவனிக்காத மாதிரி இருந்தாள்.

அவனே தொடர்ந்தான், “ஐயாவ சாயந்திரம் ரைஸ்மில்லிலிருந்து ஏத்திக்கிட்டு சில சமயம் நேராக வீட்டுக்கு வந்துவிடுகிறேன். ஆனால் இப்ப கொஞ்ச நாளா அவர டவுன் பக்கம் இருக்கும் அவர் சினேகிதர் பாலசண்முகம் சார் வீட்டில் இறக்கிவிடுறேன். ஒரு மணி நேரம் கிட்டக்க ஆகும், அவர் அங்கிருந்து வெளியே வர. ரெண்டுபேரும் பேசிக்கிட்டு இருப்பாக அல்லது தண்ணி சாப்பிடுவாக போலன்னு நெனைச்சுப்பேன். ஆனா ரெண்டு மூணு தடவையா ஒரு பொம்பளை அந்த வீட்டுக்குள்ளார அந்த நேரத்துல போறத பாத்துருக்கேன்ம்மா. ஒரே பொம்பள இல்லம்மா. வேற வேற பொம்பளைங்க”, அவளின்

முகம் வாடுவதைக் கண்டதும் பேச்சை மாற்ற எண்ணி, "அம்மா, நம்ம ஐயா நல்லவருதாம்மா. அவரு சினேகிதருக்குத்தான் பொம்பள சகவாசம் இருக்கும்மா" என்றான் கவனமாக.

வசுமதி, "அவரு வீட்டுல வேற யாரும் இல்லையா?" என்று கேட்டாள் குரலை நிதானமாக வைத்துக்கொண்டு.

"இல்லம்மா, அவரு தனியாதா இருக்காரு போல" என்றான். அவன் பேச்சை நிறுத்திக்கொண்டான். ஆனால் அவளையே அவ்வப்போது பார்த்துக்கொண்டு வண்டி ஓட்டுவதுபோல வசுமதிக்குள் தோன்ற, "ஐசக், நீ தா இதப் பத்தி பேசினேன்னு காட்டிக்க மாட்டேன். நா பாத்துக்கிறேன், சரியா" என்று சினேகமாய்ச் சிரித்ததும் அவன் சற்றுச் சமாதானமாகிச் சுறுசுறுப்பாக, "சரிம்மா" என்றான்.

இரண்டு நாட்கள் அவரிடம் எதுவும் கேட்டுக் கொள்ளவில்லை. மனசு கொஞ்சம் அமைதிப்படட்டும் என்று காத்திருந்தாள். நிதானமாக யோசிக்க ஆரம்பித்தாள். பிள்ளைகளிடம் பேசக்கூடிய விஷயமும் இல்லை இது. இதற்கு எவ்வாறு விடை தேடுவது என்றும் புரியவில்லை. முகுந்தன்தானே சொன்னான். அவனிடம் கேட்டுப் பார்க்கலாமா என்றும் யோசித்தாள். ஆனால் அவனால் என்ன தீர்வு இதற்குச் சொல்ல முடியுமென்று அவளுக்குத் தெரியவில்லை. இவளுக்காக அவரிடம் மல்லுக்கட்டுவான். அது அப்பாவுக்கும் பையனுக்கும் இடையில் ஒரு உரசலைக் காலத்துக்கும் ஏற்படுத்திவிடகூடும்.

அவன் ஒருவேளை இதை ராகவியிடம் சொன்னால், 'இந்த வயசுல என்ன அசிங்கம்' என்றும் நினைக்கலாம் அல்லது 'ஏன் இவங்களுக்கு அவரு தன்னிடம் வச்சுக்க தெரியலையான்னும்' நினைக்கலாம். இந்த எண்ணங்களே வசுவை வெகுவாகக் காயப்படுத்திப் பார்த்தன. அவள் உடம்பை அடுத்தவர்கள் தங்களின் கண்களால் விமர்சனப்படுத்துவதை நினைக்கவே தாங்க முடியாதவளாக இருந்தாள்.

அவரின் நண்பரைத் தொடர்புகொண்டால் என்னவென்று தோன்றியது. அவரிடம் பேசுவதை வேலுசாமியிடம் சொல்லிவிட்டால் என்ன செய்வது என்றும் குழப்பமாக இருந்தது. இருந்தும் முயன்று பார்க்கலாம் என்று முடிவு செய்தாள் வசுமதி. வேலுசாமியின் போனிலிருந்தே பாலசண்முகத்தின் எண்ணை எடுத்தாள். மறுநாள் எல்லோரும் வீட்டை விட்டு அவரவர் வேலைகளுக்குச் சென்றபின் வீட்டு போனை எடுத்துக்கொண்டு உட்கார்ந்தாள்.

"ஹலோ" என்ற தடிமனான ஆண் குரலைக் கேட்டதும் என்ன பேசுவது என்று பயம் வந்தது. மூச்சை நிதானமாக்கிக் கொண்டு பேசத்தொடங்கினாள்.

"நா வேலுசாமி மிஸஸ் பேசுறேங்க" என்றாள் நிதானமாக.

"யாருங்க? வேலுசாமி வீட்டுலே இருந்தா? என் நம்பர் உங்களுக்கு எப்படி கிடைத்தது?" என்ற அடுக்கடுக்கான கேள்விகளில் இருந்து, பதற்றம் இப்போது அவர் பக்கம் தொற்றிக்கொண்டது புரிந்தது வசுவுக்கு.

"ஆமா சார்," என்று தொடங்கினாள். தன் வீட்டுக்காரருக்கு இரத்த அழுத்தமும் நீரிழிவும் இருப்பதில் தொடங்கி, பெண் சகவாசம் அளவுக்கு மீறினால் அவருக்கு என்னவாகும் என்று உடல்ரீதியான பயமுறுத்தலில் ஆரம்பித்து, இதை இன்னும் தொடர்ந்தால், அவரின் வீட்டில் விபச்சாரம் நடப்பதாகத் தான் போலீசுக்குப் போகவிருப்பதாகவும் அவர் தான் பேசியது குறித்து வேலுசாமியிடம் சொன்னால் இரண்டாவதாகச் சொன்னதை செய்துவிடுவேன் என்று மனரீதியாகவும் பயமுறுத்தி போனைக் கீழே வைத்தாள். மனிதன் ஆடிப்போயிருந்தார் அவள் பேசிமுடிக்கும்போது.

வசுவுக்குள் ஒரு அரக்கி முளைத்திருந்தாள், இரண்டு கொம்புகளுடன். குடும்பத்துக்குள் ஜெயிக்கப் போவது ஆணா அல்லது பெண்ணா என்பதை முடிவு செய்பவளாக அவள் இருந்தாள். தன் தைரியம் தனக்கே பிடித்திருப்பதாக உணர்ந்தாள். இனி கொஞ்ச மாதங்களுக்காவது வேலுசாமி அடங்கியிருப்பார் என்று வசு உறுதியாக நம்பினாள்.

4

தேவகிக்கு, இங்கு நடந்ததைக் கடிதமாக்கினாள். தேவகியின் பதில் கடிதம் அவளுக்கு மிகுந்த வியப்பை உண்டாக்கியது. வெளியுலகம் குறித்தான தேவகியின் பார்வை இவளுக்குள்ளும் ஓர் உலகத்தைச் சிருஷ்டித்தது.

'உனக்கான ஒரு வாழ்க்கையை நீ என்னைக்குதா வாழப்போறே? அந்த வீடுதான் உன்னோட சிறை, வசு. அதற்குள்ளாற, உன் கூட இருக்கிற மனுஷங்க எல்லோரும் வெளியே போய்விட்டு வீட்டுக்குள் வராங்க குழந்தைகள் முதல் வேலைக்காரி, சமையல்காரிவரை. நீ மட்டும்தா அதுக்குள்ளேயே இருக்க. ஒரு நாளில கொஞ்ச நேரமாவது அந்த வீட்டைத் தாண்டி வெளியே வா வசு. உனக்குப் பிடித்த

இடமா போயி உக்காந்துக்கோ. அந்த இடம், கோவிலுக்கு உள்ளாடியா இருக்கலாம், நம்ம ஊரு ஆறு இல்லேன்னா வாய்க்கால் ஓரமாகூட இருக்கலாம், கடைத்தெருவின் பக்கமா கூட இருக்கலாம்... ஏதாவது ஒரு இடத்தைத் தேர்வு செய்து, அங்க உக்காந்து அந்த உலகத்தை அங்கன நடக்குற, பேசுற, ஓடுற மக்களை, பறவைகளை, மிருகங்களைக் கவனிச்சுப் பாரு வசு. உன்னோட பாரமெல்லாம் குறைஞ்சு போகும்.

நா என்னோட வெறுமையில் இருந்து, ஒண்ணுமில்லாத என் வாழ்க்கையோட வெறுமையிலிருந்து அப்படிதா மீண்டுகிட்டு இருக்கேன். எல்லோரும் உன்னைச் சுத்தி இருந்தும், உனக்குள்ளாற ஒரு வெறுமை இருக்கு வசு. அவங்க பிரச்சனைய ஒன்னோட பிரச்சனையா பாத்துக்கிட்டு குழம்பி கெடக்குற. அதிலிருந்து நீ வெளிய வரணும்னா அடைஞ்சு கிடக்கிறத விடு.

சின்ன வயசுல நாம படிச்ச பாரதியார் பாட்டு உனக்கு நெனவிருக்கா வசு?

"விட்டு விடுதலை யாகிநிற் பாயிந்தச்
சிட்டுக் குருவியைப் போலே"

அப்படியான ஒரு விடுதலையைச் சுவாசிச்சுப் பாரு வசு. உனக்கு சந்தோஷம் கிடைக்கும்.'

தேவாவின் வார்த்தைகளில் இருக்கும் நிஜம் அவளுக்கான உலகத்தைத் தேடவைத்தது. அதன்பிறகான நாட்களைக் குழந்தைகளுடன் விரும்பிப் புகுத்திக்கொண்டாள். மாலையில் அவர்களையும் செம்பகத்தையும் அழைத்துக்கொண்டு பூங்கா போவதும் அவர்கள் விளையாடும்போது இவள் நடப்பதுமாக அமைதிகொள்ளத் தொடங்கினாள். பக்கத்திலிருந்த பாகீரதி நாடகசபையில் பகலில் நடக்கும் ஒத்திகைகளைக்கூட கண்டு வந்தாள். கோயிலுக்குப் பின்னிருக்கும் தோட்டத்தில் இருந்து பூக்களைக்கொய்து தொடுத்து ஐயரிடம் கொடுத்தாள். தையல்காரப் பெண்மணியின் குழந்தைக்கான பரீட்சை தொகையைக் கட்டினாள். அவளுக்கான உலகத்தை விரிவுபடுத்தினாள். துறப்பு எளிதாய் அவளுக்குள் சாத்தியமானது. பெண்கள்தான் எத்தனை அழகானவர்கள்? தங்களுக்கான உலகத்தைத் தாங்களே உருவாக்கிக் கொள்கிறார்கள்; அதையும் அவர்களே மாற்றியமைக்கிறார்கள்; தீர்வுகளை அவர்களுக்குள்ளேயே பேசிக் கண்டுகொள்கிறார்கள் என்ற தேவாவின் சொற்கள் எத்தனை உண்மை என்று வசு உணர்ந்தாள்.

வீட்டில் இருப்பவர்கள் இவளின் இந்தப் புது நடவடிக்கைகளை வித்தியாசமாக உணர்ந்தார்கள். பின் தங்களின் நேரக் கணக்கில் அதையும் புகுத்தி இவளின் சௌகரிய நேரத்தை அனுசரித்துத் தங்களைச் சரிசெய்துகொண்டார்கள். வீட்டை விட்டு வெளியே செல்பவர்கள் 'சாயந்திரம் எங்கேயாவது போறீங்களா?' என்று வசுவைக் கேட்பார்கள். இதை வசு சந்தோஷமாக எதிர்கொண்டாள். நான் ஏன் இத்தனை வருடங்களாக இதை இவர்களுக்கு உணர்த்தாமல் போனேன் என்ற சுயபச்சாதாபமும் இருந்தது.

வேலுசாமியும் சில தினங்களாக ஒழுங்காக வீட்டுக்கு வந்து கொண்டிருந்தார். ஆனால் யாருடனும் பேசாமல் எப்போதும் ஏதோ யோசனையில் இருந்தார். அவர்தான் மித்ரனுக்கு சோசியல் சயின்ஸ் சொல்லிக்கொடுப்பார். ஒரு வாரமாக அப்பாவிடம் கேட்டுக்கொள் என்று அவனையும் ஒதுக்கி விட்டார். முகுந்தனுக்குப் புரியாமல், "ஏன்பா உடம்புக்கு முடியலையா?" என்றும் விசாரித்துவிட்டான்.

வசுமதியிடமும், "நீ அவரிடம் ஏதாவது கேட்டியா? அப்பா ஏன் ஒரு மாதிரி குழப்பத்தில் இருக்கிறார்?" என்று கேட்டேவிட்டான்.

"நீதான சொன்ன சொத்துல பங்கு விழுந்துரும்னு. விழுந்துருச்சோ என்னமோ..." என்று சொல்லிவிட்டுத் திரும்பிக் கொண்டாள், தனக்கு வரும் சிரிப்பை அவன் பார்த்துவிட்டால் கத்துவானே என்று.

"நா சீரியஸா பேசிக்கிட்டு இருக்கேன், நீ என்னடான்னா காமெடி பண்ணிக்கிட்டு இருக்க. என்னமோ போங்க..." என்று நகர்ந்தான்.

வசுவுக்குள் புரிந்தது அவரின் தடுமாற்றம். பாலசண்முகம் ஏன் தன்னை வரவிடாமல் செய்திருக்கிறான் என்பதே அவரின் குழப்பமாக இருந்தது. அதை ஒருநாள் வசு உறுதியும் செய்தாள். அவர் குளித்துவிட்டு வெளியே வந்ததும், அங்கு அறையில் எதையோ எடுக்கவருபவள் போல வந்து, "ஏங்க நீங்க பாத்ரூமில இருக்கும்போது பாலசுந்தரமோ என்னவோ ஒரு பேரு..." என்று யோசிப்பவள் போல நடித்தாள். அவர் உடனே பதற்றமாகி, "பாலசண்முகமா?" என்று கேட்க, மொபைலை எடுத்துத் திறந்து கொண்டே, "மூதேவி, உடனே எனக்கு சொல்ல வேண்டாமா?" என்று திட்டினார். அதில் அப்படி ஏதும் அழைப்பு வரவில்லை.

“இதுல காணுமே” என்று துவர்த்தால் கழுத்துப்பகுதியைத் துடைத்துக்கொண்டே கேட்டார்.

வசுவும் அவரின் தவிப்பைக் கவனித்துக்கொண்டே ஒன்றும் தெரியாததுபோல, “இதுல இல்ல. வீட்டு போன்ல” என்று சொல்லியபடி துணி பீரோவில் இருந்து அடுக்கியபடி அவரைப் பார்த்தாள்.

கொஞ்சம் குழம்பிப்போன வேலுசாமி, “அவருக்கு வீட்டு நம்பர் எப்படி தெரியும்” என்று முணுமுணுத்துக்கொண்டே, தன் கைபேசியில் இருந்து அவசரமாக அவரின் எண்ணை அமுத்த, அவர் இவரின் அழைப்பைத் துண்டிப்பது நன்றாகத் தெரிந்தது. இரண்டு மூன்று முறை முயன்ற போதும் அவர் இவரின் அழைப்பைத் நிராகரித்தபடியே இருந்தார். இவள் மெதுவாக அறையை விட்டு நகர, பொறுக்கமுடியாமல், “சரியா பேரைக் கேட்டியா?” என்று பல்லைக் கடித்துக்கொண்டே கேட்க, வசு அலட்சியமாக, “தெரியல, அப்படிதா அவரு பேர சொன்னதா ஞாபகம்” என்று சாவகாசமாகச் சொல்லிக்கொண்டு அறையைவிட்டு வெளியே வந்தாள். வேலுசாமி தலையில் கையை வைத்துக்கொண்டு படுக்கையில் அமர்வதைப் பார்த்தபோது சந்தோஷமாக இருந்தது. அதன் பிறகான மாதங்களில் அமைதியாக வீட்டோடு இருக்கத் தொடங்கினார். முகுந்தன் மானேஜர் ஒருவரைப் போட்டு ரைஸ்மில் வேலைகளைப் பார்த்துக் கொள்ள ஆரம்பித்தான்.

அம்மாவுக்காகக் குழந்தைகள் நேரம்வரை மாற்ற வேண்டியுள்ளது என்ற முகுந்தனின் புலம்பலிலிருந்து சரவணன் ஒன்றைத் தெளிவாகப் புரிந்துகொண்டான், அம்மா மாறியிருக்கிறாள் என்று. அவளைப் பார்ப்பதற்காகவே அடிக்கடி வந்து சென்றான். சரவணனின் மனத்தில் அம்மா என்பவள் இப்போது தனித்துவம் மிக்கவளாய்த் தெரிந்தாள். இதை அவள் முன்பே முயற்சிசெய்திருக்கலாமோ என்று யோசிக்கவும் செய்தான். அவளை அவனுடன் வந்து சில நாட்கள் இருக்குமாறும் சொல்லிச் சென்றான். வசு அவனிடம் ஒரு நாளில் தேவகி குறித்துப் பேசினாள். “இன்னுமாம்மா தேவகி ஆண்டிக்கு லெட்டர் போட்டுக்கிட்டு இருக்கே?” என்று ஆச்சரியமாகக் கேட்டவனிடம், யமுனாவின் வெளிநாட்டு எண்ணை ‘தேவகியிடம் பேச வைத்துக்கொள்’ என்று சொல்லிப் பகிர்ந்தாள்.

5

வசுவின் கடிதத்திற்குப் பதில் எழுதிவிட்டாலும் தேவகியின் மனம் அமைதியில்லாமல் இருந்தது. வசு சொன்னதுபோல உடலால் ஆன

அந்த உறவு அத்தனை நெருக்கடிகள் நிறைந்ததா என்று தேவகிக்குப் புரியவில்லை. வறண்டிருந்த அவள் வாழ்வின் பக்கங்கள் எத்தனை துயரம் மிகுந்தவை? வசுவைப்போல ஆணின் வற்றாத ஆசையின் வடிகாலாய்ப் பெண் இருக்கும் நிலை பெரும் போகம் என்றுதானே அவளின் விழைவுகள் இதுவரை அவளிடம் பேசின. வசு ஏன் அதை மாற்றிச் சொல்கிறாள்? அமிர்தம் அதிகமானால் அதுவே ஆலகால விஷமும் ஆகலாம்தானே! அவ்வாறாகத்தான் இருக்க வேண்டும். எந்தப் புள்ளியில் அமிர்தம் விஷமாக உருக்கொள்ளத் தொடங்கும் என்பது அமிர்தத்தைச் சலிப்பு வரும்வரை எடுத்துக் கொள்பவர்களுக்குத்தானே தெரியும்? தன்னால் எவ்வாறு அதைப் புரிந்து கொள்ளவியலும் என்று எண்ணினாள். ஆண் உடம்பின் வாசனை, ஆளுமை, ஆக்கிரமிப்பு, முத்தம், இறுக்கம், நெகிழ்வு என ஏதுமறியாமல் தன் வாழ்வு கடந்து போனதை என்னவென்பது? பகல் பொழுதின் வேலைகள் அவளை அழுத்தி எடுத்தாலும் அல்லது அவளாக அதற்குள் தன்னைப் பேய் போல் புகுத்திக்கொண்டிருந்தாலும், இரவு தன்னை விட்டு அகலாமல் வதை செய்ததை எத்தனைக் காலம் பொறுத்திருந்திருப்பேன்.. இதற்காக எல்லாம் யாரைக் குறை காட்டுவது, யாரைக் கடிந்து கொள்வது? பண்ணையாள் மாடப்பன் அருகில் இருப்பது கூட தன்னை அசைத்துப் பார்த்திருக்கிறது. ஆனால் அதையும் வெளிக்காட்டிக் கொள்ளாமல், முதலாளியம்மா என்னும் ஜபர்தஸ்த்தை விடாமல் யாருக்காகக் காப்பாற்றிக்கொண்டோம்.. ஆச்சிக்காகவா, யமுனாவுக்காகவா, ஊர்க்காரங்களுக்காகவா, இல்ல, இந்த ஒட்டுமொத்த உலகத்துக்காகவா?

அவள் அமர்ந்திருந்த அபிங்க்டன் பூங்காவின் மையப்பகுதியில் இருக்கும் சிறு ஏரியின் அருகில் விளையாடும் குழந்தைகளை வெற்றுப்பார்வை பார்த்துக்கொண்டே இருந்தாள். அந்த ஏரியிலிருந்து வெளிவரும் அன்னப்பறவைகள் துரத்தப்படும்போது அவை தண்ணீருக்குள் குதிப்பதும் வெளியே வந்ததும் அவை தன்மேல் ஒட்டாது வடியும் நீர்த்துளிகளைப் படபடத்து உதறுகின்றன; அப்போது அதன் அருகில் செல்லும் குழந்தைகள் அங்கேயே சுற்றிசுற்றி வந்து, அன்னங்களைப் போலவே தண்ணீருடன் தங்களை இணைத்துக் கொள்ளும் சந்தோஷம்தான் எத்தனை இனிமையானவை என்று யோசித்தாள் தேவகி. தண்ணீர் துளிகள் தங்கள்மேல் படும்போதெல்லாம் சிலிர்ப்புடன் கூக்குரலிடுகிறார்கள், அக்குழந்தைகள். கைகளை மட்டும் அன்னங்களின் முன் நீட்டி நனைக்க முயல்கின்றன. மேலெழுந்து வீசும் நீர்த்திவலைகளில் ஒரு துளியாவது தன் மேல் விழாதாவென முகத்தை முன் நீட்டிச் சிரிக்கின்றன.

முழுவதுமாய் நனைய அவர்களுக்குச் சுதந்திரமுமில்லை அல்லது வாய்ப்புமில்லை அல்லது கட்டாயமுமில்லை. இது போதுமென்று நினைத்திருக்கலாம். ஆனாலும் முழுவதுமாக நனைந்துகொள்ள நினைக்கும், உள்ளே உறங்கும் வேட்கையை எக்கணத்தில் அக்குழந்தை தீர்த்துக் கொள்ளும்? தேவகி பார்வையில் இப்போது அவர்கள் மறைந்து, அங்கே தானே நின்றிருந்தாள். அவளின் இருபதுகளில் அன்னமாகத் தான் இருந்தது நினைவில் வந்தது..

அங்கிருந்தும் இங்கிருந்துமாக சாமான்கள் அடுக்கப்பட்டு வீடு அல்லோலப்பட்டுக்கொண்டிருந்தது. செல்லம்மா ஆச்சி ஆயிரத்தெட்டாவது தடவையாக தேவகியிடமும் வேலய்யாவிடமும் சொல்லிவிட்டாள், எக்காரணம் கொண்டும் வரதனைத் தனியாக விட்டுவிடக் கூடாது என்று. 'சின்னய்யாவ விட்டு நா நகரவே மாட்டேம்மா' என்று வேலய்யாவும் சத்தியம் செய்தாகிவிட்டது. அத்தனை அற்புதமான பயணம் அது தேவகிக்கு. தன்னுடைய இருபது வயதுவரை எங்கேயும் சென்றிராதவளுக்கு மலைப்பிரதேசம் ஒன்றிற்குச் செல்லப்போகிறோம் என்ற கிளர்ச்சி புதிதாக இருந்தது. வரதனைக் கவனிப்பத்தைத் தாண்டி தனக்கான தன் மனதுக்கான இளமையின் பயணம் என்னும் தோற்றம் வலுவாக இருந்தது. அவளின் இந்த வயதுக் கோளாற்றை செல்லம்மா ஊகித்திருக்கவும் கவனித்திருக்கவும்கூடும். அதனால்தான் வேலய்யாவிடம் சத்தியமே வாங்கிவிட்டாள்.

கொடைக்கானலுக்கான அந்தப் பயணம் ஆதித்யநாத் டிரஸ்ட் என்னும் அமைப்பினால் மனவளர்ச்சி குன்றியவர்களுக்காக சுகவனம் என்பவரால் ஏற்பாடு செய்யப்பட்டிருந்தது. தேவகிக்குத் திருமணமாகி இரண்டு வருடங்களில் இந்த அழைப்பு வந்திருந்தது. தேவகியின் மனம் ஆணின் அவசியங்களில் ஒன்றாக உடல் அழகை மட்டுமே மையப்படுத்தி இருந்த காலம் அது. உடல் சார்ந்த மற்ற விழைவுகளுக்கு அவளின் தேகமும் பரிச்சயப்பட்டு இருக்கவில்லை. பொம்மைக் கல்யாணத்தின் மறுபிரதியாய் அவ்வமயம் அவளின் திருமணம் நின்றிருந்ததில் வியப்பேதுமில்லை.

வரதனை வழக்கமாகக் காண்பிக்கும் டாக்டர் மூலமாக இந்த அழைப்பு வந்திருந்தது. அவர் பத்து நாட்கள் இயற்கை சார்ந்த இடங்களுக்கு இவர்களைக் கூட்டிச்செல்வதன் மூலமும் அங்கு சில ஆயுர்வேத மருத்துவத்தைச் செய்வதன் மூலமும் இவர்களுக்கு எழும் பதற்றம், கோபம் போன்றவற்றைத் தவிர்க்கலாம் என்றும் சொல்லியிருந்தார். டாக்டர் அத்தனை

முறை கேட்டுக்கொண்டதன் பெயரில் செல்லம்மா ஆச்சி இதற்குச் சம்மதித்தாள்.

மறுநாள் காலையில் திருச்செந்தூரிலிருந்து கிளம்பினார்கள். டிரஸ்ட்டிலிருந்து மூன்று பேர் வேன் ஒன்றை எடுத்துக் கொண்டு வந்திருந்தார்கள். வரதனை அவர்கள் ஒரு குழந்தை போல் கையாண்டார்கள். தேவகியும் வேலய்யாவும் ஏறிக்கொள்ள ஆச்சி மனமில்லாமல் அனுப்பிவைத்தாள்.

அன்றுதான் தேவகிக்கு வெளியுலகக் காற்று மூக்கை நிறைத்தது. திருமணமாகி இந்த இரண்டு வருடங்களாக உடலின் உன்மத்தங்கள், கதைகளே அவளுக்குச் சொல்லாமல் இருந்த காலம் அது. வசு ஒருமுறை வந்திருந்தபோது தேவகியிடம் கேட்டாள், 'ஏதாவது நடந்ததா' என்று. 'அப்படின்னா?' என்று அப்பாவியாய்த் திரும்பக் கேட்டாள் தேவகி. தலையில் அடித்துக்கொண்ட வசு சொன்ன எந்த விஷயமும் அவளுக்குத் தெரிந்ததாக இல்லை. அவனருகில் செல்லும்போது தனக்குள் ஏதோ ஒன்று, அவனை இன்னும் நெருங்கச் சொல்கிறது போல் இருந்தாலும் அதை அவளால் சரியாகப் புரிந்துகொள்ள முடியாமல் தவித்துப் போய் அழுவாள். கல்யாணமான நாளிலிருந்து தன் மேல் ஒருவகையான பாரம் அழுந்தியிருப்பதாகவே அவளுக்குத் தோன்றும்.

மதுரையில் இன்னுமொரு குடும்பம், அம்மா, அப்பா, மனநிலை சரியில்லாத பதின்ம வயதுப் பெண் ஆகியோர் அவர்கள் இருந்த வேனில் ஏறியதும் அவர்களுடன் பேசிக்கொண்டே சென்றதில் தேவகிக்கு வாழ்க்கை எங்கோ மாற்றம் கண்டது. இடையில் பயணத்தின் ஒவ்வாமையால் வரதன் தடுமாறினான். அவளுக்கு என்ன செய்யவென்று தெரியாமல் இருக்க, அவர்கள் மாத்திரைகள் கொடுத்துக் கவனித்துக்கொண்டனர். வேலய்யா அவளிடம் சொன்னார், "பாப்பா, நா பாத்துக்கிறேன். நீ சந்தோஷமா இரும்மா" என்றார். அதிலிருந்து வீட்டுக்கு வந்து இறங்கும்வரை வரதனை அவர்தான் பார்த்துக்கொண்டார்.

கொடைக்கானலின் கூக்கர்ஸ் வாக் கடந்துபோய் ஒரு ரிசார்ட்டில் அவர்கள் வண்டி நின்றது. அது ஆங்கிலேயன் காலத்துக் கட்டடம் என்று டிரைவர் சொல்லிக் கொண்டிருந்தார். சுற்றிலும் எந்த அணக்கமும் இல்லாது, பறவைகளின் சத்தங்கள் மட்டும் ஆதர்ஷமாய்க் கேட்டுக் கொண்டிருந்தன. அங்கே இருபதுக்கும் மேற்பட்ட குடில்கள் அமைக்கப்பட்டிருந்தன. அவற்றுள் ஒன்று

மட்டும் பெரிதாகவும் தனித்துத் தெரிவதாகவும் இருந்தது. அதற்குள்தான் அந்த ரிசார்ட்டின் முக்கிய அலுவலகம் இருந்தது. கலை ஓவியங்களுடனும் பூங்கொத்துகள் கொண்ட பெரிய ஜாடிகளுடனும் வரவேற்பறை நீண்டதாகவும் பெரிதாகவும் இருந்தது. இந்த வேனில் வந்தவர்களைப்போல இன்னும் ஐந்தாறு குடும்பங்கள் வரவேற்பறையில் இருந்தன. அங்கு போடப்பட்டிருந்த சோபாக்களில் அமர்ந்திருந்தவர்கள் ஸ்வெட்டர், ஷால் என்று குளிரைச் சாந்தப்படுத்திக் கொண்டிருந்தனர். தேவகி அங்கிருந்த சன்னல் ஒன்றின் அருகே இருந்த பிரம்பு நாற்காலியில் அமர்ந்துகொண்டாள். அப்போதுதான் உதவியாளருடன் பேசியபடி ஒருவன் மரம் போல் அறையின் நடுவில் முளைத்திருந்த அமைப்பிலிருந்த படிக்கட்டுக்களின் வழியே இறங்கி வந்தான். வேனில் வந்த உதவியாளர் ஒருவர் தேவகியிடம், 'இவர்தான் சுகவனம். எங்கள் மதுரை கிளையின் மேனேஜர்', என்றார்.

சுகவனம் வரதனைப் போல உயரமாகவும் நிறமாகவும் இல்லை. மாநிறத்தில் அளவான உடல்கட்டுடன் இருந்தான். அவன் கண்கள் துருதுருவென அலைபாய்ந்துகொண்டிருந்தன. ஒருகணம் அவை தேவகியைக் கண்டு மீண்ட கணத்தில் அவளுக்குள் புது ஜனனம் உருவெடுத்தது. அந்தக் கண்கள் மீண்டும் மீண்டுமாய்த் தன்னிடம் வருவதை உணர்ந்தாள் தேவகி. ஒவ்வொரு குடும்பத்துக்குமான ஆட்களைக் கணக்கெடுத்து ஒவ்வொருவருக்கும் அவரவர்களுக்கான காட்டேஜ் எண் குறித்துக் கொடுத்து, உதவிக்கு இருக்கும் மனிதரின் பெயரையும் எழுதிக்கொடுத்தான். வேலையாட்களெல்லாம் அவனை 'சுகா சார்' என்று அழைப்பதும் அவன் அங்குமிங்குமாக ஓடியாடி வேலை செய்வதும் அவளுக்குள் ஓர் ஆணின் உடல் இயக்கத்தை உணரச் செய்தது. இப்படித்தானே ஓர் ஆண் இருக்க வேண்டும். தன் வீட்டின் பண்ணை ஆட்களில் பலர் மத்திம வயதில் இருப்பவர்கள், செந்தூரனைத் தவிர. அவன் வேகவேகமாக வேலை செய்வதையும் சணல் கயிறுகளை வேகமாக முறுக்கியபடி வைக்கோலைச் சுற்றிப் படப்பு கட்டுவதையும் சில நேரங்களில் இப்படிதான் ஆச்சரியம் பொங்கப் பார்ப்பாள்.

சுகா இவளருகில் வந்து நின்று இவர்களுக்கான காட்டேஜ் எண்ணைச் சொல்லும்போது அவன் கண்களிலும் ஆச்சரியத்தைப் பார்த்தாள் தேவகி. அவன் கேட்கும் கேள்விகளுக்குப் பதிலளிக்க இயலாத அவளின் தடுமாற்றத்தைக் கவனித்த வேலய்யா, தானே முன்வந்து,

நாங்கள் பின்புறம் இருக்கும் பெரியதொரு காட்டேஜ்களில் ஒன்றை எடுத்துக்கொள்கிறோம் என்றார். அவனே உடன்வந்து அறையைத் தயார்படுத்திக்கொடுத்தான். 'நான் செய்கிறேன் சார்,' என்று அவன் பின்னாடி ஓடிவந்த ஒல்லியான உதவியாளரைப் பார்க்க தேவகிக்குச் சிரிப்பாக வந்தது. சுகவனத்தின் சுறுசுறுப்புக்கு முன்பாக யாரும் நிற்க முடியாது என்று அவளுக்குள் தோன்றியது. இது இளமையின் அசைவாகப் பட்டது மனத்துக்குள். இதைத்தான் வசு தன்னிடம் கேட்டிருப்பாளா என்ன...

மறுநாள் அருகிலிருக்கும் அருவிக்குப் போகும்போது, பேச்சுக் கொடுத்தான் சுகா.

"இளம் வயது அழகான பெண்ணை நான் இம்மாதிரியான பயணங்களில் பார்த்ததில்லை. அதனால் ஆச்சரியமாக இருந்தது, நீங்களே பார்க்கிறீங்களே, பெரும்பாலும் வயதானவர்கள், நடு வயதுக்காரர்கள் சலிப்பின் உச்சியில் ஏதாவது ஒருவகையில் தன்னைச் சார்ந்தவர் குணமடைந்து விடமாட்டாரா என்ற விரக்தியில் வருவார்கள். அதனால் அவர்களை வேறொரு வண்டியில் ஊர் சுற்றிப்பார்க்க அனுப்பிவிட்டு இங்கிருக்கும் பணியாளர்கள் இவர்களுக்காக ஏற்பாடு செய்திருக்கும் சிகிச்சை அறைகளில் வைத்துச் சிகிச்சை செய்து கவனித்துக்கொள்வோம். வருடங்களாக உடலும் மனமும் சரியில்லாத இவர்களைக் கவனித்துச் சலித்துப் போயிருக்கும் அவர்களுக்கும் இது ஒரு விடுபடல்தான்," என்றான்.

அவனின் சிரிப்பும் பேச்சும் அவளுக்குப் புதிதாய் இருந்தது. அதை அவனும் புரிந்தே இருந்தான். ஒருமுறை படிகளில் சற்று கால் இடறியபோது, தன்னைத் தாங்கிய அவனின் கைப்பிடி இறுக்கத்தில், கல்யாணத்திற்கு முன் வசு இவளிடம், 'அவன் உன்னைத் தாங்கணும், நீ அவனை அல்ல' சொன்னதை நினைவுக்குக்கொண்டு வந்தாள். வசுவுக்கு அடுத்தாற்போல் அவனை மட்டுமே 'தேவா' என்று அழைக்க அனுமதித்தாள்.

ஒருநாள் முழுமையும் சுற்றிய பிறகு மறுநாள் அறையிலேயே இருந்துகொண்டாள். மற்றவர்களுடன் வெளியே செல்லவில்லை. வரதனை வேலய்யா சிகிச்சை அறைக்கு அழைத்துச் சென்றுவிட்டார். அப்போது அறையின் கதவு தட்டலில் சுகா வந்து நின்றான். எதில் தொடங்கினார்கள் என்பதே நினைவில் வராத இளமையின் நேரம் அது. முதன்முறையாக அவள் பகலை இரவாக்கியிருந்தாள். ஓர் ஆணுக்குள் இத்தனை மாயங்கள் இருக்குமா என்பதை

அறவி   111

அதிசயித்துப் பார்த்துத் தோற்றுப்போனாள். இதைத்தான் வசு சொன்னாளா என்று புரிந்துகொள்ள அவளுக்கு ஓரிரு நாட்களே போதுமாக இருந்தது. ஒரு மாலை நேரத்தில் அவள் மகிழ்வாய்ப் புல்வெளியில் நடந்துகொண்டிருந்த பொழுதில் வேலய்யா அருகில் வந்தார்.

“பாப்பா, நீ சிரித்த முகத்தோட சந்தோஷமா இருக்கிறத பாக்க திருப்தியா இருக்கும்மா,” என்று சொன்னபோது தேவகிக்கு அவர் எதைக் குறிப்பிட்டு சொல்கிறார் என்று புரியாமல் அவரைப் பார்த்தாள்.

‘ஒன்னோட ஆச்சி ஒனக்குச் செய்தது பெரியதொரு மன்னிக்க முடியாத துரோகம்மா. ஆத்தா சொத்த, சொந்தத்த காப்பாத்தணும்னு நெனச்சுதே தவிர தன் பேத்தியோட வாழ்க்கையைப் பத்தி நெனைக்கல்ல’, அவள் பதில் சொல்வதற்கும் முன், ‘சந்தோஷமா இருந்துகோம்மா’ என்றபடி அவளுக்கு அதிக சங்கடத்தை உண்டுபண்ண விரும்பாதவரைப்போல நகர்ந்தவரைப் பார்க்க சற்றுக் கூச்சமாக இருந்தது. அன்றுதான் அவளுக்குள் சுகாவின் அண்மை இன்னும் நான்கு நாட்கள்தானே, அதன்பின் மீண்டும் வனவாசமா என்னும் உணர்வு வெறுமையை உண்டுபண்ணியது. அதை சுகாவிடமே கேட்டாள்.

‘தேவா, இது தொடரும். உனக்காக அங்கேயே வருகிறேன்’ என்றான். சமாதானமும் சந்தோஷமுமாய்ப் பத்து நாட்கள் போனதே தெரியவில்லை. வீடு திரும்பிய அந்த நாட்களில் இளமையின் பருவக்காலங்கள் கடுமையான விளையாட்டை அவளிடம் நிகழ்த்தின. உடல் அவளின் அறிவை மிஞ்சி நின்று கெக்கலித்தது. சுகாவில்லாமல் இருக்கவியலாது என்னும் தெளிவான நிலையில் இருந்தாள் அவள்; அறையிலேயே கிடந்தாள். அவன் வருவானா வந்துவிடமாட்டானா என்னும் உடலின் பரபரப்பு மனத்துக்குள்ளும் கிடந்து குதித்தது. தன்னை மறந்துவிட்டான் என்னும் நினைப்பு வந்து, அழுது கொண்டிருந்தாள்.

ஆஸ்பத்திரிக்கு வரதனுடன் சென்ற ஒரு முறை, டாக்டரைச் சந்தித்து அந்த டிரஸ்ட் அமைப்பின் எண்ணைப் பெற்றாள். அந்த எண்ணுக்கு அழைத்துப் பேசியபோது, டிரஸ்ட்டில் அவனைத்தில்லியில் உள்ள டிரஸ்ட்டின் கிளைக்கு மாற்றல் செய்திருப்பதாகவும் அங்கேயே அவன் திருமணம் முடிந்து இயல்பாக வாழ்த் தொடங்கிவிட்டதாகவும் சொன்னார்கள். தான் எங்கோ தோற்றுவிட்டதாக, எதையோ இழந்து நிற்பதாகத் தோன்றியது. நிரந்தரமான உறவுகளுக்காகத்தான்

திருமணத்தை நடத்தி வைக்கிறார்களா? அப்படியானால் ஆச்சி ஏன் தனக்கு இம்மாதிரி செய்துவைத்தாள் என்னும் கேள்விகளுக்குப் பதில் தெரியாமல் அழுகையுடன் நாட்களை நகர்த்தினாள். ஆச்சியுடன் பேசுவதையே முற்றிலும் தவிர்த்தாள். இப்படியான ஒரு நாளில்தான் ஆச்சிக்கு உடம்பு முடியாமல் அவள் வேலய்யாவுடன் வயக்காட்டுக்குச் செல்ல வேண்டியதாக அமைந்தது. அங்கும் அவள் எந்த வேலையும் செய்யாமல் உட்கார்ந்திருக்க, வேலய்யாவே எல்லாவற்றையும் பார்த்துக்கொண்டிருந்தார்.

அவளைக் கவனித்த வேலய்யா அவளுடன் பேசிக்கொண்டே இருந்தார். “பாப்பா, கொஞ்ச மாசமா ஒன்னைய கவனிச்சுக்கிட்டுதா இருக்கேன். நீ சோகமாக இருப்பது எனக்குப் புரியுது. நா வயசுல மூத்தவன். நா சொல்றத என்ன எப்படின்னு கேக்காம நீ கேட்டுக்கணும் பாப்பா. இம்மாதிரியான உறவுகள் எப்போவாச்சும் வந்து போகலாம்மா. ஆனா நிரந்தரமா இருக்காது பாப்பா. இதுக்காக உள்ளுக்குள்ளாற குமைஞ்சுக்கிட்டு கெடக்கணும்னு இல்லம்மா. இதுக்காக யாரையும் பழி காட்டிக்கிட்டு இருக்கிறதுல இனி பிரயோஜனமும் இல்லம்மா. நீ தனி ஆளாக உன் ஆச்சியைப்போல சிலவற்றைக் கடந்து வரணும் தாயி. இப்படியே இருந்தால் ஆச்சிக்கு அப்புறம் யார் இந்தச் சொத்தையெல்லாம் கவனிப்பது? நீ படிச்ச புள்ள. சின்னய்யாவால் எதுவும் கழியாது. ஆத்தாவின் உடல்நிலை முன்னைப்போல இல்லை. என்னைப் பார், நான் எப்படி வயசாளி ஆயிட்டேன். உன்னைத் தூக்கி வளர்த்தவன் நா. இன்னும் எத்தனை நாள் ஒனக்குப் பாதுகாப்பாக இருக்கமுடியும்னு தெரியவில்லை. ஆத்தா நம்புது நா ஒனக்குப் பாதுகாப்பா இருப்பேன்னுட்டு. ஆனா, நா மார்க்கண்டேயன் இல்லயே தாயி. அதனால்தான் மாடப்பனைப் பண்ணை வேலைக்கும் வயக்காட்டு வேலைகள மேற்பார்வையிடவும் சொல்லிக் கொடுக்கிறேன். அவனை நீ துணைக்குக் கொள்ளலாம் தாயி. அவன் நேர்மையானவன். உன் ஆச்சிக்கு என்னைப்போல” என்று சொல்லி முடித்தார்.

நாள் முழுதுமான அவரின் நிதானமான பேச்சு அவளுக்குள் ஒரு நிதானத்தை, தோரணையைக்கொண்டுவந்தது. தொடர்ந்து வந்த நாட்களில் ஆச்சியை வீட்டில் இருக்கச் செய்தாள். வெளிவேலைகளுக்கு ஆச்சியுடன் செல்வதைத் தவிர்த்தாள். அவளே கடைத்தெருவுக்கு, வயக்காட்டுக்கு என்று சென்று வரத் தொடங்கினாள். பண்ணை வேலைகளில் வெளியூர்களுக்குச் சென்றுவர ஆரம்பித்தாள். சுகாவின்

நினைவுகளிலிருந்து தன்னைத் தானே மீட்டெடுக்கத் தொடங்கினாள். நான்கைந்து வருடங்களுக்குப் பின்பு ஒருமுறை மெட்ராசில் நடந்த ஒரு கூட்டத்தில் சுகாவை மறுபடியும் சந்திக்கும் சூழல் நேர்ந்தது; நிறைய மாறியிருந்தான். இவளைப் பார்த்ததும் எந்தவிதமான குற்றவுணர்வும் இன்றி, ‘ஹாய்’ என்றான். டெல்லி நாகரீகம் அதை அவனுக்குக் கற்றுக்கொடுத்து இருக்கலாம். தேவகி வெறுமையான மனத்துடன் சாதாரணமாகத் கைகுலுக்கிவிட்டு நகர்ந்தாள். வாழ்க்கை என்பது இவன் ஒருவனில்லை என்று புரிந்திருந்தாள்.

வரதனுக்கு நோய் அதிகப்பட்டிருந்த ஓர் இரவில் யமுனாவைக் கரு தரித்தாள். அதன்பின் அவளின் எண்ணம் முழுமையும் யமுனாவும், அவளுக்காகச் சொத்தைக் காப்பாற்றுவதுமாக ஆகிப்போயின. தூக்கம் வராத பல இரவுகளில் எண்களை எண்ணப் பழகியிருந்தாள். நூறுவரை தலைகீழாகவும் எண்ணப் பழகியிருந்தாள். இரவுகளைத் தாண்டுதலைக் கடினமானதாக வருடங்கள் கழிந்தும் சுகா அவளுக்குள் விட்டுச்சென்றிருந்தான். இன்று வரும் அவளின் தொடர்க் கனவுகளுக்கு அவளே ஒருநாள் பதில் எழுதவும் கூடும். இரவு சுவர்களுக்கு இடையே சிக்கித்தவிக்கும் காற்றுடன் மட்டும் வாழ்ந்து எத்தனையோ வருடங்கள் கடந்தாயிற்று. இருந்தும், உணர்வுகள் கடந்த ஒரு நிலையில் அந்த மிருக உணர்வு அவளுக்குள் பயத்தை இன்னுமாகத் தெளித்துக்கொண்டுதான் இருக்கிறது.

வசுவுக்கான ஒரு கடிதத்தில் இதை எழுதியும் இருந்தாள். ஆனால் அதை அஞ்சல் செய்யும் பக்குவம் மனதுக்கு வாய்க்கவில்லை. அதை ஒளித்தும் வைத்திருக்கிறாள், என்றாவது ஒரு நாள் அது, வசுவைச் சென்றடையும் என்னும் நினைப்பில்.

10

தேவகி

பார்வதி

1

பார்ன்வெல் சாலைக்குள் திரும்பாமல் வந்த வழியே திரும்பிச்செல்ல நடந்தாள் தேவகி. மீண்டும் படகுத்துறையின் அருகில் உள்ள வளைவில் திரும்பும்போது கவனித்தாள், அந்தப் பெண்மணி எழுந்து வருவதை. கடந்த நான்கைந்து முறைகளாக நேனே நதியின் படகுத்துறையின் அருகே எதையோ பறிகொடுத்தவர்போல அவர் அமர்ந்திருப்பதை கவனித்தபடியேதான் இருந்தாள் தேவகி. அவரும் கூட அவளைக் கவனித்திருக்கலாம்போல. இன்று அவளை நோக்கிதான் அவர் வருவது தெரிந்தது. தேவகியைக் கடந்து செல்லாமல் அவளைப் பார்த்து, 'ஹாய்' என்றார். இவளும் பதிலுரைக்க, "நான் பார்வதி. அன்றே உங்களைக் கவனித்தேன். இந்தியர் போல் தெரிந்தது. தமிழா?' என்றார். அவரின் தமிழ், இலங்கை என்று சொல்லியது.

இருவரும் ஊர், பெயர் குறித்த சில அடிப்படை விஷயங்களைப் பரிமாறிக்கொண்டே கிளிபோர்ட் மில் ஹவுஸ் தாண்டி வந்து ஸ்டேஷன் ரோடு வழியாக பேட் ஃபோர்ட் ரோட்டில் இருந்த ஃபோர் பியர்ஸ் கஃபே வந்து அமர்ந்தனர். தேவகிக்கு இங்கிருக்கும் கடைகளில் சென்று பொருட்கள் வாங்குவது வந்த புதிதில் பெரும் சவாலாக இருந்தது. அவர்கள் பேசும் ஆங்கிலத்தைக் கண்டு சிறிது அச்சம் உண்டு. அங்கிருக்கும் உணவுப் பட்டியலைப் பார்த்து

என்னென்ன உணவுகள் அவையென்று புரிந்துகொள்ளவே சில கணங்கள் ஆகும். யமுனாவின் விடாத நச்சரிப்பால் அவ்வப்போது அவள் காரை நிறுத்தும் இடங்களில் சுணக்கத்துடன் போய் வாங்கிவருவாள். ட்ரைவ் இன்னாக இருந்தால் யமுனாவே ஆர்டர் செய்துவிடுவாள். வந்து சில வருடங்கள் ஆகிவிட்டதால், இப்போது தேவகிக்குப் பழகிவிட்டது. தனியே நடக்கும் சமயங்களில் அவளாக உணவு வாங்குவது, சூப்பர் மார்க்கெட் சென்று பொருட்கள் வாங்குவது என்று பழகிவிட்டாள்.

காப்பிக் கோப்பைகளுடன் தேவகி வந்தபோது பார்வதி அங்கிருந்த கல் பெஞ்சு ஒன்றில் உம்மென்று அமர்ந்திருந்தார். காப்பிக் கோப்பையைக் கையில் வாங்கியபடியே, தன்னிடம் அதிக நேரம் இல்லை என்று உணர்த்துவதுபோல, தன் கதையைச் சொல்லத் தொடங்கியிருந்தார்.

“இலங்கையில் திருகோணமலையில் முதலிக்குளம் பகுதியில் வசித்துவந்தோம். எங்க குடும்பம் ஊரில் வசதியான ஒண்ணு. வெளிநாட்டிலேதான் பொண்ணைக் கொடுக்கணும்னு எங்கப்பாவுக்கு ஒரு ஆச. இவரும் வந்து கேட்கவும் வெளிநாட்டில் அதுவும் வெள்ளைக்காரன் வாழுற ஊர்ல இருக்கிறார்ன்னு கட்டிக்கொடுத்து அனுப்பினாங்க. இங்க அவரு ஒரு காப்பிக் கடையும் சாப்பாட்டுக் கடையும் நடத்திக்கிட்டு இருந்தாரு. என்னைய காப்பிக் கடையில இருத்திட்டு அவரு சாப்பாட்டுக் கடைய பாக்கப் போயிருவாரு. அது ரெண்டு தெரு தள்ளியிருந்தது. ரெண்டு பிள்ளைங்க பொறந்தாங்க, ஒண்ணு ஆணு, இன்னொன்னு பொண்ணு.”

காப்பியைப் பெரிதாக உறிஞ்சிக்கொண்டே, “இங்க எல்லாம் காப்பி திக்காவே இருக்காது. வெறும் தண்ணிதான்,” என்று சலித்துக்கொண்டார். “அதுக்குப்பொறகு, ‘கொஞ்ச நாளா எனக்க கடை சரியா ஓடல. ஒருத்தன்கிட்ட கடன் வாங்குனேன். அவன் இப்ப கழுத்த நெறிக்கான்’னு புலம்பத் தொடங்கினார். அவன ஒருநாள் வீட்டுக்குச் சாப்பிடக் கூட்டிட்டு வந்தாரு. நா நல்லா சமைப்பேன், கூட அப்பவெல்லாம் பாக்கவும் நல்லா இருப்பேன்,” என்றபோது அவரின் முகம் இன்னும் அகலமாய் விரிந்ததைப் பார்க்க தேவகிக்கு, திருவிழாவில் அருச்சுதனின் தபஸைக் கலைப்பதற்காக வரும் பன்றி வேடத்தில் இருப்பவரைப்போல தெரிந்தது. இப்படியான நினைப்பு தவறு என்றும் கொண்டாள்.

“பெறவு ரெண்டு மூணு தடவ சும்மா வந்தவன், ‘உன்கூட படுக்க ஆசப்படுதான், அப்படியிருந்தா கடன கழிச்சிருதே’ன்னு சொல்றான்னு சொன்னாரு. நா மறுத்துப் பாத்தேன். ஆனா பிள்ளைகளுக்காக இணங்க வேண்டியதாச்சு. அதுக்கப்புறமும்

அவன் வந்து போனான். ஒருநாளு அவன் என்னோட கடன கழிச்சிட்டான்னு சொன்னாரு. அதுக்கு அப்புறம் மூணாவது பிள்ளை பொறந்தான். இவன் எம் பிள்ளையில்லைன்னு தெனமும் அடிப்பான். நிறைய குடிச்சான். அடியும் உதையும் தாங்க முடியாம காப்பிக்கடையும் வீடுமா இருந்த இடத்த விட்டு அவனைத் துரத்திவிட்டுட்டேன். அப்பவும் விடாம வந்து நின்னு, எண்ட கடையில வேலை பாக்குற தாய்லாந்துக்காரரை நா வச்சிக்கிட்டு இருக்கிறதா கேவலமா பேசுவார். ஒரு தடவ மூத்தவன் கட்டை ஒன்ன வச்சு அவர அடிச்சுட்டான். அதுக்கப்புறம் தொந்தரவு கொறைஞ்சுது."

அவரின் முகம் பழையபடி வெறுமையாய் இருந்தது. இரண்டு கப் லாட்டே லார்ஜ் காப்பி, தண்ணியும் சூடுமாய் இருந்தது. அவசரமாக வாங்கியதை மிக மெதுவாய்க் குடித்தார். கதையை மட்டும் யாரிடமாவது சொல்லிவிடும் ஆதங்கத்தில் கொட்டிவிட்டுப் பின் அமைதியாக இருந்தார். தேவகிக்கு வீட்டுக்குத் திரும்பும் எண்ணம் வந்தது. மீதிக் கதையை நாளை கேட்டுக்கொள்வதாகச் சொல்லலாமா என்றும் கூட யோசித்தாள். ஆனால் அவருக்கு அவளின் இருப்பு தேவையாக இருக்குமோ என்பதை யோசித்தால், சிறிது இருப்போம் என்றுமாக இருந்தது.

தேவகியை அவர் எளிதில் படித்துவிடுபவர்போல பார்த்தார். கடகடவெனக் குடித்துமுடித்துவிட்டு, "நாளை பார்ப்போமா தேவகி?" என்றார். தேவகி தலையாட்டிவிட்டு மெதுவாய் பெட்போர்ட் சாலைவழியாக ஹௌட்டன் அஞ்சல் நிலையம் நோக்கி நடந்தாள். அதன்பிறகு தேவகி நான்கு நாட்களாக நேனே நதியின் பக்கம் வரவில்லை.

2

கீழிருந்த கருப்பு மணலை அப்பிக்கொண்டிருந்த பச்சைப் புற்களின் மீது இளம் மஞ்சளிலும் சிவப்பிலும் இலைகள், தாங்கள் மரித்துப் போவதாகச் சொல்லியபடி வீழ்ந்து கிடந்தன. அதனூடே கால்களில் சங்கிலியை இழுத்து வந்த உருவமொன்று கருத்துக்கொண்டிருந்த வானத்தைப் பார்த்து நகைத்தது.

'ஏய்' என்னும் அம்மனிதனின் விளிப்பில் பாதி உறக்கத்தில் இருந்த அப்பெண்ணின் உடல் பதறியது.

'எனக்கு வலிக்குது. காலை அமுக்கு' என்று மிதித்தான். வலியைத் தாங்கியபடிப் பாதி எழுந்த நிலையில் தலைமுடியை முடிந்தபடி உடம்பை நகர்த்தினாள் அவனை நோக்கி. அவசரத்தில் சொருகிய முடி அவிழ்ந்து விழ, அதையே கொத்தாகப் பற்றிக் கால் மூட்டால் மார்பில் இடித்தான்; கீழே சுருண்டு விழுந்தாள்.

‘இந்தப் பையனுக்கு அப்பன் யாருடி, சொல்லு...’ என்று வயிற்றில் அவனின் குதிகால் பட, வலி பொறுக்கமுடியாமல் அலறினாள். சங்கிலியை இழுத்துக்கொண்டு அவன் நகர, உடல் முழுவதும் தொங்கும் முடிகளுடன் இருளான முகத்துடன் மூக்கை முன் நீட்டியபடி மிருகமொன்று அப்பெண்ணின்மீது ஏறியது. சிவந்த மூக்கின் நுனியில் இருந்த ஈரம் அவளின் முகம் முழுவதும் அப்பியது. அவளை ஆக்ரமித்து வெளியேறியபோது, அந்தச் சங்கிலி மனிதன் இருட்டிலிருந்து வெளிவந்து, ‘இந்தப் பையனுக்கு அப்பன் யாருடி?’ என்று கேட்டு அடித்தான். அப்பெண் முகத்தில் பிசுபிசுவென ஒட்டியிருந்த ஈரத்தைத் துடைத்தபடி எழுந்து நின்றாள். ‘நான்தான்... நானேதான், பையனுக்கு அப்பாவும் அம்மாவும் நானேதான்’ என்று கத்தினாள்.

சட்டெனப் பேச்சுக்குரல் காதருகில் கேட்க, ‘யாரந்தப் பெண்’ என்னும் யோசனையுடன் கண்ணைத் திறந்தாள் தேவகி. வெளிச்சம் மிருதுவாக அவளை ஆட்கொண்டது. சடாரென எழ முற்பட்டாள். ‘வேண்டாம்’ என்பதாய் அவள் அருகில் நின்றிருந்த யமுனா மௌனமாய் சைகை செய்தாள்.

“நீ முனகிக்கொண்டிருப்பதுபோல இருந்தது. அதுதான் வந்தேன். கனவு ஒண்ணுமில்லியே?” என்று கவலையுடன் கேட்டாள் யமுனா.

தேவகி பதிலே பேசவில்லை. யாரிடமும் கதை கேட்கக்கூடாது என்ற யமுனாவின் வார்த்தையை மீறித் தான் பார்வதியிடம் கதை கேட்டதை அறிந்தால் திட்டுவாளோ என்னமோ என்ற எண்ணம் ஓடியது. இவளிடம் ஒன்றும் சொல்ல வேண்டாம். ரொம்ப கவலைப்படுவாள்.

‘சொல்லும்மா. ஒன்னத்தான கேக்கேன்...’ என்ற குரலில் தழைவு இருந்தது. என்னை ஏன் இப்படி படுத்துறே என்ற சோக இழையும் ஓடியது. தேவகியால் அதற்கு மேல் அமைதியாய் இருக்க முடியவில்லை.

‘இல்லம்மா... ஒண்ணுமில்ல. இன்னைக்கு வாக்கிங்கில் ஒரு அம்மாவைப் பார்த்தேன். நம்மூரு தா... அதாவது தமிழ்தான், ஆனா சிலோன்காரங்க. இந்த ஊருக்குக் கல்யாணமாயி வந்தவங்கதா. அவங்ககூட பேசிக்கிட்டு இருந்தேன். அவங்க பேரு பார்வதி. நம்ம வீட்டுக்கு ஒரு தடவ வறேன்னு சொன்னாங்க. அத யோசிச்சுக்கிட்டு இருந்ததுல, தூக்கத்துல ஒரே காய்கறியா வந்து என்னைய வெட்டு, என்னைய வெட்டுன்னு கத்துது,” என்று சிரிப்புடன் சொல்ல, யமுனாவுக்கும் சிரிப்பு வந்தது. இருந்தும், கைகளை உயர்த்தி தேவகியின் பேச்சுக்கு நிறுத்தம் கொடுத்தாள். தேவகி மூடியிருந்த கம்போர்ட்டரைச் சற்று நீக்கிவிட்டுக் கட்டிலில்

அமர்ந்தாள். கம்போர்ட்டரைச் சிறிதே நீக்கியபோதும் சட்டென ஒரு பந்து குளிர்காற்று உள்ளே புகுந்து தேவகியின் நைட்டிக்கும் சாக்சுக்கும் இடையிலிருந்த கணுக்காலின் பின்னஞ்சதையைச் சுளீரெனத் தொட்டது. சட்டெனக் காலை கம்போர்ட்டரின் இன்னொரு மடிப்புடன் நெருக்கிக்கொண்டாள் தேவகி.

"அம்மா . . . இந்தக் கனவு உண்மையா இருந்தா, நல்ல விஷயம்தாம்மா. ஜான் கேட்டாகூட சிரிச்சிருவான். உனக்கு மனசுக்குள்ளே என்ன பாரம் இருக்குன்னு சில விஷயங்களால எங்களால கெஸ் பண்ணிக்க முடியுது. இருந்தும், நீ சரியாகிட்டு வரக்கூடிய இந்த நேரத்துல எதுக்கும்மா அடுத்தவங்க கத? அதுவும் ஒன்னோட நினைவுகள பாதிக்கும்னு டாக்டர் சொல்லியிருக்காரா இல்லையா..." யமுனாவின் இந்தப் பேச்சுக்கு, தேவகி முகத்தைத் திருப்பிக்கொண்டாள்.

"நீ என்னைய ஏதோ சின்னப்புள்ள மாதிரி, இல்லேன்னா கிறுக்கி கணக்கா டிரீட் பண்றே யமுனா. எனக்கு அது புடிக்கல. எனக்கும் தெரியும். நான் எத்தன பலமானவன்னு. எப்ப பாத்தாலும் ஒன்னோட கட்டுப்பாட்டுக்குள்ளேதான் நா இருக்கணுமா என்ன? என்னைய ஊருக்கு அனுப்பிடு. அங்க நா என் இஷ்டத்துக்கு இருந்துக்கிறேன். பார்வதி வராங்கன்னுதானே ஓங்கிட்ட சொன்னேன். யாரோடும் பேசாம பழகாம எப்படி நா இருக்க முடியும்?" சொல்லும்போதே கோபத்தில் மூக்கு விடைத்துக் கன்னத்தில் வழியும் கண்ணீர் கோடு அவளின் சங்கடத்தைக் காட்டியது.

யமுனா எழுந்துகொண்டு மடித்திருந்த கம்போர்ட்டரைச் சரிசெய்துவிட்டு, "சாரிம்மா. நா தா கொஞ்சம் அதிகமா யோசிச்சிட்டேன்போல. சரிம்மா. அவங்கள ஒரு நா நம்ம வீட்டுக்குக் கூட்டிட்டு வா. நானே சமைக்கிறேன், போதுமா? இப்ப, தூங்கு" என்றபடி இலேசான புன்னகையுடன் தேவகியைப் பார்க்க, "யம்மு, நீ என் ஆச்சிதான்டி" மெதுவாக தேவகி சொல்ல, "ம்ம்... அது சரி, நீ ஒன் ஆச்சிய இந்த ஜென்மத்துல மறக்கமாட்ட போல," என்று சிரித்தபடியே, அணைத்துக் கதவைச் சாத்திவிட்டுச் சென்றாள்.

முன்னறையில் வந்தமர்ந்தபோது, ஸ்மார்ட் விளக்கு மட்டும் எரிந்து, இதமான வெளிச்சத்தை முன்வைத்து இருட்டை விழுங்கிக்கொண்டிருந்தது. அம்மா சொல்வதும் சரிதானோ, தானாக அம்மாவின் சாதாரண நடவடிக்கைகளைக் கூட பெரிதுபடுத்துகிறோமோ என்றெல்லாம் தோன்றியது. பேசிக்கொள்ள, சாய்ந்துகொள்ள என்ற எந்தத் துணையும் இல்லாமல் தானும் இருப்பது மனசு வருத்தத்துக்குள் இழைந்தது.

அம்மாவும் யாருமே இப்படியான அரவணைப்பைத் தர வழியில்லாமல் எத்தனை புழுக்கத்துக்குள் இருந்திருப்பாள்? ஒரு உறவுக்கு உடலினால் மட்டுமே சார்பு இருப்பதில்லையே, மனத்துக்கும் வேண்டுமே என்று எண்ணும்போதே, ஹரியின் நினைப்பு வந்தது. அவனும் நம்மை விட்டு விலகியாச்சு, நாமும்தான் என்ற நினைப்பு அழுத்தத் தொடங்கியது.

போன வாரம் அனுப்பிய செய்தியில் பிரிவதற்கான முறைப்பாடுகளை முன்வைத்திருப்பதாக எழுதியிருந்தான். 'எல்லாம் நல்லதுக்குதான் தங்கம்' என்று செல்லம்மா ஆச்சி சொல்வதுபோல அவளுக்குத் தோன்றியது. நாமும் அம்மாவைப் போலவே ஆச்சி மேல் ஒட்டியபடிதான் இருக்கிறோமோ என்னமோ? ஆச்சியும் அப்படிதானே இருந்தாள். எல்லோர் மேலும் பிரியத்துடன். ஆஜானுபாகுவாய்க் கருப்பு நிறத்து காந்தாரி அம்மனைப்போல இருப்பாள். தீட்சண்யம் நிறைந்த கண்களும் நீண்ட மூக்கும் விரிந்த பெரிய உதடுகளும் ஆச்சியைப் பார்த்த நிமிடம் யாருக்கும் பிடிக்க வைத்துவிடும். அவள் இல்லாவிட்டால் அம்மாவும் இல்லை, நானும் இல்லை. அம்மாவை நினைத்துக் கவலைகொள்வதைக் குறைத்துக்கொள்ள வேண்டும் என விரும்பினாள்.

அம்மாவின் சுதர்சனன் மாமா குறித்து அவளிடம் பேச வேண்டும் என்று நினைத்ததைச் செயல்படுத்த வேண்டும் முதலில். இந்த வாரம் பேங்க் விடுமுறை நாளும் இருப்பதால், அம்மாவைத் திங்கள் அன்று வெளியே கூட்டமில்லாத இடத்துக்கு அழைத்துச் செல்லலாம் என்று திட்டமிட்டாள். முன்பெல்லாம் அம்மாவுடன் உட்கார்ந்து பேசவென்றே குலதெய்வம் குன்றுமேல் சாஸ்தா கோயிலுக்கு ஆச்சி கூட்டிச்செல்வதுண்டு. அவர்கள் பேசிக்கொண்டிருக்கும் சமயம், யமுனா கோயில் பிரகாரத்தில் தட்டாமாலை சுற்றிச் சுற்றிக் கீழே உட்காரும்போது பஃப் என்று பாவாடை விரிந்து குடை கவிழ்த்ததுபோல இருக்கும் அழகை ரசித்து ரசித்துச் செய்துகொண்டிருப்பாள். இப்போது அதே அம்மாவிடம் பேசத் தானும் இடம் தேட வேண்டியுள்ளதை நினைக்கும்போது சிரிப்பு வந்தது. எர்ல்ஸ் பார்டனில் உள்ள ஆல் செயிண்ட்ஸ் சர்ச்சுக்குப் போனால் என்ன? முன்பும் ஒருமுறை போயிருக்கிறோம் என்ற நினைப்பும் வந்தது. சரி, செல்லலாம் என்று முடிவு செய்தாள்.

3

மதியத்திற்குச் சற்று முந்தைய நேரம் அது. இளஞ்சூடாய் வெயில் சுற்றி வந்தது. தேவகியின் மேலுறையான ஜம்பர் அவளுடைய அழகான உடலை இறுகப் பற்றியிருந்தது. இந்த

இளம் வெயிலுக்குக் குறைவான சத்தத்தில் தனக்குள் விசில் அடித்துக்கொண்டாள். ஜம்பரின் இரண்டு பாக்கெட்டுகளிலும் இரண்டு கைகளை நுழைத்துக்கொண்டு ஓர் ஆணைப்போல நடக்கும்போது, அவளுக்குள் பழைய நினைவுகள் வந்துபோயின. பள்ளிக்காலங்களில் தியேட்டர்களில் மதிய காட்சிகளில் எம்ஜிஆர், சிவாஜி படங்களைப் பார்த்ததுண்டு. அவர்களெல்லாம் இரண்டு பக்கத்து பாக்கெட்டுகளிலும் கைகளை நுழைத்துக்கொண்டு ஆடி ஓடிப் பாடுவதைப் பார்க்கும்போது தனது பள்ளிச் சீருடையில் பாக்கெட் இல்லையே என்று தோன்றும். அப்போதெல்லாம் பெரிய பெண்கள் சேலை மட்டுமே உடுத்துவார்கள். திருச்செந்தூருக்குக் கோயில் தவிர கடற்கரையைக் காண வரும் வடக்கத்திய பெண்கள் உடுத்தும் சுடிதார் உடைகளை அப்போது திருச்செந்தூரில் யாரும் போட்டிருக்கவில்லை.

தேவகியே தனக்கென ஒரு சுடிதார் உடையைத் தனக்கு நாற்பது வயது ஆகும்போதுதான் வாங்கினாள்; அதுவும் யமுனா வற்புறுத்திய பிறகே. அவள் செய்யும் மாட்டுப்பண்ணை மேற்பார்வை வேலைகள், கூட்டங்கள் போன்றவற்றிற்குச் சரிப்படும் என்று சொல்லிக் கட்டாயப்படுத்தியதனால் வாங்கினாள். அன்றிலிருந்து தன் பாக்கெட்டுக்குள் கைகளை விட்டுக்கொள்ளும் ஆசை அவளுக்கு நிறைவேறியது. அப்படி கைகளை நுழைத்து, மற்றவர்களுக்குத் தெரியாமல் விரல்களை அசைத்துக்கொள்ளலாம், மடக்கிக் கொள்ளலாம். அடுத்தவர் கண்ணில் படாமல் ஒன்றை மறைத்து வைத்தலில் இருக்கும் சுகம் அலாதியானதாக தேவகிக்குத் தோன்றும்.

தேவகி, வாஷ்லெண்ட்ஸ் நெருங்கும் வழியில் பார்வதியை எதிர்கொண்டாள். அடர் நிறத்தில் கோடுகள் போட்ட ஜம்பர் ஒன்றை அவர் அணிந்திருந்தார். அவரின் உடல் பருமனுக்குச் சரியாய்ப் பொருந்தியது போலிருந்தது. அழகாக வகிடு எடுத்து தலைசீவிப் பின்னலும் இட்டிருந்தார். முகம் சுருங்கித் தெளிவாக இருந்தது. நிறைய பேசும் மனநிலையில் அவர் இருப்பது புரிந்தது தேவகிக்கு. யமுனா உள்ளே உட்கார்ந்து மணி அடித்தாள்.

'சும்மா இரேன் யம்மு, நா இன்னும் பேசவே ஆரம்பிக்கல' என்று அவளிடம் சொல்லிக்கொண்டாள்.

இந்த முறை காப்பி அல்ல, கிரில்டு சீஸ் சாண்ட்விச்சுடன் இருவரும் கதைக்க அமர்ந்தார்கள்.

"நான் சீஸ் அதிகம் சாப்பிடுவதில்லை. இன்று வேறு எதுவும் அங்கு இல்லை" என்றவரிடம் பதில் சொல்ல தேவகிக்கு ஒன்றுமில்லை; இருந்தும் சிரித்து வைத்தாள். குளிரையும் சீஸையும் பற்றிப் பேசிக்கொண்டிருந்தார்கள்.

“இந்த சீஸை போலத்தான் அந்த மனுஷனும். எந்த பிரச்சனையையும் தீக்க மாட்டாரு. இழுத்துக்கிட்டே போவாரு. என் மூணு பசங்களும் ஒரு பொண்ணும் பெருசாகி வேலை பாத்துக் கல்யாணம் முடிச்சு ஒவ்வொரு இடமாப் போய்ட்டாங்க. அதுவும் லண்டன சுத்திதான் இருக்காங்க. நா மட்டும் தா இங்க இருக்கேன். இப்ப அவரு திருப்பி வந்திருக்காரு. இனி உன்னை ஒண்ணும் செய்யமாட்டேன். உன் காலடியில கெடக்கேன், நீ சொன்னத செய்றேன்னு சொல்லுறாரு. பசங்கள கேட்டா, ஒன் வாழ்க்க, நீயே முடிவு பண்ணுங்கிறாங்க. ஆனா திருப்பியும் அந்த ஆளு குடிச்சுட்டு வந்து அடிச்சான்னு அழுதுக்கிட்டு நிக்காத. எங்களால வேலைக்கு லீவெல்லாம் போட்டுட்டு வந்து சரிபண்ண முடியாதுன்னு சொல்றானுங்க. அதிலும் மூணு பேரு சாப்பாட்டுக் கடைதான் வச்சிருக்காங்க. எப்படி தெனசரி பொழப்ப விட்டுட்டு வர முடியும்? அவனுக சொல்றதும் சரிதான். உங்களுக்கு என்ன தோணுது தேவகி?” பட்டென இப்படி ஒரு கேள்வியை அவர் வைப்பாரென்று தேவகியும் எதிர்பார்த்திருக்கவில்லை; திகைத்துப் போனாள். அவகாசத்துக்காக வாயில் இருந்த சாண்ட்வீச்சை மெதுவாகச் சவைத்தாள்.

அப்போது தேவகி வரும் வழியில் ஒரு வீட்டின் முன்பகுதியில் இருந்த மரம் ஒன்றை வெட்டிக்கொண்டிருந்த மனிதர் கிங்ஸ்டன் க்ரூஸ் காப்பி கஃபே நோக்கி வருவது தெரிந்தது. வேலைக்கு இடைவெளி கொடுத்துவிட்டு காப்பி குடிக்க வந்திருக்கலாம் என்று நினைத்தாள். அவள் நடந்துவரும்போது, மரம் வெட்டிக் கொண்டிருப்பதைக் கவனித்துக் கடக்கும்போது, தன் தலை மேல் கிளைகள் விழுந்தால் என்ன செய்வது என்று நின்றுவிட, அந்த இடத்தைக் கடக்கும்வரை மரம் வெட்டுவதைத்தான் நிறுத்தி வைப்பதாக அந்த மனிதர் மேலிருந்து சொல்ல, இவள் நன்றி சொல்ல, அவர் அங்கிருந்தபடியே வசந்த காலப் பருவத்திற்கு முன் மரங்களைச் சிறிது வெட்டிவிட்டுத்தான் ஆக வேண்டும் என்று ஊர், பேர் கதையெல்லாம் அங்கிருந்தே பேச, இவளும் நின்று அண்ணாந்து அவரைப் பார்த்துப் பேசிவிட்டுதான் வந்திருந்தாள். அவரும் இவளைப் பார்த்துவிட, ‘ஜஸ்ட் எ மினிட்’ என்பதைக் கையாலும் கண்களாலும் சைகை செய்துவிட்டு காப்பிக் கோப்பையுடன் இவர்களிடம் வந்தார்.

பார்வதியும் உடன் இருப்பதைப் பார்த்து, ‘மே ஐ ஜாயின்?’ என்று கேட்டார். பார்வதியும் தலையாட்ட, கொஞ்ச நேரம் மூவரும் பேசிக்கொண்டிருந்தனர். க்ரூஸ்ஸிடம் அவரின் கதையைக் கேட்க, சுவாரசியமாகப் பேசத்தொடங்கினார்.

“போர்ச்சுக்கல்லில் க்ராடில் பகுதியைச் சேர்ந்தவன் நான். என்னோட அம்மா படிச்சுக்கிட்டு இருக்கும்போது, இங்கிருக்கும் பிரிட்டிஷ்காரர் ஒருத்தரைப் பின்தொடர்ந்து வந்து இங்கு செட்டிலாகிட்டாங்க. இப்ப நானும் மரம் வெட்டும் தொழிலைக் கத்துக்கிட்டு ஒரு கம்பெனி நடத்துறேன். என் மனைவியும் இங்க வேலை செய்யுறா. அவளும் போர்ச்சுக்கல்காரிதான். படிக்கிறதுக்காக வந்து படிச்சு முடிச்சு இங்க வேல பாக்குறா. எனக்குத் திருப்பியும் ஊருக்குப் போகணும்னு அப்பப்ப தோணும். அவ என்ன சொல்றான்னா, கொஞ்சம் சம்பாதிச்சுட்டு அங்க போய்த் தொழில் செய்யலாம்னு யோசன சொல்றா. ஊருல போய் குழந்தை பெத்துக்கலாம்னு ஐடியாகூட வச்சிருக்கோம்...” என்று சொல்லிக் கடகடவெனச் சிரித்தபோது மிகவும் அழகாகத் தெரிந்தது அவனுடைய உணர்வு.

“நீங்களும் வேற எங்கிருந்தோ இங்க வந்தவங்கதான. உங்கள முதல்ல பாக்கும்போது பாகிஸ்தான்காரங்களோன்னு நினைச்சேன். இங்கு அவர்கள் அதிகம். இந்தியர்களும்கூட. உங்களுக்கும் சொந்த மண்ணுக்குப் போகணும்னு ஆசை இருக்கா என்ன ... இல்ல, எனக்கு மட்டும்தான் அப்படி இருக்குதா?” என்று ஆவலாகக் குறுகுறுவென்று இருவரையும் பார்த்தார்.

“இருக்கத்தான் செய்யுது. உங்களைவிட நாங்க கடந்து வந்த எங்களின் வாழ்க்கை காலம் அதிகம். எங்க ஊரு கடற்கரைக்குப் போகணும், கோயிலுக்குப் போணும், வெயில் அடிக்கும்போது வேர்வையைத் துடைச்சுக்கிட்டே கலரு வாங்கிக் குடிக்கணும் இப்படி எத்தனையோ ... பழையபடி பால்யத்திற்குள் செல்லும் பாக்கியம் எல்லோருக்கும் கிடைப்பதில்லையே. உங்களுக்கு அந்த வாழ்க்கை அமைய எங்களுடைய வாழ்த்துகள்,” என்று சொன்னதும் அவரும் மீண்டும் வேலையைத் தொடர நகர்ந்தார்.

தேவகி, பார்வதியைத் திரும்பிப் பார்த்தாள். “ஓங்க கேள்விக்கும் இதுதான் பதிலாக இருக்க முடியும்னு தோணுது பார்வதி. அந்தப் பழைய வாழ்க்கை பிடிச்சிருந்தா, நீங்க அதுக்குள்ளே போகலாம்; இல்லையென்றால் இன்றைய வாழ்க்கையைத் தொடரலாம்,” என்று சொல்லியபடி மேலும் பேசினாள்.

“இது உங்க வாழ்க்கை சம்பந்தப்பட்ட கேள்வி. இதில் என் பதிலுக்கு அர்த்தமிருக்க போவதில்லை நிச்சயமாக. நீங்க சொன்ன உங்களுடைய பழைய வாழ்க்கை நிகழ்வுகள் அனைத்தும், இப்ப சொல்றதுக்கு உங்களுக்கே எளிதா இருக்கலாம், ஆனா ஒவ்வொன்றும் அந்தச் சமயத்தில் பெரிய கணங்களாக, கடக்க முடியாதவைகளாக இருந்திருக்கும். அதைக் கடந்து வந்தபோது உங்களுக்கு வயது, இளமை, பிள்ளைங்க கடமை என்று

எல்லாம் இருந்திருக்கும். இப்ப வயது இறக்கத்தை நோக்கிப் போகிறது. துணைக்கு நிற்பதற்குப் பிள்ளைகள் அருகாமையில் இல்லாதபட்சத்தில் தினமும் உண்டாகும் பிரச்சினைகள் நம்மை அதிகமாகப் பாதிக்குமா அல்லது பாதிக்காதாங்குறது ஒவ்வொரு தனி நபரின் மனதிடத்தைப் பொறுத்தது. என் பலம் என்னன்னு பாத்தீங்கன்னா, பொறுமை... பொறுமை... ஆனா, என் பலவீனம்? அதே பொறுமைதான்... அதனால் சில விஷயங்களை மனம் திறந்து வெளியே சொல்ல முடியவில்லை... அதனால் தொந்தரவு தரும் கனவுகள்... இப்படி. என்னால் என்னைப் புரிந்துகொண்டது போல யாராலும் என்னைப் புரிந்துகொள்ள முடியாது. அதனால் எனக்கான தீர்வும் என்னிடம்தான் இருக்க முடியும் என்று திடமாக நான் நம்புகிறேன், பார்வதி. உங்களுக்கும் அப்படித்தானே இருக்க முடியும்?"

தேவகி பேசி நிறுத்திய பிறகும் சிறிது நேரத்திற்கு ஒன்றும் சொல்லாமல் அமர்ந்திருந்தார் பார்வதி.

"நா ஏதாவது நீங்க எதிர்பார்க்காத பதிலைப் பேசிட்டனா?" தேவகியின் குரலுக்குத் தூக்கத்தில் இருந்து விழிப்பவர்போல முழித்தார் பார்வதி.

"ஆமா, என்னுடைய வாழ்க்கைக்கு நா ஏன் அடுத்தவங்க கிட்டே பதில் எதிர்பார்க்கணும்? நீங்க சொன்னது சரிதான் தேவகி. ஒரு உணவு எனக்குத் தேவையா இல்லையாங்குறதை நான் தானே முடிவு செய்கிறேன். காலையில் படுக்கையை விட்டு எழும் நேரம் முதல் இரவு படுக்கைக்குச் செல்லும்வரை நேரங்களை, செயல்களை நான்தானே முடிவு செய்கிறேன். சரியே... நீங்க சொன்னது ரொம்ப சரியே," என்று பலமாகத் தலையாட்டியபடி ஆமோதித்தார். பிறகு, "யோசித்து முடிவு எடுக்கிறேன். உங்களை அடுத்தமுறை சந்திக்கும்போது சொல்கிறேன்" என்று சொல்லி முடித்தார். தேவகிக்குள் பெரும் ஆசுவாசம் பிறந்தது.

மேடோவ் சாலையை நோக்கித் திரும்பும்போது, அங்கிருந்த செயிண்ட் கன்னி மரியாளின் சர்ச்சைக் கண்டதும் சிலுவையிட்டுக் கொண்டார் பார்வதி. தேவகிக்குள் தனக்கும் சேர்த்து அவர் இட்டுக்கொண்டதாகத் தோன்றியது. தன்வரையிலும்கூட ஒரு தீர்வை அவரும் க்ரூஸும் தந்திருப்பதாகத் தோன்றியது. பேசாமல் நடந்து வந்து, இருவரும் அவரவர் பாதைக்குத் திரும்பினர்.

11

தேவகி

அறவி

1

எர்ல்ஸ் பாட்டனின் நெடுஞ்சாலை வழியாகச் சென்று ஆல் செயிண்ட்ஸ் தேவாலயத்திற்கான நிறுத்தத்தில் வண்டியை நிறுத்திவிட்டு யமுனா இறங்கியதும் மேல் ஜாக்கெட்டைத் தேடச்சொன்னது குளிர். தேவகியும் அவளுமாகப் புல்வெளிகளின் ஊடே செல்லும் அந்தச் சிறு பாதையில் நடக்க நடக்கப் பெயரறியா சின்னஞ்சிறு மஞ்சள் பூக்கள் குளிருக்கும் மலர்ந்து நின்றன. தேவாலயத்தின் சிறு முன்கூடமானது, கண்ணாடியால் ஆன அறிவிப்புப் பலகைகள், சேரிட்டி உண்டியல் என்று நிறைந்திருந்தது. அடுத்த சண்டே சர்வீஸ் குறித்த அறிவிப்புகள், நோட்டீஸ்கள், கொரொனா கட்டுப்பாடுகள் குறித்த அறிவிப்புகளும் இருந்தன. தேவாலயத்தின் உட்புறம் வலதுபுறம் உட்கார்ந்து வழிபாடுகள் செய்ய மர பெஞ்சு இருக்கைகளும் அதன் முன்னர் ஆல்டர் பீடமும் மேலே சிலுவையில் இயேசு கிறிஸ்துவுமாகச் சத்தங்களை விரும்பாமல் அமைதியாக இருந்தது. இதே தேவாலயம் பிரார்த்தனை நடக்கும் நாட்களிலென்றால், பியோனோ இசையும் பாடல்களும் வாசிப்புமாகக் களை கட்டியிருக்கும்.

முன்பொரு முறை அப்படியான ஞாயிறன்று வந்திருந்தபோது, பிலிப்பியன்ஸ் எபிஸ்டேல்லில் இருந்து வாசகங்கள் வாசிக்கப்பட்டுக் கொண்டிருந்தன.

அவர் கடவுளாக இருந்தாலும், தேவனுடன் சமத்துவம் பற்றி அவர் நினைக்கவில்லை. மாறாக, அவர் தனது தெய்வீகச் சலுகைகளை விட்டுக்கொடுத்தார்; அவர் ஒரு அடிமையின் தாழ்மையான நிலையை எடுத்து மனிதனாகப் பிறந்தார். அவர் மனித உருவில் தோன்றியபோது, கடவுளுக்குக் கீழ்ப்படிந்து தன்னைத் தாழ்த்தி, ஒரு குற்றவாளியின் சிலுவையில் மரித்தார்.

அன்றைய பொழுது, வெகுநேரமாக அங்கேயே அமர்ந்திருந்தாள் தேவகி. அந்தச் சமயம் மிகவும் தொந்தரவுகளில், மனச்சோர்வில் இருந்த நேரம்; மிகவும் ஆறுதலாக இருந்த நேரங்களாக இங்கு அமைந்தன. இப்போது நல்ல தெளிவு இருப்பதாக தானே நம்புகிறாள். உள்ளே சிறிது நேரம் அமர்ந்துவிட்டு, வெளியே வந்தனர் இருவரும்.

தேவகி பளிச்சென்ற சிவப்பு நிற உடைகள் அணிந்து கனமான வெள்ளை பாட்டியாலாவில் இருந்தாள். குளிருக்கான ஜாக்கெட்டைத் தன்னுடலுடன் நெருக்கியபடி நடந்தாள். சுருட்டையான கருப்பு முடியுடன் பார்ப்பதற்கு அவள் முகம் சரஸ்வதி தேவியின் சாந்தத்துடன் இருந்தது. தேவாலயத்தில் சரஸ்வதி தேவியை நினைக்கிறேனே எனத் தனக்குள் சிறுநகை ஒன்றைப் பூசிக்கொண்டாள். தேவகி தனது இருபது வயதுகளில் எப்படியிருந்திருப்பாள் என்று யூகித்துப் பார்த்தாள் யமுனா; தேவதையாக இருந்திருக்கலாம். அங்கிருந்து வெளிவந்து பெரிய கல் பெஞ்சுகள் இருந்த வெளிப்பாதையில் அமர்ந்தார்கள்.

“பழைமையான கட்டட அமைப்பு. இந்தப் பழைய கட்டடக்கலை ஆங்கிலோ – சாக்சன் வகையாகும். ரஸ்கின் பாண்ட் புத்தகங்களில் வரும் ஆங்கிலோ – சாக்சன் கலாச்சாரப் புவியியல் சமாச்சாரங்களைப்போலவே அழகா இருக்குல்லாம்மா ... ஒன்ன போல ... அப்படிதானே,” என்று தேவகியின் கன்னத்தைக் கிள்ளிச் சிரித்தாள். “ஏய்! வலிக்குடி ...” என்றாள் தேவகி கன்னத்தைத் தடவியபடி.

“நீயே சொல்லு. சின்ன வயசுல ரஸ்கின் பாண்ட்டின் எழுத்துகளை எத்தனை விரும்பிப் படிச்சிருக்கேன். நீதானேம்மா என்னை தேவசகாயம் சார் வீட்டு நூலகத்துக்குக் கூட்டிட்டுப் போயிருக்கே. ஜெயகாந்தனை வெறித்தனமாக நீ வாசிக்கிறதை நான் பாத்திருக்கேன். ரஸ்கின் புத்தகங்களில் இருந்து விலகி ஜூசென் கூலின்ஸ், சிட்னி செல்ட்டன், சாரா வாட்டர்ஸ், டான் ப்ரௌன், அருந்ததி ராய் என்று மாறிவர அவரவருக்கான நேரம் தேவையாக இருந்திருக்கிறது. ஒரே கூரையின் அடியில்

இருவரும் வேறு வேறு எழுத்துலகை அந்தந்தக் காலகட்டத்தில் சரியாகக் கண்டடைந்திருக்கிறோம். அதுவும் உன்னால்தான் சாத்தியமாயிற்று.

மாம், என்னுடைய கல்லூரி நாட்களில் நா ஜெகேயை வாசிக்கும்போது, முதலில் எனக்குத் தோன்றியது என்ன தெரியுமா? ஜெகே யைப் படித்த பிறகும் நீ ஏன் அத்தனை தைரியசாலியாக இருந்திருக்கவில்லை என்றுதான். ஆனா, அவருடையதை நிறைய வாசிக்க வாசிக்க எனக்கு என்ன தோணுச்சு தெரியுமா, ஜெகேயை வாசிக்கும் பெண் ஒரு சிறந்த சிந்தனாவாதியாக, தர்க்கரீதியாகச் சிந்திப்பவளாக மாறுவாள் என்பது. அது தைரியசாலியாக, புரட்சியாளராக இருப்பதைவிட ஆகச்சிறந்தது என்று. அப்படிதானே ஆச்சிக்கு அப்புறம் நீ தலையெடுத்து வந்து, அத்தனையும் காப்பாத்தினே. உனக்கான துறப்புகள் எத்தனை எத்தனை என்பதை என்னால் புரிந்துகொள்ள முடிகிறது, மாம்.”

தேவகி யமுனாவை வியப்புடன் பார்த்துப் புன்னகை செய்தாள். “யமுனா, ஏன் திடீர்னு இத்தன ஐஸ் வைக்கிற ஒன் அம்மாவுக்கு? ஏற்கனவே குளிர் புரட்டுது உடம்பை,” கண்கள் சுருங்கச் சிரித்துவிட்டு, “யம்மு, நீ சொல்ற அளவுக்கு நா அன்னைக்கு யோசிச்சேனான்னு எனக்குத் தெரியல. அடிக்கடி நெனைச்சிருக்கேன், மனோன்மணீயம் யூனிவர்சிடியில் சேர்ந்து ஏன் நான் என் கல்லூரி படிப்பை கரஸ்லகூட முடிக்க நினைக்கவில்லை என்று. அதைவிட அதிகமான அழுத்தத்தில் இருந்திருப்பேனா என்னவோ... இருக்கலாம், இல்லை அதற்கான பொருளாதாரத் தேவை இல்லாமல் இருந்திருக்கலாம்.

நானும் ரொம்ப சந்தோஷமான பொண்ணாகத்தா கல்யாணம் பண்ணிக்கிட்டேன். ஆனா என் மனசு எதிர்பார்த்த ஒன்றைச் சித்தம் கலங்கிய நிலையில் இருந்த உங்கப்பாவால் கொடுக்க முடியல, கொடுக்கவும் முடியாது. அதுக்காக நா நிறைய அழுதிருக்கேன். அப்போவெல்லாம் வாணி அக்காவும் வேலய்யாவும் என்னோட துணையா நின்னுருக்காங்க. வீட்டை அவ பாத்துக்கிட்டா, வேலய்யா வெளிவேலைக்குத் துணையிருந்தாரு. ஆமா... அந்த ஐயா துணையிலதான் நான் நிமிர்ந்தேன். அதுக்கப்புறம் இருந்தவங்கயெல்லாம், அது மாடப்பன் ஆகட்டும், முருகன் ஆகட்டும் எல்லோரும் எனக்குக் கீழே சரியா வேலை பாத்தாங்க. அம்புட்டுதான்,” என்று சொல்லி யமுனாவைப் பார்த்தாள். அவள் கண்கள் தேவகியை ஊடுருவிச் செல்வதுபோல இருந்தது.

"ஏன்டி அப்படி பாக்குறே?" என்று கேட்டதும் யமுனா, 'ஊஹூம், ஒண்ணுமில்லை' என்பதுபோல தலையாட்டினாள்.

"நீ பொறந்த நிமிஷம் ஒரு விபத்து, யமுனா. அவருக்கும் அப்படி நடந்தது தெரியாது. ஆனா அதுக்கப்புறம் அப்படி எதுவும் நடக்கல. அன்று ஒரு நேரம் மட்டுமே உன் அப்பாவின் நெருக்கத்தை உணர்ந்திருந்தேன். அதற்குப் பிறகு அவர் அப்படி எதுவும் என்னிடம் முயற்சி செய்யலை. அவரது காதல் காலம் வானத்துச் சந்திரனின் சாயல்களில் முளைக்கும் அவரது இயலாமையின் நாட்கள் என்று அப்போது என்னால் உணர முடியவில்லை," என்று சொல்லிச் சில விநாடிகள் மௌனமாக இருந்துவிட்டுப் பின் தொடர்ந்தாள், "இதெல்லாம் தன் புள்ளகிட்ட பேசுற விஷயமில்ல தா. ஆனா என்னைச் சரிப்படுத்த நீ எடுக்கிற முயற்சி என்னைக் கலங்கடிக்குது" என்று சொல்லிக் கண்களைச் சிமிட்டிக் கண்ணீரை அடக்க நினைத்தாள்.

"அம்மா…" என்று அழைத்து தேவகியின் வலது கையைத் தன் கைகளுக்குள் புதைத்துக்கொண்டாள் யமுனா. மெதுவாக தேவகியின் முகத்தை நிமிர்ந்து பார்த்து, "அதுக்கு முன்னே அல்லது அதுக்கு அப்புறம் என்று உன் வாழ்க்கையில வேற ஆண்களே இல்லையாம்மா?" என்று கேட்டாள்.

'இந்தச் சிறு பெண்ணிடம் என்னவென்று எதைப்பற்றிச் சொல்ல முடியும்' என்ற வெறுமையான மனநிலையுடன் யமுனாவின் மீதிருந்த பார்வையை விலக்கித் தொலைவில் தெரிந்த கல்லறை மேட்டினைப் பார்த்தபடிப் பேசத்தொடங்கினாள்.

"யமுனா, எனக்கு எந்த இடத்திலும் யாரிடமும் எந்த ஆசைகளும் வருத்தங்களும் முணுமுணுப்புகளும் கிடையாது; கோபமோ வன்மமோ எதுவும் வைத்துக்கொள்ளவில்லை. ஆண்கள் குறுக்கிடாத வாழ்க்கை இருக்க முடியுமா ஒரு பெண்ணுக்கு? சொல், எனக்கும் கதைகள் என் பின்னே உண்டு. சிலதுகளைக் கலைத்தெடுத்து உன் முன் வைக்க முடியும். அதனால் நான் இன்னும் கலைந்து போவேன் என்றும் எனக்குத் தெரியும். அதனால் சிலவற்றை மூளையின் அடுக்குகளின் கீழே போட்டு அமுக்கிவைக்கிறேன். அமுக்குவதால் நீர்க்குமிழிகள் சாவதில்லை என்பதும் எனக்குப் புரியும் யமுனா. இருந்தும் எனக்குள்ளேயே ஜீரணிக்கக் கற்றுக்கொண்டு வருகிறேன். இங்கு வந்த புதிதில் நா இருந்ததற்கும் இப்போதைய என் மனநிலைக்கும் நிறைய வேறுபாடுகள் உண்டு.

"எனக்கான சோகங்களை நான் பார்வதியின் கதைகளின் வழியாகவும் ராய்ஸ் வழியாகவும் இன்னும்

வசு மாதிரி எனக்கு நெருங்கியவர்களின் வாயிலாகவும் ஆற்றிக்கொள்கிறேன். ஒவ்வொருத்தரின் கதையிலும் என்னுடைய கதையும் ஒளிந்திருக்கிறது யம்மு. நான் ஒரு துறவியாகவோ புனிதமானவளாகவோ சன்யாசினியாகவோ இருந்தேன் என்று சொல்ல முடியாது. ஆனால் அப்படித்தான் ஓர் அறவியாக வாழ வேண்டிய இருக்க வேண்டிய சூழல் எனக்கு இருந்தது. இப்படி எங்கள் தலைமுறையில் நிறைய பெண்கள் இருந்திருக்கிறார்கள். நான் மட்டுமே அந்தச் சமூகத்தில் தனியாள் இல்லை யம்மு. சகிப்புத்தன்மை உடலின் வேட்கையையும் குறிப்பாகக் கொண்டதுதான்.

"நீ பிறந்ததில் என் ஆச்சிக்கு மகிழ்ச்சி. அவளுக்கு அவளின் பரம்பரை சாகாமல் முளைத்ததில் பெருமை இருந்தது. மூன்று பிள்ளைகளைக் கொடுத்துவிட்டு இறந்துபோனவனை எனக்குத் தெரியும். அதன்பிறகான அவளின் வாழ்க்கை ஒன்றுமே இல்லாதது. அது அவளுக்கு மட்டுமே தெரிந்த ஒன்று. ஆனால் ஊருல எல்லாரும் என்ன சொல்லுவாங்க தெரியுமா? மூணு புள்ளைகள பெத்தாச்சே, வேற என்ன வேணும்ன்னுதான். உலகெங்கிலும், பெண்கள் சகித்துக்கொள்ளவும் தியாகம் செய்யவும் கடவுளால் படைக்கப்பட்டுள்ளனர் என்று என்னோட ஆச்சியும் சத்தியமாக நம்பினாள். மனநலம் சரியில்லாதவனை அறியா வயசில் இருந்த ஒரு பெண்ணுக்குக் கட்டிவைத்துவிட்டோமே என்ற உறுத்தல், நா வாழாம இருந்த காலங்களில்கூட அவளிடம் நான் கண்டதில்லை யமுனா. உறுத்தல் அவளுள் இருந்து அது நான் கண்டுபிடிக்க முடியாமலும் இருந்திருக்கலாம். அது மட்டும்தான் எனக்கு ஆச்சியிடம் சங்கடம் உண்டாக்கிய ஒன்று. மற்றபடி அவளால் முடிந்த அளவுக்கு என்னைக் காப்பாற்றியிருக்கிறாள் என்றே நான் எடுத்துக்கொள்ள வேண்டும். என்னைப் பொத்தி வைத்திருந்தாள் என்றுதான் சொல்ல வேண்டும்."

யமுனா பதில் பேசாமல் இருந்தாள். "யம்மு, நான் வாழ்ந்த இந்த அறவி வாழ்வை நீயும் முன்னெடுத்துவிடாதே. அது ஒரு கொடுங்காலம் பெண்ணுக்கு," என்றபடி அமைதியானாள். யமுனா விஷயத்தை மாற்ற வேண்டியதன் அவசியத்தை இப்போது உணர்ந்தாள்.

மெதுவான குரலில் யமுனா பேசத்தொடங்கினாள், "மாம், இப்போது பெண்களின் உலகம் மாறிவிட்டது. ஒவ்வொருவருக்கும் அவர்கள் எந்த பாலினமாக இருந்தாலும் அவரவர் விருப்பங்கள், வெறுப்புகள், உரிமைகள், பொறுப்புகள் உள்ளன. அவற்றைச் சார்ந்து தனித்தனி மனிதர்களாக ஆண்களும் பெண்களும் வாழக்

கற்றுக்கொண்டு வருகிறோம். நான் என்னுடையதையும், ஹரி அவனுடையதையும் தேர்வு செய்கிறோம். குழந்தைகளை, வருங்கால சந்ததிகளை முன்வைத்து யோசிக்கும்போது, நல்லதொரு நிலையான வாழ்க்கை முறை கட்டாயம் தேவையாகிறது. திருமணம், குடும்பம் என்ற கட்டமைப்பைக் காப்பாற்ற வேண்டியிருக்கிறது. உன்னை யோசிக்கும்போது என்னால் உன்னைப்போல வாழ முடியாது என்றே தோன்றுகிறது. சன்யாசினிகளைப்போல அது தனிப்பட்ட அன்பில், பாசத்தில் வறண்டு போன வாழ்க்கைம்மா. பிரச்சனைகளும் சஞ்சலங்களும் உரசல்களும் ஒட்டல்களும் இல்லாத ஒரு வாழ்வை என்னால் வாழவே முடியாது மாம். நிச்சயமாக நானும் வாழ ஆசைப்படுகிறேன்," என்று சொல்லிவிட்டுத் தலையை இந்தப் பக்கமும் அந்தப் பக்கமும் ஆட்டிக்கொண்டு சிரித்தாள்.

தேவகி அவளை வியப்பாய்ப் பார்க்க, "அம்மா, இப்பவே ஏதாவது யோசிக்காதே. இப்பவரைக்கும் யாருமில்லை. அப்படி யாராவது என் சிந்தனைக்கு ஏற்ற மாதிரி வந்தால்... உங்கிட்டக்கதான் முதலில் சொல்வேன், இது போதுமா?" சொல்லிக்கொண்டே எழுந்து பின்புறம் தட்டியபடி காரை நோக்கி நடந்தாள்.

தேவகியும் உடன்வர, காரில் சாய்ந்து நின்று தேவகியைப் பார்த்து, "உனக்கு மாத்திரையெல்லாம் ஜான் கொஞ்சம் குறைச்சுட்டார்ம்மா. இனி நீ எசிடலோபிரம் மாத்திரைகள் மட்டும் சாப்பிட்டால் போதும். நீ இப்போ ஓகேதான். ஆனா ஒரு கேள்வி மட்டும் எனக்கிருக்கு. சுதர்சனன் யாரும்மா? நம்ம வீட்டுல யாரையும் எனக்கு அப்படி தெரியாதே" என்றாள்.

அந்தப் பெயரைக் கேட்டதும் தேவகியிடம் சிறு தடுமாற்றத்தை யமுனா கவனித்தாள். இருந்தும், அவள் தன்னைச் சரியாக்கிக் கொண்டு, "என் பெரிய மாமா. உன் அப்பாவின் அண்ணன். ரொம்ப மோசமானவன். குழந்தை என்றும் பாராமல்..." என்று குரலை இறக்கிப் பேசிவிட்டு, யமுனாவின் காதில் அது விழுந்திருக்காது என்று நினைத்திருப்பாள் போலும், சட்டென சகஜமாகி, "செல்லம்மா ஆச்சிக்கு அவனைக் கண்டாலே பிடிக்காது. இத்தனைக்கும் அவன்தான் ஆச்சியின் மகன், உங்கப்பா அந்த சிலோன்காரியின் மகன்," என்றதும் யமுனா சற்று அதிர்ந்தமாதிரிதான் ஆனாள். இவளிடம் இன்னும் என்னென்ன ரகசியங்கள் இருக்குமோ என்ற குழப்பம் வந்தது யமுனாவுக்குள்.

யமுனாவின் முகத்தை வாசித்த தேவகி, "அப்படின்னு நா சில விஷயங்களை வைத்து நினைக்கிறேன். ஒண்ணு, ஓங்கப்பா

இறந்தபிறகு ஆச்சி ஹால் வளைவில் மாட்டியிருந்த அந்த முத்து தொங்கலைக் கழட்டிய பின்புதான் எனக்குள் ஒரு விஷயம் பிடிபட்டது. ஒருவேளை வரதன் மாமா அந்த சிலோன்காரியின் மகனாக இருந்திருப்பாரோ என்று. அதனால்தான் தனக்குப் பிடிக்காமல் இருந்தும் அவள் கொண்டுவந்ததை, வீட்டில் ஒரு அலங்காரப் பொருளாக விட்டு வைத்திருந்து வரதன் மாமா இறந்ததும் அந்த சகாப்தம் முடிந்தது என்று ஆச்சி கழட்டியிருப்பாளோ என்னமோ... ஆச்சியை அத்தனை எளிதாக யாராலும் புரிஞ்சுக்க முடியாதில்லையா? ரெண்டாவதா, செல்லம்மா ஆச்சி அடிக்கடி சொல்லும் இன்னொரு விஷயமும் இதை உண்மையாக்கும், நம்ம வழிவகையில யாருக்கும் இப்படி மூளை சரியில்லாம இருந்ததில்லை. மூணாவதா, சுந்தரலிங்கம் தாத்தாவின் அம்மா, அந்த அமிர்தம் குழந்தை உண்டாயிருந்தபோது, அதை அழிக்க கொடுத்த மருந்தின் வீரியமாக்கூட இருக்கலாம்னு எனக்குத் தோணுது", இப்படியெல்லாம் வேற நடந்திருக்கா என்கிற தினுசில் யமுனா தேவகியைப் பார்க்க, "எனக்கு இதெல்லாம் செல்லம்மா ஆச்சியும் கமலத்தம்மாவும் சொன்னதில் இருந்துதான் தெரியும். இந்தப் பாவத்துல என்னைய சேத்துராதே தாயி... அந்தப் பெரிய வீட்டில் எத்தனையோ நடந்திருக்கும், யம்மு... என் பார்வையில், என் அனுமானத்தில் புரிந்துகொண்டதை உனக்குச் சொல்கிறேன்..." என்று சொல்ல, யமுனாவுக்குள் தன் தகப்பன் செல்லம்மாவின் பிள்ளை இல்லையா என்ற சந்தேகமே கவலையை உண்டு பண்ணியது.

"சுதர்சனன் மாமா கெட்டவன், பொம்பளை பொறுக்கி, அவனை எப்போதோ செல்லம்மா வீட்டைவிட்டு அனுப்பி விட்டாள்," என்று சற்று கோபம் உரைக்கச் சொல்லும் அம்மாவைப் பார்க்கையில் அப்போ வீட்டை விட்டு அனுப்பிய விஷயத்திற்கும், 'சிறு குழந்தை என்றும் பார்க்காமல்...' என்று சற்று முன் முணுமுணுத்த விஷயத்திற்கும் தொடர்பு இருக்கிறது என்று யமுனாவின் அறிவு கணக்குப் போட்டது. தேவகியின் குரலிலும் கண்களிலும் தெரிந்த ஒரு கணநேர மாற்றம் யமுனாவுக்கு அதை உணர்த்தியது. பரவாயில்லையே நாம கூட ஜான் போட்டுக்கொடுத்த கோட்டைச் சரியாகப் பின்பற்றுகிறோமே என்று சந்தோஷப்பட்டாள்.

காரை கிளிக் செய்து திறந்து, இருக்கையில் அமர்ந்தாள். அம்மாவும் உள்ளே வந்தாள்.

"அவருக்குத் திருமணம் ஆகியிருந்ததா?" என்று கேட்டாள் யமுனா. கார் நிறுத்தத்தில் அங்குமிங்குமாகப் பறக்கும் ஸீ

கல் பறவைகளைப் பார்த்தபடி தேவகி, "அவனை மாதிரியானவர்களுக்கு எதுக்குக் கல்யாணம்..." என்று வெறுப்பாய்ச் சொன்னவள், "என் கல்யாணம் முடிந்த அடுத்த வாரமே அவன் இறந்துபோனதாக ஆச்சியிடம் வந்து வேலய்யா சொன்னார். ஆச்சி அவன் உடலைப் போய்ப் பார்க்கக்கூட இல்லை. என்னுடைய சின்ன தாத்தாவின் மகன்தான் முன்னின்று எல்லா காரியங்களையும் முடித்ததாக வேலய்யா அதன்பிறகு ஆச்சியிடம் சொல்லிக்கொண்டிருந்ததைக் கேட்டேன். 'பதினாறு திவசத்தையும் சரியா செய்திரணும் வேலய்யா. அவன் திரும்பிப் பொறந்துறக் கூடாது'ன்னு ஆச்சி அவரிடம் சொன்னதையும் கேட்டேன் நான். நீ பொறந்தப்போ அவ ரொம்ப சந்தோஷப்பட்டா. 'நல்லவேளை ஆம்பள பையன் இல்ல' என்று தனக்குத்தானே சமாதானப்பட்டுக்கொண்டாள். என்னால் அவளுக்கு நேர்ந்த துன்பங்களெல்லாம் நா அவ மேல திருப்பிக் காட்டுற நம்பிக்கையிலும் அன்பிலும்தா இருக்குனு நா நம்பினேன் யம்மு. அதனால தா அவ இல்லாத ஒரு பாகம் என் வாழ்க்கையில இல்லன்னு நா எப்போவும் நம்புறேன்" என்றாள் தேவகி.

அம்மாவின் கையின்மீது தனது கையை வைத்து, "மாம், ஆச்சி புராணம் போதும்மா, இப்ப பசிக்குது . . ." என்று சமாதானமாகச் சிரித்தாள் யமுனா. தேவகியும் முகம் நிறைய சிரிப்பை விரித்து, "சரி போலாம்" என்றாள்.

காரைக் கிளப்பியபடி 'குழந்தை என்றும் பாராமல்' என்று குரலைத் தழைத்துச் சொன்னாளே, அது ஒருவேளை அம்மாவாக இருக்குமோ என்று யோசித்தாள் யமுனா. 'இருக்குமோ என்ன, அம்மாதான். அதுதான் அவளுக்குள் அத்தனை ரணமாக இருந்திருக்கிறது. செல்லம்மா ஆச்சி அம்மாவை அப்பாவுக்குக் கட்டிவைக்க இந்த காரணத்தை முன்னிறுத்திக் கூடச் செய்திருக்கலாம். பொறுக்கிதான் அவன்' என்று உள்ளுக்குள் கருவிக்கொண்டாள்.

"மாம், எங்காவது வெளியில் சாப்பிடலாமா?" என்று முகத்தைச் சந்தோஷமாக மாற்றிக்கொண்டு யமுனா கேட்க, "யெஸ்" என்று உற்சாகமானாள் தேவகி.

"ஏதாவது இண்டியன் ரெஸ்டாரண்ட்?"

"ஆமா யம்மு, என்னமோ உங்கிட்ட இவ்வளவு பேசுனது எனக்கே ஆச்சரியமா இருக்கு. பேசுனா பாதி நோய் போகும்னு நிஜமாதா சொல்றாங்க போல," என்று சிரித்துவிட்டு, "ஆனா பசி போகும்னு யாரும் சொல்லல யம்மு," என்று சொல்ல யமுனாவும் சேர்ந்துகொண்டாள் சிரிப்பில்.

ஏர்ல்ஸ் பார்டனில் உள்ள இந்திய உணவகங்கள் மாலையில் மட்டுமே திறக்கப்படும், பெரும்பாலும் உணவருந்த அனுமதிப்பதில்லை, இந்த கோவிட் வந்தபிறகு என்பது யமுனாவுக்குத் தெரியும். A509 நெடுஞ்சாலையைக் கடந்து வெலிங்பராவின் சாலையில் இருந்த ஒக்ரா இந்தியன் குசினி போஸீயட்டில் சாப்பிட அமர்ந்தனர்.

ஆட்டுக்கறியும் வெண்டை ஸ்பெஷல் வதக்கலுமாக வாங்கி அமைதியாகவும் முழுமையாகவும் தேவகி சாப்பிட்டதைக் கவனிக்கையில் யமுனாவுக்குள் ஒரு நிறைவு வந்தது. யமுனாவுக்கு இறால் பிடிக்கும் என்பதால் வாங்கிவிட்டாள். ஆனால் சாப்பிட முடியாமல் வயிறு நிரம்பியிருந்ததைப்போல இருந்தது. தேவகிக்குள் இப்போது எந்த அரக்கனும் இல்லாமல் போன போதுமென்றிருந்தது.

"என்ன யம்மு... சாப்பிடு. சாப்பாட அளையக்கூடாது," என்றாள் தேவகி. அசைவம் சாப்பிடுவது மனதுக்கும் உடலுக்கும் பொருந்தவில்லை என்று சில வருடங்களாகச் சாப்பிடாமல் இருந்து வந்தாள் தேவகி. இன்றுதான் மறுபடி எடுத்துக் கொள்கிறாள் அம்மா. மனத்திலிருந்து வெளி விழுந்த சொற்கள் அவளுக்குள் மீட்டெடுப்பைக் கொடுத்திருக்கக்கூடும். அதுதான் உணவு அவளுக்குள் உயிர்ப்பாய் இறங்கியதில் யமுனாவுக்குள் நிம்மதி பிறந்தது.

12

தேவகி ஸீகல்

1

தேயிலை நிறைந்த சதுரப்பையை சிராமிக் கோப்பைக்குள் நுழைத்து நீர் இருக்கிறதாவென கெட்டிலை அசைத்துப் பார்த்தாள் தேவகி; இருந்தது. அதை இயக்கியதும் மெலிதான ரீங்காரச் சத்தத்துடன் இயங்கியது; அரை நிமிடமாவது ஆகும். நகர்ந்து பின்கதவின் அருகில் போனாள். கருத்த நிற உடலுடனும் பளீர் மஞ்சள் அலகுடனும் மண்ணிலிருந்து புழுக்களைப் பிய்த்தெடுத்து உதறி முழுங்கிய நம்ம ஊர் மைனாவைப் போலவிருக்கும் பிளாக் பேர்ட் பறவையைக் கண்டதும் தொட்டு மையிட்டுக் கொள்ளலாம் என்று தோன்றியது. அத்தனை கருமை. அதன் கண்களைச் சுற்றியிருக்கும் மஞ்சள் வளையங்கள் அதன் உடல் கருமையை இன்னும் அழகாக்கின. அது நிச்சயம் ஆண் பறவைதான். பிளாக் பேர்ட் இனத்தில் பெண்பறவை இத்தனை அழகாக இருப்பதில்லை. சற்று அடர்வு குறைந்த பழுப்பு நிறத்திலும் அலகு மங்கிய மஞ்சள் நிறத்திலும் இருக்கும். கண்களைச் சுற்றி அதற்குக் கருவளையங்கள் கிடையாது. தேவகி இங்கு வந்த இத்தனை வருடங்களில் இங்கிருக்கும் பறவைகளுடன் சிநேகம் கண்டிருந்தாள்.

கெட்டிலின் சத்தம் நின்றதும் தேயிலைப் பையின் மேல் சூடான நீரை இறக்கி, ப்ரிஜிலிருந்து

அகிலா

செமி ஸ்கிம்டு பாலைச் சிறிது ஊற்றிக் கலக்கியெடுத்துக்கொண்டு எழுதும் மேசைக்கு வந்தாள். வசுவுக்கு எழுதிய கடிதம் முடிவு பெறாமல் நின்றிருந்தது. மேசையின் அருகிலிருந்த பிரெஞ்சுக் கண்ணாடிக் கதவின் வழியே பின் தோட்டத்தில் இன்னும் மூன்று பறவைகள் சேர்ந்திருந்தன. ஆணும் பெண்ணுமாக வெகு சுறுசுறுப்புடன் புற்களைக் கொத்திக்கொண்டிருந்தன. ஆண் பறவைகள் இடையிடையே கொத்துவதை நிறுத்திவிட்டு, குத்துசெடிகளில் இருந்து கீழே விழுந்திருந்த சின்ன சின்ன காய்ந்த குச்சிகளை ஒவ்வொன்றாக எடுத்துக்கொண்டு பறந்தது எங்கோ. பொறுப்பான ஆண்; தனக்கான கூடுகளை அமைத்துக்கொள்ளவும் பாதுகாக்கவும் தெரிந்திருக்கிறது அதற்கு. மனிதனில் எல்லோரும் அப்படியில்லையே. தாத்தா இறந்தபிறகு ஆச்சிதானே அத்தனையையும் கட்டிக்காத்தாள், தாய் தகப்பன் இல்லாத தன்னையும் சேர்த்து. அவளின் பிள்ளைகளால் அவளுக்கு எந்தப் பிரயோஜனமும் இல்லையே. அவளும் தன்னை விட்டுச் சென்ற பிறகு, யமுனாவின் திருமணம் முடிந்த கையோடு நெல்லு வயலையெல்லாம் விற்றுவிட்டு, மாட்டுப்பண்ணையோடும் தோப்போடும் தன் வேலைகளை நிறுத்திக்கொண்டாள் தேவகி. அதிலிருந்து வரும் வருமானம் அவள் ஒருத்திக்குப் போதுமானதாக இருந்தது. பெண்களின் உழைப்புதானே குடும்பத்தை நிலைநிறுத்தி இருக்கிறது.

வரதனுடனான தனது திருமணத்தை வசு எதிர்த்தபோதும் வசுவிடம் கோபம்கொள்ள மட்டுமே அப்போது அவளுக்குத் தெரிந்திருந்தது. கல்யாண அழைப்பிதழே வைக்காதபோதும் வந்து நின்று சண்டை இழுத்த சுதர்சனன் மாமா சொன்னது இன்னும் அவளுள் வலித்துக்கொண்டேயிருக்கிறது. பந்தலில் தொடங்கிய சண்டையை ஊரார் கவனிக்கிறார்கள் என்று ஆச்சிதான் அவனை உள்ளறைக்கு இழுத்துக்கொண்டு வந்தாள்.

“ஒனக்கு அழைப்பே வைக்கலல்ல, அப்புறம் எதுக்குல வந்த? என் கண்ணுல திருப்பிப் பட்டேன்னா கொன்னுருவேன்னுதான அன்னைக்குச் சொன்னேன்” என்று முகத்தைத் திருப்பிக்கொண்டாள் செல்லம்மா.

“ஒன்னுக்கும் உதவாத ஒருத்தனுக்கு இவள நீ கட்டிக்கொடுக்கத பாத்துக்கிட்டு சும்மா நிக்க சொல்றியா? ஊர்ல எப்படி பேசுறாங்க தெரியுமா?” என்றான் சுதர்சனன் மாமா.

“உன் அத்தக்காரி கூடதான் என்னைய பேசிப்புட்டா... நீ சொல்ற மாதிரி, அவன் ஒன்னுக்கும் உதவுறானா இல்லயான்னு புள்ள பொறந்தா தெரிஞ்சிறப் போகுது... ஒனக்கு வேண்டியத,

ஆள வச்சுப் பிரிச்சுக் கேட்ட. கொடுத்தாச்சுலே. இனி ஒனக்கும் இங்கைக்கும் எந்தச் சம்பந்தமும் கிடையாது பாத்துக்கோ. கல்யாண வீடுங்கதால நிதானமா சொல்லுதேன் கேட்டுக்கோ. வெளிய போயிரு...", பல்லைக் கடித்தபடி சொன்னாள் செல்லம்மா.

"நா என்ன இங்கன இருக்கவா வந்திருக்கேன்? நா ஏற்கனவே சின்னதிலிருந்து அவள பாத்தாச்சு," என்றபடி தேவகியின் அருகில் வந்தான், "இப்ப இத்தன இம்புட்டு அழக பாக்கணும்னு ஒரு ஆசதா. எனக்கே கட்டிக்கொடுத்துடு, நமக்குள்ள எல்லா நேர் ஆயிரும்ல" என்றான் தேவகியை இன்னும் நெருங்கி.

ஆச்சிக்கு எங்கிருந்து அம்புட்டுக் கோவம் வந்துதுன்னு தேவகிக்குத் தெரியல. அவன் கழுத்துல கைய வச்சு நெறிச்சுப் பிடிச்சுப் பக்கத்துல இருந்த மேசையோட சாய்ச்சுட்டா. மேசை மேல இருந்த கல்யாண அலங்காரத்துக்காக கொண்டுவந்ததில் அலங்கரித்ததுப் போக மிச்சமிருந்த தலைச்சுட்டி முதல் கல் தோடுகள் வரை சின்னசின்ன சாமான்கள் வைத்திருந்த நகைப்பெட்டி கீழே உருண்டது. ரோஜாப்பூக்கள் வைத்திருந்த தட்டு தடதடத்துக் கீழே சுற்றி நின்றது. கடைசியாகத் தண்ணீர் கூஜாவும் விழுந்து தண்ணீர் அறையின் அரைவாசிக்குப் பரவி, ஓடும் வாகுக்குக் கட்டப்பட்டிருந்த ஓட்டையை நோக்கி ஓடியது. அந்த ஓட்டை, துணி சுற்றிய குச்சியால் அடைக்கப்பட்டிருக்க, அங்கே குளமாகக் கட்டத் தொடங்கியது.

"அருவாவ எடுடி ... இங்கனயே இவன வெட்டி பொலி போட்டுடறேன்," ஆச்சியின் சத்தத்திற்கு தேவகி தண்ணீரைப் பார்ப்பதிலிருந்து அதிர்ந்து போய்த் திரும்பினாள். அவள் அப்படியே நிற்பதைக் கண்டதும் செல்லம்மாவின் குரல் இன்னும் உயர்ந்தது.

"என்னடி ... மரமாட்டம் நிக்குத? பீரோவுக்கு அடியில இருந்து எடுடி அருவாள. இவன உயிரோட வெளிய விடக் கூடாது" என்று பற்களை நறநறத்தபடிபேசினாள் ஆச்சி. ஆச்சியின் வெப்ராளத்தைப் பார்த்துப் பயந்த அவளின் பட்டுப்புடவை கால்களில் தடுக்க, மெதுவாக அலமாரி இருந்த பக்கமாய் நகரத்தொடங்க, சுதர்சனன் கெஞ்ச ஆரம்பித்தான்.

"ஆத்தா ... என்னைய விட்டுரு. இனி இங்கிட்டு ஒந்திசை பக்கம் தலைய வச்சு படுக்கமாட்டேன். நம்ம சாஸ்தா மேல சத்தியம்," என்றபோது, ஆச்சி அவனைத் தனது பிடியிலிருந்து விட்டாள். அதற்குள் வேலய்யா வந்துவிட, என்ன ஏது என்று புரியாத போதும், ஆச்சியின் கோபமான கண் காட்டலுக்கு உடனே அவனை வெளியே இழுத்துக்கொண்டு போனார். ஆச்சி

சில நிமிடங்கள் அவன் சென்ற திசையைப் பார்த்தபடி நின்றாள். அதன்பிறகு தேவகியைக் கூட்டிக்கொண்டு மணமேடைக்கு வந்தாள், செல்லம்மா. அன்றைக்குதான் எல்லோரும் அவனைக் கடைசியாகப் பார்த்தது.

கல்யாணம் முடிந்த ஒரு வாரம் கழித்தே தேவகிக்குத் தெரிந்தது, சுதர்சனன் தேரிக்காடு பக்கமாக இறந்து கிடந்த செய்தி. வந்து விஷயம் சொன்னவங்கள செல்லம்மா ஆச்சி, ஒரு மதிப்புக்குக்கூட உட்காரச் சொல்லல. அந்த நாயிக்கும் எனக்கும் எந்த சம்பந்தமுமில்ல என்று முறித்துக்கொண்டாள். சின்ன தாத்தா கிருஷ்ணராஜன் ஆச்சியைச் சமாதானம் செய்து பார்க்க வந்தார். அப்போதும் ஆச்சி அவன் முகம் பார்க்கக்கூட மறுத்துவிட்டாள். "அவன் பொணம் இந்த வீட்டுக்கு வரக் கூடாது," என்று திட்டவட்டமாகப் பேசிய அவளிடம் அவர் திருப்பித்திருப்பி கேட்ட ஒரே கேள்வி, "அப்படி என்ன அவன் செஞ்சுட்டான்?" என்பதே. ஆச்சி ஒன்றும் சொல்லாமல் வைராக்கியமாக இருந்தாள். தேவகிக்குத் தெரியும் ஆச்சி எதற்காக இப்படி சொல்கிறாள் என்று. தேவகியிடம் திரும்பி, "என்ன லே... ஒங்காச்சிக்குக் கோட்டி கீட்டி புடிச்சிருக்கா என்ன..." சொன்னபோதும் ஆச்சி அசைந்து கொடுக்கவில்லை. அதன்பிறகு அவரே தன் மகனை வைத்து எல்லாவற்றையும் முடித்தார்.

வசுவுக்கு லெட்டர் எழுதிக்கொண்டே வந்தவள், குடித்து முடித்திருந்த சிராமிக் கோப்பையைப் பிடித்திருந்த பிடியைத் தளர்த்தி மேசையின்மீது வைத்தாள்.

> பறவையைப் பத்தி எழுதிக்கிட்டு இருந்தவ, எங்கேயோ போயிட்டாளேன்னு யோசிக்காத வசு. இப்படிதான் அப்பப்போ நான் பழைய எண்ணங்களுக்கு உள்ளாற போயிடறேன் வசு. நினைவுகளைக் கலைச்சுட்டு அவற்றைச் சும்மா பார்த்துக்கொண்டே இருப்பதுபோல சுகமானது வேற எதுவும் இல்ல வசு.
>
> சுதர்சனன் மாமா என்னைச் சின்னதில் ரொம்ப கஷ்டப்படுத்திட்டான் என்பதுதான் ஆச்சிக்குப் பெரிய கோபம், ஆதங்கம் எல்லாம். இப்பதானே குழந்தைகளுக்குப் பாலியல் தொந்தரவு கொடுப்பவர்கள் குறித்து எல்லாம் வெளிப்படையா எழுதுறாங்க, தண்டனை கொடுக்கிறாங்க. அப்பல்லாம் அது குடும்பத்த விட்டு வெளியே போகக் கூடாத விஷயம். ஒனக்கு இது புதுசுதான் வசு. ஒன்கிட்ட அந்த கதைய நா சொன்னதில்ல வசு. இதுவரைக்கும் யமுனாவுக்கே தெரியாது. என்னோட படபடப்புக்கு அவதானே வைத்தியம் பாக்குறா. அவகிட்ட கூட நா

சொல்லல. நாம ரெண்டாம் கிளாஸ் படிக்கும்போது பரிட்சை சமயத்துல வானமாமலை டீச்சர் என்னையும் ராணியையும் அடிச்சாங்க தெரியுமா... எனக்குக் காய்ச்சல் வந்து பாதி மாசம் பள்ளிக்கூடத்துக்கு வரல தெரியுமா... அன்னைக்குத்தான் அவன் என்கிட்ட தப்பா நடக்க ஆரம்பிச்சான். அடுத்து வந்த அந்த ரெண்டு வருஷமும் நா பட்ட பாடுகளும் பயமும் என்னைய இன்னைக்கு வரைக்கும் துரத்துது வசு. அப்படியான கனவுகள் வரும்போது, ஒவ்வொரு முறையும் ஒவ்வொரு மிருகம் வந்து என்னை ருசிக்கிற மாதிரி இருக்கு வசு. என்னைத் துரத்திக்கிட்டே இருக்கு, பூனையோட மீசை முடி கூட என்னைய பயமுறுத்துது. என்றாவது ஒருநாள் இது யமுனாவுக்குத் தெரிய வரும்போது அவளுக்கு என்னைக் குறித்து என்ன தோணும்னு எனக்குக் குழப்பமா இருக்கு. நா ரொம்ப பலகீனமானவளா வசு?

செல்லம்மா ஆச்சி ஒருதடவ எங்கிட்ட கேட்டா, 'ஏம்புள்ள அவன சகிச்சுக்கிட்ட? ஏதாவது பக்கத்துல கெடைக்கிறத வச்சு அவன் மண்டைய ஏன் பொழக்கல்ல?'ன்னு.

ஆச்சி கோவத்துல பேசுதான்னு புரிஞ்சுது எனக்கு. நா எவ்வளவு சின்ன பொண்ணு, அவன் எவ்வளவு பெரியவன். நீ கூட என்னைய ஸ்கூல்ல வச்சு 'ஒல்லிபீச்சான்'னுதான கேலி செய்வ. எனக்கு நெறைய பயம் உண்டுன்னு ஆச்சிக்கு அப்போ புரிஞ்சிக்கத் தெரியல வசு. போதும் வசு. இதுக்கு மேல இதைய ஒனக்கு எழுதினா இன்னைக்கும் ஏதாவது மிருகம் என் பெட்ரூமுக்குள்ள வந்தாலும் வரும்... இப்படி எழுதுனா நீ சிரிப்பேன்னு எனக்குத் தெரியும். சிரிச்சுக்கோ...'

பேனாவை மூடிவைத்துவிட்டு பேப்பர் வெயிட்டை நகர்த்திக் கடிதத்தின் நடுவில் வைத்தபோது, இங்கே வீட்டுக்குள் காத்தே இல்லை, ஏன் காகிதங்கள் பறக்குமென்று நான் நினைக்கிறேன் என்று நினைத்தவாறே சிராமிக் கோப்பையை எடுத்துக்கொண்டு அடுக்களையைப் பார்த்து நடந்தாள். நடக்கும்போது, முன்னறையின் பே விண்டோவின் அருகே யாரோ கடந்து செல்லும் அசைவு தெரிந்தது. தன் கண்ணுக்குத் தெரியாத உணரும் சிறு அசைவுகளுக்கும் தேவகிக்குள் ஒரு பயம் முளைக்கும். அது அவளின் பண்ணை வீட்டின் ஞாபக எச்சங்களில் ஒன்று. முன்கதவின் தபால் போடும் சிறு திறப்பில் சத்தம் கேட்டதும் சமாதானம் ஆனாள். கடிதம்... இருக்காது... ஏதாவது தகவல் அறிக்கை யமுனாவிற்கு வந்திருக்கும். ஓடிப்போய்ப் பார்க்கும் அளவுக்கு அதில் ஒன்றுமிருக்காது. ஏதாவது சமூக சேவை,

நன்கொடை என்று தபால்கள் இங்கு எழுதிக்கொண்டே இருப்பார்கள். அவற்றில் சிலவற்றை மட்டும் யமுனா தன் மேசைக்குக் கொண்டு செல்வாள். உதட்டைப் பிதுக்கியபடி சிலதை அசட்டையாக சோபாவின் ஓரமாய் இருக்கும் அட்டை டப்பாவுக்குள் போடுவாள். சில நேரம் தேவகியிடம் திரும்பி, "அம்மா... போடமுடியாமல் இருக்கும் துணிகளை வார்ட்ரோபில் அடி ஷெல்பில் வைத்திருக்கிறேன். எடுத்து வை. காலையில் வெளியில் வைத்துவிடுகிறேன். துணிகளை எடுத்துச்செல்ல வருவார்கள்" என்பாள். எதுவாக இருந்தாலும் வசுவைத் தவிர கடிதம் போட அவளுக்கு வேறு யாருமில்லாத என்பதால், தேவகிக்குள் தபால்காரர்களைக் கண்டு பதற்றம் வருவதில்லை.

இன்று மதியம் யமுனா வரமாட்டாள். அதனால் தனக்கு மட்டுக்கும் ஏதாவது ஒன்றைச் செய்தால் போதுமெனக் காய்கறிகளைத் தேடினால், கால் துண்டு முட்டைக்கோஸ் மட்டும் இருந்தது; அதுவும் பர்பிள் கோஸ். அரிசியை அடுப்பில், தண்ணீர் விட்டு வைத்துவிட்டுச் சிறிதளவு பாசிப்பருப்பை இன்னொன்றில் ஏற்றிவிட்டு அதனுடன் கோஸ், பூண்டு, சீரகம், உப்பு என்று சேர்த்து வேகவைத்து எடுத்து வைத்தாள். இரவுக்கு என்று காலையிலேயே சப்பாத்தி மாவு பிசைந்துவைத்தாகிவிட்டது.

இதுபோதும் இன்றைக்கு. வாக்கிங் போய்விட்டு வந்து சாப்பிட்டுக்கொள்ளலாம் என்று குளிப்பதற்குத் தயாரானாள்.

2

இன்று வாஷ்லேண்ட்ஸ் வரைக்கும் நடக்கலாம் என்று தேவகி தீர்மானித்தாள். நார்தம்ப்டன் வாஷ்லேண்ட்ஸ் பாதை அவளுக்கு எப்போதும் பழக்கமானதுதான். அந்த நடைப்பாதை கிளிப்போர்ட் மில் வாஷ்லேண்ட்ஸ் சர்ச், குறுக்குச் சாலை வழியாகச் செல்லும். நிறைய பேர் இந்த 12 மணிவாக்கில் நடப்பார்கள். வீட்டிலிருக்கும் வயதானவர்கள், வேலை நேரத்தில் கிடைக்கும் ஓய்வில் ஒரு ஓட்டம் ஓடிவிட்டு வந்து வேலையைத் தொடர்பவர்கள், நாயை நடைப்பயிற்சியாகக் கூட்டிச்செல்பவர்கள் என்று எல்லோரும் நடக்கும் நேரம் இந்த முற்பகல் முதல் பிற்பகல்வரைதான். குளிர்காலங்களில் வெயிலும் வெளிச்சமும் இந்த நேரத்தில்தான் அதிகமிருக்கும். அந்த வெயிலில் நிற்பதே பெரும் பாக்கியமாக இருக்கும். இந்த நடைப்பாதையில் பார்வதியைப் பார்க்கலாம். ஆனால் அன்று பேசியபிறகு, அவர்களை இதுவரை தேவகி பார்க்கவில்லை. இன்று தேவகி அதைவிட சுருக்கு வழியான பில்லிங் சாலை வழியாகப் படகுத்துறையைக் கடந்து வாஷ்லேண்ட்ஸ்வரை நடக்கலாம் என்று திட்டமிட்டாள்.

இன்று ராய்ஸ் கடையைத் திறந்திருக்கவில்லை. பின்னர் அவருடன் பேசிக்கொள்ளலாம் என்று நினைத்து வைத்தாள். நேனே நதியின் பழைய தடத்தில் சிறிது நீரே ஓடிக்கொண்டிருந்தது. ஆனால் அநேக ஸீ கல் பறவைகள் அதன் ஓரத்து மரங்களில் கூடுகள் வைத்திருந்தன. குஞ்சுகளின் இரைச்சலும் அதிகமாக இருந்தது. பெரிய பறவைகள் மீன்களுக்காக ஆற்றைக் குறிவைத்துக் கரையோர இரும்புக் கம்பிகளில் காத்திருந்தன. இரும்புக் கம்பிகள் முழுவதும் எச்சங்கள். அருகிலிருக்கும் கடைகளுக்கு வரும் மக்கள் கைகளில் சாண்ட்விச், கிரம்பெட்ஸ், சிப்ஸ் பாக்கெட் போன்ற தீவனங்கள் இருக்கிறதா என்றும் திரும்பித் திரும்பி நோட்டம் விட்டுக்கொண்டிருந்தன. குழந்தைகளின் கைகளில் இருந்தால் பறந்து வந்து பிடுங்கிச் சென்றுவிடும் அளவுக்கு ஆக்ரோஷமானவை இவை. ஒரு பறவை அலகினில் சாப்பாட்டைக் கொத்திவைத்திருந்தால் போதும், மற்றவை பிடுங்கத் தயாராகிவிடும்.

சிறிது நேரம் நின்று அவற்றை வேடிக்கை பார்ப்பது பிடித்திருந்தது அவளுக்கு. குளிருக்காகக் கைகளை ஜாக்கெட்டின் பாக்கெட்டுக்குள் நுழைத்துக்கொண்டு குளிரில் வெளிவரும் கண்ணீரை அவ்வப்போது கைக்குட்டை எடுத்துத் துடைப்பது மட்டுமே சிரமமாக இருந்தது தேவகிக்கு. பாக்கெட்டில் இருந்த கையுறையை எடுத்து இடது கையில் மட்டும் போட்டுக்கொண்டு, அது இல்லாத வலதுகையை வைத்துக் கண்களைத் துடைத்துக் கொண்டாள். காதுக்குள் குளிர் நுழைந்து வேடிக்கை காட்டியது. இன்று பார்த்து, பீனீ குல்லாய் போட்டுக்கொள்ளவில்லை தேவகி. கழுத்தைச் சுற்றியிருந்த ஸ்கார்ப்பைக் காதுவரை இழுத்து விட்டுக்கொண்டு நடந்தாள். வாஷ்லேண்ட்ஸ் வந்ததும் அங்கு சற்று அமர்ந்தாள்.

“தேவகி, வாட் ஏ சர்ப்ரைஸ்” என்றபடி வந்தவர் பார்வதிதான். தலையைச் சுற்றிக் காதை மறைத்து அவர் பீனீ தொப்பி அணிந்திருந்தார். அதனால்தான் உற்சாகமாக இருக்கிறாரோ என்று தேவகிக்குத் தோன்றியது. வாங்க என்றபடி, கொஞ்சம் அவர் அமர இடம் கொடுத்து நகர்ந்தாள். வரிசையாக நிறுத்தப்பட்டிருந்த படகுகளைப் பார்த்துக்கொண்டே அமர்வது ஒரு சுகம். சிறிது நேர உரையாடலுக்குப் பின், பார்வதி மெதுவாகத் தனது விஷயத்திற்குள் வந்தார்.

“நான் நிறைய எல்லாம் யோசிக்கல தேவகி. என்னால இனி போராட முடியுமா என்று மட்டுமே யோசித்துப் பார்த்தேன். இந்த வயதில் எனக்குத் தேவையான பணம், அமைதி இரண்டும்

என்னிடம் இருக்கிறது. பெரிய ஆதுரமாய் யாரும் தேவையில்லை என்று தோன்றியது. அவருடைய அழைப்பை மறுத்துவிட்டேன் தேவகி. இந்த என் முடிவைப் பிள்ளைகள் வரவேற்கிறார்கள். நானும் சந்தோஷமாக உணர்கிறேன். தேங்க்ஸ் தேவகி", என்றபோது குரல் கம்மியது.

"என்ன இது . . . நா எதுவுமே இதில் செய்யவில்லை. நீங்களாக உங்களை மீட்டுக்கொண்டீர்கள் பார்வதி. வாங்க ஒரு கப் லாட்டேவுடன் இதைக்கொண்டாடுவோம்," என்றாள் தேவகி சந்தோஷமாய்.

3

பின்மதிய நேரத்து ஸீ கல் பறவைகளின் சத்தத்திற்குக் கடிதம் எழுதுவதிலிருந்து நிமிர்கிறாள் தேவகி. வீட்டின் அருகில்தான் நேனே நதி ஓடுகிறது; என்றாலும் அதன் சத்தம் வெளியே கேட்பதில்லை. ஆனால் நதியையே நம்பி வாழும் நூற்றுக்கணக்கான ஸீ கல் பறவைகளின் சத்தம் நதியொன்று அங்கிருப்பதை உறுதி செய்து கொண்டே இருக்கும். ஸீ கல் பறவைகளை நதியின் கரைகளில் பார்க்க வேண்டும். ரேவன் எனப்படும் காகங்களிடம் மல்லுக்கு நின்று சண்டையிடும். அவற்றைப் பார்க்கும்போதெல்லாம் வெள்ளை நிறத்து ஆக்ரோஷக்காரிகள் என்று தேவகி நினைத்துக் கொள்வாள். பெண்களைப் போலதான் அவை; வெளியே மென்மையாக இருக்கும்; உள்ளே வலிமை கூடியவை. கூடுகளும் குஞ்சுகளும் அவற்றின் உலகம். எது கிடைத்தாலும் கூட்டை நோக்கிப் பறந்துவிடும். பெண்களும் அப்படித்தானே! எத்தனையோ பெரிய வேலையில் இருக்கும் இந்திரா நூயியைப் பார்த்தும் நிருபர்கள் அந்த ஒரு கேள்வியைத்தானே முன்வைத்தார்கள், 'குடும்பத்தை, பிள்ளைகளை, சமையலை எப்படி சமாளிக்கிறீர்கள்?'. பெண்களின் உலகம் வீடு என்றுதானே வரையறுக்கப்பட்டிருக்கிறது.

> 'செல்லம்மா ஆச்சியைப்போல நமக்கு முந்தைய பெண்கள் தங்களுக்கென்று வீடுகளை மாற்றியமைத்துக் கொண்டிருக்கிறார்கள் வசு. உனக்கு ஏற்றாற்போல் நீயும், எனக்கு ஏற்றாற்போல் நானும்கூடத்தான் நம் வீடுகளைத் தகவமைத்துக்கொண்டோம். அதனுள் நாம் வரையும் வட்டத்துக்குள் எல்லோரையும் பிடித்து இருத்த நினைக்கிறோம். அது சரியா தவறா என்று எனக்குத் தெரியவில்லை. சமூகம் சொல்வதுபோல வீடுதான் பெண்ணை அதிகமாகப் பிடித்திழுக்கிறது என்பது மட்டும் எனக்குப் புரிகிறது வசு,

மாலை கவிழும் நேரம். மணி மூன்றரை இருக்குமா என்று கணப்பு அடுப்பின் மேல் இருக்கும் கடிகாரத்தைப் பார்க்கிறாள் தேவகி. கணிப்பு சரிதான். சீக்கிரமே இருட்டிவிடும் இந்த மாலை நேரத்தையும் அடையத் தொடங்கும் பறவைகளின் சத்தத்தையும் அவளுக்கு ரொம்பப் பிடிக்கும். சத்தமில்லாமல் புழுங்கும் மக்களைக் கொண்ட இந்த நாட்டில் சத்தங்களைத் தன் மொழியாய் உரைக்கும் இப்பறவைகள் அவளின் அந்தரங்கம்.

முழுமையாய் மங்குவதற்கு இன்னும் ஒருமணிநேரம் ஆகலாம். தேநீர் போட்டு வரலாமென நாற்காலியிலிருந்து எழுந்தாள். சன்னலின் வழியாக அவள்மேல் விழுந்திருந்த வெயில் விலகிக் கொண்டது. அறையின் குளிர் சட்டென அவளை உறைய வைக்க முயன்றது. வெப்பநிலை எத்தனையில் இருக்கிறதென தெர்மோஸ்டேட் அருகில் செல்ல அது 16 என்றது. சற்று அதன் தலையைத் திருகி 20 ஆக்கினாள். ஸ்டேண்டில் இருந்த ஜம்பரை எடுத்துத் தன் மேலே மாட்டிக்கொண்டாள். கைகளில் மேலுறைந்த குளிர் மட்டுப்பட்டது. அடுக்களையிலிருந்து தேநீருடன் வந்தபோது மேசையின்மீது சிறு துண்டு வெளிச்சமே ஒட்டியிருந்தது. முடிக்கப்படாத கடிதம் வசுவைப் போலவே சிரித்தது. இன்று என்னமோ வசுவிடம் எல்லாவற்றையும் கொட்டிவிட வேண்டும்போல தேவகிக்கு இருந்தது. முந்தைய முறை கடிதத்தில் வசு எழுதியிருந்தது நினைவுக்கு வந்தது. 'நீ கொடுத்து வைத்தவள் தேவகி. உன்னை யமுனா தாங்குறா... ஆனா என்னைப் பாரு... யாராவது தாங்க வேண்டாம், தயவாவது காட்டமாட்டாங்களான்னு ஏங்குறேன். இந்த ஆம்பளைங்க பேச்சைக் கேட்டு ஏழெட்டு பெத்துக்கிட்ட பொம்பளைங்களுக்கு விடிவே கிடையாது' என்ற புலம்பலை நினைக்கும்போது லேசாய்ச் சிரிப்பு வந்தது. யமுனாவைப் பெற்றெடுக்க தனக்கு நேர்ந்த அனுபவத்தை யாரிடம் சொல்ல... வசுவிடமா... அவள் அதற்கும் சிரிப்பாணி வைப்பாள்.

வரதனுக்கும் தனக்கும் திருமணமான புதிதில் இருவரும் பகிர்ந்து கொண்ட அறையைத் தவிர இன்னும் இரண்டு சிறு அறைகளும் விருந்தாளிகளுக்காக ஒரு பெரிய அறையும் குளியலறையும் மாடியில் இருந்தன. பெரிய அறையில் தாத்தாவின் தங்கையோ தம்பியின் பிள்ளைகயோ வந்தால் தங்கிக்கொள்ள வேண்டும் என்பதால், ஆச்சி அந்தப் பெரிய அறையைச் சுத்தப்படுத்தித் தயாராக வைத்திருப்பாள். தங்குவதற்கு யாராவது வந்து கொண்டே இருப்பார்கள். வரதனுடன் தங்கியிருந்த அறையில் அவனுடைய பெரிய கடைசல் கால் கட்டிலைத் தவிர தனியே ஒரு சிறு கட்டில் உண்டு. தேவகி ஒருநாளும் வரதனுடன்

அந்தப் பெரிய கட்டிலில் படுத்ததில்லை. கல்யாணம் ஆன புதிதில் ஆச்சி அவளின் காதுக்குள் சொல்லி அனுப்புவாள், ‘அவனோடே படுத்துக்கோ’ என்று; ஆனால் தேவகிக்குப் பயம் இருந்தது. அவன் யாரையும் தன் அருகே நெருங்க விடாத ஒருவனாக இருந்தான். ஆச்சியையே ஒரு சில சமயங்களில் பிடித்துத் தள்ளிவிடுவது உண்டு. வேலய்யாவோ மாடப்பனோ மட்டுமே அவனைக் கையாளத் தகுந்தவர்களாக இருந்தார்கள்.

தேவகி தனது சிறுவயதில் அவனை, கீழே இருக்கும் தாத்தாவின் அறையில் படுத்திருப்பதைத்தான் பார்த்து வளர்ந்திருந்தாள். அவன் சற்றுப் பெரியவனானதும் புதிது புதிதாய் நிறைய சத்தங்கள் உண்டுபண்ணுபவனாக இருந்தான். பின்கட்டில் கேட்கும் சின்ன சின்ன பேச்சுச் சத்தங்கள், அடுக்களையில், கீழ்தட்டில் புழங்கும் வேலையாட்களின் சத்தங்களுக்கெல்லாம் தூக்கம் கலைந்தான்; தொந்தரவாக நினைத்து எரிச்சலுற்றுக் கத்தினான். அதன் பிறகே ஆச்சி அவனை மாடியறைக்கு மாற்றினாள்.

தேவகி, ஆச்சிக்குத் தெரியாமல் மாடியில் இருந்த மற்றதொரு சிறிய அறையிலே இரவில் படுத்துக்கொள்வாள். அதையே தனது அறையாகவும் ஆக்கிக்கொண்டாள். வரதன் ஏதாவது சத்தம் கொடுத்தால் மட்டும் அவனறைக்குச் சென்று பார்த்து வருவாள். ஆனால் அவளை அவன் இதுவரை முரட்டுத்தனமாக அடித்ததோ தள்ளியதோ கிடையாது. அவள்தான் அவனுக்குப் பல் தேய்ப்பதில் இருந்து, உடைமாற்றிவிடுவதுவரை. குளிக்க வைக்க மட்டும் ஒரு துணை தேவையாக இருந்தது. தேவகியும் அவனுடன் அவனுக்குப் புரியும்படியான பேச்சுப் பரிமாற்றம் வைத்திருந்தாள். இருந்தும் அவன் குளிப்பதற்கான நேரத்திலும் உடை மாற்றும் நேரத்திலும் தவிர மற்ற நேரங்களில் தொட்டால், அவள் கையை வெடுக்கென்று தள்ளிவிடுவான்; முறைத்துக்கொள்வான். ஆச்சியும் அவனிடம் சொல்லிப்பார்த்தாள், தேவகி அவனைத் தொடலாம் என்று. அவன் முகத்தைத் திருப்பிக்கொண்டான். வீட்டிற்கு வருபவர்களெல்லாம் திருப்பித் திருப்பி அவளிடம் கேட்கும் கேள்வி, ‘சந்தோஷமா இருக்கியாம்மா’ என்பதே. முதலில் அந்தக் கேள்வியின் அர்த்தம் புரியாதவள், சுகா உடன் ஆன பழக்கத்திற்குப் பிறகு, புரிந்துகொண்டாள். அவளால் அவர்களுக்கு மகிழ்வான ஒரு பதிலைத் திருப்பிச் சொல்லத் தெரியவில்லை.

மழைக்காலம் ஒன்றில் வரதனின் உடல்நிலை மோசமான போது, மருந்துகள் அதிகமாகக் கொடுக்கப்பட்டு உறங்க வைக்கப்பட்டான். இரவில் திடீரென முழித்து ஏதேதோ புரியாத

வகையில் பேசிவிட்டு உறங்குவான். அப்படியான ஒரு நாளில்தான் ஆதுரத்துடன் அருகில் வந்த அவளை நெருங்கினான். தனக்கான நேரமாய் அதை, அவள் எடுத்துக்கொண்டாள். உறவு முடிந்து சட்டென மீண்டும் உறங்கிப் போனான். தொடர்ந்து வந்த மூன்று நாட்களாக அப்படியாகத் தான் இருந்தான். உடல் நலமானதும் பழையபடி நிமிர்ந்துகொண்டான். மறுமுறை டாக்டரைப் பார்க்கும்போது, தேவகி இது குறித்து இந்த நாட்களில் மட்டுமே தன்னிடம் மிகுந்த தன்மையுடன் நடந்துகொண்டதாக நாசூக்காகச் சொன்னாள். அவர் அவளை உற்றுப் பார்த்துவிட்டு, என்ன நினைத்தார் என்று தெரியவில்லை, சிரித்துக்கொண்டே 'மாத்திரைகளின் வேலையாக இருக்கும்' என்று சொல்லி மேலும் சிரித்தார். தேவகிக்குப் புரிந்தது, அவருக்குப் புரியவில்லை என்பது.

அவள் குழந்தை உண்டாகியிருப்பதைக் காட்ட அவர்களின் உறவினரான பெண் டாக்டரிடம் போனபோது, "ஓ! அப்ப மட்டும்தான் அவன் உன்னிடம் சரியாக நடந்திருக்கிறான்!" என்று சொன்னார்.

"உடல் பலகீனமாக இருக்கும்போது, மாத்திரைகளின் வீரியத்தில் தன்னிலையில் இல்லாதபோது அவனுக்குத் துணை தேவைப்பட்டிருக்கிறது. ஆனால் எப்போதும் அந்த நிலை வாய்க்காது பெண்ணே! அவன் சாதாரணமாக இருக்கும்போது அவனை உன் கட்டுப்பாட்டுக்குள் கொண்டு வந்துவிட வேண்டும். அது உன் சாமர்த்தியம். அதற்காக இந்தச் சமயத்தில் எந்த முயற்சியும் செய்துடாதே பெண்ணே!" என்று சொல்லிச் சிரித்தார்.

யமுனாவை உண்டாகியிருந்த சமயத்தில், அவளே அவனுக்கு எல்லாம் செய்தாள். தேவகி மகிழ்வாய் இருந்தாள் அந்த நாட்களில். ஆனால் இரவு மட்டும் தான் படுத்துறங்கும் அறையில் தனியேதான் உறங்கிக்கொண்டிருந்தாள். வரதனின் அறையில் அவன் தூங்கும்வரை இருப்பாள். சில சமயங்களில் அங்கே இருக்கும் மற்றுமொரு கட்டிலில் தன்னை வெறுமையாய்க் கிடத்திக்கொள்வாள். அவனுக்குத் தங்களது குழந்தையின் அசைவை அவன் கையைப் பிடித்துத் தனது வயிற்றில் வைத்துக் காட்டுவாள். அவன் பெரிதாய் உணர்ந்துகொள்ளமாட்டான். சில நேரம் சட்டெனக் கைகளை இழுத்துக்கொள்வான். ஒருமுறை அவள் வயிறு பெரிதாக இருப்பதை முறைத்துக்கொண்டே இருந்தவன், சட்டென வயிற்றை அமுக்கிவிட்டான். வலி தாங்காமல் தேவகி சத்தமிடுவதைக் கவனித்து அங்கு வந்த ஆச்சி, அதற்குமேல் தேவகியைக் கீழே தன்னுடனே படுக்கவைத்துக்கொண்டாள். மேலே வரதனுடன் அவனைக் கவனித்துக்கொண்டு மாடப்பன் படுத்திருந்தான்.

அவள் உண்டாகியிருப்பதை உறவுகளிடமும் பக்கத்து வீட்டுக்காரர்களிடமும் ஆச்சி பேசாத நாளே கிடையாது. வாரத்தில் இரண்டு நாட்களாவது யாராவது உறவுமுறையில் இருந்து பழங்களுடன், இனிப்புகளுடன் வந்து போவார்கள். அப்போதுதான் தேவகி மகிழ்ச்சியாக இருப்பாள் என்று ஆச்சி எண்ணியிருப்பாள் போலும்.

வளைகாப்பு நடந்தபோது ஊரே அவளை வாழ்த்தியது. அன்றைக்கென்று வரதன் மிகவும் மூர்க்கமாக இருந்தான். இரண்டு நாட்களாக வீட்டில் கேட்டுக்கொண்டிருந்த உறவுக் கூட்டங்களின் சத்தங்கள் காரணமாக இருக்கலாம் என்று விசேஷத்திற்கு வந்திருந்த டாக்டர் சொன்னார். குழந்தை பிறந்தபிறகும் தேவகி ஒரு வருடத்திற்குக் கீழேதான் படுத்திருந்தாள். குழந்தை வீறிட்டு அழும் சத்தத்திற்கு வரதன் வேறொரு குரலில் ஊளையிடுவான். அதனால் ஆச்சி இவளை மாடிக்கு அனுப்ப மறுத்துவிட்டாள். அவ்வப்போது மாடப்பன் இருக்கும்போது மட்டும் இவள் குழந்தையை எடுத்துக்கொண்டு போய் வரதனுக்குக் காட்டிவிட்டு வருவாள். யமுனா தகப்பன் என்பவனின் தொடுதலும் தெரிதலும் இல்லாமல் வளர்ந்தவள்தான். தனக்கு வாய்த்ததே தன் மகளுக்கும் வாய்த்துவிட்டதாக வாணி அக்காவிடம் சில நேரங்களில் சொல்லி அழுவாள் தேவகி.

யமுனா வளர வளர அவளாக வரதனிடம் போய்ப் பேசுவாள். சின்ன குழந்தை ஒன்றைப் புதிதாய்ப் பார்க்கிறபடியால், அவளையே பார்த்துக்கொண்டிருப்பான். சில நேரங்களில் அவள் சிரிப்பதுபோல சிரிப்பான். யமுனாவும் தேவகியுமாக அவனுடன் இழைந்தபடி இருந்தார்கள். தேவகிக்கு இப்போது வரதனை வேறுவிதமாகப் பிடித்திருந்தது. தங்களுக்கு இடையில் ஒரு குழந்தையும் இருப்பதை அவனுக்கு உணர்த்தி அவனோடு ஒட்டிக்கொள்ள விரும்பினாள். ஆனால் அவனால் அதைப் பெரிதாகப் புரிந்துகொள்ள முடியவில்லை. இருந்தும் தேவகி அவனோடு பேசிக்கொண்டே இருந்தாள். வெளியே போய், தான் பார்த்துவந்த வேலைகளையெல்லாம் அவனுக்குச் சோறு கொடுக்கும்போது சொல்லுவாள். அவனுக்கு மேல் துடைத்துவிட்டபடி யமுனாவின் குறும்புகளைப் பேசுவாள்; வேலையாட்களின் கள்ளத்தனங்களைச் சொல்லுவாள்; யமுனாவைக் குறித்துத் தான் என்னவெல்லாம் நினைத்து வைத்திருக்கிறேன் என்று பேசுவாள். அவனிடம் யோசனை கேட்பதுபோல அவன் முகத்தை அரை நொடி பார்த்திருந்துவிட்டுப் பின் தான் கூறியதை அவன் எதிர்ப்பதாக எண்ணி அதற்கு எதிர்வாதமும் வைத்து நேர்செய்துகொள்வாள். இவள் இவ்வாறு செய்யும்போதெல்லாம் அவன் இவளையே பார்த்துக்

கொண்டிருப்பான். சில நேரங்களில் இவனிடம் பேசுவதால் என்ன பயன் என்று தோன்றும்; மௌனமாக வேலைகளைச் செய்வாள். அப்போது வரதன் அங்குமிங்குமாக வேலை செய்யும் இவளின், நகரும் முகத்தையே திரும்பியும் குனிந்தும் நிமிர்ந்தும் பார்ப்பான். அவளின் வாய் அசைவற்று இருப்பது தெரிந்ததும், அவளைப் பேசச்சொல்லி அவளின் கை மூட்டில் சுரண்டியபடி பார்ப்பான். தேவகிக்குச் சங்கடமாக இருக்கும். இது அன்பின் பால் ஏற்படும் ஈர்ப்பா அல்லது சார்புத்தன்மை கொண்ட உறவின் நீட்டிப்பா என்று புரியாமல் நிற்பாள். ஒட்டுண்ணி போலவா என்ற கேள்வி எழும்; இருக்கலாம்; இல்லாமலும் இருக்கலாம்; தினசரி பார்த்து வரும் பழக்கத்தின் காரணமாகவும் இருக்கலாம். அன்புக்கு ஏது அடைக்கும்தாழ்?

யமுனாவுக்கு எட்டு வயதிருக்கும்போதெல்லாம் மிகவும் முடியாமல் ஆனான். ஆச்சி அவனைத் தன்னருகில் வைத்துப் பார்த்துக்கொள்ள வேண்டும் என்று கீழேயிருந்த தாத்தாவின் அறையில் படுக்கவைத்தாள். தேவகியும் வழக்கமான டாக்டர் சொல்லி அனுப்பிய ஸ்பெஷலிஸ்ட்டுகளிடம் எல்லாம் அழைத்துப் போய் வந்தாள். கடைசி ஒரு வருடமாகப் பேச்சுமூச்சு இல்லாமல் கிடந்தான். மருத்துவர்கள் கைவிரித்தபிறகும், நாகர்கோவில் சித்த மருத்துவர் ஒருவர் திருச்செந்தூர் வந்து, தொடர்ந்து அவனுக்குச் சிகிச்சை கொடுத்துவந்தார். யமுனாவின் பத்தாவது வயதில் ஒரு நாளில் கைகளைக் கட்டிலை விட்டு விரித்தபடி, இறந்திருந்தான். தேவகிக்குத் தன்னுடனே இத்தனை வருடங்களாக ஒட்டிக்கொண்டிருந்த ஓர் உயிர் பிய்த்து எடுக்கப்பட்டுவிட்டதைப் போல் இருந்தது. அவனில்லாமல் எப்படி இருப்போமென்ற கவலை அவளை அரித்தது.

துஷ்டிக்கு வந்த உறவில் ஒருத்தி, 'இனியாவது உனக்கு விடுதலை கிடைத்ததே' என்றாள். தேவகிக்குள் கோபம் சுருண்டு கொண்டு வந்தது. அவன் தன்னுடன் இருந்தவரை அவனை அவள் ஒரு பாரமாய் எண்ணியதில்லை. தன் தினசரியில் அவனும் ஒரு பகுதி என்று தேவகி வைத்திருந்தாள். அவனுக்கான உடைகளை எடுத்து வைப்பது, மாட்டிவிட்டு அழகு பார்ப்பது, பிடித்தமான உணவுகளைச் செய்து ஊட்டிவிடுவது என்று அவனுக்குச் செய்து வந்தாள். சில நேரங்களில் ஆச்சி சாமியறையில் சென்று சூடம் ஏற்றிவிட்டு அமர்ந்தாளென்றால், கண்ணீர் தாரைதாரையாய் வழிய மதியம்வரை இருப்பாள். வாணி அக்கா பார்த்து வந்து தேவகியிடம் காட்டுவாள். இவள் போய் உலுக்கி எழுப்பிவிடுவாள். என்னவென்று கண்ணால் கேட்டால், 'ஒண்ணுமில்ல தங்கம்!' என்பாள்.

வரதனின் இறப்புக்குப் பின், யமுனாவுடன் இருக்க தேவகிக்கு அதிக நேரம் கிடைத்தது. ஆச்சி தன் அறையுடனும் சமையற்கட்டுடனும் நின்றுகொண்டாள். பண்ணை வேலைகளுக்காக மதுரைவரை செல்வதும், வள்ளியூர், மேலப்பாளையம் மாட்டுச்சந்தைகளுக்கு மாடப்பனை மட்டும் அனுப்பிவிட்டு உட்கார்ந்துவிடாமல் தானும் சென்று வருவது என்றும் தன்னைத் தானே சரிசெய்து வளர்ந்தாள் தேவகி. தொண்ணூறுகளின் மத்தியில் கால்நடைகளுக்கு போவைன் நோய் ஊரெல்லாம் பரவியபோது நிறைய மாடுகள் இறந்தன. சிலர் நோய் தாக்காத மாடுகளையும்கூட அடிமாட்டு விலைக்கு விற்றுவிடவும் செய்தனர்.

தேவகி தளர்ந்துவிடாமல், இவளே அவற்றுக்கான சிகிச்சைக்காகச் சேலம், சென்னை என்று சென்று மருந்துகள் வாங்கிவந்து குணப்படுத்தினாள். பாக்டீரியா தொற்று ஏற்படாமல் தொழுவங்களைச் சுத்தமாக வைத்துக்கொள்ள வேலையாட்களைப் பழக்கப்படுத்தினாள். அந்த வருடம் அவளுக்கு அரசின் சார்பாகக் கால்நடைகள் பராமரிப்புக்காகச் சான்றிதழ் எல்லாம் கொடுத்துக் கௌரவப்படுத்தினார்கள். ஆச்சிக்கு இவளைப் பார்க்க ஆச்சரியமாக இருந்தது. யாரிடமும் பேசிக்கொள்ளாமல் இருந்த பிள்ளை இப்படி மாறியிருப்பது புது நம்பிக்கையைக் கொடுத்தது செல்லம்மாவிற்கு. தான் இனி அவளுக்குத் துணையாய் இருக்க வேண்டியதில்லை என்னும் நினைப்பும் சேர்ந்துகொண்டது. மெதுவாக, வயது முதிர்வு ஆச்சியைப் படுக்கையில் வைத்தது. யமுனா அப்போதுதான் கோயம்புத்தூரில் கல்லூரி சேர்ந்திருந்தாள். உடல் சீனம் அதிகமாகி ஒரு நாள் காலையில் தாத்தாவின் படுக்கையில் இறந்து போனாள் ஆச்சி.

4

தாத்தாவின் அந்தப் படுக்கையறைதான் எத்தனை பேரின் இறப்பைப் பார்த்துவிட்டது. முதலில் அந்த சிலோன்காரி அமிர்தம். பிரசவத்தில் இறந்துபோனதாகச் சொல்லப்பட்ட அவள், பிரசவத்திற்குப் பிறகான நான்காம் நாளில் மிகவும் அலங்கோலமான நிலையில் அந்தப் படுக்கையில் இறந்துகிடந்ததாக கமலத்தம்மா சொன்னதாக, ஆச்சி இவளிடம் சொல்லியிருக்கிறாள். அப்போது ஆச்சி தனது மூத்த மகனை ஆற்றோடு பறிகொடுத்துவிட்டு, இந்த வீட்டிற்கு வரவிடாமல் தடுக்கப்பட்டிருந்த நேரம். ஆச்சியைச் சுசீந்தரத்தில் அவளது சித்தியின் வீட்டிலேயே இருந்துகொள்ளச் சொல்லித் தாத்தாவின்

அம்மா சொல்லிவிட, இங்கே தாத்தா சிலோனில் இருந்து கூட்டிவந்த பெண்ணுடன் கும்மாளமாய் இருந்திருக்கிறார்.

அமிர்தத்தை எவ்வாறு தன் சொந்தக்காரர்களுக்கு அறிமுகம் செய்வதென்று தாத்தாவின் அம்மாவுக்குத் தெரியாமல், 'அவன் கல்யாணம் கட்டிக்கிட்டு வந்துட்டான்' என்று சொல்லிவிட்டாள். அந்தக் காலங்களிலெல்லாம் தாத்தாவின் அறையைக் கடந்து செல்லவே முடியாதாம். அத்தனை வெட்டவர்த்தனமாக இருவரும் இருப்பார்களாம். சுந்தரலிங்கத்தின் பெண்பித்துதான் சுதர்சனனுக்கும் என்பாள் ஆச்சி. தாத்தாவின் அக்காக்காரி தனது அம்மாவிடம் யோசிச்சு, சிலோனில் இருந்து வந்தவளை வீட்டை விட்டுத் துரத்தும் வேலைகளையும் செய்துபார்த்திருக்கிறாள். அவள் சொல்லிவிட்டு, செல்லம்மா ஆச்சியைப் பெரிய வீட்டுக்குக் கூட்டிவர, ஆச்சியின் பெற்றோரும் தயாராக, செல்லம்மா ஆச்சி மறுத்திருக்கிறாள். அவராகத்தான் என்னை அழைத்துக்கொள்ள வேண்டுமே தவிர, மற்ற உறவுகள் சொல்லி நான் அந்த வீட்டுக்குப் போகமாட்டேன் என்று திடமாக மறுத்திருக்கிறாள்.

ஒருமுறை பண்ணை வீட்டுக்கு அரசாங்கத்தில் இருந்து தாத்தாவுக்குப் பரிச்சயமான அதிகாரிகள் சிலர் விருந்துக்கு வர, அந்த சிலோன் பெண்மணி, சரியான சேலைக் கட்டு இல்லாமல், அதீதமான அலங்காரத்துடன் அவர்கள் முன் வந்து அமர்ந்து பேசிச் சிரித்து இருக்க, தாத்தாவின் அம்மாவும் அக்காவும் அன்று பெரிய சண்டை இழுத்திருக்கிறார்கள்.

'உனக்கு இரண்டு பிள்ளைங்க இருக்காங்க, தெரியாத்தனமா இல்ல நா செல்லம்மாவ தள்ளி வச்சுட்டேன். அவ தங்கமானவ, நீ இங்கன பித்தளைய உரசிக்கிட்டுக் கெடக்க. செல்லம்மா அங்கன ஒனக்காண்டி காத்துக்கிட்டு இருக்க, நீ இப்படி இவளோட கூத்தடிச்சுக்கிட்டு இருக்கே'ன்னு தாத்தாவின் அம்மா சண்டையிழுக்க, தாத்தா அதற்கு, 'ஒனக்கு இங்கன இருக்க முடிஞ்சா இரு, இல்லேன்னா அவ கூட போயி இருந்துக்கோ'ன்னு சொல்லிட்டாராம். அதன்பிறகு அவளோட பொழுதுக்கும் அந்த அறையிலே தாத்தா சுகவாழ்வு வாழ, அந்த வீடே பீடை பிடித்த வீடாக மாறியிருந்ததாக கமலத்தம்மா செல்லம்மாவிடம் சொல்லியிருக்கிறாள். தாத்தாவின் படுக்கையறைக் கதவு திறந்தால் தாத்தா வெளியே வரும்போது, அவளும் அவரின் மீது சாய்ந்துகொண்டும் தொத்திக்கொண்டும் பிணைந்துதான் வெளியே வருவாளாம். அப்படியான ஒரு நாளில் அந்த அமிர்தம் கர்ப்பமாக, தாத்தாவின் கவனிப்பும் அதிகமாகி, கணவனை இழந்து வந்து அவரது வீட்டில் தங்கியிருக்கும் தன் அக்காகாரியையே அமிர்தத்திற்குப் பணிவிடை செய்ய பணித்திருக்கிறார், தாத்தா.

அந்த அவமானத்தைத் தாங்கிக்கொள்ள முடியாமல், அவரின் அக்காக்காரி தனது நாத்தனார் வீட்டோடு போய்விட்டதாக ஆச்சி சொல்லுவாள். அதன்பிறகு இந்த வீட்டின் பக்கமே வரவில்லையாம். தனது நாத்தனாரின் மகனோடு அவர் வேலை பார்த்த இடமான ஆக்ராவுக்கே சென்றுவிட்டதாகச் சொன்னாள் ஆச்சி. அங்கேயே இறந்தும் போனாளாம்.

குழந்தை பிறக்கட்டும் என்று தாத்தாவின் அம்மா பொறுத்திருக்க, ஆண் குழந்தை பிறந்து அவள் பலவீனமாய்ப் படுக்கையில் கிடக்க தாத்தா அவளைத் தடவிக்கொண்டே இருந்த கேவலத்தைத் தாத்தாவின் அம்மா எல்லோரிடமும் புலம்பியிருக்கிறாள். தான் வேலையாக தஞ்சாவூர்வரை செல்வதாகவும் மூன்று நாட்களில் வந்துவிடுவதாகவும் தாத்தா சொல்லிவிட்டுச் சென்றிருக்கிறார். அவர் இல்லாத அந்த நேரத்தில் தான் அமிர்தம் இறந்திருக்கிறாள். தாத்தா சோகத்தில் மூழ்க, தாத்தாவின் அம்மா இதுதான் சந்தர்ப்பம் எனப் பச்சிளம் குழந்தையைத் தன்னால் பார்க்க முடியாது, செல்லம்மா வரட்டும் என்று தாத்தாவிடம் பேச, செல்லம்மா ஆச்சி மீண்டும் குழந்தைகளுடன் இந்த வீட்டுக்குள் வந்திருக்கிறாள்.

இதையெல்லாம் சொன்ன ஆச்சியும் சரி, கமலத்தம்மாவும் சரி அந்தக் குழந்தை, நோய் கண்டு இறந்த குழந்தைகளில் ஒன்றா அல்லது மனநலம் குன்றிய நிலையில் இருந்த வரதனா என்று தன்னிடம் தெளிவுபடுத்த ஏன் முனையவில்லை என்பது தேவகிக்கு வருத்தமே. அவளின் அனுமானத்தை ஒருமுறை ஆச்சியிடமே கேட்டிருக்கிறாள். 'போட்டி … கிறுக்கச்சி …' என்று கேலியாகத் தாண்டிச் சென்றது நினைவில் உண்டு தேவகிக்கு.

அந்த சிலோன்காரிக்குப் பிறகு அந்த அறையில் தாத்தா, அதற்குப்பின் வரதன் மாமா, அப்புறம் ஆச்சி. ஆச்சி இறந்ததும் அந்த அறையைச் சுற்றி மரணக்காற்று சுற்றிக்கொண்டே இருப்பதாக தேவகிக்குத் தோன்றியது. இரவு நேரங்களில் அது அவளை விழுங்கப் பார்ப்பதாக நினைத்துக்கொள்வாள். அதனாலே வேலய்யாவை வீட்டுக்குள் வந்து தங்க அனுமதித்தாள் தேவகி. அவர் கமலத்தம்மா தங்கியிருந்த அறையில் வந்து இருந்துகொண்டார். இதுவரை பெண் வேலையாட்கள் மட்டுமே வீட்டுக்குள் தங்கிக்கொள்ள அனுமதியிருந்தது. வாணி அக்கா அதற்கு அடுத்த அறையில் தங்கியிருந்தாள். வாணியின் கணவன் இறந்தபிறகு அவள் முழுநேரமும் தேவகியுடனும் ஆச்சியுடனும் இருந்துவிட்டாள்.

ஆச்சிக்குப் பிறகு வேலய்யாவும் அதிகநாட்கள் உயிருடன் இருக்கவில்லை. அவள் இறந்து ஒரு வருடத்திற்குள்ளாகவே அவரும் இறந்து போனார்.

யமுனாவும் சனி ஞாயிறுகளில் வீட்டுக்கு வந்துவிடுவதும் நாட்கள் ஓடியதும் தேவகிக்குச் சிரமமாக இல்லை. யமுனா அமெரிக்காவிற்குப் படிக்கச் சென்றபோதும் இங்கிலாந்துக்குப் போனபோதும் அவள் இனி இங்கு அடிக்கடி வருவது இயலாது என்று தேவகிக்கு உரைக்கத் தொடங்கியது. அப்போதிலிருந்துதான் அந்த அறை அதிகம் பயம் காட்ட ஆரம்பித்தது தேவகிக்கு.

வேலய்யாவின் இறப்புக்குப் பின்பு ஆச்சியின் நடமாட்டம் அதிகமாகத் தென்படத் தொடங்கியது தேவகிக்கும் வாணிக்கும். சமையல்கட்டில், மாடிப்படிக்கட்டின் கீழ்ப் படியில், அவளின் அறையில் என்று சத்தம் கேட்டுக்கொண்டே இருந்தது. அவளால் இந்தப் பண்ணை வீட்டை விட்டுப் போக முடியவில்லை போலும். அதனால் தேவகியின் சின்ன தாத்தாவின் பேத்தியும் இரண்டு தெரு தள்ளிக் குடியிருப்பவளுமான தெய்வநாயகி, சாமியார் ஒருவரை வரவழைத்தாள். அவரும் வந்து பார்த்துவிட்டு, நரசிம்மர் படம் ஒன்றை முன்னறையில் மாட்டிவிட்டுப் பாகவதப் புராணத்தை முழுமையாக வாசித்துச் சென்றார். தேவகியையும் வாணியையும் மாடியில் படுத்துக்கொள்ளச் சொன்னார். அதிலிருந்து வாணியும் அவளும் மாடியில் சென்று படுத்துக்கொண்டார்கள். இவர்கள் இருவரும், வீட்டின் தேக்குக் கதவைச் சாத்திக்கொள்ள மாடப்பன் முன் வரவேற்பறையில் படுத்துக்கொண்டான். பண்ணைக்கும் தோட்டத்துக்கும் காவலுக்கு முருகனும் செந்தூரனும் படுத்திருப்பார்கள்.

பெண்களாக அவர்கள் இருவர் மட்டுமே அந்தப் பெரிய வீட்டில் வாழ்வது ஒருவித இறுக்கத்தைக் கொடுத்தது. ஒரு இரவில் தண்ணீர் எடுத்து வருகிறேன் என்று கீழே சென்ற வாணி வியர்த்துப் போய்க் கண்கள் விரிய, படபடத்து மேலேறி வந்தாள். கதவைச் சாத்தியபடி சொன்னாள், "தேவகி, நம்ம ஆச்சி இருக்கால்ல, அவ, அவ அந்த ரூம் வாசல்ல தரையில கால நீட்டி உட்கார்ந்திருக்கா. எனக்கு வெலவெலத்துப் போச்சு. என்ன செய்றதுன்னே தெரியல தேவகி," என்றபோது தேவகியும் அரண்டு போனாள்.

அதன்பிறகு தேவகியிடம் வாணி மெதுவாய்க் கேட்டாள், "நாளைலே இருந்து மாடப்பனை வீட்டுக்குள்ளாற கீழே படுத்துக்கச் சொல்லுவோமா ?" என்று.

தேவகிக்குள் பயம் வந்தது, ஆச்சி மாடப்பனை ஏதாவது செய்துவிட்டால் என்ன செய்வது என்று பயந்து, "வேண்டாம் வாணிக்கா. ஆச்சி இருக்கான்னா இருந்துட்டுப் போட்டும். அவ நமக்குக் காவலிருப்பா. ராத்திரி நாம இனி கீழே போகாம இருந்துக்குவோம்", என்றாள். அன்றிரவு வாணிக்குக் கடுமையான

ஜூரம். அதன் பிறகு அவள் ஒரு வாரம்தான் உயிரோடு இருந்தாள். வாணியின் இறப்பு, தேவகிக்குள் இங்கிருந்தால் தானும் இறந்துவிடுவோம் என்கிற உள்ளுணர்வை அழுத்தமாக உண்டாக்கியது. யமுனா அவளை வீடு மாறச்சொல்லி வலியுறுத்தத் தொடங்கியிருந்தாள். தெய்வநாயகியும் தேவகியிடம், 'இங்கிருக்க வேண்டாம் தேவகி. எங்க கூட வந்திரு...' என்று சொல்லிக் கொண்டேயிருந்தாள். ஆளில்லாத அந்தப் பெரிய பண்ணை வீடு அத்தனை பயத்தை எல்லோருக்குள்ளும் காட்டியது என்னமோ உண்மைதான்.

5

அலைகள் புரளப் புரள கடலின் மேல்மட்ட தண்ணீர் தத்தளித்துக்கொண்டிருந்தது. பெரிதான அலைகளாக வராமல் மனிதர்கள் குளித்துக்கொள்ளட்டுமென்றே சின்ன சின்ன உருட்டல்களாகத் திரண்டு வந்தன. திருச்செந்தூர் கடலின் விசேஷமே அதுதான் என்று சில நேரங்களில் தேவகிக்குத் தோன்றும். கோவிலின் வலதுபுறமாய் இருந்த அந்தப் பரந்த கடலின் விரிந்த முகத்துவாரத்தில் குட்டையும் நெட்டையுமாக மனிதர்கள் முங்கிமுங்கி எழுந்துகொண்டிருந்தனர். பிள்ளைகள் ஓடிவிளையாடுவதும் பெரியவர்கள், 'ஏய் இங்கிட்டு வா' என்று மிரட்டுவதுமாக இருந்தனர். மாலை நேரம் முடியத்தொடங்க கூட்டமும் குறையத்தொடங்கியது. அந்திநேர பூஜைக்காகக் கூட்டம் சுப்ரமணிய சுவாமியைத் தரிசிக்கக் கோவிலை நோக்கி நகர்ந்தது.

இனி கடலின் சத்தங்கள் குறையும்வரை கொஞ்ச நேரம் அமர்ந்திருக்கலாம் என்று தேவகி நினைத்தாள். அதற்குள் அவள் சொல்லியிருந்த பொருட்களை வாங்கிவிட்டதாக டிரைவர் முத்துலிங்கம் அழைக்கவே சிறிது நேரம் கடற்கரையில் இருந்துவிட்டு வருவதாக அவரிடம் சென்னாள். இரவின் நிழல் படியப் படிய அலைகள் அமைதியற்றுச் சற்றுப் பெரிதாகி உருண்டு வந்தன. இருந்தும் அவற்றால் கரையைத் தொட முடியாமல் போகவே, தண்ணீரின் ஆழத்தை அதிகப்படுத்திக் கரையில் மிச்சம் இருப்போரைப் பயமுறுத்திக்கொண்டிருந்தன. கோயிலின் வண்ண விளக்குகள் பிரகாசமாக எரியத் தொடங்கின.

கோயில் விளக்குகளின் வெளிச்சம் இருண்ட அலைகளின் மீது பட்டு வெளிச்சப்படுத்தின. திருச்செந்தூரின் இந்த வண்ணமயமான கடற்கரையில் சிறு வயதிலிருந்தே ஆச்சியுடன் வந்து அமர்ந்திருக்கிறாள். மற்ற பிள்ளைகளைப்போல கடல்நீரில் ஓடிச்சென்று கால் நனைக்கும் ஆவல் தேவகியிடம்

அப்போதிலிருந்தே இருந்ததில்லை. ஆச்சிக்கும் பொறுமை கிடையாது. 'வாட்டீ தங்கம்! வீட்டுக்குப் போலாம்,' என்று நச்சரிப்பாள். அதிக நேரம் அங்கு இருக்கவிடமாட்டாள். சுவாமியைக் கும்பிட்டுவிட்டு வீட்டுக்குப்போகணும் என்று சொல்லிக்கொண்டே இருப்பாள். வீட்டில் அவளுக்கு வரதனை விட்டு வந்திருக்கிறோம் என்ற கவலை இருந்துகொண்டே இருக்கும். ஆச்சி இல்லாமல் சில நேரங்களில் வேலய்யாவுடன் வருவாள். வேலய்யா எப்போதுமே இவளுக்கான நேரத்தைக் கொடுப்பார். 'மெதுவா வா பாப்பா. நா இங்கனதானே இருக்கேன்', என்று சொல்லிக் கடலை பட்டாணியெல்லாம் வாங்கிக்கொண்டு வருவார்.

தானே தனியாக வெளியே செல்லத் தொடங்கிய பிறகுதான் சில நேரங்களில் இங்கு வந்து சௌகரியமாக அமர்ந்திருப்பதை வழக்கமாக்கிக் கொண்டாள். அதுவும் யமுனா கல்லூரி சென்ற பிறகே அதிகமாகச் சாத்தியமானது. அவளின் பள்ளிக் காலங்களில், 'யம்மு டியூஷன் முடிஞ்சு வீட்டுக்கு வந்திருப்பாளே' என்பதாக, ஒருகாலத்தில் ஆச்சிக்கு இருந்த படபடப்பு தனக்கும் வந்து, தன்னைத் தானே அவசரப்படுத்திக்கொண்டதை நினைத்துச் சிரித்துக்கொள்வாள்.

திருச்செந்தூரானைப்போலவே இந்தக் கடற்கரையிலும் ஒரு தெய்வீக வாசனை எப்போதும் குடிகொண்டிருப்பதுபோல அவளுக்குத் தோன்றும். ஒருவேளை அது கோயிலில் இருந்து வரும் அர்ச்சனைகளின் பூஜை நேரத்து வாசனையாகவும் இருக்கலாம். எப்போதும் கோயிலை விட்டுச் சற்றுத் தள்ளிச்சென்றே அமருவாள். அப்போதுதான் கடலின் உப்பு வாசம் நாசிக்குப் பிடிபடும்.

வாணி இறந்தபிறகு இப்போதுதான் கடற்கரைக்கு வருகிறாள். வாணியும் தன்னைவிட்டுப் போனபிறகு, தாத்தாவின் படுக்கை அறையைப் பூட்டி அடைத்தே வைத்திருந்தாள். யமுனா அவளைச் சமாதானப்படுத்திய பிறகே சற்று அமைதியானாள். அவளும் அங்கு சென்று வருடங்கள் ஓடிவிட்டன. ஹரியைப் பற்றிய பேச்சுக்கு 'ஒத்துவராதும்மா, விட்டுடு' என்பாள். 'நீ இங்கே வந்துடு. உன்னை அழைத்துக்கொள்வதற்கான வழிகளைத் தான் நான் பார்த்துக்கொண்டிருக்கிறேன். அடல்ட்/எல்டர்லி டிப்பண்டெண்ட் விசாவுக்குச் சில விதிமுறைகள் இருக்கின்றன. அதை பாலோ பண்றேன்', என்று சொன்னாள்.

'எனக்கு அங்கு வர விருப்பமில்லை யமுனா', என்று சொல்லிப் பார்த்தாள். அவள் கேட்பதாக இல்லை. செல்லம்மா ஆச்சியின்

பிடிவாதம் யமுனாவுக்குள்ளும் நிறைய இருப்பது தேவகிக்குத் தெரிந்ததுதான்.

சமையலுக்கென்றும் வீட்டுக்கு ஆள் வேண்டுமென்றும் சொல்லித் தேடியதில் கஸ்தூரி என்ற பெண் வந்து சேர்ந்தாள். தேவகியைவிடச் சற்று வயதில் இளையவள். எல்லா வேலைகளையும் எளிதில் செய்து முடித்தாள். நெட்டையாக வளர்ந்து ஒரு ஆணின் நிமிரலுடன் இருப்பாள். பெண்ணின் நடையாக இல்லாமல் வித்தியாசமாக நடப்பாள். வீட்டில் அவளின் இருப்பு தேவகிக்குப் பெரும் அமைதியைக் கொடுத்தது. வாணிக்குப் பிறகு, இந்த ஒரு வருடமாக வீட்டு நிர்வாகத்தை முழுவதும் கையில் எடுத்துக்கொண்டாள் கஸ்தூரி. அதனால் தேவகிக்கு மீண்டும் தன் வேலைகளைத் தொடர்ந்து செய்ய முடிந்தது. இந்தக் கடற்கரை வரும் வாய்ப்பும்கூட அதில் ஒன்றுதான். கஸ்தூரியிடம் தேவகி தனது குடும்பத்தின் கதைகளைப் பேசியதில்லை. தாத்தாவின் பெரிய அறையை மட்டும் திறக்க வேண்டாம் என்று சொல்லியிருந்தாள். மாதத்திற்கு ஒருமுறை தேவகியே அறையைத் திறந்து கொடுத்து, கஸ்தூரி பெருக்கியதும் பூட்டிச் சாவியை அலமாரியில் வைத்துவிடுவாள். கஸ்தூரியும் ஏன் எதற்கு என்றெல்லாம் கேள்விகள் கேட்பதில்லை.

கஸ்தூரியின் ஒற்றைக் குழந்தையும் கிணற்றுக்குள் தவறி விழுந்து இறந்தபின், அவள் கணவன் இவளுடன் வாழாமல் இன்னொரு திருமணம் செய்துகொண்டான். இதை செந்தூரன் சொல்லிதான் தேவகிக்குத் தெரியும். கஸ்தூரியிடம் இது குறித்து தேவகி கேட்டுக்கொண்டதில்லை.இருந்தும் அவளாகச் சாயங்கால வேளைகளில் தோட்டத்தைப் பார்த்தவாறு இருக்கும் முன் வாசல் நடையின் பெரிய படிக்கட்டில் அமர்ந்திருக்கும்போது சொல்லுவதுண்டு. அதனுடன் பெரிதாகக் குரலெடுத்துப் பாடுவதும் உண்டு. இப்படி ஆண்களால் கைவிடப்படும் சாதாரணப் பெண்கள் என்ன செய்வார்கள், பிழைப்புக்காக வீட்டுவேலைகளுக்குள்ளும் கட்டட வேலைகளுக்குள்ளும் சிறிதேனும் பாதுகாப்பைத் தரும் இன்னபிற வேலைகளுக்குள்ளும் தங்களை நுழைத்துக்கொள்கிறார்கள் என்று தேவகி நினைப்பதுண்டு.

மணலில் அளைந்துகொண்டிருந்த விரல்களின் மேல் வந்து சேர்ந்த பந்து ஒன்று, அதன் பின்னே ஓடிவரும் ஒரு குழந்தையைக் கூட்டிவந்தது. அவனின் பின்னே ஒரு நாய்க்குட்டியும். நன்றி சொல்லி நகர்ந்த அந்த சிறுவனின் பின்னால் போன அந்தச் நாய்க்குட்டியும் வாலை ஆட்டியாட்டி நன்றி காட்டியது. விலங்குகளின் குட்டிகள் எப்போதும் அழகுதான்,தன் பண்ணையில்

வளரும் கன்றுக்குட்டிகளைப்போல. இன்று மதியம் கால்நடைப் பராமரிப்புச் சம்பந்தமான ஒரு மீட்டிங் திருநெல்வேலி திருநகர் பக்கமிருந்த கால்நடை ஆராய்ச்சி மையத்தில் வைத்திருக்கவும் அதற்குப் போய்விட்டுதான் இங்கு வந்து உட்கார்ந்திருக்கிறாள். மாடுகளுக்கு வரும் தோல் வியாதியான லம்பி நோயைக் குறித்துப் பேசினார்கள். மகாராஷ்டிராவில் நிறைய மாடுகள் இறந்திருப்பதாகவும் வட இந்தியாவில் பரவியிருப்பதாகவும் இங்கு தென்னிந்தியாவில் கர்நாடகா மாநிலத்தில் ஒன்றிரண்டு சம்பவம் இருப்பதாகவும் பேசினார்கள். கொசுக்களாலும் ஒட்டுண்ணிகளாலும் வரும் வைரஸ் என்றும் தொழுவத்தைத் தண்ணீர் தேங்காமல் சுத்தமாக வைத்துக் கொள்ளுமாறும் சொன்னார்கள். இம்மாதிரியான விஷயங்களுக்குத் தேவகிக்கு உடனே தகவல் அனுப்பிவிடுவார்கள். இன்றைக்குத் திருச்செந்தூரில் முக்கியமான பத்து மாட்டுப்பண்ணைகளில் ஒன்றாய் அவளுடையதும் இருப்பதே அதற்குக் காரணம்.

ஆச்சிக்கு மாடுகள்தான் உயிர். எல்லா வீடுகளைப்போலவும் அவள் மாடுகளுக்குப் பெயர் வைத்ததில்லை. சிவப்பாய் இருக்கும் மாடுகளைச் சின்ன செவல, பெரிய செவல என்பதாகத்தான் சொல்லுவாள். அதுவே அங்கு வேலை செய்பவர்களுக்கும் பழக்கமாகிப் போயிருந்தது. ஆட்களைக் குறைத்துப் பத்து பேர் போதும் என்று கொண்டு வந்தாள் தேவகி. அவ்வப்போது தேவைப்படும்போது மட்டும் வெளியிலிருந்து ஆட்களை வரவைத்துக் கொள்ளலாம், அது செலவையும் குறைக்குமென்ற தேவகியின் யோசனைக்கு ஆச்சி அசந்துபோனாள்.

‘ஆள் அதிகமிருந்தாதா நம்மள மதிப்பாகன்னு நா நெனைச்சது எம்புட்டு விரயம்னு இப்பதானட்டி தெரியுது’ என்று முகவாய்க்கட்டையில் கையை வைத்து ஆச்சரியப்பட்டாள். ஒவ்வொரு முறையும் ஆச்சியிடம் பணத்தைக் கொண்டுவந்து கொடுப்பதுவரைதான் தேவகியின் வேலை. பண்ணையாட்கள், தோட்டத்து ஆட்கள், வீட்டு வேலையாட்களுக்கு அதைப் பிரித்துக் கொடுப்பதெல்லாம் ஆச்சிதான். ஆச்சிக்கு எண்பது வயதுக்கு மேலான பிறகுதான் தன்னால் சரியாகக் கணக்கு கொள்ள முடியவில்லையென்றுக் ஒதுங்கிகொண்டாள். அவளை வைத்துத்தானே தானும் இத்தனை கற்றுக்கொண்டு வளர்ந்திருக்கிறோம் என்று அடிக்கடி நினைப்பாள். வயக்காட்டு நிலங்களையெல்லாம் விற்றபிறகும் இந்தப் பண்ணையையும் தோட்டத்தையும் வீட்டையும் பத்திரப்படுத்தி வைத்திருப்பதன் காரணமும் ஆச்சிதான் என்பதில் ஒரு பெருமையும் உண்டு அவளுக்குள்.

ஆச்சி இறந்த பிறகுதான் தேவகிக்குள் சில பயங்கள் வந்து போயின. வெகு வருடங்களாக இல்லாதிருந்த கனவுகளின் தொடர்ச்சி இப்போது ஆரம்பித்திருந்தது. ஆச்சியின் இருப்பு அந்த வீட்டுக்குள் இருப்பதை வாணியின் இறப்புக்குப் பின் திடமாக நம்பினாள். உள்ளூர ஒரு சிலிர்ப்பு உண்டாவதைச் சில நேரங்களில் உணர்ந்திருக்கிறாள். ஆனால் ஆச்சி தன்னை ஒன்றும் செய்யமாட்டாள் என்றும் நம்பினாள். ஆனால் அந்தக் கனவுகள் மறந்து போன உறவுகளை, அவை விட்டுச்சென்ற வலிகளை, உடலின் தேடலை, அமைதியின்மையைக் குத்திக்காட்டிக் கொண்டிருந்தன. என்றோ உடல் இழந்திருந்த ஒரு தேவையை தான் கண்டுகொள்ளாமல் விட்டதாக அவை நினைவுபடுத்திக் காட்டின.

ஆட்கள் கடற்கரையில் குறையத் தொடங்க, அந்தி மாலையில் கடல் இருளடையத் தொடங்கியிருந்தது. கோவிலின் விளக்குகளால் கடற்கரையின் பக்கம் வெளிச்சமாகவும் கடலின் மீதிப் பாதி இருட்டுக்குள்ளும் அமிழ்ந்திருந்தன. கடலோடு பேசியது போதுமென்று மணலைத் தட்டிக்கொண்டே எழுந்து காரை நோக்கி நடக்கத் தொடங்கினாள் தேவகி.

வீட்டின் முன்கதவைத் தட்டியதும் திறக்கப்படாமல் இருக்கவே, தோட்டத்துப் பக்கமிருந்த ஷெட்டில் காரை நிறுத்திவிட்டுச் சாவியைக் கொடுக்கவந்த முத்துலிங்கமும் சேர்ந்து கதவைத் தட்ட, தேவகிக்குள் பயம் உண்டானது. வேலைக்காரர்கள் சென்றுவர இருந்த கதவின் வழியே சென்றால், அங்கிருந்த அறையில் முருகன் மட்டுமிருந்தான்; பின்கட்டில் பண்ணையாட்களும் சென்றிருந்தனர்; யாருமிருக்கவில்லை. 'கதவு திறக்கவில்லையா' என்று கேட்டபடி ஓடி வந்தான். அதற்குள் முருகனுக்கும் அவனுக்குமாகச் சாப்பாடு வாங்கிக்கொண்டு மாடப்பனும் வந்து சேர, எல்லோருக்குள்ளும் ஒரு பதற்றம் தொற்றிக்கொண்டது.

ஒருவேளை கஸ்தூரி தூங்கிவிட்டாளோ? இருந்தாலும் இத்தனை பேர் தட்டுகிறோம், பெல் அடிக்கிறோம், திறந்திருக்க வேண்டுமே என்ற சந்தேகத்தில் பின்கட்டுக்குப் போகும் வழியில் இருக்கும் பெரிய வீட்டுக்குள் செல்வதற்காக இருக்கும் பக்கவாட்டுப் பெரிய கதவின் தாளை உடைத்துத் திறப்பது என்று முடிவானது. அதற்குள் தெய்வநாயகிக்கு விஷயம் சொல்லப்பட்டு அவளும் வந்து நின்றாள். வீட்டின் பின் தாழ்வாரம் தாண்டியிருக்கும் கதவை முயற்சிசெய்யவே முடியவில்லை. அது தடிமனாக இரும்புக் குறுக்குத் தடி போடப்பட்டு மூடப்பட்டு இருக்கும். பக்கவாட்டுக் கதவின்

தாளை உடைப்பதும் அத்தனை எளிதாக இல்லை. இரண்டு கதவுகள் சேர்ந்து நடுவில் பெரிய தாள்.

ஒருவழியாக அதை உடைத்து நீக்கி உள்ளே வந்தபோது, கஸ்தூரி நடுஹாலில் குப்புற விழுந்து கிடந்தாள். ஆஸ்பத்திரிக்கு எடுத்துச்செல்லலாம் என்று அவளைப் புரட்டியபோதே தெரிந்தது உயிர் இல்லை என்பது; இருந்தும் உடனே எடுத்துச்சென்றனர். தேவகியின் பார்வை திறந்திருந்த தாத்தாவின் அறையின் வாசலை நோக்கிச் சென்றது. தான்தானே அதைப் பூட்டிச் சாவியைக்கூட ஹாலின் அலமாரியில் வைத்திருந்தது நினைவுக்கு வந்தது. அந்த இடத்தில் சாவி இல்லை. கஸ்தூரி எடுத்துத் திறந்திருப்பாளோ? வேறு எப்படி திறந்திருக்க முடியும்? தேவகி சற்று நடுக்கத்துடன் இருப்பதைக் கவனித்த தெய்வநாயகி, 'இங்க இருக்க வேண்டாம் தேவகி. எனக்குக் கொஞ்சம் தப்பா படுது. இனி கொஞ்ச நாட்கள் நீ என்னுடன் தங்கு. அப்புறமா நாம என்ன செய்யலாம்னு யோசிப்போம்' என்று சொன்னாள்.

கஸ்தூரியின் உடலை ஆஸ்பத்திரியில் இருந்து வீட்டுக்குக் கொண்டுவராமல் நேராக அவளது கிராமத்திற்கே கொண்டு சென்றுவிட்டார்கள். டாக்டர்கள் நெஞ்சு வலியினால் அவள் இறந்திருப்பதாகச் சொல்லியிருந்தார்கள். அதை தேவகியால் நம்ப முடியவில்லை. கடைசியாக முருகன் அவள் பின்கட்டுக் கதவைச் சாத்துவதைக் கவனித்துவிட்டுதான் முன்பக்கம் வந்து உட்கார்ந்திருக்கிறான்.

இதெல்லாம் முடிந்த ஒரு வாரத்திற்குள் யமுனாவும் தெய்வநாயகியும் தேவகியிடம் திருப்பித் திருப்பி ஒன்றை மட்டுமே சொன்னார்கள். அந்தப் பண்ணை வீட்டுக்கு இனி போய்த் தங்கவேண்டாம் என்பதே அது. தனக்குள் இருக்கும் பயம்தான் அவர்களையும் தொற்றிக்கொண்டிருக்கலாம் என்று தேவகி நினைத்தாள். வாணி கதையையெல்லாம் இவர்களிடம் ஏன் சொன்னோம்? சொல்லாவிட்டாலும் இனியும் தன்னால் அந்த வீட்டில் இத்தனை சாவுகளுக்குப் பிறகும் பயமில்லாமல் தங்க முடியுமா? இனி யாராவது அந்த வீட்டிற்கு வேலைக்கு வருவார்களா? இவர்கள் சொல்வதைக் கேட்பதே இப்போதைக்குத் தனக்கிருக்கும் ஒரே வழி என்று யோசித்தாள் தேவகி.

தெய்வநாயகி, தன் வீட்டின் அருகில் நான்கைந்து அறைகள் தரைத்தளத்தில் மட்டுமே கொண்ட ஒரு வீட்டை வாங்கச் சொல்லி அங்கு தேவகியைக் குடியமர்த்தினாள். பகலில் மட்டும் பண்ணை வீட்டுக்குப் போய் பண்ணை வேலைகளையும் தோப்பையும் கவனித்து வந்தாள். வீட்டையும் மாட்டுப் பண்ணையையும்

விற்றுவிடலாம் என்ற அவர்களின் யோசனை தேவகிக்கு உடன்பாடாக இல்லை. தேவகியின் உறவுக்குள் இருப்பவர்கள், அந்த வீட்டில் செல்லம்மா பேயாக அலைவதாக தெய்வநாயகி சொன்னாள். இந்த விசயம் ஊருக்கே பரவினால் அத்தனை பெரிய வீட்டை யாரும் வாங்கமாட்டார்கள், அதனால் இப்பவே கொடுத்துவிடலாம் என்றும் எச்சரித்தாள். இருந்தும் வீட்டை மட்டும் கொடுத்துவிட முடிவுசெய்தாள் தேவகி. வீட்டிலிருந்து பண்ணையையும் பின்பக்கத்துத் தோப்பையும் பிரித்து ஒரு காம்பௌண்ட் கட்டிவிட்டுக் கிணறு தாண்டியிருந்த, முடுக்கு வழியே வெளியே வர, போக இருக்கும் பெரிய கதவுடன் காம்பௌண்ட்டை முடித்துக் கொள்ளலாம் என்று யோசித்துச் சொல்ல, யமுனா சரியென்றாள். வீட்டைப் போய்ப் பார்த்து வருகிறேன், அங்கிருக்கும் மற்ற மரச்சாமான்களையும் அதனுடன் விற்றுவிடலாமா என்றும் யோசித்து வருகிறேன் என்று தெய்வநாயகியிடம் சொல்லிவிட்டு வீட்டின் பெரிய கொத்துச் சாவியுடன் ஒருநாள் கிளம்பினாள்.

புது வீட்டுக்கு மாறும்போது, தனக்குத் தேவையானவற்றை மட்டும் எடுத்துக்கொண்டு மற்றவற்றைப் பண்ணைவீட்டின் உள்ளேயே விட்டுச் சென்றிருந்தாள். நான்கு மாதங்கள் கழித்து இப்போதுதான் சற்று மனத்திடத்துடன் அந்த வீட்டின் கதவைத் திறந்து உள்ளே சென்றாள். எதையெல்லாம் எடுத்து மாற்றிவிட்டு வீட்டை விற்கலாம் என்று மாடப்பனிடம் காட்டிவரவே அவனையும் உடன் அழைத்துச்சென்றாள்.

நான்கு மாதங்கள் பூட்டியிருந்த வீடுபோல அல்லாமல், வீட்டின் உள்ளே படுசுத்தமாக இருந்தது. கஸ்தூரி இறந்தபிறகு, இரண்டு நாட்கள் கழித்துப் பண்ணையில் வேலை செய்த சுருட்டை முடிக்காரி கழுவிவிட்டதாக மாடப்பன் சொன்ன போதிலும் அதனால் மட்டும் அந்த வீடு அவ்வளவு சுத்தமாக இருக்க முடியாது என்று தேவகிக்குத் தோன்றியது. மாடப்பன் ஹாலில் நின்று கொள்ள அவள் மட்டும் உள்ளே தாத்தாவின் அறைக்கதவைத் திறந்து சென்றாள். அங்கே கட்டிலின் மீது படுக்கை விரிப்பு கசங்கியிருந்தது. தலையணைகள் நான்கும் அங்கொன்றும் இங்கொன்றுமாய்க் கிடந்தன. யாரும் உள்ளே வரவியலாதே. சுவரில் ஆச்சி, தாத்தாவின் கல்யாணப் புகைப்படமும் தாத்தாவின் மாலையிடப்பட்ட சட்டமிடப்பட்ட புகைப்படமும் அதனருகே ஆச்சியின் சற்றுச் சிறிய வடிவிலான புகைப்படமும் இருந்தன. ஆச்சி படத்தில் போட்டிருந்த மாலை எங்கே? கீழே எங்காவது கிடக்குமா என்று தேடினாள்; இல்லை. குழப்பமாக இருந்தது. மெதுவாக 'ஆச்சி' என்றழைத்துப் பார்த்தாள். அறை அமைதியாக

இருந்தது. மீண்டும் 'ஆச்சி இருக்கியா' என்று ஏதோ ஒரு அசட்டுத் தைரியத்தில் கேட்டாள். சத்தமேதும் இல்லை. தனக்குச் சத்தங்களின் மூலம் மட்டும் தன்னைக் காட்டிக்கொண்ட ஆச்சி, வாணிக்கு மட்டும் எப்படி கண்ணுக்குத் தெரிந்தாள்? கஸ்தூரி ஏன் இறந்தாள்? யோசித்துக்கொண்டே தலையணைகளைச் சரிசெய்து வைத்தாள். அறையின் கதவைச் சாத்துவதற்காக இழுத்தாள். கதவு வரவில்லை. கதவின் பின்புறம் என்ன இருக்கிறது என்று பார்த்தாள். ஒன்றுமில்லை. நகர்ந்து வந்து, கதவை மீண்டும் இழுக்கலாம் என்றிருந்தபோது, கதவின் பின்பக்கம் கீலின் பக்கமாகச் சிக்கிக்கொண்டு பளபளப்பாய் ஏதோ கிடந்தது.

நெருங்கிச் சென்று பார்த்தபோது, ஆச்சி எப்போதும் கையில் போட்டிருக்கும் தடிமனான வளையலும் கஸ்தூரியின் போனும் கிடைத்தன. ஆச்சியின் நகைகளையெல்லாம் அன்றே எடுத்துச் சென்றுவிட்டேனே என்று தேவகி யோசித்துக்கொண்டே செல்போனை ஆன் செய்யலாம் என்று முயன்றபோது அதில் சார்ஜ் இல்லாமல் இருந்தது. சரி என்று இரண்டையும் எடுத்துக்கொண்டு, கதவைச் சும்மா சாத்திவிட்டு ஹாலுக்கு வந்து பார்த்தால், கையில் எடுத்துவந்த போன் இருக்கிறது, ஆச்சியின் வளையல் இல்லை. தேவகிக்குப் பயம் உண்டானது. ஆச்சி என்று தேவகி கூப்பிட்டதற்கு, 'நா இங்கனதா இருக்கேன்'ன்னு காட்டியிருக்கா, அவ்வளவே. இவளை எப்படி இங்கே விட்டு விட்டுத் தான் மட்டும் போவது? இவளையும் சேர்த்து வீட்டை எப்படி விற்பது? ஒருவேளை வீட்டை விற்காதே என்று சொல்லத்தான் இங்கிருக்கிறாளோ? குழப்பமாக அறையை விட்டு வெளிவந்து, உள்ளேயிருந்து புகைப்படங்களை எடுத்துவரச் சொன்னாள்.

மாடப்பனிடம் எதையெல்லாம் மற்ற அறைகளில் இருந்து காலி செய்ய வேண்டும் என்று சொல்லியபடி, மாடிக்கும் ஒருமுறை சென்று வரதனின் அறையை எட்டிப்பார்த்தாள். உள்ளே பெரிய கட்டிலில் தலையணைகள் திசைக்கொன்றாய்க் கிடந்தன. விரிப்பும் கசங்கிக் கிடந்தது. ஒருவித பதற்றம் தொற்றிக்கொண்டது. தாத்தா அறையில் ஆச்சி இருந்திருக்கலாம். வரதனின் அறையில் யாருமே படுத்திருக்கவில்லையே. ஒன்றும் புரியாமல் சிறிது நேரம் பால்கனியிலிருந்து பின்பக்கம் செல்லும் முடுக்கைப் பார்த்தவாறு நின்றாள். நேற்று பார்த்த அலைகளைப்போலச் சிறிது சிறிதாகத் திரண்டு வந்த பயம், தொண்டையை நெருக்குவதை உணரமுடிந்தது. வீட்டை விற்றுவிடத் திடமாக முடிவு செய்தாள்.

வீட்டுக்கு வந்தபிறகு, கஸ்தூரியின் போன் குறித்து மறந்திருந்தாள். சாயங்காலமாய் அதை சார்ஜுக்குப் போட்டாள்.

தெய்வநாயகியின் வீட்டில் வேலை செய்யும் பெண்மணியின் அக்கா பெண் ஒருத்தி தேவகிக்குச் சமையல் வேலைகளையும் வீட்டு வேலைகளையும் செய்துவைத்துவிட்டு வீட்டுக்குச் சென்றுவிடுவாள். இரவு சாப்பாடு தயாராக இருக்க, சாப்பிட்ட பிறகு கஸ்தூரியின் போனுடன் உட்கார்ந்தாள். அதில் ஸ்டோரேஜ் ஸ்பேஸ் தீர்ந்துவிட்டது என்று மேலே காட்டியது. அதற்குள் பண்ணை வீட்டின் உட்புறப் புகைப்படங்கள் இருந்தன. கேலரி முழுக்க ஒவ்வோர் அறையின் படங்களும் இருந்தன. அவள் ஏன் தன் வீட்டைப் புகைப்படமெடுக்க வேண்டும் என்ற கேள்வி தேவகிக்குள் எழுந்தது. யாருக்காவது அனுப்பியிருக்கிறாளா என்று பார்த்தால், அது பழைய மாடல் போன். பேசுவதற்கானது மட்டுமே. அப்புறம் எதற்காக எடுத்தாள்? சும்மா விளையாட்டாகக் கூட அவள் எடுத்திருக்கலாம்; அதுவும் அன்றைய தேதியில் மட்டுமே எடுத்திருக்கிறாள்.

அதன் கடைசியில் வீடியோ ஒன்றும் இருந்தது. அதைப் போட்டால், அவள் தாத்தாவின் அறைக்குள் செல்வதை எடுத்திருக்கிறாள். கதவைத் தள்ளித் திறப்பதும், அங்குமிங்குமாக அந்தப் பெரிய அறையைக் கேமரா கொண்டு சுற்றுவதுமாக இருந்த காட்சியில், சட்டெனப் படுக்கையின் பக்கமாக கேமரா நகரும்போது அதில் அதிக நகைகளுடன் ஒரு பெண்ணும் சுந்தரலிங்க தாத்தாவும் கட்டிப்பிடித்து கொண்டு இருப்பதுபோல தெரிந்தது. சட்டென கேமரா தரையை நோக்கியது. கேமராவை நகர்த்திக்கொண்டே இருந்த கஸ்தூரி ஆட்களைப் பார்த்ததும் பயந்திருக்க வேண்டும். பின் மீண்டும் கேமரா கட்டிலைக் காட்டியது. அப்போதும் அங்கு இருவர் கேமராவைப் பார்ப்பது தெரிய, மறுநிமிடம் கஸ்தூரியின் சின்ன சத்தத்துடன் கேமரா நின்றிருந்தது. அப்போது அங்கிருந்தது ஆச்சி இல்லை; அந்த அமிர்தமும் தாத்தாவும். அவர் தனது அறையையும் சல்லாபத்தையும் விட்டுப் போகவில்லை போலும் என்று எண்ணிக்கொண்டாள்.

தாத்தா அரிசிக்கடையின் வியாபாரம் சம்பந்தமாகச் செல்லும் ஊர்களில் எல்லாம் ஒரு தொடுப்பு வைத்திருப்பார் என்றும், அவரு மைனராக்கும் என்று ஆச்சி ஒருமுறை பெருமையாய் சொன்னது நினைவுக்கு வந்தது. மீண்டும் அந்த வீடியோவைப் பார்க்கலாம் என்று திறந்தபோது, முழுவதும் கறுப்பாக ஓடியது. அன்றிரவு யமுனாவிடம் பேசும்போது சொன்னாள். அந்த வீடியோவை தனக்கு பாஸ் பண்ணிவிட்டு மொபைலை ஆப் செய்துவிடுமாறு சொன்னாள். இந்தப் போன் உனக்குச் சரிபடாதும்மா என்றாள். ‘அது தாத்தாவும் இல்ல, பேயும் இல்ல... நாளைக்கு இருக்கும் வேலையை நெனைச்சுக்கிட்டு

பேசாம தூங்கு...' என்று சொல்வதில் இருந்தே அவளின் பயம் தேவகிக்குப் புரிந்தது. உடனே ஆப் செய்து சிம்கார்டை கழட்டி வைத்துவிட்டாள்.

பண்ணையையும் தோப்பையும் வீட்டிலிருந்து பிரிக்கும் காம்பௌண்ட் சுவரைக் கட்டி முடிக்கவும், அந்தப் பண்ணை வீடு விலைக்குத் தகையவும் சரியாக இருந்தது.

புதிதாக வாங்கிய வீட்டைத் தனக்காகவே கொஞ்சம் கொஞ்சமாக மாற்றியமைத்தாள். பெரிய முன் அறை வரவேற்பு அறையாகவும் அதன் பக்கவாட்டு அறை அவளுக்கான அலுவலக அறையாகவும் இரண்டு படுக்கையறைகள், சமையலறை போக, தட்டுமுட்டுச் சாமான்கள் போட என்று இருந்த ஓர் அறையில், அந்த வீட்டிலிருந்து எடுத்துவந்த புகைப்படங்களை அவிழ்க்காமலேயே அப்படியே பரணில் போட்டுவிட்டாள். நாற்காலிகள், சோபாக்கள், மர அலமாரிகள், கட்டில்கள் என எவற்றையும் அந்த வீட்டிலிருந்து எடுத்து வரவில்லை. இது யமுனாவும் தெய்வநாயகியும் சேர்ந்து எடுத்த முடிவு. 'உனக்கு ஆச்சி மேல பிரியம் இருக்கலாம், ஆனால் எங்களுக்குப் பயமா இருக்கு' என்று தெளிவாக இருந்தார்கள் இருவரும். அதற்கு தேவகி கட்டுப்பட்டாள். புதிதாகவே தெய்வா எல்லாவற்றையும் வாங்கினாள். அந்த வீட்டில் அவள் ஒரு வருடத்திற்கும் மேல் இருந்திருப்பாள்.

ஊருக்குள் பண்ணை வீட்டில் செல்லம்மா ஆச்சி இருப்பதாக அரசல்புரசலாகப் பரவியிருந்த விஷயம் புதிதாகப் பண்ணை வீட்டை வாங்கியவர்களுக்கும் தெரிந்திருக்கும்போல. அவர்கள் கேரளாவில் ரப்பர் தோட்டங்களையும் அதுசார்ந்த பொருட்களையும் தொழிலாகக் கொண்டவர்கள். அதனால் வீட்டை இடித்துப் பெரியதொரு சேமிப்புக் கிடங்கும் அதனருகில் சின்னதாக ஒரு தங்கும் இடமும் கட்டப்போவதாகச் சொல்லியிருந்தார்கள். தன் கண் முன்னே அந்த வீடு இடிக்கப்படுவதைப் பார்க்கும் தெம்பு தேவகிக்கு இல்லை. பிறந்து, வளர்ந்து, வாழ்ந்த வீடு அது. யமுனா இங்கிலாந்து வருவதற்கு எல்லாம் தயாராகிவிட்டது என்று சொன்னபோதே, அவள் தோப்புக்கும் மாட்டுப்பண்ணைக்கும் போவதை நிறுத்தி விட்டாள். அதை விற்றுவிடுவதற்கு தெய்வாவிடம் சொல்லிவிட்டாள். தேவகி, இங்கிலாந்து வந்த இரண்டு வாரத்தில் பண்ணை வீட்டைத் தகர்த்துவிட்டதாக தெய்வா தெரிவித்தாள். புகைப்படங்கள் எடுத்து யமுனாவிற்கு அனுப்பியிருந்தாள். யமுனா, தேவகிக்கு அவற்றைக் காட்டவில்லை. தேவகி அன்றிருந்த நிலைக்கு அவற்றைக் காட்டுவது அவளைப்

புதைகுழிக்குத் தள்ளும் செயல் என்று யமுனாவிற்குத் தெரியும். இன்றுவரை தேவகி அவற்றைப் பார்த்தேயில்லை.

'வசு, பெரிய வீட்டில் நடந்த துர் நிகழ்வுகள் குறித்து எல்லாம் உனக்கு முன்பே எழுதியிருந்தாலும் இருப்பேன். என்னுடைய வாழ்வில் மிகவும் முக்கியமான காலங்கள் அவைதான். நிம்மதியான வாழ்க்கையும் அங்குதான் கிடைத்தது. என் கட்டுப்பாட்டுக்குள் இல்லாத மூளையின் ஒரு பகுதியும் வேலை செய்ததும் அங்கேதான். பல இரவுகளில் பயம் நிறைந்த கனவுகள் வரத்தொடங்கின. என்னால் புரிந்து கொள்ளவே முடியாததாக அவை இருந்தன. ஆனால் பகலில் இயல்பாகவே இருந்தேன். எல்லா வேலைகளையும் செய்தேன். கால்நடைகள் குறித்தும் பெண்கள் தொழில் செய்வதன் அவசியம் குறித்தும் விலாவாரியாகப் பல இடங்களில் பேசினேன். ஆனால் இரவு நேரங்கள் மட்டும் என்னைக் கடுமையாகத் தாக்கின. அவற்றில் இறந்து போன யாரும் வரவில்லை; மாறாக மிருகங்கள் என்னை நெருங்கின.

அதன்பிறகு யமுனாவுடன் வந்துவிட்டேன். என்னைப் போன்று பெரிய வீடுகளில் வாழ்ந்த பெண்களுக்கு என்று தனி வாழ்க்கை உண்டு வசு. அங்கிருக்கும் ஒவ்வொரு பெண்ணின் வாழ்க்கையும் கடவுளர்களால் எழுதப்படுவதில்லை. அவர்களின் மூதாதையர்களின் கைகளினால் எழுதப்படுகிறது. வாழும்போது, அது சொர்க்கமாகவும் நரகமாகவும் மாறி மாறி எழுதிக்காட்டிக்கொண்டேயிருக்கும். சலனங்கள் இல்லாமல் கடக்கக் கற்றுக்கொள்ளும் பெண்களே இங்கு தேர்ந்தவர்களாகிறார்கள், வசு.'

கடிதத்தை முடித்துவிட்டு, சேரை மேசையின் அருகாய் நகர்த்திப் போட்டுவிட்டு சன்னலின் அருகே சென்றாள். அவள் வீட்டில் இருந்து பார்ப்பதற்கு நதி தெரியவில்லை; அதன் சலசலக்கும் சத்தமும் இல்லை; ஆனால் அதன் இருப்பைப் பறைசாற்றும் ஸீ கல் பறவைகளின் சத்தங்கள் மட்டும் கேட்டுக்கொண்டே இருக்கின்றன அவளுக்கு. அவளுடைய மனமும் அப்படிதான். அவள் வாழ்ந்த பெருவாழ்வைச் சுமந்துகொண்டு, தன் ஆக்ரோஷமான இருப்பை அவளுக்குத் தெரியப்படுத்திக்கொண்டே இருக்கின்றது.

13

வசுமதி

வேலுசாமி

1

வழக்கம்போல் அன்று காலையும் வசுவுக்கு விடிந்தது. வேலுசாமி இன்னமும் எழுந்துகொள்ளவில்லை. சுபத்ரா இன்னும் வரவில்லை. முன்கேட்டைத் திறந்துவைத்துவிட்டு காாப்பி போட்டுக்கொண்டு பின்கட்டின் படியில் அமர்ந்தாள். இந்தப் படிக்கட்டுகள் தனக்கானவை என்றே வசுவுக்குள் தோன்றும். தான் இறந்தபிறகு இங்குதான் தன்னை அமரவைத்துத் தண்ணீர் ஊற்ற வேண்டும் என்ற நினைப்பு ஓடியது. இதை நான் யாரிடம் சொல்லிவைக்க வேண்டும்? அவரை மாதிரி உயில் எழுதி வைக்கணுமா? உயில் வில்லுன்னு ஏதேதோ சொல்றாங்களே அதுக்கெல்லாம் சொத்துன்னு ஒண்ணு நம்ம பேருல இருந்தாதான் எழுத முடியுமோ என்பதான கேள்விகள் தொடர்ந்து எழுந்தன. காப்பியின் சூடு உதட்டில் தகிக்கவும் சட்டெனக் கலைந்து, என்ன இது, காலங்காத்தாலே இப்படி நெனப்பு சுத்துது என்ற பதைப்புடன் அதிலிருந்து வெளிவந்தாள்.

சுபத்ரா வேலையைத் தொடங்கியபிறகும் மித்ரன் இறங்கி வரவில்லை, வேலுசாமியும் எழுந்து கொள்ளவில்லை. பார்த்து வருவோம் என்று படுக்கையறைக்குள் நுழைந்தாள். வேலுசாமி எழுந்து சாய்ந்து அமர்ந்துகொண்டு பேசமுடியாமல் இவள்

வந்ததும் கையை ஆட்டி அருகில் அழைத்தார். "என்ன ஆச்சுங்க?" பதறிக்கொண்டு, "முகுந்தா!" என்று சத்தமிட்டாள்.

ஒரு மணிநேரத்துக்குள் எல்லாம் முடிந்து வேலுசாமியின் உடல் ஆஸ்பத்திரியிலிருந்து ஆம்புலன்சில் வந்து இறங்கியது.

"ஐசக், சோபா செட்டை உள்ரூமுக்கு மாத்து. பாண்டி ஐஸ் பெட்டியை வாசலுக்கு நேரா வைக்காத, கொஞ்சம் தள்ளி வை" முகுந்தனின் சத்தம் மட்டும் கேட்க, வசுவுக்குள் விசும்பலாக வெடித்து அழுகை தன் இருப்பைக் காட்டியது. இருந்தும் வாய்விட்டு அழாமல் கன்னங்களில் வழிதலுடன் நின்றது. மனது பாரமாக இருந்தது. அழுகையைத் துடைத்துக்கொண்டே அங்குமிங்குமாக நடக்கும் தன் பிள்ளைகளைப் பார்த்தாள். தான் இப்படி உட்கார்ந்திருப்பதைப் பார்த்தால், 'நீ மட்டும் ஏன் உக்காந்து அழுதுகிட்டு இருக்கே ... வேலைய பாப்பியா... சும்மா அழுதுகிட்டு ...' என்று நக்கலான சிரிப்புடன் சொல்லிக்கிட்டே போயிருப்பார் வேலுசாமி. எல்லா விஷயங்களுக்கும் அவருக்குன்னு ஒரு கருத்து இருக்கும். அதை சொல்லிவிட்டுதான் மறுவேலை பார்ப்பார்.

மனிதர் நல்ல வளர்த்தி. ஐஸ் பெட்டியின் நீளத்துக்குச் சரியாக இருந்தார். முகுந்தன்தான் ஐஸ் பெட்டிக்குச் சொல்லியிருந்தான். வேலுசாமியின் தங்கை நிர்மலா தன் மகன் வீடான போபாலில் இருந்து வரவிருந்தாள். அவள் விமானத்தில் கிளம்பிவிட்டதாகத் தகவல் சொன்னாள் ராகவி. வசு அவர்களது படுக்கையறையின் வாசலில் சாய்ந்து உட்கார்ந்தவள்தான், எழுந்திருக்காமல் அங்கேயே இருந்தாள். இனி இந்த வீட்டில் தனக்கான அடையாளம் என்னவென்றே கேள்விக்குறியாக இருந்தது. சரவணனும் வந்து சேர்ந்தபோது வீட்டின் அழுகைக் குரல்கள் இன்னும் கூடிப்போயின. ஒவ்வொருத்தராக வந்திருந்து இவளிடம் விசாரித்து நகர்ந்தார்கள்.

'பெரியவனும் பொண்ணும்தான் இங்க இருக்காங்களா?'

'இனி அவன அனுசரிச்சு நடந்துக்கோ. ரெண்டு வருசத்துக்கு முன்னாடி என் வீட்டுக்காரரு போனதுக்கப்புறம் என் நெலமையும் இப்படிதா மாறுச்சு, பாத்துக்கோ.'

'இத்தன வருசம் இருந்து பேரப்புள்ளைகள பாத்துட்டாரே, அது போதும்.'

'நம்ம சரவணன் கல்யாணத்த பாத்துட்டுப் போயிருக்கலாம். தீராம நெஞ்சில நிக்கும் அது.'

‘நல்ல சாவு. இப்படிதா நானும் போகணும்னு வேண்டுதேன். பாப்போம்.’

‘ராத்திரி முழிச்சாரான்னு நீ கவனிச்சியா வசு. நல்ல வேள, அவரு நெஞ்ச புடிக்கவும் நீ ரூமுக்குள்ள வந்த. இல்லேன்னா யாரையும் பாக்காம செத்துக் கெடந்திருப்பாரு. அத்தா பெரிய வீடுல்ல இது.’

இவையெதுவுமே வசுவுக்குள் பதியாமல் காற்றில் சென்றன. நிவேதிதா கொடுத்த டீயை மட்டும் ஆசுவாசமாகக் குடித்தாள். எந்த நகர்வும் இல்லாமல் கிடத்தியமேனிக்குப் படுத்திருந்தார் வேலுசாமி. ‘நம்ம இறப்ப பத்தி காலையில யோசிச்சோம், இவரு இறந்துட்டாரு. என்ன சகுனம் இதுன்னு தெரியலயே’ன்னு உள்ளாடிச் சித்தம் கலங்குது வசுவுக்கு. ராத்திரியெல்லாம் அவரு ஹால்லேயே கெடக்காரு, அவரு தங்கச்சி வருமுட்டும் இங்கன தா படுக்கை அவருக்கு. நல்ல காலத்துல தங்கச்சிக்காரி வாரான்னு சொன்னாலே ரைஸ்மில்லுக்குச் சீக்கிரமா ஓடிருவாரு. அவ வந்தா எங்க வீட்டுக்காரரு இத கேட்டாரு, அத கேட்டாரும்பா, எம் பொண்ணு, காலேஜுக்கு மாமா செயின் வாங்கிக் கொடுத்தாதான் போட்டுட்டுப் போவேன்னு அடம்பிடிக்கா அண்ணே என்பா. இதுக்காகவே சீக்கிரம் போயி லேட்டா வருவாரு. ஆனா அவ முழிச்சிருந்து வாங்கிட்டுதான் ஒரு வாரம் கழிச்சு போவா. இன்னைக்கு இவரு காத்துக்கெடக்காரு. அவளும் தூத்துக்குடி ஏர்போர்ட்டில் இருந்து கிளம்பிட்டதா தகவல் சொன்னான் சின்னவன். சின்னதுகள எல்லாம் தூங்க வச்சுட்டு ராகவியும் மேல் ரூமில படுத்துட்டா. வசு எவ்வளவோ சொல்லியும் கேக்காம மலர்விழியும் கோமதி மதினியும் இன்னும் ரெண்டு மூணு பெண்டுகளும் தூங்காம மாத்தி மாத்தி முழிச்சிருக்காக.

விடிகாலையில நாலு மணிவாக்கில நிர்மலா வந்து ஒரு பாட்டம் அழுது முடிச்சா. காலையில பதினொரு மணிக்குத் தூக்கிட்டாக அவர. வசுவுக்கு நினைச்சு தாங்கமுடியல. இந்த மனுஷன் நம்மள விட்டுட்டு இப்படி போயிட்டாறேன்னு அங்கலாய்ப்பா இருந்துது. இரண்டு நாட்கள் ஆனது அவள் சற்று தெளிந்து ஒரு வாய் சாப்பாடு சாப்பிட. அதன் பிறகு வந்த ஞாயிற்றுக்கிழமையே காரியம் வச்சு முடிந்தது. சரவணன் கிளம்பிவிட்டான். எல்லாரும் அவங்கவங்க வேலையைப் பார்க்கக் கிளம்பிட்டாங்க. வசு மட்டும் சுபத்ராகிட்டேயும் செம்பகத்துகிட்டேயும் புலம்பிக்கிட்டே இருந்தாள். அவளுக்குள் இன்னும் சமாதானம் வரவில்லை. இப்படி ஒரு மனுஷன் சொல்லாம கொள்ளாம பொசுக்குன்னு போவாரான்னு ஆத்தாமை அவளுக்கு. போனில் பேசிய தேவா கிட்டேயும் இதையேதான் புலம்பினா.

மூன்று வாரங்கள் கழித்து, ராகவியின் புலம்பல் உச்சத்தை எட்டியது. "இப்படியே அம்மா எத்தன நாளக்கிப் பேசாம உக்காந்திருப்பாங்க? மித்ரன, சுவிதாவ பாத்தா கொஞ்சம் பாரம் குறையுமில்ல. எனக்கும் முடியலங்க."

அதை அப்படியே வசுவிடமும் முகுந்தன் சொன்னான், "புள்ளைகள பாக்கிறது ஒனக்கும் கொஞ்சம் ஆறுதல் கெடைக்குமுல்லம்மா" என்பதாக. மறுநாளிலிருந்து வசு பழைய வசுவாக மாறினாள். ஒவ்வொரு வேலையாகத் தொடங்கிச் சமையல் என்னென்ன செய்ய வேண்டும் என்ற அட்டவணைவரை சரியாகச் செய்தாள்.

"அவருக்கு மட்டும் கொஞ்சம் பாவற்காயை வேகவைத்துக் கொஞ்சமா தேங்காப் பூ போட்டுத் தாளிச்சு விடு சுபத்ரா," என்று சொல்லும்போது, "ஐயா இல்லம்மா இப்ப" என்ற சுபத்ராவின் வார்த்தைகளுக்கு உடைந்துபோய் அழுது கொண்டாள். எல்லோரும் போனபின்பு சிறிது நேரம் தனியே அமர்ந்து அழுகை வரவில்லையே என்று கவலைப்பட்டும் கொண்டாள்.

யாரும் அவளிடம் வேலுசாமியைப் பற்றிப் பேசுவதில்லை. பேசினால் அவள் அப்படியே யோசித்துக்கொண்டே உட்கார்ந்து விடுவதும் பிள்ளைகள் வந்தால் பார்த்துக்கொள்ளுதல், வேலையாட்களை, வீட்டை நிர்வகித்தல் போன்ற எல்லா வேலைகளும் தடைபட்டு நின்றுவிடுவதும் காரணங்களாகிப் போயிருந்தன.

நிவேதிதா ஒருமுறை, "இன்னும் என்னம்மா அப்பாவ நெனைச்சு அழுதுக்கிட்டு இருக்க, சின்ன வயசா என்ன அவருக்கும் ஒனக்கும்? யார் அவர பத்தி சொன்னாலும் முணுமுணுக்குனு கண்ணீர் விட்டுக்கிட்டு இருக்க" என்று கேட்டுவிட்டாள். நாம அவர நெனைச்சு அழுறதுகூட இங்கன யாருக்கும் பிடிக்கல போல என்று புலம்பியும் பார்த்தாள். இருந்தும் மனது சமாதானம் கொள்ளவில்லை. அதன்பிறகு யார் எதைச் சொன்னாலும் வசு பாட்டுக்கு வேலைகளைச் செய்துகொண்டிருந்தாள். உடல் முடியாமல் படுத்தால்கூட, அவர நெனெச்சுக்கிட்டுத்தான் படுத்துட்டா போலன்னு பேசிருவாங்களோன்னு யோசிக்கிற அளவுக்கு வசு தேறியிருந்தாள்.

வருடத் திதிக்கும் ஐயருக்கு எடுத்துக் கொடுக்க வேண்டியதைக் கொடுத்து அவளே சமைத்து எல்லோருக்கும் பரிமாறினாள்.

"ஏன்டி இதையெல்லாம் நீ செய்யணும்டி. உன் அத்தையே பாவம். இன்னைக்கும் அவுகள செய்ய சொல்லிக்கிட்டு" என்று

ராகவியின் அக்கா வள்ளிநாயகி சொன்னதுக்கு, “அவுகளுக்கு சமாதானம் ஆகாதுக்கா நா செஞ்சா. அப்படியே நா இன்னைக்குச் செய்ஞ்சா நாளைக்கும் நானே செய்யணும்னு எதிர்பாப்பாங்க. என் வீட்டுக்காரருக்குப் புள்ளைகளுக்கு மட்டும்னா பரவாயில்ல. பாதி நாளும் நிவேதி இங்கே இருந்துதானே எல்லாமும் கொண்டு போறா. அதுக்கெல்லாம் சேத்து நா செய்ய முடியுமான்னு சொல்லுக்கா. அவங்கப் பொண்ணு அவங்க செய்யலாம். பழக்கப்படுத்திட்டா பின்னாடி எம்பாடு கஷ்டம்க்கா” என்றாள் ராகவி. அதுவும் சரிதான் என்பதுபோல வள்ளியும் தலையாட்டிக்கொண்டாள்.

விசேஷத்து அன்றே தலைக்கு ஒரு மாதிரியாக இருக்கிறது என்று சொல்லி வசு சாய்ந்துவிட்டாள். சாயங்காலமாக டாக்டர் வந்து பார்த்துவிட்டு ரொம்ப அனீமிக்கா இருக்காங்க. பிபி இருக்கு. நாளைக்கு டெஸ்ட் எடுத்துட்டுச் சொல்றேன் என்றார். மறுநாள் டெஸ்ட் பார்த்துவிட்டு, மாத்திரைகள் கொடுத்து, ‘கொஞ்சம் ரெஸ்ட்டில் இருக்கட்டும்’ என்றார்.

இரவு சாப்பாடு செய்துவிட்டு சுபத்ரா கிளம்ப, வசு பின்கட்டு படியில் அமர்ந்திருந்தாள். அங்கு வந்த சரவணனும் படியில் உட்கார, வசு அவனிடம், “என்னைய போலவே நீயும் இந்த படிக்கட்டுல உட்கார்றத பாத்தா சந்தோஷமா இருக்குடா. நீ மட்டும்தா என்ன போல இருக்க. ஓங்கிட்ட ஒண்ணு கேட்கவா?” என்று அவன் முகத்தைப் பார்த்தாள்.

“ஏன் கேக்கணும்? நீ சொல்லி நா செய்யாம இருக்க போறேனா?” என்றவனை ஆச்சரியமாகப் பார்த்தாள். என் பேச்சைக் கேட்பதாக எல்லாம் சொல்கிறானே என்று மனத்துக்குள் நிம்மதியடைந்தாள் வசு. “ஒண்ணுமில்லடா, ஒன்கூட என்னைய கூட்டிட்டுப் போறியா? கொஞ்ச நாளைக்கு அங்கன இருந்துட்டு அப்புறமாட்டு இங்க வந்துகிடுதேன்.” அவன் முகத்தை அண்ணாந்து பார்த்தாள்.

“என்னம்மா இப்படி. நீ என்கூடவே இருந்துரு. இங்கன வரவே வேண்டாம், போதுமா?” என்றவனைக் கண்களில் கண்ணீர் வடிய பார்த்தாள்.

“கொஞ்ச நாளைக்கு போதும்பா. என்னவோ எனக்கு ஒரு ஆசுவாசம் தேவைப்படுது. அம்புட்டுதான்” என்றாள்.

“சரிம்மா, நானே அண்ணன்கிட்ட பேசுறேன். நாளன்னைக்குக் கௌம்பலாம்” என்றான்.

மறுநாள் அலுவலகத்திலிருந்து வந்ததும் முகுந்தன் வேகமாக வசுவைத் தேடிக்கொண்டு வந்தான். கோபமாக வரும் அவனைப் பார்க்கவே சற்றுப் பயமாக இருந்தது வசுவுக்கு.

“சரவணன் சொன்னான் இன்னைக்கு. ஏம்மா, இங்கன என்ன கொறை ஒனக்கு? அவன் கூட்டிட்டுப் போறேன்னு சொல்லுதான்” என்று படபடத்தான்.

“அவனும் ஆசப்படுதான். அதுதான் கொஞ்ச நாளைக்கு அங்கிட்டுப் போலாம்னு சரின்னுட்டேன்” சற்று உதறலுடனேதான் இதைச் சொன்னாள். போவதை நிறுத்திவிடுவானோ என்ற பயம் உள்ளூர வசுவுக்கு இருந்தது.

அவள் நினைத்ததுமாதிரியே பேசினான் கோபமாக. ‘ராகவியிடம் நான் இன்னும் சொல்லவில்லை. அவ கேட்டா என்ன ஆவா?’ என்றும், ‘நீ இல்லேன்னா இந்த வீடு என்னவாகும்மா?’ என்றும், ‘வயசான காலத்துல புள்ளைகளைப் பாத்துக்கிட்டு பேசாம கெடக்காம இது என்ன ஊர் ஊரா போற பழக்கம்?’ என்றும் இன்னும் என்னவெல்லாமோ பேசினான். கூனிக் குறுகிப் போய்விட்டாள் வசு. அப்படி என்ன வயது ஆகிவிட்டது? ஐம்பத்து ஆறெல்லாம் ஒரு வயதா? இந்த வீடு தாண்டி அந்த மனுஷன் இருக்கும்போதும் வெளியே கூட்டிப் போனதில்லை. பிள்ளைகள் வளர்ந்து ஆளாகும்வரை நாத்தனார்கள், உறவுகள் என்று உழைத்து முடித்து அடுத்த சுற்றாகப் பிள்ளைகளின் கல்யாணம், குழந்தை குட்டி என்று வலம் வந்தாச்சு. அவர் இருக்கும்போது வெளியே போகும் ஒரே இடமாகக் குலதெய்வம் கோயில் மட்டும்தான். வெளியூராக எங்கும் போனதில்லை இதுவரை. இன்றைக்குத் தன் இன்னொரு பிள்ளையிடம் போய் இருக்க எத்தனை பேச்சு கேட்க வேண்டியிருக்கு என்று வசுவுக்குள் அழுகையாக வந்தது.

சத்தம் கேட்டு சரவணன் மேலிருந்து இறங்கி வந்தான். முகுந்தனுக்கும் அவனுக்குமான வாக்குவாதம் தொடங்கி, கடைசியில் சரவணன், “நா அம்மாவ கூட்டிட்டுதா போறேன். டாக்டர் சொன்னதுமாதிரி அவங்களுக்கு ரெஸ்ட் வேணும். அவ்வளவுதான். நாளைக்குக் காலைல கௌம்புறோம். ஒனக்கு தேவையானத எடுத்து வச்சிக்கோ” என்று வசுவைப் பார்த்துச் சொல்லிவிட்டு, முடித்துக்கொண்டான். அதற்குள் ராகவியும் வந்திருக்க, வீடே இழவு வீடு மாதிரி அமைதியானது. முகுந்தன் சொல்லி நிவேதியும் வந்துவிட்டாள். வசு யாரிடமும் பேசவில்லை.

அறையில் துணிகளை அடுக்கிக்கொண்டிருந்தபோது, நிவேதிதா உள்ளே வந்தாள். கதவைச் சாத்திவிட்டுக் கட்டிலில் வந்தமர்ந்தாள்.

“ஏம்மா, ஒனக்கு எம்மேல என்ன கோவம்? இந்த வீட்டில் நீயும் அப்பாவும் இருக்கிறவரைக்கும்தான நா இங்கன வந்து போயி இருக்க முடியும். அப்பா போயாச்சு. நீ மட்டும்தா இருக்க. நீயும் இப்படி பெங்களூரு கெளம்பிட்டா, நா யாருக்காக இங்கன வரமுடியும்? எந்த உரிமையில வந்து போக முடியும். சொல்லு,” என்று வசுவின் முகத்தைப் பார்க்க, வசுவுக்குள் தன் பெண்ணைப் பார்க்கவே குற்ற உணர்ச்சியாக இருந்தது. இவள் சொல்வதுபோல, என் பெண்ணை விட்டுட்டுப் போறத பத்தி நா ஏன் யோசிக்கல என்ற கவலையில் கண்ணீர் உருண்டது கண்களில் இருந்து. சேலைத் தலைப்பால் துடைத்துக்கொண்டு ஒன்றும் பேசாமல் உட்கார்ந்தாள்.

“இத்தன வருஷம் ஒன் சின்ன பையன் ஏதாவது யாரப் பத்தியாவது கேட்டிருப்பானா இல்லேன்னா கவலப்பட்டிருப்பானா? இப்ப கொஞ்ச நாளா ஒன் கூட ரொம்ப ஒட்டிக்கிட்டு இருக்கான் அது ஏன்னு ஒன் மரமண்டைக்குப் புரியுதா?” என்ற நிவேதியை, இது என்ன புதுசா இருக்கேன்னு பார்த்தாள் வசு.

“அப்பா, சொத்து எல்லாத்தையும் சரியா பிரிச்சு வச்சிருந்தா பரவாயில்ல. சரவணனுக்கு மேல அவருக்கு இருந்த கோபம் தீரல. அதனால அவனுக்கு நம்ம ஊருல இருக்கிற நெலத்த, வீட்ட எழுதியிருக்காரு. முகுந்தன் அண்ணனுக்குதான் ரைஸ்மில்லும் டவுனுக்குள்ள இருக்கிற வீடு, நெலம் எல்லாம். லாக்கரில் வச்சிருக்கிற ஒன் நகைகளுக்குக் கூட எழுதிட்டாரு, எனக்கும் ராகவிக்கும்னு. எனக்குத் தெக்கு மாடத்தெருவுல வாடகைக்குக் கொடுத்திருக்கிற வீட்டையும் கொடுத்திட்டாரு. அவனுக்குச் சரியான பிரிவினைசெய்து கொடுக்கலைன்னு உள்ள கோபம் இருக்கும்மா. இந்த வீடு ஒனக்கு அப்புறம்தான் அண்ணனுக்கு. அது தெரியுமா ஒனக்கு?” என்று கேட்கவும், ‘அது மட்டும்தான் எனக்குத் தெரியும். மத்ததெல்லாம் அந்த மனுஷனா செய்து கிட்டதுதான். எங்கிட்டக்க எல்லாம் கேக்கிற அளவுக்கா என்னைய வச்சிருந்தாரு’ என்று மனத்துக்குள் நினைத்துக்கொண்டாள்.

“சரவணன் ஒன்னைய நல்லா பாத்துக்கிட்டா, நீ அவனுக்கு இந்தப் பெரிய வீட்ட எழுதிக் கொடுப்பேன்னுதான், ஒன்னைய கூட்டிட்டுப் போற இந்த சதிய செய்றான். அது புரியாம நீயும் கிளம்பிக்கிட்டு இருக்க?” எரிச்சல் பொங்கப் பல்லைக் கடித்தாள் நிவேதி. ‘நானுல்ல அவன்கிட்ட என்னைய கூட்டிட்டுப் போக கேட்டேன்’ என்று மனதுக்குள் நினைத்தபடி, ‘இவ அப்படியே அவ அப்பன மாதிரியே வந்து பொறந்திருக்கா’ என்ற சலிப்பு வந்தது வசுவுக்குள்.

“நிவேதிம்மா, நா ஒன்னைய ஒண்ணு கேக்கட்டுமா? ஒங்கப்பாரு ஒனக்கும் ஒங்கண்ணனுக்கும் எம்புட்டுச் செலவு செஞ்சு கல்யாணம் பண்ணி வச்சாரு, சரவணனுக்கு அப்படி ஏதுவும் நடந்துச்சா? ஒங்கல்யாணத்துக்கு கார்வரைக்கும் கொடுத்திருக்காரு. அதுக்கும் மேல அவரு காசுலதான இந்த வீடு அவரு இருக்கிற முட்டும் ஓடிக்கிட்டு இருந்துது. நீ ஏதாவது குடுத்திருக்கியா அல்லது ஒங்கண்ணன் ஏதாவது மாசத்துக்குன்னு குடுத்திருக்கீங்களா? அவரு கையிலேயிருந்துதான் நா காசு வாங்கியிருக்கேன் ஒவ்வொரு மாசமும். ஒங்கண்ணனோ ராகவியோ அல்லது நீயோ எங்கையில மாசத்துக்குச் செலவுக்குன்னு காச கொடுத்தது இல்ல. அவரு போயி இந்த ஒரு வருஷமா எங்கையில ரைஸ்மில்லு காசுன்னு ஓங்கண்ணன் கொடுக்கான். வீட்டு வாடகையை வயக்காட்டு காச எல்லாம் அவன் வெளி செலவுக்குன்னு எடுத்துக்கிட்டான்.

“அதையும் ஒங்க ஐயா எங்கையில கொடுத்துதான் எல்லாருக்கும் கொடுக்க சொல்லுவாரு. அது போட்டும். எப்படியும் இப்பவரைக்கும் அந்த மனுஷனோட சம்பாத்தியத்துலதான் குடும்பம் ஓடுது. ஒங்க யார் சம்பளமும் எங்கைக்கு இதுவரை வந்ததில்லை. அப்புறம் என்னோட நகைகள்ல எல்லாம் ஒனக்கும் ராகவிக்கும் மட்டுமில்ல, சரவணனுக்கு வரப்போற பொண்டாட்டிக்கும் சேர்த்துதான், தெரிஞ்சுதா? அவரு எங்கிட்ட சொன்னது ஒண்ணுதான். நீ இருக்கிறவரைக்கும் இப்படியே இந்த குடும்பம் ஓடணும்னு. அத நா சரியாதா கொண்டு போறேன், ஒரு கேள்வியும் கேக்காம,” என்று நிவேதியின் முகம் பார்த்து அழுத்திச் சொல்லிவிட்டு, “இந்த வீடு எனக்கப்புறம் உங்க அண்ணனுக்குத்தான், ஓங்கப்பா சொன்னத நா காப்பாத்துவேன்னு போய்ச் சொல்லு” என்று முகத்தை அழுந்தத் துடைத்துக்கொண்டு துணிகளை அடுக்க ஆரம்பித்தாள்.

நிவேதிதா ஒன்றும் பேசாமல் கட்டிலை விட்டு எழுந்து கொள்ளவும், “நிவேதி, இன்னொன்னையும் கேட்டுக்கோ. நா சாகிறதுக்கு முன்னாடி சரவணனுக்கு ஒரு கல்யாணம் பண்ணி வைக்கணும். அவனுக்குன்னு யாராவது வேணும். நா அவன் கூட போய் இருக்கிறதுல இந்த ஒரு சுயநலமும் இருக்கு, அது என் கடமையும்கூட,” சொன்ன வசு மருந்து மாத்திரைகளை அடுக்கத் தொடங்கினாள். ஒன்றும் பேசாமல் நிவேதிதா கதவைச் சாத்திவிட்டுச் செல்லும் சத்தம் கேட்டது.

2

நகரத்தை நெருங்கத் தொடங்கும் எல்லையிலேயே தனது இருப்பை விளக்குகளின் மூலம் அறிவித்துக்கொண்டிருந்தது

பெங்களூரு. வசுமதியின் கண்கள் வழிநெடுகத் தூங்காமல் வந்தன. 'நா இத்தன தூரம் வந்ததே இல்லடா' என்று அடிக்கடி கண்கலங்கினாள் வசு. மதியம் சாப்பிடச் செல்லும்போது காரை நிறுத்தும் இடத்தைக்கூட விழி விரியப் பார்த்தாள். 'நம்ம ஊரு ஹோட்டல்கள் மட்டும் இப்படியில்லாம பழசாவே இருக்கு?' என்று சொல்லிக்கொண்டாள். இதற்கெல்லாம் அவளுக்குப் பதில் தேவையில்லை என்பதும் சரவணனுக்குத் தெரியும். முதன்முறையாக வேறொரு உலகத்தைப் பார்க்கும் வியப்பின் வெளிப்பாடுகள் இவை.

"நம்ம ஊர்லேயும் ஆர்யாஸ், ஜானகிராம், நெல்லை சரவணபவ, புதுசா சி எஸ் கே, ஆசிப் பிரியாணி, ஃபுட் ஜங்ஷன் எல்லாம் இருக்கும்மா. ஏசி, லைட்டுன்னு ஜகஜோதியா சாப்பாட்டு உலகம் இருக்கு. நீ இன்னும் வீட்டுக்குள்ளேயே இருந்தேன்னா... நம்ம திருச்செந்தூரில் சரவணபவன், ரமேஷ் ஐயர் மாதிரி ஏசி ரெஸ்டாரண்ட்ஸ்லாம் இருக்கும்மா. அண்ணன் அவன் குடும்பத்தோட சாப்பிட வெளியே போறான், அப்பா அவரு பிஸினஸ் காண்டாக்ட்ஸ்கூட போயிருப்பாரு. யாரும் ஒன்னைய அங்கன கூட்டிட்டுப் போகல. நீயும் கேக்குறது இல்ல. ஆழ்வார்திருநகரியில அனந்த்யான்னு ரிசார்ட் அல்லது கிராமத்து செட்டப் போன்ற தங்குற இடம் ஒண்ணு இருக்குனு என் ஃபிரண்ட் ஒருத்தன் சொன்னான். நானும் அத பாக்கணும்னு நெனைக்கிறேன். ஊர் வந்தா வீடு, பிரச்சனை இப்படிதான ஓடுது. அடுக்களையே கதின்னு நீயும் கெடந்துட்டே. எனக்கான சரியான ஆளா யாருமே நம்ம வீட்டுல இல்லம்மா. என்னையவோ ஒன்னையவோ யாரும் புரிஞ்சிக்கல. நீயும் இப்ப ரெண்டு மூணு வருசமாதான வெளியே வந்து ஊரு உலகத்த எட்டிப்பாக்கணும்னு நெனைக்கிற" என்று சொல்ல, வசுவுக்குத் தேவகியின் நினைப்பு வந்தது. அவ எவ்வளவு தூரம் போயிட்டா... அடுத்த நாட்டுக்கு... பெரிய விஷயம்தான்...

"அது கூட எனக்கா தோணலடா. தேவகிதா 'நீ வெளிய போ வசு'ன்னு துரத்துனவ. அவ மட்டும் அப்படி எழுதலைனா நா இப்படி மாறியிருக்க மாட்டேன்டா. என்னைய அந்த வீட்டுல அப்படியொரு செக்குமாடாவே உங்க ஐயாவும் வச்சிருந்தாரு, அதையே ஒங்கண்ணன், அவன் பொண்டாட்டி, உங்கக்கா எல்லோரும் அவங்களுக்கு சௌகரியம்னு அப்படியே என்னைய இருக்க வச்சிட்டாங்க. நீ கூட்டிட்டுப் போறேன்னு சொன்னதும் எல்லோருக்கும் எவ்வளவு கோவம் தெரியுமா என் மேல? இந்த வயசுல நீ எப்படி தனியா சந்தோஷமா இருக்கலாம்னுதா எல்லோரும் நெனைக்கிறாங்க. ஐம்பது வயசுலகூட நா

இப்படி இல்லேன்னா பின்ன எப்பதா இருக்கிறதாம்? நானும் அவங்கள மாதிரி இருபது வயசையும் முப்பது வயசையும் கடந்து வந்தவதானே. மூணு புள்ளைகள வளத்திருக்கேன். பத்தாததுக்கு உங்க சின்ன அத்தை இருக்கால்ல நிர்மலா அவளுக்க பொண்ணையும் வளத்துவிட்டுருக்கேன். ஞாபகம் இருக்கா ஒனக்கு. நிவேதியும் சுதந்திராவும் ஒரே வயசுதான். ரெண்டும் சேந்துதான் ஸ்கூலுக்கு ஜோடி போட்டுட்டுப் போகும். அது ஒரு காலம். இப்ப இருக்கிற இவங்கள விட அதிகமா அந்தக் காலத்துல உழைச்சிருக்கேன். விடு சரவணா. வீட்டைப் பத்தி நெனைச்சாலே துக்கமாதா இருக்கு" என்று சொல்லி வெளியே பார்க்கத் தொடங்கினாள்.

"நீதாம்மா வீட்ட பத்தின நெனைப்ப விடணும். இங்கன ஒனக்கு ஒரு தொந்தரவும் இல்ல. நீ பாட்டுக்கு சுதந்திரமா இருக்கலாம். சமையல் பாக்க முடிஞ்சா பாரு. இல்ல சொல்லு வெளிய வாங்கிக்கலாம். சரியா?" என்ற சரவணனைப் பார்த்து வசு கேட்டாள், "ஏன் நீ முதல்லேயிருந்தே இப்படியில்லை? ஒன்னோட இந்த குணத்தையே அம்மாவா நானே இப்பதான பாக்குறேன்", என்றதும் சரவணன், "நானும் மூணு நாலு வருஷமாதாம்மா மாறியிருக்கேன். எனக்குன்னு ஒரு தெளிவு இருக்கு இப்ப. என்னோட கோவம், வருத்தம், சோகம், காதல்ல தோத்தது, இல்லே தோக்கடிக்கப்பட்டது இப்படி பல விஷயங்களில் இருந்து வெளியே வந்திருக்கேன். அதுக்குக் காரணம் என்னை நானே ஒரு விஷயத்துல செதுக்கினதுதாம்மா. வீட்டுக்கு வந்தா புரியும் ஒனக்கு" என்று சொல்லி முடித்தான்.

"நெருங்கிட்டோம்மா வீட்ட. நாம சிட்டி செண்டர் வழியா உள்ளே போனா வெளியே வர ரெண்டு மணிநேரம் ஆகும். இந்திரா நகர் வழியா கூக் டவுன் பக்கம் ஏறிரலாம். இந்த இடத்துக்கு எல்லாம் கொஞ்ச நாள்ல நீயும் பழகிருவ."

சரவணன் காரை நிறுத்திய இடம் மிகப்பெரிய அபார்ட்மெண்ட்டாக இருந்தது. நகரத்தின் இரைச்சல்கள் கேட்காத அளவுக்கு அமைதியாக இருந்தது. அவர்கள் வந்து சேர்ந்த நேரம் சாயங்காலம் ஏழுமணியை நெருங்கியிருந்ததால், ஆங்காங்கே விளக்குகள் கம்பங்களில் அழகான வடிவங்களில் தொங்கிக் கொண்டிருந்தன. காரை நிறுத்தத்தில் நிறுத்திவிட்டு, இது நமக்கான கார் நிறுத்தும் இடம் என்றான். வீட்டு எண்ணை மனசுல குறித்துக்கொள்ளச் சொன்னான். லிப்ட்டில் பழகுவது குறித்து சொன்னான். ரெண்டு மூணு நாள் பழக்கிவிடுகிறேன் என்றான். 'முதலில் முகுந்தனுக்கு வந்துவிட்டோம் என்று சொல்லச் சொன்னாள். இல்லேன்னா அதுக்கும் கோவிச்சுக்குவான்' என்று எண்ணினாள் வசு.

ஆறாவது தளத்தில் இருந்த அந்த வீட்டின் முன், சாமான்களை வைத்துக் கதவைத் திறந்தான். இந்த தளத்தில் மூன்றே வீடுகள்தான் என்றான். கதவைத் திறக்கும்போது எங்கே என்று தேடிப்பார்த்தாள் வசு.

"இங்கே நேர்நேராக வாசல்கள் இருக்காதும்மா. ஒருத்தருக்கொருத்தர் தொந்தரவாக இருக்கக்கூடாதுன்னு இப்படி வடிவமைக்கிறாங்க. வலது பக்கமாக ஒண்ணு உண்டு. அதிலிருந்து இடதில் இன்னொன்று." உம் கொட்டிக்கொண்டாள் வசு.

உள்ளே நுழைந்ததும் ஒரு ஹால், அடுத்தடுத்து அறைகள் எங்கெங்கோ முகத்தைத் திருப்பியவாறே இருந்தன. "வீட்டுக்குள்ளேயும் அப்படிதானாடா?" என்று கேட்டபோது அவன் பதில் சொல்வதற்குள் போன் அழைப்பு வர சரவணன் பேசிக்கொண்டே நகர்ந்தான். ஹாலைச் சுற்றிப் பார்வையை ஓட்டினாள். ஹாலில் மாட்டியிருந்த ஓவியங்களெல்லாம் கருப்பு வெள்ளைக் கிறுக்கல்களாகத் தெரிந்தன வசுவுக்கு. ஒரு படத்தின் அருகில் சென்று உற்றுப்பார்த்தாள். குழந்தையின் உருவம்போல இருந்தது. அதன்மேல் இருந்த துணிகள் துண்டு துண்டாகப் பறந்தபடி இருந்தன. கண்களிலிருந்து விழும் கண்ணீரைத் துடைக்க எத்தனிப்பதுபோல ஒரு கை நீண்டிருந்தது. அந்தக் கையில் ஒரு மைக் இருந்தது. அந்தக் கையிலிருந்து ஒரு கர்சீப் கீழே தரையை நோக்கி விழுந்துகொண்டிருந்தது. படத்தின் அடியில் சரவணன் என்று கையெழுத்து இடப்பட்டிருந்தது. எல்லாப் படங்களின் கீழேயும் பார்த்தால் அவனுடைய கையெழுத்தே இருந்தது.

போன் பேசிமுடித்து அவன் வந்ததும், "நீ வரைஞ்சதா?" என்று கேட்டாள்.

"ம்ம்" என்றான் தலையசைப்புடன்.

"எல்லாமே கருப்பு. பென்சில் வச்சு வரைஞ்சிருக்கே. நம்ம மித்ரன் கரையான்ஸ், ஸ்கெட்ச்ன்னு நிறைய வச்சு வரையிரானே", என்றாள். அவளை யோசனையுடன் பார்த்துச் சிரித்தான்.

"அம்மா இது சின்ன பசங்க வரையிற டிராயிங்க் இல்லேம்மா. கார்ட்டூன். தினத்தந்தி, தினமணி பேப்பர்லயெல்லாம் அரசியலைக் கிண்டல் செய்து, கொரானா வைரஸை வைத்து என்றெல்லாம் கார்ட்டூன் வரைந்திருப்பாங்கள்ல, அதுதான் இது" என்றதும், "ஆமாடா பாத்திருக்கேன். அதுதான் இதுன்னு என்னால சேத்து பாக்குற புத்தி இல்ல," என்று சொல்லி வெட்கப்பட்டாள். "சரியா போச்சு போ. நா சொன்னேன்ல மீண்டு வந்தேன்னு, அதுக்கு இந்த கார்ட்டூன் வரையிறதுதாம்மா ஹெல்ப் பண்ணுச்சு…" என்றான் சரவணன்.

“ம்ம்... எங்களுக்கு யாருக்கும் நீ வரையிரதே தெரியாதே?” என்றாள்.

“அண்ணனுக்குத் தெரியுமே. அண்ணன் ஒரு தடவ பெங்களூர் வந்திருந்தப்போ ஆர்ட் எக்ஸ்சிபிஷன் வைச்சிருந்த, என்னோட படங்களை, அவன கூட்டிட்டுப் போயிக் காட்டினேனே. என்னைய பத்தி யாரும்மா அந்த வீட்டுல பேசியிருக்கா?” என்று வருத்தப்பட்டவனை, “நானே எம் புள்ளைய புரிஞ்சுகிறதுக்கு அதுவா வளந்து வந்து சொல்ல வேண்டியிருக்கு பாத்தியா,” என்று அவன் தோளைத் தட்டிச் சொன்னதும் சரவணன் தன் தலையைத் தாயின் தலைமீது செல்லமாக முட்டிக்கொண்டான்.

“சாப்பாடு போட்டுடுறேன். அவன் கொண்டு வரதுக்குள்ள ஒன் ரூமை அடுக்கிறலாம். நாளைக்கு ஆபீஸ் இருக்கு. ஆனா ஒனக்கு இங்க புதுசு இல்லையா? அதனால நாளைக்கு மட்டும் வொர்க் பிரம் ஹோாம். சாயங்காலமா போயி காயெல்லாம் வாங்கிட்டு வரேன். இல்லே நீயும் வா,” என்று சொல்லியவாறே சாப்பாடு என்ன வேண்டுமென்று கேட்டுப் போட்டுவிட்டான்.

3

மிகப்பெரிய அறையாக, வெளியே தெரியும் நகரத்து விளக்குகளை உள்ளே காட்டுவதாகப் பெரியதொரு கண்ணாடிச் சன்னலைக் கொண்டிருந்தது அவளது அறை. அதற்குத் திரையும் போட்டிருந்தான். தான் கொண்டு வந்தவற்றை எடுத்து அங்கிருந்த அலமாரியில் அடுக்கத் தொடங்கினாள் வசு.

படுத்துக்கொண்டே, விலகியிருந்த திரைச்சீலையின் வழியாகத் தெரிந்த கடும் நீலநிற வானத்தைப் பார்த்தாள். சரவணன் வாழும் இந்த உலகமும் நம்ம ஊரில் இருக்கும் உலகமும் வேறு. முகுந்தன், ராகவி, கௌஷிக், நிவேதிதா எல்லோரும் படித்திருந்தாலும் இந்த கம்ப்யூட்டர் எல்லாம் புழங்கினாலும் ஆடைகளையெல்லாம் இங்கிருப்பவர்களை மாதிரியே போட்டிருந்தாலும், எண்ணங்களில் புது மாதிரியாக, நகரத்துவாசியாக வாழாமல் ஊர் மக்களாகவேதான் இன்னும் வாழ்வதாக வசுவுக்குள் தோன்றியது. அங்கு பார்க்கிற தான் பெற்று வளர்த்த சரவணனும் இங்கு வாழும் சரவணனும் ஒன்றல்ல என்பதுபோல இருந்தது. நாகரிகமாகப் பேசுகிறான், படங்கள் வரைகிறான், கலை ஆர்வத்துடன் இருக்கிறான், நிறைய புத்தகங்கள் வைத்திருக்கிறான், வாசிக்கிறான் போலும், சமையலறையைச் சுத்தமாக வைத்திருக்கிறான்; வீட்டை நவீனமாக வைத்திருக்கிறான் இன்னும் ‘நிறைய’ வசுவுக்குள் தோன்றியது. இந்த வேலை இந்த ஊர் அவனுக்கு அதைக் கொடுத்திருக்கிறதோ என்னமோ.

நாமும் மாறிவிடுவோமோ என்னமோ... அதுவும் நல்லதுதானே. எங்கோ தன்னைப்போல வாழ்ந்த தேவகி இன்று இங்கிலாந்து போய் வசிக்கிறாளே. அதுபோலத்தான் இதுவும், அவளுக்கு ஒரு யமுனா, எனக்கு என் சரவணன் என்று நினைத்த போதே, மீண்டும் வசுவுக்குள் அவர்களின் கல்யாண வாக்குறுதிகள் நினைவுக்கு வந்தன. தூக்கமும் கண்ணைச் சுழற்றியது.

விடிந்து முகத்தில் வெளிச்சம் அறைந்தபோது, 'அச்சோ சுபத்ரா வந்திருப்பாளே, யார் வந்து முன் கேட்டைத் திறந்திருப்பார்கள்' என்ற நினைப்புடன் படுக்கையிலிருந்து எழுந்துகொண்டே முடியைக் கொண்டையிட்டாள். படுக்கையை விட்டுச் சட்டென இறங்கும்போதுதான் தோன்றியது, 'என்ன படுக்கை இத்தனை உயரமாக இருக்கிறது. குதிக்கத்தான் வேண்டும் போலிருக்கிறதே' என்று. இது தன் படுக்கை இல்லை என்ற நினைப்பு வந்தது. தான் சரவணனுடன் பெங்களூரில் இருப்பதும் இது தின்னவேலி இல்லையென்பதும் உரைத்தது. சிரிப்புடன் அப்படியே அமர்ந்து கொண்டாள் படுக்கையில். இனி அவசரப்பட வேண்டாம். கேட் திறக்க, ஸ்கூல் வேன் வந்திரும்னு ஓட, சுபத்ராவுக்கு ஒன்னொன்னா எடுத்துக் கொடுக்க, செம்பகத்தோட துணி காயப்போட, ராத்திரி ஒவ்வொருத்தருக்காக டீ, காப்பி, பால்ன்னு படுக்கும்வரை கலக்க என இப்படி எதுவும் பரத்தம் இல்லை. மனிதர்களுக்குப் பயப்படாமல் வாழணும் இனி என்று சரவணன் நேற்று சொன்னது சரியே. அதுவே நம் பதற்றத்தைக் குறைக்கும். மணி என்னவென்று பார்த்தாள். எட்டரை என்றது. எழுந்த பதற்றத்தைத் திருப்பியும் நிதானத்துக்குக் கொண்டுவந்தாள்.

அறையை விட்டு வெளியில் வந்து பார்த்தால், சரவணன் ஹாலில் அமர்ந்து பிளேட்டை மடியில் வைத்துக்கொண்டு இட்லி சாப்பிட்டுக்கொண்டிருந்தான்.

"என்னைய எழுப்பியிருக்கலாம்ல்ல சரவணா? ஏதாவது செய்திருப்பேனே... " என்றாள்.

"எழுப்ப வேண்டாம்னுதா விட்டேன். டாக்டர் சொன்னது ஒனக்கு ஞாபகத்துல இருக்கா? ரிலாக்ஸ்டா இரு. வேணும்ங்கிறத கேளும்மா. வாங்கித் தரேன். சாப்பிட்டு நல்ல ரெஸ்ட் எடு. ஒரு வாரம் கழிச்சுகூட நீ சமையல் வேலையைச் செய்யலாம். முதல்ல இன்னைக்கும் இங்கன காப்பி, சீனி, டீ தவிர வேற ஒண்ணும் இல்லம்மா," என்று சொல்லிவிட்டு, "ஒனக்கு சாப்பாடு டைனிங் டேபிள் மேல இருக்கும்மா. சாப்பிடு. நா வொர்க்குள்ளே போறேன், சரியா? இடையில ஏதாவது வேணும்னா, கதவ தட்டு. இல்லேன்னா ஒரு மிஸ்ட் கால் கொடு, என்ன? இரு, ஒனக்கு காப்பி

போட்டு தந்துட்டுப் போறேன்," என்று சொல்லி கெட்டிலை எப்படி பயன்படுத்துவது, காப்பி கலக்குவது என்றெல்லாம் சின்ன பிள்ளைக்குச் சொல்லிக் கொடுப்பதைப்போல சொல்லிக் கொடுத்தான். வசுவுக்குச் சிரிப்பாக வந்தது தனக்கே காப்பி போடச் சொல்லித் தரானே என்று. இருந்தும் கெட்டில் தனக்குப் பழக்கமில்லாததால் சிரிக்காமல் கேட்டுக்கொண்டாள். அவனும் கவனித்தான், அவள் சிரிப்பை அடக்கிக்கொண்டு கேட்பதை. "ஒனக்கு நக்கலா போச்சுதான" என்று சொன்னவாறே, எங்கு பிஸ்கட்டெல்லாம் இருக்குனு காட்டிக்கொண்டிருந்தான்.

"ஒனக்கு வேர்க்குக்கு நேரமாச்சதான. போ, நானே தேடிக்கிறேன்" என்றாள்.

"அடுக்களைன்னு வந்ததும் அதிகாரத்த பாரேன்," என்று சொல்லியபடியே தன்னறையை நோக்கி நகர்ந்தான்.

வசு சாப்பிட்டு மேசையருகே இருந்த மிகப்பெரிய சன்னலின் வழியே சின்னதாகத் தெரியும் பெங்களூரைப் பார்த்துக்கொண்டே காப்பியுடன் இட்லியையும் பொறுமையாகச் சாப்பிட்டுக் கொண்டிருந்தாள். அவளின் இத்தனை வருட வாழ்க்கையில், முதல்முறையாக இப்படியான நிதானத்துடன் ஒரு சாப்பாடு கிடைக்குமென்று அவள் நினைத்துப் பார்த்ததே இல்லை. கண்களில் இருந்து கடகடவென்று கண்ணீர் கொட்டியது. தன்னைப்போல கஷ்டப்படும் எல்லா பெண்களுக்கும் ஒரு வேளை சோறாவது, இப்படி நிம்மதியாகச் சாப்பிடும் பாக்கியம் கிடைக்க வேண்டும் என்று வேண்டிக்கொண்டாள்.

அடுக்களையையும் அதில் இருக்கும் பொருட்களையும் ஆராய்ந்து முடித்து இடையில் பாத்திரம் அடுப்பில்வைத்து ஒரு தேயிலை இறக்கி மகனுக்குக்கொண்டு கொடுத்தபோது, அவன் 'தேங்க்ஸ்ம்மா' என்று பார்வையால் சொன்னான். பெற்றவளுக்கு நன்றியான்னு வசு நெனைச்சதும் 'ஒரு கட்டத்துக்கு மேல் இவனை நாம் ஒதுக்கிவிட்டோமோ' என்ற குற்றவுணர்வு வந்தது. பாவம் இவன், இனி இவனுக்காகவும் நாம் வாழ வேண்டும் என்பது ஒரு தாயின் உன்னத நினைவாக இருந்தது.

தேவையான காய்கறிகள், மளிகைச் சாமான்கள் என ஒரு லிஸ்ட் எழுதியபின் சற்று அமைதியானாள். கதவை யாரோ தட்டும் சத்தத்திற்குத் திறக்கலாமா கூடாதா என்று யோசித்தாள். அதற்குள் அறைக்குள்ளிருந்து சரவணனே வந்துவிட, சாப்பாடு கொடுத்துவிட்டுப் போனான் ஒரு பையன்.

"பசிச்சா சாப்பிடும்மா. நா எனக்குள்ளதை உள்ளே எடுத்துட்டுப் போறேன். மீட்டிங் தொடர்ந்து இருக்கும்மா"

என்றபடி, அந்த பார்சலில் இருந்து ஒரு டப்பாவை மட்டும் எடுத்துக்கொண்டு உள்ளே சென்றுவிட்டான். தேவகிக்குக் கடிதம் எழுத ஒரு பேப்பர் வேணுமேன்னு கேட்க நினைத்தவள் அவனின் அவசரம் கண்டு பேசாமல் விட்டுவிட்டாள். அதைக் கவனித்துவிட்ட அவன், "வேறு ஏதாவது வேணுமாம்மா?" என்று கேட்டான். இவன் எப்படி என் முகம் பார்த்துப் புரிந்துகொள்ளும் ஆற்றல் பெற்றான்? யாரும் அவளுக்கு எப்போதும் என்ன வேண்டும் என்று முகம் கண்டு, கேட்டதில்லை. மெதுவாக, "பேப்பர்" என்றாள்.

"நீ சத்தமா பேசலாம்மா, மியூட்லதான் இருக்கேன்," என்று சொல்லிவிட்டு, கத்தையாய் வெள்ளைத் தாள் இருக்கும் ஷெல்பைக் காட்டினான். எந்த கணத்தில் இவனைப் பெற்றேன் என்று வசுவுக்குள் மந்திரமாய்க் கேள்வியொன்று எழுந்து மகிழ்வித்தது.

சாயங்காலமாக வசு எழுதிவைத்திருக்கும் பட்டியலைப் பார்த்தவன் சிரித்தேவிட்டான்.

"நீ என்ன குண்டாக்காம விடமாட்ட போல, சரி வா. உன்னையும் கூட்டிட்டுப் போயிக் காட்டுறேன் கடையை. இன்னைக்கு ஒன்னால முடியுமா?" என்றும் கேட்டான். இந்தக் கேள்வி வசுவைத் தடுமாற வைத்துவிட்டது. முடியும் என்பதாய்க் கண்ணீரோடு தலையசைத்தாள். வசுவையும் அழைத்துக்கொண்டு நடந்தே சென்றான் சரவணன்.

"அப்பார்ட்மெண்ட் விட்டு வெளியே வந்தா, வலது பக்கமாக நேராக நடக்க வேண்டும். அங்கேதான் இந்த மினி பஜார் கடை இருக்கும்மா," என்று சொல்லிக்கொண்டே வந்தவன், "இது பெரிய டிபார்ட்மெண்ட் ஸ்டோர். ஒனக்கு வேணும்ங்குறதைக் கொஞ்சம் கொஞ்சமா வாங்கிக்கலாம். வெயிட் தூக்கிட்டு இங்கிருந்து திரும்ப நடக்க முடியாது. ஆட்டோதான் பிடிக்கணும். இல்லே நா வந்தபிறகு காரில் போயி வாங்கிக்கலாம். இது வழியா போனா," என்று வலது புறம் திரும்பிய சாலையைக் கை காட்டியவன், "இந்த தாமஸ் டவுனுக்கான போஸ்ட் ஆபீஸ் இருக்கும்மா. தேவகி ஆண்டிக்குத் தவறாம லெட்டர் போடணுமே நாம" என்று கேலி செய்தான் வசுவை.

சிரித்துக்கொண்டே வசு, "போடா, எனக்குப் போஸ்ட் ஆபீஸ் எல்லாம் பழக்கம் கிடையாது. என்னால முடியாது. இந்த மாதிரி பெரிய டிபார்ட்மெண்ட் ஸ்டோருக்கே இப்பதா முதல்ல வரேன்" என்றாள் தோள்களைக் குலுக்கிக்கொண்டே.

"நா ஹெல்ப்புக்கு வாரேன் ஒரு தடவ மட்டும். அதுக்கப்புறம் நீதா போகணும். ஒன் பிரண்டுக்கு லெட்டர் போடணும்னா

நீதா செய்யணும் அத. இதுக்கெல்லாமா ஆள் வைப்பாங்க? ஒன்னைய நல்ல மொன்னையாதான் ஒன் வீட்டுக்காரரு வச்சிருந்திருக்காரு. அப்புறம் ஒன் மூத்த புத்திரபாக்கியம்," என்று சொல்லிவிட்டுச் சிரித்தான். வசுவுக்குள் வலுக்கட்டாயமாக வண்ண வண்ண இறக்கைகளைக் கட்டிவிட சரவணன் முயல்வதாகத் தோன்றியது. தான் தேறுவேனா என்னும் சந்தேகம் அவளுக்குள் இருந்ததென்னவோ உண்மைதான்.

கடைக்குள் யாரோ ஒருவருடன் நின்று, கன்னடத்தில் பேசியதைப் பார்த்தாள் வசு. அவரிடம் வசுவைக் காட்டி, "இவளு நன்ன அம்மா வசுமதி," என்று அறிமுகப்படுத்தினான். அவரும் அவளைப் பார்த்து, "நம்ஸ்காரா அம்மா" என்றார். பதிலுக்கு வசுவுக்கு வெட்கத்துடன் என்ன சொல்லவென்று தெரியவில்லை. சரவணன், 'வணக்கம் வைம்மா,' என்றான் மெதுவாக. வணக்கம் வைத்தாள். அவர் நகர்ந்ததும், "யாராவது வணக்கம் வச்சா திருப்பி வணக்கம் சொல்லணும்மா. எல்லாத்தையும் நானே சொல்லிக் கொடுக்க வேண்டியதாக இருக்கு, கடவுளே!" என்று மேலே பார்த்துக் கைகளைத் தூக்கிக் கும்பிட்டான்.

வசு, "பெரிய மனுஷன் மாதிரி பேசுறத பாரு," என்று அவன் மேல் செல்லமாகத் தட்டியவள், இவனுக்குக் கன்னடம் பேசவும் தெரிஞ்சிருப்பதையே வியப்பாக மலைத்திருந்தாள். 'இத வெளிய சொன்னா, பிள்ளைக்கு மனசுக்குள்ள வருத்தம் எம்புட்டு வரும்? ஒரு அம்மாகாரியே தான் புள்ளைய புதுசா பாக்கலாமா, என்ன... நா ஒரு சரியான தாய் இல்லையோ? மூணுல ரெண்ட மட்டும் தெனமும் கண்ணுக்குள்ள வச்சு பாத்திருக்கேன்' என்று உள்ளூர விசனமும் பட்டுக்கொண்டாள்.

'இன்னிக்கு வீட்டுக்குப் போனதும் நாலு மொளகாய வச்சு இவனுக்குச் சுத்திப் போடணும், நம்ம கண்ணே கேடுதான்' என்று நினைத்து அவனுடன் நடந்தாள்.

அன்றிரவு சாப்பாட்டுக்குப் பிறகு தேவகியிடம் பேச வேண்டும் என்று சரவணனிடம் சொன்னாள். நம்பர் சொல்லும்மா என்றதற்கு, ஓங்கிட்டேதான அன்னைக்குக் கொடுத்தேன் என்கவும், அவனும் தேடிப்பார்த்து இருக்கு என்றான். வாட்ஸ்அப் இருக்கா என்று தேடியதில் இருந்தது யமுனா என்ற பெயரில்.

"இது யமுனா நம்பர்ம்மா" என்று சொல்லியபடி அழைத்துப் பார்த்தான்; எடுக்கவில்லை. வசு பாலை எடுத்துவர அடுக்களைக்குள் செல்ல, சரவணன் பேசும் சத்தம் கேட்டது. அவனாகப் பேசிவிட்டுக் கொடுக்கட்டும் என்று மெதுவாகப்

பாலை எடுத்துக்கொண்டு சென்றாள். சாப்பாட்டு மேசையின்மீது அதை மூடிவைத்தாள். ஏதேதோ வேலையைக் குறித்து இருவரும் பேசிக்கொண்டிருப்பது புரிந்தது. அதன்பிறகு அவளும் யமுனாவிடம் பேசிவிட்டு இவளிடம் கொடுத்தான். அவள் இன்னும் ஹாஸ்பிட்டலில் இருந்து வீடு திரும்பவில்லை என்றாள்.

“அம்மா, ஒனக்கு வேற போன் வாங்கிக்கொடுத்து வாட்ச் அப் வைச்சுத் தாரேன். நீ நேரடியா தேவகி ஆண்டிக்கிட்ட பேசிக்கலாம். வீடியோ கால்கூட பண்ணிக்கலாம். இந்த லெட்டரில் எழுதுதெல்லாம் எந்தக் காலத்து விஷயம்மா? அவங்கள போனிலாவது பாத்துப் பேசணும்னு தோணுதா ஒனக்கு?” என்று அவளை உற்றுப்பார்த்தான்.

“இல்லடா, ஒன்னோட போனிலேயே பேசிக்கிறேன். எனக்குன்னு அப்படியெல்லாம் வேண்டாம். எனக்குப் புரியாத எதையும் செய்ய மனசு ஒப்புறதில்லடா. இந்த லெட்டர்ல என்னோட எழுத்து இருக்கும், என்னோட வாசம் இருக்கும். முகத்த பாத்து சொல்ல முடியாத எத்தனையோ விஷயங்கள இதுக்குள்ளாற எழுதிக்குவோம். அது ஒரு சந்தோஷம் சரவணா. அது ஒங்களுக்கெல்லாம் புரியாதுடா” என்று சொல்லி முடித்தாள்.

அவன் தேவகியின் எண்ணையும் பத்திரப்படுத்திக் கொண்டான். அந்த வாரம் சனிக்கிழமை அன்று ஊரிலிருக்கும் மித்ரனை, கீர்த்தியையெல்லாம் சரவணன் போனில் அழைத்து வசுவிடம் பேசச்செய்தான். முகுந்தன் மட்டும் பேசினான் அவளிடம். ராகவியைப் பற்றிக் கேட்டாள். நல்லாயிருக்கா என்று சொல்லி முடித்துக்கொண்டான். செம்பகத்துக்குக் கூடுதலாகப் பணம் கொடுத்து முழுநேரமும் வீட்டில் இருக்கச் சொல்லியிருப்பதாகச் சொன்னான். வசுதான் செம்பகத்திடம் கேட்டிருந்தாள். தான் போனபிறகு பிள்ளைகளைப் பார்த்துக்கொள்ள நீ வந்துதான் ஆக வேண்டும். கொஞ்சம் பணம் கூட வேண்டுமென்றால் கேட்டு வாங்கிக்கொள். காலையில் மித்ரன், சுவீதா ரெண்டுபேரையும் ஏத்திவிட்டு அதேபோல சாயங்காலம் அவர்கள் வரும்போதும் நீ இருக்க வேண்டும் என்று சொல்லிவிட்டுதான் வந்திருந்தாள் வசு. அதனால்தான் அவளால் பதற்றமில்லாமல் இருக்க முடிகிறது. இது சரவணனுக்கும் தெரியும்.

தேவகிக்கு அழைத்துப் பேசலாம் என்றான். வசுவும் சந்தோஷமானாள். அவன் அழைத்ததோ யமுனாவின் நம்பருக்கு. யமுனாமீது அவனுக்கு ஒரு விருப்பம் வந்திருப்பதை வசு உணர்ந்தாள். ரொம்ப வருஷத்திற்குப் பிறகு யமுனாவை

முதன்முதலாக இப்போதுதான் பார்க்கிறாள் வசு. அவனும் அவளும் ஒரு ஐந்து நிமிடம் போல் பேசிவிட்டு தேவகி வந்ததும் அவளிடம் பேசக்கொடுத்தான். தேவாவைப் பார்த்தும் பல மாதங்கள் ஆகிவிட்டதால், இரு பெண்களும் அழுது விட்டிருந்தனர். வேலுசாமி இறப்புக்கு அப்புறம் ஒருதடவ முகுந்தன் போனில் யமுனா கூப்பிட்டதில் பேசியது.

"வசு நீ ரொம்ப வயசாகிவிட்டது மாதிரி இருக்கே" என்ற தேவாவின் கேலிக்கு, "சும்மா இரு தேவா, இனி என்ன கல்யாணம் பண்ற வயசா எனக்கு?" என்று பேச்சு தொடர்ந்தது. யமுனா கிச்சனில் ஏதோ வேலை செய்துகொண்டிருப்பது தெரிய, இங்கு சரவணனும் அங்கும் இங்குமாக எதையோ எடுத்துவைத்தபடி நடந்துகொண்டிருந்தான.

"நெறைய விஷயம் மனசுக்குள்ள இருக்கு தேவா. அப்புறமா ஒனக்கு லெட்டரில் எழுதுறேன். இவன் என்னையவே ஒனக்கு எழுதுறத போஸ்ட் பண்ணச் சொல்லிட்டான் பாத்துக்கோ" என்று சொல்லி வெட்கத்துடன் சிரித்தவளை, "வசு, ஒனக்கு எழுதுறத எல்லா லெட்டரையும் நாதான் கொண்டு போடுதேன். அதனால நீயும் கத்துக்கலாம். தப்பேயில்ல வசு" என்றவளின் சின்ன வயசில இருந்த மாதிரியே அழகு குலையாமல் இருக்கும் தேவாவின் முகத்தைப் பார்த்து, "பொறாமையா இருக்கு தேவா. நீ இன்னமும் அப்படியேதா இருக்கே. நம்மகூட படிச்ச ராணி இருக்கால்ல அவ எத்தன குண்டாயி, முகமெல்லாம் விரிஞ்சாமானைக்கு இருக்கா, தெரியுமா. அவள ஒருநா கடத்தெருவுல பாத்தேன். அவ பொண்ணும் அவ கணக்காவே இருக்கா," என்று சொல்லிவிட்டு, "உம் பொண்ணும் அப்படிதா தேவா. ஒன்னைய சின்னதுல பாத்தாமானைக்கே இருக்கு" என்று சொல்லிச் சிரித்தாள்.

சரவணனுக்கு வேறு ஓர் அழைப்பு வரவும் அவர்களின் பேச்சு அத்துடன் நின்றுபோனது. தேவாவைப் பார்த்ததில் வசுவுக்குள் பெரும் சந்தோஷம் வளர்ந்திருந்தது.

4

சற்று இயல்பான பிறகு தேவாவுக்கு ஒரு கடிதம் எழுத வேண்டும் என்று நினைத்தாள். ஒரு இரவுப்பொழுது சாப்பிட்டு முடித்து, அறையில் போய் அமர்ந்து மெதுவாக எழுத ஆரம்பித்தாள். வேலுசாமியின் இறப்புக்குப் பிறகான திதி, வீட்டின் சண்டை, பெங்களூர் வந்தது என்று எழுதியபடி வந்தவள், தான் நினைத்த வேறொன்றையும் தேவகிக்கு எழுத விரும்பினாள்.

“தேவா, ஒரு தாய்க்கு நிறைய பிள்ளைகள் இருந்ததுன்னா அவளால ஒவ்வொரு பிள்ளையின் எல்லா குணங்களையும் நியாபகத்தில் வச்சுக்க முடியாது. ஒனக்கே தெரியும் தேவா, உங்க ஆச்சிக்கு ஆறு பிள்ளைங்க, எங்க ஆச்சிக்கு பன்னிரெண்டு. இதுல செத்துப் புழைச்சது எத்தன, எதனால செத்ததுன்னுகூட மறந்து போயிருப்பாங்க. எங்க பாட்டிக்கு என்னோட இரண்டாவது பெரியம்மா பேரே தெரியாதுன்னா பாத்துக்கோயேன். அவங்கள மூத்த பெரியம்மா பேரான வள்ளியம்மை என்பத வச்சு, சின்ன வள்ளியம்மை என்று கூப்பிட்டுப் பழக்கப்பட்டுப் போன ஆச்சிக்குக் கடைசிவரை சின்ன வள்ளியம்மைன்னே கூப்பிடும். அவங்களுக்கு வச்ச உண்மையான பேரான ஸ்ரீமதி ஆச்சிக்குத் தெரியவே தெரியாது.

“அப்படியான ஒருத்தியாகத்தான் நானும் இருந்திருக்கிறேன் தேவா. எங்க வீட்டுச் சின்னவனை அவன் இஞ்சினீயருக்குப் படிக்கப்போனதோட கைவிட்டவதா. இப்ப தான் அவன யாருன்னே புதுசாட்டுப் பாக்குறதுபோல இருக்கு. என்னைய அவன் அம்மான்னு கூப்பிடுறதே எனக்குக் கூச்சமாட்டு இருக்கு. எனக்கு அதுக்கென்ன தகுதி இருக்குனு தெரியல. அவனுக்கு நல்லா வரையத் தெரிஞ்சிருக்கு. பெங்களூரில இருக்கிற கார்ட்டூன்காரங்க வச்சிருக்கிற மியூசியத்துல அவன் வரைஞ்சதையும் வச்சிருக்காங்களாம். நானெல்லாம் ஒரு அம்மாவான்னு சொல்லு. இத்தன வருசமா புருஷன் புருஷன்னு உழைச்சதுக்கு அந்த ஆளு கொஞ்ச மாசமா வேற பொம்பளைங்ககிட்ட கூட போயிட்டு வந்திருந்தாரு. அதையும் அவருக்குத் தெரியாம பிரிச்சு விட்டு அவரு திருந்திட்டாருன்னு அவருகூட அதுக்கப்புறமும் நா வாழ்ந்திருக்கேன். அவரு அதுக்காக என்கிட்டக்க ஒருநாளும் ஒரு மன்னிப்புகூட கேட்டதில்ல பாத்துக்கோ. பொம்பள ஜன்மமே மானங்கெட்டதுதானோ?

“எம்பொண்ணும் அவர மாதிரியே சுயநலவாதிதான். சொத்தும் நகையும் மட்டும்தா அப்பாவும் அம்மாவும்ன்னு நெனைச்சுக்கிறா. என் நகைய எல்லாம் அவ ஐயா எழுதி வச்சாருன்னு அவளும் ராகவியும் பிரிச்சுக்க இருந்தாங்க. நா சொல்லிட்டு வந்துட்டேன், அதுல சரவணனுக்கு வரப்போறவளுக்கும் பங்கு உண்டுன்னு. முகுந்தன் பொண்டாட்டிக்கும் நாதான் ரெண்டு புள்ளைக்கான பிரசவ காலத்த பாத்திருக்கேன். ரெண்டாவது ஸ்கூல் போறதுவரைக்கும் வளத்துவிட்டுருக்கேன். ஆனாலும் நா கிளம்பும்போது அவ மாடியில இருந்து இறங்கி

கூட வரல தேவா. உடம்பு முடியலன்னு எம் பெரிய மகன் சொல்லுதான் பாத்துக்கோ. அவளுக்கு இன்னும் நா அவ புள்ளைக கல்யாணம் கட்டுதா வரைக்கும் சேவகம் செஞ்சுக்கிட்டு இருந்தா சந்தோஷமா இருப்பா போல. ஆண்டாண்டு காலமாக அந்த வீட்டை மட்டுமே கட்டிக்கிட்டு வாழ்ந்திருக்கேன்னு இப்ப புரியுது. இப்பதா அத திரும்பிப் பாக்க எனக்கு நேரம் வாய்ச்சிருக்கு தேவா. பேரப்பிள்ளைகளையும் அந்த என்னோட வீட்டையும் விட்டு வந்திருக்கும் வலி உள்ள இருந்து வதைச்சாலும் சரவணனுக்கு நா செஞ்ச பாராமுகத்துக்குப் பதில் சொல்லித்தான ஆகணும். இத்தன வருஷமா ஒரு கண்ணுல சுண்ணாம்பும் இன்னொரு கண்ணுல வெண்ணையும் வச்சிருக்கேன்போல.

“ஒனக்கான இந்த லெட்டர மூணு நாளா எழுதிக்கிட்டு இருக்கேன். இத போஸ்ட் பண்ணப் போறதும் நாதான். அதுவே ஒரு சந்தோஷத்த குடுக்குது.

“ஒங்கிட்டக்க ஒண்ணு சொல்லணும் தேவா. நீ போன லெட்டரில் எழுதியிருந்த, ‘யமுனாவுக்கு டைவர்ஸ் கெடைச்சிருச்சு’ன்னு. எனக்கிருக்கும் ஒரு ஆச யமுனாவையும் சரவணனையும் சேர்த்து வைக்கணும்ங்கிறதுதான். இவனும் சொல்லிக்கிட்டுதா இருக்கான், யு எஸ் அல்லது யூரோப் போகச் சொல்லி ஆபீசுல சொல்லிக்கிட்டு இருக்காங்கன்னு. இப்ப ரெண்டு தடவயா யமுனா கிட்டக்க பேசுறதுல இண்டிரெஸ்ட் காட்டுதான். அதனால நாம இந்த கல்யாண பேச்ச ஆரம்பிச்சா அவங்களுக்குள்ளும் அந்த ஐடியா வரும். இவனும் அங்கன வாங்கிட்டு வந்துருவான். அதுக்கப்புறம் அவங்களே பாத்துக்குவாங்க. நீ இதுக்கு என்ன யோசிக்கன்னு சொல்லு தேவா. அடுத்த முறை லெட்டரில எழுது. எனக்குன்னு ஒரு போனு வாங்கித் தாரேன்னு சொல்லுதான். இத எல்லாம் அவுக இல்லாத நேரத்துல பேசிக்கிறதுக்கு அது தோதா இருக்கும்னா வாங்கிக்கலாம்தானே. யோசிக்கேன் என்ன…

“இப்ப ஒன்னோட உடல்நிலை நல்லாதான இருக்கு. எனக்கும் இப்ப கொஞ்சம் பிபி கண்ட்ரோல்ல இருக்கு. மாத்திரை எடுத்துக்கிட்டு இருக்கேன். ரொம்ப உழைச்சுட்டேன்போல. உடம்புதான் இன்னும் என் வசத்துக்கு வரலன்னு தெரியுது.

ஒடம்ப பாத்துக்கோ தேவா…

ஒன் வசு…

14

யமுனா

சரவணன்

1

அசைவற்று நிற்கும் குட்டி மரங்களைப் பார்த்தவாறே அமர்ந்திருந்தாள் யமுனா. இன்றைய வேலை முழுமையும் ஆன்லைனில் பேசுவதாக அமைந்துவிட்டது. புகை, போதை மீட்டெடுப்புப் பிரிவில் இருக்கும் நோயாளிகளுக்கான சிகிச்சை முறைகள் குறித்த உரையாடல்கள் பெரும்பகுதியை ஆக்ரமித்திருந்தன. கொஞ்சம் மூச்சுவிட நேரம் கிடைத்திருக்கிறது இப்போது. இனி வீட்டுக்குச் சென்று உடைகளை மாற்றிக்கொண்டு ஒரு நிகழ்வுக்குச் செல்ல வேண்டும். இவளிடம் முன்பு பணியாற்றிய அலுவலர் எலனர் என்னும் ஜெர்மானிய பெண்மணியின் மகளின் பட்டப்படிப்பு முடித்ததற்கான விழா. முக்கியமான நட்புகளை மட்டுமே அழைத்திருப்பதாகச் சொல்லியிருந்தார் அவர்.

நேனே நதியின் ஓரமாய் என்று சொல்வதைவிட, நதியின் பழைய வழிப்பாதையில் சற்று உள்ளே நதிக்குள் நிறுத்தப்பட்டிருக்கும் வெள்ளைப் படகில் இருக்கும் கஃபே ஒன்றில்தான் இந்தத் தனிப்பட்ட நபர்களுக்கான பார்ட்டி. முன்பே ஒருமுறை இந்தப் படகு கஃபே ‘தி ஆர்க்’க்குப் போயிருக்கிறாள் யமுனா. அது அவளுக்கு அறிமுகமான இந்திய குடும்பமொன்றில் உள்ள குழந்தையின் பிறந்தநாள்

பார்ட்டி. பெரும்பாலும் குழந்தைகளுக்கான பிறந்தநாள் விழாக்கள், குழந்தைகள் விளையாடும் அமைப்புகள் உள்ள ப்ளே ஜோன் இருக்கும் பார்ட்டி ஹாலில்தான் நடைபெறும். அப்போதுதான் பிறந்தநாள் கொண்டாட்டத்துக்கு வரும் குழந்தைகள் விளையாட வசதியாக இருக்கும். இங்கு அப்படி ஏதும் கண்ணுக்குத் தெரியவில்லை என்றபோதும், அந்த இந்திய பெங்காலி குடும்பம் இந்த கஃபேயைத் தேர்ந்தெடுக்கக் காரணம் இது ஒரு வேகன் கஃபே, அதாவது சைவச்சாப்பாடு மட்டுமே அங்கு பரிமாறப்படுவதாலும் இருக்கலாம். இங்கு அப்படியான கஃபேக்கள் குறைவுதான். அந்தப் பிறந்தநாள் விழாவில்தான் மசூர் பருப்பையும் பச்சைப் பயிரையும் போட்டு அருமையான ஒரு லெண்டில் கறி செய்திருந்தார்கள். இப்போதும் அது நினைவில் இருக்கிறது. அதனுடன் கடாய் பன்னீர் ஒன்றும் பாஸ்மதி சாதமும் நினைவில் உண்டு.

இன்றும் அங்குதான் பார்ட்டி. இந்த ஜெர்மானிய குடும்பம் எப்படி அங்கே? அதுவும் எலனார் அவர்களின் பெண்ணுடையதாக இல்லாமல் எலனாரின் நட்பு வட்டமாய் இருப்பதால் ஒத்துக்கொள்ளலாம்தான். இங்கிருக்கும் குடும்பங்களில் உள்ளவர்கள் வெவ்வேறு நாடுகளைச் சேர்ந்தவர்களைக் காதலித்து மணந்துகொள்வது சகஜம். அதனால் குடும்பங்களுக்குள் ஒரு பிரெஞ்சு பெண்மணியோ, இத்தாலிய ஆணோ, இந்தியரோ இருப்பது உண்டு. பெரும்பாலும் ஜெர்மானியர்கள் இப்படியான கலாச்சாரத்துக்குள் செல்வதில்லை. நம்மைப்போல இறுக்கமான குடும்பச்சூழல் கொண்டவர்கள். பெற்றோர்கள், சகோதரர்கள், சகோதரிகள் என்று குடும்ப அமைப்புடன் வாழ்பவர்கள். அதனால் அம்மாவையும் கூட்டிச்செல்லலாமே என்றும் யமுனாவுக்குள் தோன்றியது. தேவகிக்குப் போன் செய்துவிட்டு ஆறுமணிக்குக் கிளம்பலாம் என்று சொல்லிவிட்டு அமர்ந்தாள். வீட்டிலிருந்து ஐந்தே நிமிடத் தொலைவில் இருந்தது. அம்மாவும் வாக்கிங் போகும் பாதையில் பார்த்ததாகச் சொன்னாள்.

அம்மாவைப் பற்றி நினைத்தால் இப்போது கொஞ்சம் சமாதானமாக இருக்கிறது யமுனாவுக்கு. இரவு கனவுகள் வருவது குறைந்திருந்தது. ஜான் சொன்னதுபோல இம்மாதிரியான கனவுகளால் பாதிக்கப்படுபவர்கள் தங்களுக்குப் பிடித்தமான ஆண் துணை ஒன்றுடன் பேசிப் பழகும் ஸ்தானத்தில் இருந்தால் போதும், கனவுகள் சற்று மட்டுப்படும் என்று சொல்லியிருந்தான். ராய்ஸும் தேவகியின் சிநேகிதம் அவரைப் போர்க்காலக் குற்றவுணர்வில் இருந்து தன்னை வெளிக்கொண்டு வந்ததாக ஒருமுறை யமுனாவிடம் சொல்லியிருந்தார். அவர்கள் இருவருமே,

ஒருவருக்கொருவர் தங்கள் வாழ்வு தந்த குற்றவுணர்ச்சியில் இருந்து விடுவித்துக்கொள்ள பயன்படுத்திக் கொள்வது அழகாக இருந்தது. இதுதானே நட்பு?

ராய்ஸை ஒருநாள் வீட்டுக்கு அழைத்துச் சாப்பாடுகூட கொடுத்தாள் தேவகி. யமுனாவையும் அன்று மதியம் வீட்டுக்கு வரச்சொல்லியிருந்தாள். ராய்ஸிடம் இந்தக் காய்பற்றிச் சொல்லியிருக்கிறேன், அந்தக் கறியைப் பற்றிச் சொல்லியிருக்கிறேன் என்று காலையிலிருந்தே பரபரப்பாக வேலை செய்தாள். 'நம்ம ஊர் சாப்பாடுதான் வேணும்னு அவர் சொல்லியிருக்கிறார்' என்று சொல்லியபடியே செய்தாள். அவள் இத்தனை ஆர்வத்துடன் இயங்கி இப்போதுதான் பார்க்கிறாள். ஆனால் அன்று யமுனாவுக்குக் கடினமான வேலை. அவள் வீட்டை அடையும்போது, அவர் சாப்பிட்டு முடிந்து கிளம்பிக் கொண்டிருந்தார். அப்படியும் சிறிது நேரம் அமர்ந்து யமுனாவுடன் பேசிவிட்டே சென்றார். தங்களுக்கான நேரத்தை அவர் கொடுத்ததில் யமுனாவுக்குத் திருப்தியே.

இப்போது சில மாதங்களாகவே இந்த மாதிரியான ஓர் அணுக்கமான புரிதலை சரவணனிடம் அவள் பார்க்கிறாள். மெசேஜில் அதிகமான தொந்தரவுகள் இல்லை. விழுந்து பிறாண்டும் ஆண் வர்க்க எண்ணமும் அவனிடம் இல்லை. தேவையானதைப் பகிர்தலும் நலம் விசாரித்தலும் சில நேரங்களில் பேசிக்கொள்ளுதலுமாக நன்றாகவே போய்க் கொண்டிருக்கிறது. தனது கிறுக்கல்கள், கார்ட்டூன்கள் பற்றிப் பேசுவது, தன்னுடைய பயணங்கள் குறித்துப் பேசுவது என்று அளவோடு வைத்துக்கொண்டான். அயர்லாந்து வருவதற்கான சந்தர்ப்பங்கள் இருப்பதாகவும் அதுவே இங்கிலாந்து என்றால் மகிழ்வாய் ஒத்துக்கொள்ளப் போவதாகவும் சொல்லியபோது, யமுனாவும் 'எனக்கும் உங்களைப் பார்த்த மாதிரி ஆச்சு' என்று சட்டெனச் சொல்லிவிட்டுத் தவறாக எடுத்துவிடுவானோ என்று நாக்கையும் கடித்துக்கொண்டாள். ஆனால் அவன் அதை எளிதாக எடுத்துக்கொண்டு, "எனக்கும் கூட அப்படிதான் யமுனா. சின்ன வயசுல பாத்தது. தேவகி ஆண்டியையும் உன்னையும் பார்த்து வருஷமாச்சே" என்றான். உண்மையான பதிலாக இதை யமுனா பார்த்தாள்.

2

ஆர்க் கஃபேக்குள் செல்ல கரையிலிருந்து ஒரு பாலம் கட்டியிருந்தார்கள். நார்தம்ப்டன் வாக்வேயில் அங்கிருக்கும் வாஷ்லெண்ட்ஸ்க்குப் போவதற்கு, ரக்பி கிளப் தாண்டி, நேனே

நதியின் பழைய நீர்வழிப்பாதை வழியாக தேவகி நடைப்பயிற்சி செல்லும்போது, சில நேரங்களில் இந்த கஃபே இருக்கும் வழியாகவும் வருவதுண்டு. சிறு கப்பலைப் போன்ற அதன் தோற்றம் நின்று பார்க்க வைக்கும். இன்று அதன் பாலம் வழியாகச் சின்னதாக ஓடும் அந்த நேனே நதியின் மேலே நடப்பது புதிய அனுபவமாக இருந்தது அவளுக்கு. நிகழ்வுக்கான தகவல் பலகை அந்த கஃபேயின் நுழைவாயிலில் நிறுத்திவைக்கப்பட்டிருந்தது. ஒன்றிரண்டு குழந்தைகள் மட்டும் அந்தப் படகின் பக்கவாட்டில் இருந்த டெக்கில் ஓடிக்கொண்டிருந்தனர்.

அதன் உள்ளே இருந்த இடத்துக்குள் மட்டுமே நிகழ்வை ஏற்பாடு செய்திருந்தார்கள். மழைத் தூறல் இருந்ததால் மேல்புறமிருந்த திறந்தவெளியில் அனுமதியில்லை என்று எலனார் பேசிக்கொண்டிருந்தார் யமுனாவிடம். தேவகியை யமுனா அவருக்கு அறிமுகப்படுத்தியபோது, 'ஷீ இஸ் பியூட்டிபுல்' என்று சொல்லிச் சிரித்தார். தேவகியிடம் தான் நட்பாக இருக்க விரும்புவதாகச் சொல்லி அவளின் போன் நம்பரையும் வாங்கிக்கொண்டார். யமுனா தேவகியிடம் திரும்பி, "ஒனக்கு வாழ்வுதான்ம்மா," என்றாள் கண்சிமிட்டி.

"எல்லாத்துக்கும் நீதா காரணம் யம்மு, நீ இல்லேன்னா நா இங்கன வந்திருக்கவே முடியாதே" என்று குரல் கம்மிப் பேசவும், "ஓகே... ஓகே... பாசமலர் ஆகிடாதே" என்று சிரித்தபடி, ஒரு மேசை தேடி அமர்ந்தாள் யமுனா.

எல்லா மேசைகளிலும் சாப்பிட நாஸோஸ் சிப்ஸும் சாஸ்களும் ஜூஸும் இருந்தன. அவர்கள் கேக் வெட்டிக் கொண்டாடி முடித்ததும், யமுனா தான் வாங்கிக்கொண்டு வந்திருந்த தோலினால் செய்த பட்டமளிப்புத் தொப்பிப் படம் போட்ட கிளட்ச் ஒன்றை அந்தப் பெண் ஹெல்காவிடம் கொடுத்துவிட்டு வந்தாள். எலனார், ஹெல்காவின் வளர்ப்பு, படிப்புப் பற்றியெல்லாம் சின்னதாகப் பேசினார். ஒரு சின்ன துண்டு கேக்குடன் வெண்ணெயிட்ட பிரெட், பேக்கிங் செய்த தக்காளி, அவித்த சிவப்பு பீன்ஸ், ஹலபெனோ பெப்பர்ஸ், வெங்காயம், கோர்க்கின், ஸ்பைசி சாஸ் என்று அடக்கிய ஸ்பைசி பர்கர் ஒன்றும், சின்னதாக வெட்டப்பட்ட ஸ்பிரிங் ரோல்களும் இருந்தன; மேங்கோ ஷர்பத், பலூடா போன்றவையும் இருந்தன.

நிகழ்வை முடித்துக்கொண்டு வரும் வழியில் இங்கிருக்கும் மக்களின் பழக்கவழக்கங்கள் பற்றிய பேச்சும் அதைத் தொடர்ந்து நாம் இந்தியர்கள் குறித்த பேச்சும் யமுனாவுக்கும் தேவகிக்கும் இடையில் வந்தது. வீட்டுக்கு வந்து கதவைத் திறக்கும்போது, "ஒனக்கு ராய்ஸ் மாதிரி, எனக்கும் இப்ப சரவணன் கெடைச்சிருக்கான்"

என்று சொல்லிக்கொண்டே உள்ளே நுழைந்து ஜெர்கின்ஸை கழற்றி ஸ்டேண்டில் மாட்டினாள்.

‘இல்லை பெண்ணே, எனக்கு ராய்ஸ் தோழன், உனக்கு சரவணன் கணவனாக வரப்போகிறவன்’ என்று மனத்துக்குள் நினைத்துக்கொண்டே, “ம்ம், அப்படியா” என்று சாதாரணமாகக் கேட்டாள் தேவகி.

“என்ன அப்படியான்னு கேக்குறே. ஒரு பொம்பள நம்பர் கெடைச்சா போதும்னு வழியிறதும் ராத்திரி மெசேஜ் செய்து தொந்தரவு செய்றதுமா இருப்பானுங்க. நா இங்கன வெளிநாட்டுல இருக்கேன்னு தெரிஞ்சா போதும், கூடுதலா தாங்குவானுங்க நம்ம ஆளுங்க. சரவணன் எவ்வளவோ பெட்டர் இந்த விஷயத்துல,” என்று சொல்லிக்கொண்டே போனவளை அவள் போக்கிலேயே பேச விட்டுவிட்டு நகர்ந்தாள் தேவ்கி. நாம இந்தப் பேச்சில் அதிக ஆர்வம் காட்டினால் அவள் சரவணனிடம் இருந்து விலகுவாள். எப்படியும் தான் நினைப்பதை அவளாகக்கொண்டு வருவாள் என்று தேவகி நம்பினாள். இந்த விஷயத்தில் தன்னைவிட அதிகமாகக் கனவு காணும் வசுவுக்கு இது நல்ல செய்திதான் என்று மனத்துக்குள் சிரித்துக்கொண்டாள்.

3

அடுக்களையில் இருந்து பாசிப்பருப்பு பாயாசத்தின் மணம் அறையைத் திறக்கும்முன்னரே சரவணனின் மூக்கைத் தொட்டது. அம்மா வந்ததிலிருந்து சாப்பாட்டுக்கு அவனுக்குப் பஞ்சமேயில்லை. அவனுக்கென்று இங்கு பெரிதாக நட்புகள் கிடையாது. கார்ட்டூனிஸ்ட் சுந்தரம், சரண்பிரீத் இப்படியானவர்களுடன் மட்டும் தொழில்ரீதியான நட்பு இருந்தது. சரண்பிரீத்தான் இவனுக்கு இங்கிருக்கும் கன்னடத்து வீட்டுச் சமையல் சாப்பாடு கிடைக்குமிடங்களை அறிமுகப்படுத்தியவன். இங்கிருந்து நூற்றியெண்பது கிலோமீட்டர் தொலைவில் இருக்கும் ஹாசன் ஊருக்குத் திருமணம் ஒன்றிற்காகப் போயிருந்தபோது, அருகில் இருந்த கவினக்ஹள்ளி என்னும் கிராமத்தில் இருக்கும் ஏரியைப் பார்த்து வருவோம் என்று கூட்டிச்சென்றான்.

வெயில் சுட்டெரித்துக்கொண்டிருந்தது அன்று. டவுனுக்கு நடுவில் அந்த ஏரியைப் பார்க்கப் புது மாதிரியாக இருந்தது. தண்ணீர் அப்போது கொஞ்சமாகதான் இருந்தது. பசி வேறு வயிற்றைக் கிள்ளியது. காலையில் கல்யாண வீட்டில் சாப்பிட்டுவிட்டுக் கிளம்பியது, இடையில் குடித்த ஒரு டீ போதாது என்று கதறியது வயிறு. எனக்கு இங்கு ஒரு கிராமத்து ஓட்டல்

தெரியும் என்று கூட்டிச்சென்றான் சரண். பெயரே இல்லாத ஓட்டல் அது. உட்கார்ந்து சாப்பிட சின்ன பெஞ்சுகளும் நீளமான மேசைகளும் போடப்பட்டிருந்தன. சூடான சாதமும் சாம்பாரும் கொஞ்சமாக அவியல் போன்ற ஒன்றும் வைத்தனர். வியர்த்து வடிய வடிய அந்தச் சாப்பாட்டின் காரமும் சூடும் வாழ்க்கையில் மறக்கவியலாத ஒன்றாக அமைந்திருந்தன. அம்மாவின் சாப்பாடும் அப்படிதான். சனி ஞாயிறுகளில் மதியம் அவளின் சூடான சமையலைச் சாப்பிடும் பாக்கியம் இப்போதுதான் அவனுக்கு வாய்த்திருக்கிறது. ஒருநாள் சரணையும் சாப்பிட வரச்சொல்ல வேண்டும் என்று நினைத்துக்கொண்டான்.

“இன்னைக்கு என்னம்மா பாயாசம் மணக்கு?” என்றான் அறையை விட்டு வெளியே வந்து. கையில் கடிகாரத்தை மாட்டிக் கொண்டிருந்தவன் அம்மாவை நிமிர்ந்து பார்த்தான். தலைக்குக் குளித்து முழுதாய்க் கிளம்பியிருந்தாள். கண்கள் விரிய, “என்ன இது… எங்கன கௌம்பிட்ட?” என்றவன், “எதுக்கும் என்ன கலர்ல சேலை கட்டியிருக்கன்னு பாத்து வச்சிக்குறேன். தொலைஞ்சு போயிட்டேன்னா, கண்டுபிடிக்கணுமில்ல” என்றான் கண்களைச் சிமிட்டியபடி.

“ஒனக்கு ஒங்கையாவ மாதிரி நக்கலு அதிகம்தாண்டா,” என்றவள், “இன்னைக்கு ஒன்னோட ஜென்ம நட்சத்திரம். நட்சத்திர பொறந்த நாள். அதுதான் பக்கத்தில இருக்கிற கோவில பத்திக் கேட்டேன், நம்ம வீட்டுக்குக் கீழே குடியிருக்கிற கண்ணன் அம்மா கிட்டக்க. அவங்க என்னைய கூட்டிட்டுப் போறேன்னு சொல்லியிருக்காங்க சாமுண்டேஸ்வரி கோவிலுக்கு. பக்கத்துல இருக்கிற சின்ன கோவிலாம். பதினைந்து நிமிட நடை இருக்கும்னு சொன்னாங்க. ஆட்டோவில போலாம்னு இருக்கோம்,” என்றாள் சந்தோஷமாக. சரவணன் குனிந்து அம்மாவின் கால்களைத் தொட்டுக் கண்களில் ஒற்றிக்கொண்டான்.

“இன்னும் மறக்காம வச்சிருக்கியாடா?” என்று சொல்லி சாமியின் முன்பிருந்த விபூதிக் கிண்ணத்தை எடுத்து அவன் நெற்றியில் பூசிவிட்டபடி, “இந்த வருஷமாவது கல்யாணம் ஆகட்டும்” என்றாள்.

“அம்மா…” என்று கண்ணை விரித்து மகிழ்வாய்ப் பார்த்தபடி, “தேங்க்ஸ்மா” என்றவனைக் கன்னத்தில் தட்டி, “அம்மாவுக்கு எல்லாம் தேங்க்ஸ் சொல்லக் கூடாதுடா” என்றாள்.

பாயாசக் கிண்ணத்தை எடுத்தவாறு “நேத்து யமுனா பேசுனா. தேவகி ஆண்டி பேசணும்னு சொன்னாங்களாம். இன்னைக்கு நைட்டுக்கு கால் பண்றேன்னு அவகிட்டக்க சொல்லிட்டேன்,”

என்று சொல்லியபடி, “ஏம்மா, யாரும்மா அது கீழ் வீட்டு கண்ணன்?” என்றும் வினவினான்.

“நம்ம தமிழ்க் குடும்பம்தான். அந்த அம்மாவுக்கு ரெண்டு பிள்ளைங்க. பொண்ண டெல்லியில கட்டிக் கொடுத்திருக்காங்களாம். பையன் இந்த வருஷம் இஞ்சினீயரிங் முடிக்கிறான். கீழே இறங்கி வாக்கிங் போகும்போது பழகிட்டாங்க. ஒண்ணைய பத்திக் கேட்டாக. நீ வர்றதும் தெரியிறது இல்ல, போகிறதும் தெரியிறது இல்லன்னு சொன்னாங்க,” என்றதும், சரவணன் உடனே, “பாத்தியா, ஒன் பையன் எவ்வளவு சமத்துன்னு,” என்றான்.

“அவங்கதான் நல்லா பேசுதாங்கடா இங்கன. இன்னொரு தமிழ்க் குடும்பம் அடுத்த பிளாக்கில் இருக்காங்க, ஆனா குறைச்சலாதா பேசுதாக” என்றாள் வசு.

சாப்பாட்டை முடித்துவிட்டு, ஹாட் பேக்கை எடுத்துக்கொண்டு, “எங்கன போனாலும் கவனமா போயிட்டுவா என்ன” என்றான்.

“சரி பெரிய மனுஷா” என்றாள் வசு சிரித்துக்கொண்டே.

இப்பதான், கல்யாணம் என்றதும் மறுத்துப் பேசாம, முகம் கோணாம கொஞ்சம் வெட்கத்தோட சிரிக்கிறான். அதுவும் கல்யாணப் பேச்சைத் தொட்டதும் எதற்கு யமுனாவை நினைத்துக் கொண்டான். அவளைக் குறித்து உடனே பேசினானே. அடடா, நாம உடனே அத கேட்காம விட்டுட்டோமே என்று தலையில் அடித்துக்கொண்டாள். தேவா இதைக் கேட்டால் வசுவைத்தான் திட்டுவாள். நல்லவேளை கேக்காம இருந்தே என்பாள். அவளுக்கு எந்த காரியமும் பொறுமையா நடக்கணும். தன் போக்கில நடந்தாதான் அது நல்லாயிருக்கும் என்பாள். தேவா சொல்ற மாதிரி நா கொஞ்சம் அவசரக் குடுக்கைதான் என்று சிரித்துக்கொண்டாள். வீட்டைப் பூட்ட சாவியைத் தேடினாள். அதற்குள் கீழேயிருந்து கண்ணனின் அம்மா மேலேறி வந்துவிட்டார்கள்.

கோயிலில் சுற்றை முடித்துவிட்டு, வெளிப்பிரகாரத்தில் அமர்ந்தபோது, வசுவுக்குப் புதிதாகப் பழக்கமானவர்களுடன் சகஜமாகப் பேசிக்கொள்ள இன்னும் வாய்க்க வரவில்லை. இருந்தும் அவர்களிடம் சரவணன் கார்ட்டூன் வரைவது குறித்தெல்லாம் பேசிக்கொண்டிருந்தாள். ‘இங்கும் வரையும் ஒருத்தரா’ என்று அதிசயத்துப் போனார் அந்த அம்மா. இங்கிருக்கும் குழந்தைகளுக்கு ஒருநாள் கார்ட்டூன் வரைவதன் அடிப்படைகளைக் குறித்து சரவணன் பேசலாமே என்று அழைத்தார்கள். வசுவுக்குள் பயம் வந்துவிட்டது.

"ஐயோ! நா இருப்பதைச் சொன்னேன். நீங்க இப்படி யெல்லாம் ஏற்பாடு செய்தா அவன் கோவிச்சுக்கப் போறான்" என்று பதற்றத்துடன் சொல்ல, அவர்கள் அதற்கு, "என்ன இப்படி பதறுறீங்க?" என்று சிரித்துவிட்டார்.

"சரி, நீங்க கேட்டுச் சொல்லுங்க. நிச்சயமா ஒத்துக்கொள்வார் உங்க மகன்," என்று சொல்ல, வசுவுக்குள் 'என்ன நான், அவனைக் கேட்காமல் இப்படி உளறிவிட்டேன்? அவனுக்குக் குழந்தைகள்ன்னா பிடிக்காதுன்னு சொன்னானே... கோபப்படுவானோ? இதுக்குதா தேவகி மாதிரி அப்பவே வேல பாத்திருக்கணும். அவன்னா நாலு விஷயத்த தெளிவா பேசுவா' கேள்விகள் குடையத் தொடங்கின.

வீட்டுக்கு வந்தும் அவளுக்குப் பதற்றம் தணியவில்லை. ராத்திரிச் சாப்பாட்டின்போது, இவளும் உடன் அமர்ந்து சாப்பிடாமல், அவனைச் சாப்பிடச் சொல்லிக்கொண்டிருந்தாள். அவன் எத்தனை வற்புறுத்தியும் 'நீ சாப்பிட்டு முடிப்பா' என்றே சொல்லிக்கொண்டிருந்தாள். சரவணன் சாப்பாட்டிலிருந்து கையெடுத்துவிட்டு, "என்ன விஷயம்? நீ ஏன் டென்ஷனா இருக்கே, அதச் சொல்லு முதல்ல. அப்புறம்தா நா சாப்பிடுவேன்" என்று கறாராய்ச் சொல்லிவிட்டு வசுவின் முகத்தையே பார்த்தான்.

"இல்லப்பா, இன்னைக்கு ஒன்கிட்ட கேக்காம, ஒரு விஷயத்த கண்ணன் அம்மாகிட்ட சொல்லிட்டேன். ஓடன அவங்களும் சும்மா இல்லாம, அப்பார்ட்மெண்ட் செகரெட்டரிகிட்ட சொல்லி குழந்தைகளுக்குச் சொல்ல சொல்றேன்னு என்னவெல்லாமோ சொல்றாங்க, ஒன்னைய கேட்டுட்டுச் சொல்றேன்னு சொன்னாலும் சிரிக்கிறாங்கப்பா, நாதா தப்பு பண்ணிட்டேன்போல," என்பதற்குள் வசுவுக்குக் கண்ணில் கண்ணீரே கோத்துக்கொண்டது. சரவணன் பதறிவிட்டான். என்ன இப்படி இருக்கிறாள்? எழுந்தான் இருந்த இடத்திலிருந்து.

"அம்மா..." தலை நிமிராமல் இருந்தாள் வசு. "அம்மா," என்று சத்தம் கூடுதலாக, அழுத்தமாகக் கூப்பிட்டபிறகு, நிமிர்ந்தாள்.

"முதல்ல உக்காரும்மா. பதட்டப்படாத. நீ எத பத்தி சொன்னே? அவங்க எதுக்கு சரின்னாங்க? நா என்ன செய்யணும் இங்க. அப்பார்ட்மெண்ட் மீட்டிங் போகணுமா? யாருக்காவது எதுக்காவது ட்ரீட் வைக்கணுமா" அவள் பதற்றமாவதை உணர்ந்து, "சரிம்மா, நீ எதுக்குச் சொன்னாலும் சரி, நா ஒத்துக்கிறேன்னு சொல்லு, நீ சொல்லி நா ஏதாவது செய்யாமல்

இருப்பேனா சொல்லு. நா ஒன் பையன்ம்மா. நீ சொல்றத கேக்குறத தவிர எனக்கு வேறென்ன வேல? சரின்னு சொல்லிரு. அதுக்காக என் முன்னாடி ஒரு கொல குத்தவாளிபோல நிக்காதாம்மா," அவளின் விரியும் ஆச்சரியக் கண்களைப் பார்த்து, 'கொஞ்சம் நிதானமாகுறா' என்று நினைத்தான்.

"மனோகரா! அவன் தலைய வெட்டிக்கொண்டுவான்னு சொல்லும்மா. செய்யிறேன்," என்று குனிந்து சொன்னபோது, வசுவால் கண்ணீருடன் வாய்விட்டுச் சிரிக்க முடிந்தது.

"சே! எப்படி பதறடிச்சிட்ட என்னைய ஒரு நிமிஷத்துல. பெத்த புள்ளைக்கு இப்படி பயப்படுவியாம்மா? ஒன்னைய எப்படி அந்த வீட்டுல இருந்தவங்க வச்சிருந்தாங்கன்னு இப்பதான புரியுது. நீ என் அம்மா. நின்னு பேசனும்மா நீ. ஒவ்வொரு அம்மா புள்ளைங்கள என்னமா கைக்குள்ள வச்சிருக்கா ... நீ என்னாடான்னா..." என்று சிரித்துக்கொண்டே சொல்லியவாறு, அவளை உட்காரச் சொல்லி சாப்பிட தட்டை எடுத்து வைத்தான். அதன்பிறகு அவன் சாப்பாட்டைத் தொடர்ந்தான்.

அவள் சாப்பிட ஆரம்பித்த பிறகு, "இப்ப சொல்லு. என்ன விஷயம்?" என்று நிதானமாகக் கேட்டவனிடம் எல்லாவற்றையும் சொன்னாள்.

"செஞ்சிட்டா போச்சு. ஞாயித்துக் கெழம வச்சிக்கலாமான்னு கேளு. இங்கன இதெல்லாம் சகஜம்மா. இதுக்குப் போயி..." அவனுக்கு இன்னும் சிரிப்பு அடங்கவில்லை. அப்போதும் வசு மெதுவாக, "ஒனக்கு குழந்தைங்க பிடிக்காதுன்னு அன்னைக்கு ஒங்கப்பா கேட்டதுக்கு சொன்னீயே?" என்று கேட்டாள்.

"அம்மா, அது எனக்கும்மா..." சிரித்து அவனுக்குப் புரை ஏறிவிட்டது. தலையில் தட்டியபடித் தண்ணீரைக் குடித்தான். "அது ஒரு வகை கமிட்மெண்ட்ம்மா. அதுக்குச் சொன்னேன். மனுஷனா வாழ்றவனுக்குக் குழந்தைகளை வெறுக்க முடியுமா? சொல்லு பாப்போம்... நீயும் ஒன் புரிதலும்..." நினைத்து நினைத்துச் சிரித்தான். உள்ளே அவளின் பயம் எத்தனை பூதாகரமானது என்று நினைக்கவே அச்சமாக இருந்தது. இப்படி ஒருத்தி, தன் புருஷனுக்கு, வளர்ந்த பையன்களுக்கு, மகளுக்கு, மருமகளுக்கு என்று பயம் கொள்ளுவாளா என்ன? மனத்துக்குள் ரொம்ப வலித்தது. பெண்களை நம் ஊர்களில் எப்படி வைத்திருக்கிறோம் என்று வருத்தமாகவும் இருந்தது. இது நிவேதிக்கா அல்லவா செய்திருக்கணும்... அம்மாவை உக்காத்தி வச்சு அழகு பாத்திருக்க வேணாமா? 'ச்சை, சுயநலம் மிகுந்த உலகம்... என்று தனக்குள் சொல்லிக்கொண்டான்.

சாப்பிட்டு முடிந்த பிறகு அவளை உட்கார்த்திவைத்து நிறைய விஷயங்களைப் பேசினான். அவளுடைய மன அழுத்தம் எத்தனை ஆபத்தானது என்று விளக்கினான். அப்போதும் வசு அவன் அழகாக அறிவாக, அவளுடைய அப்பாவைப்போலவே பேசுவதாகச் சொன்னாள். சரவணன் மனத்துக்குள் நினைத்துக்கொண்டான், 'என்ன ஆனாலும் சரி, இவள் என்னோடுதான் கடைசிவரை இருக்க வேண்டும்' என்று.

4

அந்த மாதத்திலேயே ஓர நாள் மதியம் சாப்பிட்டு முடித்திருப்பான், அதற்குள் அம்மாவின் அழைப்பு. போனை எடுத்ததும் அவளின் குரலே சரியில்லாததுபோல இருந்தது. "தலை கொஞ்சம் சுத்துது. கண்ணு இருண்டுகிட்டு வருதுடா," என்றதுமே சற்றுப் பதற்றமானான்.

"கீழ் வீட்டு ஆண்டிய கூப்பிட்டுகிறீயாமா? நா கிளம்பி வந்துட்றேன்."

அடுத்த அரைமணியில் வீட்டிலிருந்தான். அருகிலிருக்கும் ஆஸ்பத்திரிக்கு அழைத்துச் சென்றான். மதிய நேரமாதலால் கூட்டம் மட்டுப்பட்டிருந்தது. வீட்டுக்கு வந்து சேரும்போது, மணி எட்டு ஆகியிருந்தது. நடைப்பயிற்சி முடிந்து லிஃப்ட்டுக்கு நின்றிருந்த கண்ணனின் அம்மாவை அவனுக்கு வசு அறிமுகப்படுத்தினாள்.

"ஒண்ணும் பெரிதாக இல்லை. இசிஜி, பிளட் டெஸ்ட் எல்லாம் எடுத்தாங்க. இரத்த அழுத்தம்தான் கவலைப்படத்தக்க அளவில் இருக்கு. இப்ப எடுத்துக்கிட்டு இருக்கிற மாத்திரைகளைச் சற்று மாற்றிக் கொடுத்திருக்கார்," என்று சொல்லியவன், "ஆண்டி, ஒரு ஹெல்ப் வேணுமே, வீடு பாத்துக்கன்னு ஆள் இருக்கு இப்ப. சமையலுக்கு ஆள் கிடைக்குமா?" என்று கேட்டான்.

"இங்க அதுக்கெல்லாம் ஏஜன்சி இருக்கு. அதுவும் நம்ம அபார்ட்மென்ட்டில் தனி லிஸ்ட் இருக்கு. நாளைக்கு நான் கேட்டுட்டு உனக்கு அப்டேட் பண்றேன். உன்னுடைய நம்பர் கொடு," என்று கேட்டார்.

அவருடைய எண்ணையும் வாங்கியவன். "ரெண்டு நாளைக்கு நான் வீட்டிலிருந்துதான் வேலை செய்வேன். நீங்க யாரை அழைச்சுட்டு வந்தாலும் நான் பார்த்துக்கொள்வேன்" என்றான்.

வசு இரவு சாப்பிட்டுப் படுக்கும்போது, "நா ரொம்ப நாள் தாங்குவேனான்னு தெரியல சரவணா. அதுக்குள்ளார ஒனக்கு

அமையணும். ஒங்க அப்பா இறந்த அன்னைக்கு அதுதான் நா மனசுல வேண்டிக்கிட்டேன்,"என்று புலம்பத் தொடங்க, அவளைக் கடிந்துகொள்ள மனமில்லாமல், "சரிம்மா, நடக்கும்" என்று சொல்லி அவளைத் தூங்கச் சொல்லிவிட்டு வந்தான்.

கொஞ்சம் கழித்து முகுந்தனிடம் பேசும்போது வசுமதி தூங்கியிருந்தாள். "இங்கன கொண்டு வந்து விடேன்டா," என்றபோது, "வேண்டாண்ணா, நானே பாத்துக்கிறேன்" என்று சொன்னான். 'உங்க எல்லாத்துக்கும் ஓடா ஒழைச்சுதான் இப்படி இருக்கா, பலகீனமா' என்று மனதுக்குள் நினைத்துக்கொண்டான்.

இரவு யமுனாவை அழைத்து விஷயத்தைச் சொன்னான். தேவகிக்குப் பெரிதாகச் சொல்லிக்கொள்ள வேண்டாம், கவலைப்படுவாங்க என்றான்.

"சரவணா, நீ இங்கே வரும்போது ஆண்டியையும் கூட்டிட்டு வா. நா பாத்துக்கிறேன்," என்ற யமுனாவின் சொற்களில் உண்மை இருந்தது. "பார்க்கிறேன் யமுனா. எனக்கும் ஆன்ஸைட்டுக்குக் கேட்டுக்கிட்டுதான் இருக்காங்க. அம்மாவ பாத்துக்கணும்னு வரும்போது, என்னமோ கொஞ்சம் பயமா இருக்கு. டாக்டர் என்கிட்டே மட்டும் சொல்லும்போது, ஹைப்பர் டென்ஷன் கொஞ்சம் டேஞ்சர். கவனமா பாத்துக்கோங்க என்றார். சமையலுக்கு ஆள் சொல்லியிருக்கேன். ரெண்டு நாள் நா வீட்டில் இருந்துதா வேலை பாக்க இருக்கேன். அப்புறமும் சனி ஞாயிறு தானே. அம்மா கூடதா இருக்கேன்" என்றபோது,இருவருக்குள்ளும் ஆத்மார்த்தமான மௌனம் ஊடாடியது.

"யமுனா... எனக்குக் கல்யாணம் செய்து பாக்கணும்னுதா அவ உயிரோட இருக்கிறதா புலம்புறா. என்ன சமாதானம் சொல்றதுன்னே புரியல" என்றான் மெதுவாக.

"நீ பண்ணிக்கலாமே, ஏன் அவங்கள சிரமப்படுத்தணும்? யாரையாவது மனசுல வச்சிருந்தா ஆண்டிக்கிட்ட சொல்லலாமே" வார்த்தைகளைத் தேர்ந்தெடுத்துச் சொன்னாள்.

சரவணனின் பக்கமிருந்து சத்தமேயில்லை சில விநாடிகளுக்கு. அவன் அசைந்து உட்காரும் நகர்வுச் சத்தத்தை உணர்ந்தாள். "எனக்கு அப்படி யாரும் இல்ல. அப்படி சொல்றதவிட, கல்யாணத்தின்மீது பிடிப்பு இல்லன்னு சொல்லணும். ஆனா அம்மா வந்தபிறகு, குடும்பமா இருக்கிறதில் சிறிதா பற்று முளைச்சிருக்கு. ஆனா கமிட் ஆகப் பயமா இருக்கு. புள்ள குட்டி எல்லாம் பெத்து வளக்குற அளவுக்கு மனசு இருக்கான்னு தெரியல. இப்படியான எனக்குப் பொண்ணு

செட் ஆகணுமே. அம்மா ஏதாவது ஒரு பொண்ணைச் சொல்ல, அவ ஜாலியான யங்க்ஸ்டர் வேணும், பத்துப் புள்ள பெத்துக்கணும்னு வந்தா, சத்தியமா அதுக்கு ஆள் நானில்ல. மெச்சூரிட்டியோட, இந்த உடம்பு மனசுக்கான புரிதலோட இருந்தா யோசிக்கலாம்," என்று சொல்லி நிறுத்தியபோது, அந்தப் பக்கமிருந்த யமுனா, "என்னைய மாதிரிதா நீயும் யோசிக்க. என்கூட இங்கேயும் தேவகி இருக்காளே, வில்லி அவ... ஓங்கம்மா மாதிரி ஓபனா பேசமாட்டா, ஆனா என்னைய வச்சி செஞ்சுருவா, பாத்துக்கோ," என்றபோது சிரித்தே விட்டான் சரவணன், "ஒரு ஆப்ஷன் இருக்கு சரவணா. நாம ஏன் நமக்குள்ள காம்பரமைஸ் பண்ணிக்கிட்டு, கல்யாணம் பண்றத பத்தி யோசிக்கக் கூடாது?"

"எப்படி? மூவீஸ்ல வரமாதிரியா?" என்று சொல்லிச் சிரித்தான். ஒரு பெண்ணிடம் பேசிச் சிரிப்பது சரவணனுக்கு வெகு வருடங்களுக்குப் பிறகு வாய்த்திருக்கிறது.

"அப்படியெல்லாம் ஒரு வருஷம் ரெண்டு வருஷம்ன்னு ஒப்பந்தம் போடுறதுக்கு நாம என்ன பிஸினசா பண்றோம்? இது வேற ஒப்பந்தம். குழந்தை என்ற கமிட்மெண்ட்டுக்கு நம்ம வயசு இடம் கொடுக்குமான்னு யோசிக்கணும். அதனால் அது பற்றிய யோசனை நமக்குத் தேவையில்லை சரவணா. கல்யாணம் மட்டும் பண்ணிக்குவோம். சந்தோஷமா இருப்போம். நம் வாழ்க்கையை நாம் வாழுவோம், என்ன சொல்றே?" என்று யமுனா முடித்தபோது, "அய்யோ, இத மட்டும் இப்ப இந்த வசு கேட்டான்னு வச்சுக்கோ, இப்பவே எழுந்து உக்காந்துருவா," என்று அவர்களின் பேச்சும் சிரிப்பும் மெல்லமாகத் தொடர இரவு விடியலுக்கான சாத்தியங்களைக் காட்டத் தொடங்கியிருந்தது.

5

யமுனா, தேவகியை அழைத்துக்கொண்டு பர்மிங்காம் வந்திருந்தாள். நார்தம்ப்டானில் இருந்து ஒரு மணி நேரப் பயணம்தான். பர்மிங்காம் வந்தால் யமுனாவுக்கு அங்கிருக்கும் வெங்கடேஸ்வரா கோயிலில் அர்ச்சனை செய்துவிட வேண்டும். ஆனால் இன்று தேவகிக்கு சிட்டி சென்டரில் இருக்கும் கீதா பவன் கோயிலுக்குக் காலை 11 மணிக்கு எடுக்கும் ஆர்த்தியை முதலில் பார்த்துவிட வேண்டும் என்று தோன்றிவிட்டது. தேவகிக்கு அங்கு வீற்றிருக்கும் பகவான் விஷ்ணுவும் லட்சுமி தேவியும் மிகுந்த பிரியமான வழிபாட்டுக்கு உரியவர்கள். இதுவரை நான்குமுறை தேவகியை இங்கு அழைத்து வந்திருக்கிறாள்.

‘நம்ம ஊர் சாமி மாதிரி இல்லடி இங்க. வடக்குல இருக்கிற சாமிங்க மாதிரி, வெள்ளையா பொம்மைகள் மாதிரி இருக்காங்க. இருந்தாலும் சாமிதான’ என்று சொல்லியபடிதான் வழிபடுவாள். ஆரத்தி காட்டும்போது தேவகி, “ரெண்டு பேருக்கும் கட்டிவிட்டிருக்கிற நீலவண்ணப் பட்டு எப்படி ஜொலிக்கிறது பாரேன். அதுவே சாமிக்கு ஒரு அருளைக் கொடுக்குதுல்ல”, என்றபடி மெய்மறந்து நின்றாள். அதன்பிறகு அங்கு சாம்பார் சாதத்தைச் சாப்பிட்டுவிட்டு புல் ரிங் மாலுக்குள் நுழைந்தார்கள். பகலிலும் ஜகஜோதியாக இருந்தது அது. யமுனா தனக்கு வேண்டியதாக இருந்த ஆடைகளையெல்லாம் இரண்டு மணி நேரமாக அலைந்து திரிந்து எடுத்த பிறகு, உள்ளிருந்த ஓர் இந்திய உணவகத்தில் கடைசியாக வந்து அமர்ந்தார்கள். இப்போதுதான் பேச நேரம் கிடைக்கிறது. சொல்லிவிட வேண்டும் அம்மாவிடம் என்று யமுனா யோசித்தாள்.

சன்னா பிரெட், மேத்தி பரோட்டா என்று அங்கே கவுண்டரில் போய் சொல்லிவிட்டு யமுனா, தேவகியிடம் வந்து அமர்ந்தாள்.

“இன்னைக்கு நல்ல தெளிவா இருக்கியேம்மா,” என்று வம்புக்கு இழுத்தாள் தேவகியை.

“ஆமா, கோவில்ல இருந்த ஒரு பூர்ணம் இங்க இந்த கூட்டத்துல, கேக்குற சத்தத்துல தொலைஞ்சுடுது, என்ன யம்மு?” என்று பதிலுரைத்தாள்.

“இதுவும் நம்ம வாழ்க்கையில ஒரு பகுதிதானம்மா. எல்லாமும் சேர்ந்ததுதானம்மா வாழ்க்கை. ஒனக்குத் தெரியாததா?” என்று இழுக்கவும், “என்ன! பேச்சு வம்பு இழுக்குற மாதிரில்ல இருக்கு. சரி, என்ன இன்னைக்கு ரொம்ப ஹாப்பியா இருக்கே?” என்று துருவும் கண்களால் தன் மகளைப் பார்த்தாள்.

“அப்படியெல்லாம் ஒண்ணுமில்ல. ஓவரா கற்பனைய ஓட்டாதம்மா. நா வேற விஷயம் சொல்ல வந்தேன்,” என்றவளை என்ன என்பதுபோல பார்த்தாள் தேவகி.

“வசு ஆண்டி அன்னைக்கு நம்மகிட்ட நைட் பேசுறேன்னு சொல்லிப் பேசல இல்லையா. அன்னைக்கு அவங்களுக்கு கொஞ்சம் பிபி கூடிருச்சாம். ஹாஸ்பிடல் போய் செக் பண்ணிட்டு வந்தாங்களாம். இப்ப பரவாயில்லையாம்” என்று தேவகியின் முகத்தைக் கவனித்துக்கொண்டே சொன்னாள்.

“என்கிட்ட அன்னைக்கே ஏன் யம்மு சொல்லல? அவகிட்ட பேசியிருப்பேனே,” என்று படபடத்துவிட்டு, “இப்ப

பரவாயில்லதான? யாரு சொன்னா? சரவணனா?" என்றதற்கு யமுனா தலையாட்டினாள்.

"அவனுக்கு என்கிட்ட பேசினா என்னவாம்? அவள எப்படி பாத்துக்கணும்னு கொஞ்சம் சொல்லியிருப்பேன். ஒங்கிட்ட பேசியிருக்கான், பாரு", என்று சொன்னவளைப் பார்த்து, "சரவணன் அவங்க பையன்ம்மா. அப்புறம் இன்னொரு விஷயம்... மருமகன பாத்து அவன் இவன்னா பேசுறது?" என்று சாதாரணமாகச் சொல்லியவாறு வந்திருந்த சாப்பாட்டை பிளேட்டில் எடுத்துவைக்கத் தொடங்கினாள்.

தேவகி கண்களை இடுக்கிக்கொண்டு யமுனாவைப் பார்த்து, "என்ன மருமகனா? அப்படிதான சொன்னே? இல்ல இந்த சத்தத்துல வேற மாதிரி என் காதுல விழுந்துதா?" கேள்வியாகத் தொடுக்க, "மாம், போதும். மருமகன்னுதான் சொன்னேன்," என்று சொல்லிக்கொண்டே தேவகியின் பிளேட்டிலும் மேத்தி பரோட்டாவை எடுத்து வைத்தபடியே சிரிக்க, தேவகியின் முகத்தில் அப்படி ஓர் ஆனந்தம்.

"யமுனா, வசு நெனைச்சது நடந்துருச்சு. ஒன்னோட வாழ்க்கையைப் பத்தி இனி எனக்குக் கவலை குறைந்தது," என்று முகம் முழுக்கச் சிரிப்பை அப்பிக்கொண்டதும், "ஏம்மா அப்படி சொல்றே. அதுக்கு அப்பறம் என்னைய பாத்துக்க மாட்டியா?" என்று யமுனா பாவமாகக் கேட்டாள்.

"அச்சோ என் பொண்ணே! அதற்கு அர்த்தம் அதுயில்லடி. நா இன்னும் எத்தன வருஷம் ஒன் பேச்சுத் துணைக்கு, ஆத்திர அவசரத்துக்கு இருக்க முடியும், சொல்லு. சக வயதுள்ள ஒருத்தர் என்றால் வாழ்க்கைப் பயணம் முழுக்க வழித்துணையா வர முடியும். இப்ப இருக்கிற காலத்துல யாரும் யாரை நம்பியும் இல்ல, ஆனா மனுஷங்களா நாம வாழுறதனால ஆதரவுடன் பகிர்தலுடன் வாழ வேண்டிய கட்டாயமும் இருக்கு. அதற்கான வழி கிடைக்கும்போது என்னோட குறை தீர்ந்ததாகத்தானே எடுத்துக்க முடியும். அததான் சொன்னேன். என் உயிரு இருக்கிற வரை நா ஒங்கூடதான் யம்மு" என்றாள் கண்களை மூடித் திறந்து சந்தோஷமாக.

"அதுக்கு பிரிட்டிஷ்காரன் சரிங்கணுமே?" என்று முகத்தை வருத்தமாக வைத்துக்கொண்டு சொல்ல, "ஏன் என்ன விஷயம்?" என்றாள் தேவகி பதற்றமாக.

"நீ கடைசி வரை என்னோடதா. நீ என்னோட கவனிப்புல இங்கேயே இருந்துக்கலாம்னு கொடுத்துட்டாங்க. நா சும்மாதா சொன்னேன்," என்றபடி சிரிக்க, "யம்மு! ஒனக்கு வரவர குத்தல்

பேச்சு அதிகமாகுதுடி, பாத்துக்கோ" என்று முறைத்தாள் யமுனாவை.

"சரி, எப்போ எங்க கல்யாணம்? அதெல்லாமும் எங்களுக்குத் தெரியாம பேசி முடிச்சிட்டீங்களா, இல்ல, அதையாவது எங்களுக்கு விட்டுவச்சிருக்கீங்களா?" என்ற தேவகியின் சீரியஸான கேள்விக்கு, "ஓ! நோ, அப்படியெல்லாம் மிஞ்சிப் போகமாட்டோம். அதுக்காக நாங்க லெட்டர் போட்டுப் பேசிக்கிட்டுதான் நடத்துவோம்ன்னு ஏதாவது ஆரம்பிச்சிங்கன்னா, அவ்வளவுதான் சொல்லிட்டேன்," என்றபடி ஒற்றை விரலைக் காட்டி மிரட்டும் தொனியில் யமுனா பேச, தேவகிக்குச் சிரிப்பை அடக்க முடியவில்லை.

"தேவா! பாத்துச் சிரி, பள்ளு சுளுக்கிக்கும்," என்று இன்னும் பேச, தேவகி, "யம்மு நிப்பாட்டு, எனக்கு சிரிச்சு வயிறு வலிக்குது" என்றாள்.

"மாம், நீ இப்படி சிரிச்சு இத்தன வருஷம் இருக்கும்? என்னால ஒனக்கு இப்படியொரு சந்தோஷத்த கொடுக்க முடியுன்னா நா என்னவேன்னா செய்வேன்ம்மா," என்று சிறிதாகத் தீர்மானமாய்ச் சொன்னாள்.

"அட, இதுக்கெல்லாமா செல்லம்மாவோட கொள்ளுப்பேத்தி சீரியஸா ஆவா?" என்று சொல்ல, யமுனாவின் முகத்தில் பழைய சிரிப்பு வந்தது.

"மாம், கல்யாணம் இங்கன தான். சரவணனுக்கு இங்க வரும் வாய்ப்பு இருக்கு. ரெண்டு மூணு மாசத்துல. அதுக்கப்புறம் டேட் முடிவு பண்ணுங்க. இங்க கீதா பவன் கோயில்ல வச்சுக்கலாமா? நீதான் சொல்லணும்" என்று சொன்னாள்.

"சரி, நா வசுகிட்ட பேசிட்டுச் சொல்றேன். இன்னைக்காவது அவகிட்டக்க பேசலாமான்னு கொஞ்சம் கேட்டுச் சொல்லுங்க உங்க சரவணன் கிட்ட, இளவரசி," என்று கேலி செய்ய, "ஓஹோ! நீ இப்படி செய்தா குத்தல் இல்ல, நா பேசினா மட்டும் குத்தலா" பொய்க் கோபம் முகத்தில் தெரிய, "டீ வாங்கிட்டு வரேன்ம்மா," என்று சொல்லியவாறே எழுந்து போனாள் யமுனா. அவளையே வைத்த கண் வாங்காமல் பார்த்துக்கொண்டிருந்த தேவகி, 'எல்லாம் இப்படியே நல்லபடியா முடியணும்' என்று குன்றுமேல் சாஸ்தாவை வேண்டிக்கொண்டாள்.

6

வசுவுக்குச் சமையலுக்கு ஆள் கிடைத்துவிட்டபோதிலும், அந்தப் பெண்மணி கர்நாடகத்துச் சமையலை மட்டும்தான் தனக்கு

செய்யவரும் என்று சொல்லிவிட்டாள். சரவணன் வசுவிடம் "உன் சாய்ஸ்" என்று சொல்லிவிட்டான். வசுவும் சரியென்றாள். "ஆனா நீ சமையல் கட்டுக்குள்ள போகக் கூடாது. அந்த அம்மாவை உன் சமையலைச் செய்ய வைக்கன்னு கஷ்டப்படுத்தக் கூடாது, சரின்னா நா ஓகே சொல்றேன்" என்று முடித்தான். வசு தலையாட்டினாள்.

"நீ ரெஸ்ட்டில் இருக்கனும். நீ எனக்கு எப்போவும் வேணும்மா. அத புரிஞ்சுக்கோ" என்றான் அவளை சோபாவில் உட்கார்த்தி வைத்தபடி.

"இதெல்லாம் நல்லா பேசு. கல்யாணம் மட்டும் பண்ணிக்காத" என்று முணுமுணுப்பாய்ச் சொல்ல, சாயங்கால இரண்டு கப் காப்பியுடன் வந்த சரவணன், "என் காதுல விழணும்னே முணுமுணுக்கிறது எனக்குக் கேட்டுச்சு. வா, உக்காந்து காப்பி குடிம்மா. இன்னைக்கு ஒனக்கு ஒரு சந்தோஷமான விஷயமும் கஷ்டமான விஷயமும் சொல்லப் போறேன்," என்றான்.

"என்ன கஷ்டமான விஷயம்?" என்று முகத்தைப் பதற்றமாக வைத்துக்கொண்டு கேட்க, "பாத்தியா, நா ரெண்டும்தான் சொன்னேன். சந்தோஷமான விஷயம் என்னன்னு கேக்கியா முதல்ல . . . கஷ்டமான விஷயத்ததான கேக்கே" என்றான் காபியை உறிஞ்சியபடி.

"சரி, கேளு. உன்னைய கொண்டு போய் ஒன் பிரண்டு தேவகி இருக்காங்களே," என்று இழுக்க, வசு உடனே, "என்ன தேவகி? தேவகி ஆண்டின்னு மரியாதையா சொல்லு," எனச் சொல்ல, "ம், சரி தேவகி ஆண்டி வீட்டுல விடலாம்னு பாக்குறேன். நீங்க ரெண்டு பேரும் பேசிப் பேசிச் சலிச்சுப் போகுறது கஷ்டமான விஷயம்தான. ஒன் கூட இருக்க முடியாதுடி, நா ஊருக்கே திரும்பிப் போறேன்னு ஓடி வரணும் நீ" என்று சிரித்தபடி சொல்ல, வசு மெதுவாக, "அவள் கிட்டக்க நா அடிக்கடி சண்ட போட்டிருக்கேன்டா. அவ கல்யாணமே நடக்கக்கூடாதுன்னு சண்ட புடிச்சு, அவள காப்பாத்தப் பாத்து, ஆனா அவ மேல வச்சிருக்கிற அன்புனால அவ கல்யாணத்துக்கும் போனவ நானு. நீங்க பாக்குறதெல்லாம் கண்டம் தாண்டிக் கண்டத்துக்கு இடையில இருக்கிற தூரத்ததான். உண்மையிலே எங்களுக்கு இடையில தூரமே இல்ல. நா வள்ளியூருல இருந்தப்ப, அவ திருச்செந்தூருல இருந்தா. நா திருநெல்வேலி வந்தப்போவும் அவ திருச்செந்தூருலதா இருந்தா. இப்ப நா பெங்களூருல அவ இங்கிலாந்துல. ஆளாளுக்கு ஒரு இடத்துல இருந்தாலும் எங்களுக்குள்ள இந்த லெட்டருன்னு ஒண்ணு இந்த ஊரு

இடைவெளிய மறைச்சிருச்சு பாத்துக்கோ. அதனால நா அங்கிட்டுதா போகணும்னு இல்ல, அவ இம்சைய நானும் என் இம்சைய அவளும் சேர்ந்து படிக்க ஆரம்பிச்ச காலத்துல இருந்து தாங்கிக்கிட்டவங்கதான்" என்று சொன்னவள், "அந்த இன்னொன்னு?" என்று கேட்டாள் கண்கள் விரிய.

"ம்ம்… நானும் யமுனாவும் கல்யாணம் பண்ணிக்கலாம்னு இருக்கோம்," என்று அவன் சந்தோஷமான முகத்துடன் சொன்னதை நம்பமுடியாமல் வசு பார்த்தாள்.

"நெசமாவா? இது அந்தப் புள்ளைக்குத் தெரியுமா?" என்று வசு நம்பாத முகத்துடன் கேட்கவும், "ஏம்மா, நாங்க ரெண்டுபேரும் பேசாமலா ஓங்கிட்ட சொல்லுவோம்? இது என்ன வெளையாடுற விஷயமா?" என்றான்.

வசு தலையை ஆட்டியபடி, "டேய், நா யமுனாவ சொல்லல, என் தேவாவ சொன்னேன், தெரியுமா அவளுக்கு?" என்றாள்.

"ஓனக்கு உண்மையிலே யாருக்கு மேல அக்கற? எம் மேலயா அல்லது ஒன் பிரண்டு மேலயா?" என்று சற்றுக் கோபமாகக் கேட்க, "ஓம் மேலதா சரவணா. ஆனா அதுக்கும் மேல அவளுக்கு ஒரு சந்தோஷம் கெடைக்குதுன்னா அது எனக்குப் பெருசுதான. நீ கல்யாணத்துக்குச் சரின்னு சொன்னதும், தேவா பொண்ணையே கட்டிக்கிறேன்னு சொன்னதும் நா அவளுக்குக் கொடுத்த சத்தியம் நிறைவேறினதும் மகிழ்ச்சியான ஒண்ணுதானே" என்று பூரித்தாள். "அவ கிட்டக்க பேசலாம்டா" என்றாள். இரவில் தேவகியிடம் பேசிக்கொள்ளும்போது, "ஓனக்குக் கொடுத்த சத்தியத்த நா காப்பாத்திட்டேன் தேவா. இனி நா நிம்மதியா இருப்பேன்." என்று சொன்னாள்.

15

வசுமதி

வீடு

1

“நாளைக்குக் காலையில ஊருக்குப் போகணும். எல்லாம் எடுத்து வச்சுக்கோ. நா ஆபீஸ் விட்டு வரும்போது வாங்க வேண்டியதெல்லாம் லிஸ்ட்ல எழுதிட்டதானே? நா வர கொஞ்சம் லேட்டாகும். நீ சாப்பிட்டு மாத்திரையையும் சாப்பிட்டுப் படுத்துக்கோ. நானே வந்து கதவ தெறந்துக்கிறேன், கீ எடுத்துக்கிட்டேன்,” என்று சரவணன் சொல்லிக்கொண்டிருக்க, “டேய், இதையே எத்தன மட்டம் சொல்லுவ? நா நல்லாதான் இருக்கேன். நானே எந்திச்சு வந்து கதவ தொறக்கேன் போதுமா? இப்ப வந்து சாப்பிடு இட்லிய,” என்றாள் வசு.

“கவனிச்சு கவனிச்சே நம்மள சீக்காளி ஆக்கிருங்க பிள்ளைங்கன்னு தேவா சொல்றது சரியா இருக்கு,” என்று வசு முணுமுணுக்க, “என்னது, நாங்க ஒங்கள நோயாளி ஆக்குறோமா? கல்யாணம் முடியட்டும், முதல்ல இந்த யமுனாகிட்ட சொல்லி வேறொரு வீட்டுல ஒங்க ரெண்டுபேரையும் தனியா வைக்கச் சொல்லணும்,” என்று சொல்லிக்கொண்டே சாப்பிட உட்கார்ந்தான்.

“டேய், கொஞ்சம் சீரியஸா பேசுடா. சரவணா, நாம ஊருக்குப் போறத நெனைச்சாதான் கொஞ்சம் பயமா இருக்கு” வசுவின் முகம் முழுமையும் சோகம் மூடியிருந்தது.

“இதத்தாம்மா நாலு நாளா சொல்லிக்கிட்டு இருக்கே. அண்ணன், அண்ணி, அக்கா, கௌஷிக் மாமா எல்லாரும் எங்க கல்யாணத்துக்கு ஓகே சொல்லிட்டாங்க. நம்ம வீட்டு குட்டீஸ் மட்டும்தான் பாக்கி. அத நேர்ல பாத்து சொல்லிக்கலாம்” என்று சிரித்து வைக்க முயன்று, வசுவின் தீவிரமான முகத்தைப் பார்த்து தோத்துப் போய், “இப்பதான் எனக்கும் யுகே போறதுக்கான எல்லா பிராசஸும் முடிஞ்சு லீவு கெடைச்சிருக்கும்மா. இத விட்டா நா நேர்ல போயி ஊர்ல எல்லாத்துக்கிட்டேயும் சொல்ல நாள் அதிகமில்லை. நாம திருப்பி வந்து இருபது நாள்ல அங்க கௌம்பணும். ஒன்னைய இங்கன தனியா விட்டுட்டுப் போக மனசு இல்லாமதான் ஒன்னையும் என்னோட கூட்டிட்டு தேவகி ஆண்டி வீட்டுலே கொண்டுவிடறேன்னு சொன்னேன். எனக்கு அவங்க வீடு இருக்கிற இடத்திலேருந்து ஒரு மணிநேரம்தான் பயணம். வீட்டிலிருந்து கூட வேல பாத்துக்குவேன். ஒண்ணும் இஷ்யு இல்ல. ஆனா நீ தான் வரமாட்டேன்னு சொல்லிட்ட. விசா எடுக்கவிடாம பண்ணிட்ட. என்ன என்னமோ சப்பை ரீசன் சொல்றே. கல்யாண தேதி குறிக்கட்டும். நானும் மூத்தவனும் வரோம்னு சொல்றே. அண்ணன் பேமலி வருகிற தினுசா எனக்குத் தெரியல. நீயே போய் பேசு. அவங்க வந்தா எனக்கும் சந்தோஷம்தான். அவன் வரணும்னு நீ ஏன் இப்படி நிலையா நிக்குதேன்னு எனக்குப் புரியல. நீதா தேவகி ஆண்டி பொண்ண கட்டணும்னு நெலையா நின்னே. இப்ப என்னடான்னா அங்க வரதுக்கு இத்தன யோசிக்கிற? இத்தனைக்கும் ஒம் பையன் அங்க சும்மா போகல, வேல மாறி போறான். அவங்கள நம்பிப் போகல,” என்று படபடவெனப் பேசி முடித்துக்கொண்டான்.

“அதில்லடா, எப்போவும் தேவகி பொண்ணுதான் என் வீட்டு மருமகன்னு முடிவு பண்ணினதுதான். நா வேற மாதிரி யோசிக்கிறேன்டா. இப்ப நம்ம அப்பாவும் இல்ல. குடும்பத்துக்கு மூத்தவன் அவன்தான. அவனாவது வரணுமில்ல. நா எப்படியும் கல்யாணத்துக்கு வரணுங்கிறதாலும் தனியா என்னால வர முடியாதுங்கிறதாலும் அவன் என்கூட வரத்தான வேணும். அப்படியாவது அவன் ஒன் கல்யாணத்துக்கு வந்துருவாம்ல, சரிதான?” எதிர்ப்பார்ப்பு நிறைந்த பார்வையுடன் வசு, சரவணனைப் பார்க்க, “எனக்கு சரியா படலம்மா ஒன் பிளான். இன்னும் இந்த குடும்பத்தக் கட்டிக்கிட்டு அழுகிற ஒன்னைய பாத்தா என்ன சொல்றதுன்னு தெரியல. அவன் எதுக்கும் ஒத்துக்கமாட்டான். ஒம் மூத்த பையன பத்தி எனக்கு நல்லா தெரியும். கடைசியில ஒன்னையும் வரவிடாம ஆக்கிருவானோன்னு எனக்கு மனசு அடிச்சுக்குது. நா போயி இரண்டு மாசத்துல

கல்யாணத்துக்கு டேட் கேட்டிருக்கா யமுனா, அவ சொல்ற கோவில்ல. நா அங்கன போனதும் ரெண்டுபேரும் ஒருநாள் போயி பணமும் கெட்டிட்டு வந்துருவோம். இது ஒரு சின்ன விஷயம்மா. நீயும் என்னோட வந்தா எனக்கு ஒன்னைய இங்கன விட்டுட்டுப் போற டென்ஷன் இருக்காது. அதுதான். அப்படி ஒருவேளை நீ சொல்றபடி அவன் கூட்டிட்டு வராம போயிட்டா, நானோ யமுனாவோ வந்துதான் ஒன்னைய கூட்டிட்டுப் போகணும். எப்படியிருந்தாலும் நீ இல்லாம எனக்குக் கல்யாணம் இல்ல" என்று சாப்பிட்டு முடித்து எழுந்தான்.

வசு அமைதியானாள். இதற்கு மேல் இவனிடம் பேசினால் இவன் மறுபடியும் வேதாளம் மாதிரி முருங்கை மரம் ஏறிருவான்னு தோணுச்சு வசுவுக்கு. இரண்டு நாட்களுக்கான துணிமணிகளை எடுத்து அடுக்க ஆரம்பித்தாள். அவளுக்குள் நிறைய குழப்பம் இருந்தது. ஒரு வாரமாகவே சரவணன் புலம்பிக்கொண்டிருக்கிறான். 'இன்னும் இருபது நாள்தான் இருக்கு நா இங்கிலாந்து கௌம்ப. இப்ப என்னோட வரலன்னு சொல்லிட்ட. இங்கன நா வரவரைக்கும் அண்ணனுடன் நீ கல்யாணத்துக்குக் கௌம்புறவரைக்கும் தனியா இருக்க முடியாதும்மா. ஏற்கனவே நீ ஒடம்பு சரியில்லாதவ. அதுக்கு நீ ஊருலேகூட இருந்துட்டு கௌம்பலாம். இல்லேன்னா இப்ப சொல்லு, ஒனக்கும் டிக்கெட் போட்டுடுறேன். இந்த ரெண்டுல ஒன்ன நீ செஞ்சா, நானும் இங்கன இருந்து கௌம்புறதுக்கு முன்னாடி என்னுடைய தேவையில்லாதத எல்லாம் பார்சலில் ஊருக்கு அனுப்பிவிட்டுட்டுக் கௌம்பிருவேன்' ன்னு சொல்லிக்கிட்டே இருக்கான். ஆனா ஏன்னு தெரியல, வசுவுக்கு முடிவு எடுக்கவே முடியல.

'எல்லாமே நா ஆசப்பட்ட மாதிரிதான் நடக்குது. என் தேவா கிட்டக்கயே என் செல்ல பையன ஒப்படைக்க இருக்கேன். அப்புறமும் என்னவோ ஒரு தடுமாற்றம் இருக்கு'ன்னு வசுவுக்குத் தோனுது. அதைப் புரிந்துகொள்ள அவளுக்குத் தெரியல. வசு தேவகிய மாதிரி தனி மனுஷி இல்ல. அவளுக்கு மகள் மட்டும்தான். அவளோடு போயி ஆயுசுக்கும் இருந்துக்க முடியும். ஆனா தன்னால் அப்படி முடியுமான்னு தெரியல வசுவுக்கு. இங்கன பெங்களூருக்கு வந்ததுல இருந்து ஒரு தடவ மட்டும்தான் ஊருக்குப் போயிருக்கா வசு. மூணு நாளே இருந்தா. ராகவி கோபம் குறைஞ்சு சந்தோஷமா பாத்துக்கிட்டா வசுவை. வீட்டுல எல்லாத்துக்கும் வேலைக்கு ஆள் இருக்கும்மா என்றாள் சந்தோஷமாக. ஒரு வேலையாளாக இருந்த வசுவுக்குப் பதிலாக நான்கு வேலையாட்கள். வசுவுக்கு அப்படிதான் தோன்றியது.

ஆனாலும் அவர்களை அப்படியே விட்டுவந்தோமே என்று எண்ணும்போது, ராகவியின் கோவம் நியாயமாகவேபட்டது அவளுக்கு. அந்தச் சமயம் கெளம்பும்போது கீர்த்திகுட்டிகூட கேட்டாள், 'ஆச்சி நீங்க இங்கிட்டு உள்ளவங்க தானே, எதுக்குச் சின்ன மாமாகூட கெளம்புறீங்க'ன்னு. இப்போது நினைத்தாலும் வசுவுக்கு அழுகை முட்டிக்கொண்டு வருகிறது.

தான் இங்கு வந்ததன் நோக்கம் சோர்ந்திருந்த உடலை மீட்டெடுக்க இல்லை, தன் கடைசி மகனைத் தனியே நட்டாற்றில் விட்டுவிடக்கூடாது, அவனுக்கும் ஒரு வாழ்க்கையை உண்டாக்கிக் கொடுத்துவிட வேண்டும் என்பதற்காகத்தான் என்று வசு நம்பினாள். இப்ப அவன் வாழ்க்கையை நேர்ப்படுத்தியாச்சு; இனி அவருடன் வாழ்ந்த தன் வீட்டுக்குத்தானே இந்த உயிர் திரும்பணும் என்று வசுவுக்குள் சுழன்றுகொண்டே இருந்தது ஒரு குரல். நாம் ஊருக்கே திரும்புவோம் என்று முடிவு செய்தாள் வசு. சரவணன் சொன்னதுபோல அவன் கல்யாணத்துக்கு முகுந்தனைச் சரிசெய்து அழைத்துப் போய்விட்டுத் திரும்பவும் ஊருக்கே வந்துவிடுவோம். தின்னவேலிக்காரிக்கு வேற சோக்காடு எதுக்கு? இந்த மண்ணே போதும்னு யோசிச்சு மொத்த துணிகளையும் அடுக்கத்தொடங்கினாள்.

2

"எல்லாம் எடுத்துட்டியாம்மா?" என்று கேட்டுக்கொண்டே ஊருக்குக் கொண்டுசெல்ல வேண்டியவற்றைத் தனியாகவும் வந்து சரிசெய்ய வேண்டியவற்றைத் தனியாகவும் வைத்துக் கொண்டிருந்தான் சரவணன்.

வசுவும், "அடுக்களையைக் கொஞ்சம் ஒதுக்கியிருக்கேன். காப்பி போட்டுக்கொள்ள, உனக்குத் தேவையான இன்ஸ்டண்ட் மாவு பாக்கெட்டெல்லாம் இந்த ஷெல்ப்புக்குள்ள இருக்கு. பிரிஜ்ஜில தோசை மாவு இருக்கு. வந்து ஒரு நாலு நாள் நீ எடுத்துக்கலாம். இட்லி பொடி இங்கன வச்சிருக்கேன்," என்று அவனிடம் காட்டிக் கொண்டிருக்க, சரவணன், "அம்மா, நீ வர்றதுக்கு முன்னாடியும் நா இங்கனதா இருக்கேன். நா பாத்துக்கிறேன். சரியா? தெரியலைன்னா, ஒனக்கு போன் அடிக்கிறேன். அதுவும் இல்லாம விசாவுக்கு நாளைக்கு டேட் போட்டுருவேன் அண்ணன்கிட்ட பேசிட்டு. நா கெளம்புறதுக்கு முன்னாடியே நீங்க ரெண்டுபேரும் இங்கன வந்துதான் ஆகணும். அதனால அப்ப பாத்துக்கலாம்," என்றபடி அவளை அடுக்களையிலிருந்து வெளியே இழுத்து வந்தான்.

“சரவணா, இங்கன கொஞ்சம் வந்து உக்காரு,” என்று சோபாவில் அமர்ந்துகொண்டு அவனையும் பக்கத்தில் இருத்தினாள்.

“ஊருக்குப் போயிட்டா ஒன்கூட இப்படி பேச முடியாது. ஒங்க அப்பா போன பெறகு திக்கழிஞ்சு போயி நின்னேன். நீதா என்னைய இங்கன கூட்டிட்டு வந்து காப்பாத்துன. ஒன்னைய என் குலசாமின்னுதா நெனைக்குதேன் பாத்துக்கோ,” எனும்போதே வசுவின் கண்கள் குளமாயின.

“அம்மா, என்னம்மா இப்படி. நானும் ஓம் புள்ளதான. இது என் கடமம்மா.” என்றான் அவளைச் சமாதானப்படுத்த வேண்டி.

“என்னைய பேசவிடுடா. அங்கன ஊருல இப்ப என் தயவு அவுகளுக்குப் பெருசா தேவையில இல்ல. அதுவும் இந்த ரெண்டு மாசம் அங்கன ஓட்டிட்டு, ஒன் கல்யாணத்துக்கு வந்துருவேன். விசாவுக்கு உள்ள வேலைய பெரியவனுக்கு ஆரம்பிச்சு கொடுத்துட்டு போ,என்ன.யமுனாவ நீ கல்யாணம் கட்டணுங்கிறது என்னோட ரொம்ப வருஷத்து ஆச. அத நீ செய்துக்கிட்டுதான் ஆகணும்,” என்றவளை இடைமறித்து, “அதுதானம்மா நடக்க இருக்கு,” என்று ஆரம்பித்தவனை இடைமறித்து, “அது நடந்தே ஆகணும்” என்று தீர்க்கமாகச் சொன்னாள். சரவணனுக்குள் அம்மா கல்யாணத்துக்கு வர்றதுக்கு யோசிக்காளா என்ன என்ற சந்தேகம் எழுந்தது. சரி இப்ப பேசவேண்டாம். அண்ணன்கிட்ட பேசி வர வைத்துவிடுவோம் அல்லது வீசாவுக்கும் டிக்கெட்டுக்கும் ஏற்பாடு செய்துவிடுவோம் என்று எண்ணிக்கொண்டே, அவளை ஆசுவாசப்படுத்திக் கிளப்பினான். வீட்டை விட்டுக் கிளம்பும்போதே போஸ்ட் ஆபீஸில் ஒரு நிமிடம் நிறுத்தச்சொல்லி, லெட்டர் ஒன்றை போஸ்ட் செய்துவிட்டு வந்தாள்.

“என்ன ஒன் தேவாவுக்கா லெட்டர்?” என்ற கேலிக்கு, “போடா, வண்டிய ஒழுங்கா ஓட்டு,” என்று சொன்னாள்.

“ஆனா, எனக்கு ஒண்ணு மட்டும் புரியலம்மா. வீடியோவுல நேர்ல பாக்குற மாதிரி எத்தனையோ விஷயம் பேசிக்கிறோம். பேசுறவங்க ரியாக்சனைப் பாத்துக்கலாம். அதுக்குத் தக்கன இந்தப் பக்கம் இருந்தும் பேசிக்கலாம். இந்த சௌரியத்தை விட்டுட்டு இன்னும் எழுதிக்கிட்டு? அப்படி என்ன இருக்கு, பேசியெல்லாம் முடித்தபிறகு எழுதுறதுக்கு, சொல்லு” என்றான்.

“நீ சொன்னதிலேயே பதில் இருக்குடா. எல்லாத்தையுமே முகம் பாத்துப் பேசிட முடியாது. முகமே பாக்காம மனசுக்குள்ளே இருக்கிறத உண்மையா எழுதுற தைரியம் இருக்கே அது லெட்டர்

எழுதுறவங்களுக்கு இருக்கும். நாம பேசும்போது, எதிர்த்தாப்புல அவங்க முகம் மாறினால் பேசவந்ததை விட்டுட்டு வேற சமாளிச்சுப் பேசுறது பொய்த்தனம் சரவணா. அத நீ லெட்டர் எழுதும்போது செய்ய முடியாது. நம்ம லெட்டர படிக்கிறவங்களுக்கு, நாம நம்ம லெட்டருள எழுதுனதுக்குச் சரியான பதில, அது ஒத்துப்போகுதோ எதிர்த்து நிக்குதோ, என்னவாக இருந்தாலும், எழுதுறதுக்கு ஒரு பெரிய துணிச்சல் வேணும். உண்மையா இருக்கிறவங்க கிட்டக்க தான் நாமளும் நம்மளுடைய பழைய வாழ்க்கையைத் தைரியமா பகிர்ந்துக்க முடியும். ஏன்னா லெட்டர் எழுதுகிறது ஒரு எழுத்து பத்திரம் போலடா. எத்தன வருஷம் கழிச்சின்னாலும் நம்மகிட்டே பேசும்; பேசிக்கிட்டே இருக்கும்", என்று சொல்லி முடித்தபோது, வசுவின் முகத்தில் இருந்த தெம்பைப் பார்த்த சரவணன், "நீ பலே ஆளுதான்ம்மா" என்றான்.

வீடு வந்து சேர்ந்து காரைவிட்டு இறங்கியதும், சுவிதா ஓடிவந்து வசுவின் காலைக் கட்டிக்கொண்டாள். அவளை அப்படியே வாரியெடுத்துக்கொண்டாள் வசு.

"என் தங்கம்" என்று அவள் மூக்குடன் மூக்கு வைத்து உரசினாள். ராகவி அதற்குள் ஆபீசிலிருந்து வந்திருந்தாள். காப்பி, பஜ்ஜி என்று எல்லோரும் பேசிக்கொண்டிருக்க, ராகவி, "அத்தே, நிவேதி வர்றேன்னு சொல்லியிருக்கா. அதுக்குள்ள நீங்க ப்ரெஷ் ஆகிட்டு ரெஸ்ட் எடுங்க. அவ வந்ததும் டிபன் சாப்பிடலாம்" என்றாள்.

சரவணனும் முகுந்தனும் இருந்து விசாவுக்குள்ளதைப் பேசிக்கொண்டிருக்க,'சரிடா காலையில அப்ளை பண்ணிடுவோம்' என்றான் முகுந்தன். 'எல்லாம் என் செலவுண்ணே' என்றான் சரவணன் கறாராய். 'அப்ப நாங்கள்லாம் வாறோம் சரவணா' என்றாள் ராகவி. 'வாங்க, அதவிட எனக்கு என்ன சந்தோஷம் இருக்க போகுது' என்றான். ராகவி, 'அட, சும்மா சொன்னேன். கல்யாணம் முடிந்து ஒரு லீவு எடுத்துட்டு வாங்க. இங்கன ஊருக்கே விருந்து வைப்போம் சரவணா' என்றாள். வசு உடை மாற்ற அவள் அறைக்குள் சென்றாள்.

அவளின் பெட்டிகளை ஒரு வேலையாள் உள்ளே வைத்திருந்தார். ராகவி அவரை 'சுந்தரம், பெட்டியெல்லாம் எடுத்து உள்ளே வையுங்க,' என்று சொன்னதும் 'கண்ணம்மா, காப்பி எடுத்துட்டு வா', 'பஜ்ஜிய ஒரே பிளேட்டிலா வச்சு எடுத்துட்டு வருவ? நாலு பிளேட்டா எடுத்துட்டு வா' என்ற அதட்டலாக சொல்வதும் வசுவுக்கு இந்த வீட்டில் புதிதாகக் கேட்பது புரிந்தது.

ராகவியின் பேச்சுக்கு இந்த வீடு பொருந்திடுச்சுபோல என்று நினைத்துக்கொண்டாள்.

வீட்டின் முன்னறையில் மாட்டியிருந்த வேலுசாமியின் புகைப்படம் இப்போது அவர்களின் படுக்கையறைக்கு மாற்றப்பட்டிருந்தது. அதனருகிலேயே தினசரி மாற்றப்படும் பூக்களும் சற்று வாடிய நிலையில் கிண்ணம் நிறைய இருந்தன. குங்குமச்சிமிழ் ஒன்றும் இருந்தது. முன்னறையில் புதிதாக சோபாக்களும் கண்ணாடி டீபாய் ஒன்றும் பெரிய அலங்காரப் பூச்சாடி ஒன்றும் அதன் மேல் வண்ண வண்ண பிளாஸ்டிக் பூக்களும்கூட முளைத்திருந்தன. சரவணன் வீட்டில் பார்த்த மாதிரியான புரியாத பெரிய ஓவியங்கள் இரண்டு புதிதாய் மாட்டப்பட்டிருந்தன. சாப்பாட்டு மேசை பழசு மாற்றப்பட்டு கடைசல் கால் கொண்ட கண்ணாடி மேசை இருந்தது. அதனருகே பீங்கான் தட்டுகள், கோப்பைகள் வைக்கவென்று ஓர் அலமாரியும் இருந்தது.

அடுப்படியைப் பார்த்து வரலாம் என்று உள்ளே சென்றாள். அடுப்படியில் சுவர் முக்கால்வாசி டைல்ஸ் மாற்றப்பட்டு வேறு மாதிரி பளீரென்று இருந்தது. ஒரு பெண் இரவு உணவைத் தயாரித்துக்கொண்டிருந்தாள். சுபத்ரா இல்லையா இப்போது என்று கேள்வி எழுந்தது. சட்னிக்குத் தாளிக்க கைப்பிடி அளவு கருவேப்பிலைச் சட்டியில் போட்டபடி அந்தப் பெண் கேட்டாள், "நீங்கதான் அம்மாவோட மாமியாரா?" என்று. வசுவுக்கு தான் இத்தன வருசம் புழங்குன தன் அடுப்படியில் நின்னுக்கிட்டு ராகவியை வைத்துத் தன்னை யாரென்று அடையாளப்படுத்த நினைக்கும் அவளைப் பார்த்தால் எரிச்சல் வந்தது. அதுவும் ராகவிய வச்சு என்று திரும்ப நினைக்கையில் கோபம் சற்று வரத்தான் செய்தது. இருந்தும், வெறுமனே தலையாட்டிவிட்டுப் பின்கட்டுக்கு வந்துவிட்டாள்.

பின்வாசல் படிக்கட்டு மட்டும் அப்படியே இருந்தது. அதில் உட்கார்ந்துகொண்டாள். எப்போதும் பார்க்கும் கொய்யா மரமும் தென்னையும் அவளுக்கு ஆறுதல் கொடுத்தன. இந்தப் படிக்கட்டும் இந்த அடுக்களையும் தனக்கானவை என்பதில் ஒரு கர்வம் உண்டு அவளுக்குள். ராகவி வரும் சத்தம் கேட்டது. படிக்கட்டு அருகில் வந்தவளிடம், "மித்ரன் இன்னும் வரலையே?" என்று கேட்டாள். மித்ரனும் கீர்த்தியும் ஒரே ஆசிரியரிடம் பள்ளி விட்டு வந்து டியூஷன் போவதாகவும், அவர்கள் வருவதற்கு ஏழரை மணி ஆகிவிடும் என்றும் சொல்லிவிட்டு, மெதுவாக, "அத்தே! இங்கன உக்காந்திருக்கீங்களே?" என்றாள்.

“ஏன் ராகவி, எப்போவும் இங்கனதான நா உக்காருவேன். இது என் வழக்கமான இடம்தானே...” என்றாள்.

“இல்லத்தே, முன்னாடி நீங்க மட்டும்தா இருந்தீங்க. இப்ப வேலக்காரங்க இங்கனதான் உக்காருவாங்க. நீங்க உள்ளாற வந்து டைனிங் சேர்ல உக்காருங்களேன், இல்லேன்னா டைனிங்கில் சாப்பிட்டு முடித்தவர்கள் உட்கார்ந்துகொள்ளவென்று புதிதாக ஒரு பிரவுன் கலர் சோபா போட்டிருக்கேனே. அதுல உக்காந்துக்கோங்களேன்”ன்னு சொல்லவும், வசு மெதுவாக எழுந்து, “இல்லம்மா, நா குளிச்சுட்டு வாரேன்,” என்று சொல்லி அறையைப் பார்த்து நடந்தாள். வழியில் அந்த சோபாவை அப்போதுதான் கவனித்தாள். சாப்பிடும் அறையின் சன்னல் இருந்த ஓரமாக அது போடப்பட்டு இருந்தது. சன்னலைக் காணவில்லை. சோபாவைத் தாண்டிப் பார்த்தால், கண்ணாடியுடன் கூடிய பால்கனி மாதிரி விரிந்திருந்தது. ஓ! சன்னலை இடித்துவிட்டுச் சாப்பாட்டு மேசையை ஒட்டி சோபாவுடன் பால்கனி ஒன்றைப் புதிதாக விரிவுபடுத்திக் கட்டியிருக்கிறார்கள். அங்கு சென்று பார்த்தால், சற்றுப் பெரிதாகவே இருந்தது. அங்கு சோபா மட்டுமல்லாமல் தொங்கும் ஊஞ்சல் ஒன்றும் இருந்தது. அங்கிருந்து பார்த்தால், திட்டாம் அழகாகத் தெரிந்தது. தன்னிடம் இது பத்தி ஒண்ணுமே சொல்லலையேன்னு வசுவுக்குள் உறுத்தல் முளைத்தது. அங்கு முன்பு இருந்த தண்ணீர் பில்டர் எங்கே என கேட்க நினைத்தாள். அப்பதான் நினைவுக்கு வந்தது, அது அடுப்படியில் பிரிஜ்க்கு பக்கத்தில் இருப்பது. முன்புபோல வீடும் இல்லை; இவர்களும் இல்லை. எல்லாமே அவர்களின் கைப்பிடிக்குள் போய்விட்டது. தன் வீடு இப்போது மாறிவிட்டது என்றே தோன்றியது வசுவுக்கு.

அவள் அறைக்குத் திரும்பும்போது, முன்னறையில் முகுந்தன் சரவணனின் திருமணத்தைப் பற்றி போனில் யாருடனோ பேசிக்கொண்டிருந்தது கேட்டது வசுவுக்கு.

‘அம்மாவும் வந்திருக்காங்க. நானும் அம்மாவும்தான் கல்யாணத்துக்கு யூ கே போறோம். பெறகு அம்மா அங்கதான் இருப்பாங்க.’

‘சரவணனுக்குப் பாத்திருக்கிற புள்ள யார் வீடுன்னா கேக்கீக? ஒங்களுக்கும் தெரியுமே, தேவகின்னு, நம்ம சுந்தரலிங்கத்து மகன் பிள்ளை. சொந்த அக்கா மவளதான் கட்டினாக அவருக்கு. அவுக பொண்ணுதான்.’

‘ஆமா, அம்மா அங்கன அவன் கூடதா இருக்க பிரியபடுதாக. இருக்கட்டுமே. நாமளும் தம்பிய பாக்க வெளிநாடு போக

வர இருக்கலாம்ல' என்று சொல்லிச் சந்தோஷமாக சிரித்துக் கொண்டான்.

வசு மெதுவாக அவள் அறைக்குள் வந்தாள். 'அப்ப முகுந்தன் சொன்ன மாதிரி பாத்தா, எனக்கு இங்கன, என்னோட வீட்டுல, என்னோட ஊருல, என்னோட மண்ணுல இருக்க உரிம இல்ல' என்று வெப்ராளமாக இருந்தது வசுவுக்கு. நா அங்கன போயி இருக்கப் போறேன்னு இவுகளுக்கு யாரு சொன்னா... நாம இங்கிட்டு இருக்கிறது அவுகளுக்குச் சௌகரிய குறைச்சலா இருக்கும்போல... இல்லேன்னா அவன் யோசிச்சது மாதிரி தம்பி வெளிநாட்டுல இருக்கான்னு சொல்லிக்கிறது பெருமையா இருக்கு போல... அவுகளுக்கு அது சரிதான். ஆனா நாம எங்கிட்டு இருக்கணும்னு இவனா முடிவு எடுத்து, ஏன் இப்படி சொல்லுதான்னு தெரியலையே என்று குழம்பிப் போனாள்.

ஒரு புத்தக அலமாரி பழைய புத்தகங்களைச் சுமந்தபடி பீரோவின் அருகே இருந்து அவளைப் பார்த்துச் சிரித்தது. நீயும் என்னையபோல இந்த அறைக்குப் புதுசுதான் என்று நினைத்தபடி குளியலறைக்குள் சென்றாள்.

உடை மாற்றிப் படுக்கையில் சாய்ந்து அமர்ந்திருந்தபோது, அறையைக் கடந்துபோன ராகவி, திறந்துவைத்திருந்த இவள் அறையின் கதவை அடைத்துவிட எத்தனிக்கும்போது, "திறந்தே இருக்கட்டுமே ராகவி" என்றாள் வசு.

"இல்லத்தே, வேலை செய்றவங்க கிராஸ் பண்ணும்போது அறைக்குள்ள எட்டிப் பாத்துக்கிட்டே போவாங்க," என்று சொல்லிச் சாத்திவிட்டுச் சென்றாள். வசுவுக்கு இவர்கள் தங்களுக்காக வாழ்கிறார்களா வேலைக்காரர்களுக்காக வாழ்கிறார்களான்னு சந்தேகம் வந்தது. விருந்தாளியாதானே வந்திருக்கோம், அப்படியே இருந்துட்டுப் போவோம் என்ற எண்ணம் வந்ததும் நிறுத்த முடியாமல் கண்ணீர் வடிந்தது. போட்டோவில் இருக்கும் வேலுசாமியைப் பார்த்தாள். அவர் புன்னகைக்காத முகத்துடன் இருந்தார் அதில்.

அவர் அங்கிருந்து இறங்கி அவளருகில் நின்று 'இந்த வீடு இனி உன்னுது இல்ல வசு' என்று சொல்வதுபோல இருந்தது.

'எனக்குன்னுதான இந்த வீட்ட எழுதி வச்சேன்னு சொன்னீங்க' என்று வசு கேட்டாள்.

'நீ இருக்கிறவரைக்கும் நீ இந்த வீட்டுல இருந்துக்கலாம். நீ போனபிறகு மூத்தவனுக்குன்னுதான எழுதிருக்கேன். நீ இருந்துக்கலாம், சும்மா, உப்புக்குச் சப்பாவா' என்று அவர்

கேலியாக நகைத்துக்கொண்டே சொல்வதுபோல இருந்தது வசுவுக்கு. 'நாம கஷ்டப்படட்டும் என்று நினைப்பதில் இந்த மனுசனுக்குதா எத்தன ஆனந்தம்' என்று பொறுமிக்கொண்டாள்.

நிவேதியும் கௌஷிக்கும் கீர்த்தியும் இரவு உணவுக்கு வந்துவிட, வீடே பேச்சும் சிரிப்புமாக இருந்தது. இந்த வீட்டில் யமுனாவும் சேர்ந்துகொண்டால் பூர்த்தியாகிவிடும் குடும்பம் என்பது அப்போதைய வசுவின் எண்ணமாக இருந்தது. தேவகியை வீடியோவில் அழைத்து அவளையும் யமுனாவையும் எல்லோரிடமும் அறிமுகப்படுத்திப் பேசவைத்தான் சரவணன். தான் மட்டும் இதில் கலந்துகொள்ளாமல் ஏன் இப்படி இருக்கிறோம் என்று யோசிக்கும்போதே, தேவகி கேட்டுவிட்டாள், 'வசுவ எங்க காணோம்?' என்று.

அவளுடன் தேவா பேசிக்கொண்டிருக்க, மற்றவர்கள் தங்களுக்குள் பேசிக்கொள்ளத் தொடங்கினார்கள்.

"ஏன் வசு டல்லா இருக்கே?" கவனித்துக் கேட்டாள் தேவகி.

"ஒன்னுமில்ல தேவா, பெங்களூரில் இருந்து இவ்வளவு தூரம் காரில் வந்ததாக இருக்கும்."

"சரி விடு. கொஞ்சம் தூங்கி எந்தி. சரியாகிடும். நீ எப்படா இங்க வருவேன்னு இருக்கு வசு. எனக்குன்னு இருக்கிறது நீ ஒருத்திதா. ஓங்கிட்டக்க நெறைய பேசணும், கைய புடிச்சுக்கிட்டு பேசிக்கிட்டே நடக்கணும்ன்னு தோனுது வசு. சீக்கிரம் வந்து சேரு" என்று சொன்னவளை உணர்ச்சியே இல்லாமல் பார்த்துக் கொண்டிருந்தாள் வசு.

என் வீடே எனக்கு இப்ப அந்நியம்ன்னு ஒனக்குத் தெரியுமா தேவா என்று மனசுக்குள் நினைத்தபடித் தலையை மட்டும் அசைத்தாள். "வசு ..." என்று தேவா அழுத்திக் கூப்பிட்டதும் நிஜத்துக்கு மீண்டவளை, தேவகி கேட்டாள், "இல்ல வசு... ஒனக்கு ஏதோ சங்கடம் இருக்குனு எனக்குத் தெரியுது. கொஞ்சம் ஒன் ரூமுக்கு போய் பேசு..." என்று சொல்ல, வசு போனுடன் தன் அறைக்கு வந்தாள்.

"சொல்லு இப்பம்... என்ன ஆச்சு ஒனக்கு..."

"ஒண்ணுமில்ல தேவா . . . இது என் வீடு மாதிரியே இல்ல தேவா. நிறைய மாறிடுச்சு. நா இங்கன இருக்கிறதா வேண்டாமாங்கிறதே எனக்கு குழப்பமா இருக்கு", கண்ணீர் முட்ட, குரல் கம்மத்தொடங்கியது. தேவகிக்குப் புரிந்தது.

"வசு... கண்ண தொட... என்னைய பாரு. காலம்காலமா வீடுங்கிறது ஒரு பெண்கிட்டே இருந்து இன்னொரு பெண்

கிட்டே போகுறது வழக்கம்தான வசு. நீ ரொம்ப மனசு விட்டுப் போயிருக்கேன்னு எனக்குப் புரியுது. இப்ப நா என்ன சொன்னாலும் ஒனக்கு ஏறாது. சரவணன் கல்யாணத்தோட நீ இங்கன என்னோட வந்துரு. நா ஒன்னைய பாத்துகிறேன் வசு. இங்கயும் ஒனக்குப் பிடிக்கலைன்னா, நாம ரெண்டுபேரும் நம்ம திருச்செந்தூருல ஒரு வீடு வாங்கித் தனியா உக்காருவோம், சரியா?" என்று கேட்க, சமாதானமாக இருந்தது வசுவுக்கு. மெதுவாகச் சிரித்தாள். "ம்ம் . . . இப்ப சிரி . . ." என்று தேவகியும் சிரித்துவிட்டு, "இந்தா ஒன் மருமக கிட்ட பேசு . . ." என்று சொல்லி போனை யமுனாவிடம் கொடுத்தாள்.

"அத்தே!", என்ற யமுனாவைப் பார்த்ததும் பழைய சந்தோஷம் வந்தது வசுவுக்குள். "செப்டம்பரில் இரண்டாம் சனிக்கிழமை நல்ல நாளாக இருக்காம். அன்று கல்யாணத்துக்கு ஸ்லாட்டும் காலியாக இருக்காம். அன்றே பிக்ஸ் பண்ணிறலாமா?" என்று கேட்டாள் யமுனா. இன்னும் சரியாக இரண்டு மாதம் இருக்கிறது என்று நினைத்த வசு, "சரிம்மா, அவனையும் கேட்டுக்கோ," என்றாள்.

"ஒங்ககிட்ட கேட்டுக்க சொல்லிட்டாங்க அத்தே" என்றபோது வசுவுக்கு என்ன சொல்லவென்று தெரியவில்லை. சரவணனைப் போலவே இருக்கா இவளும் என்று நினைத்தவாறே, "நீங்க ரெண்டு பேரும் சந்தோஷமா வாழணும்," என்று பேசியவாறே, கண்களைத் துடைத்துக்கொண்டே முன்னறைக்கு வந்தாள் வசு.

சரவணன் வசுவின் அருகில் வந்து, "யமுனா, ஏன் இப்பவே மாமியார அழ வைக்கிற" என்று காமெடி செய்ய, எல்லோரும் சிரிக்க ஆரம்பித்தார்கள். முகுந்தன் சந்தோஷமாக இருந்ததை வசு கவனித்தாள். ஒரு சுற்று பெருத்தும் இருக்கிறான்; நல்லதுதான். குடும்பஸ்தன் களை முகத்தில் அப்பட்டமாகத் தெரிந்தது. நிவேதியும் முகுந்தனும் சேர்ந்து சரவணனைக் கிண்டல் அடிப்பதையும் அவன் கௌஷிக்குக்குப் பின் சென்று ஒளிந்து விளையாடுவதையும் பார்த்தபோது இவர்கள் ஒருவருக்கொருவர் அனுசரித்து இனி வாழ்ந்துகொள்வார்கள் என்ற எண்ணம் வசுவுக்குள் வலுப் பெற்றது.

கடைசியாகத் தன்னுடைய படுக்கைக்கு வந்து படுத்து, நைட் லாம்ப் வெளிச்சத்தில் வேலுசாமியின் போட்டோவைப் பார்த்தாள். 'சரவணன் வாழ்க்கைய நேர் பண்ணிட்டேங்க. இனி ஒங்க குறைன்னு ஒண்ணு இங்கன இல்ல' என சொன்னது வேலுசாமிக்குக் கேட்டது.

தூக்கம் கண்ணை அசத்த, தேவாவின், 'காலம்காலமா வீடுங்கிறது ஒரு பெண்கிட்டே இருந்து இன்னொரு பெண்கிட்டே போகுறது வழக்கம்தான வசு' என்ற பேச்சு காதில் கேட்க, கண்களை மூடிக்கொண்டாள். எல்லாத்தையும் கரை ஏத்தியாச்சு என்று சமாதானமாய்த் தனக்குள் சொல்லிக் கொண்டபடி உறங்கத் தொடங்கினாள் வசு.

3

சரவணன் லேப்டாப்புடன் வந்து, "மைனி காப்பி" என்றான் உள்ளே பார்த்து. காப்பியுடன் வந்தவள் சரவணனும் முகுந்தனும் "டிக்கெட்டையும் கையோடு போட்டுவிடுவோம், அதுக்குள்ளாற விசா கைக்கு வந்துரும்"ன்னு பேசிக்கிட்டு இருக்கவும், ராகவி சரவணனிடம் மெதுவாக "சரவணா, அம்மா இன்னும் எந்திக்கலடா. ரெண்டு தடவ காப்பி குடிக்க வாங்கன்னு சொல்லியே தட்டினேன். கதவு தொறக்கல. என்னன்னு கொஞ்சம் பாரேன்," என்றாள்.

முகுந்தன் காதில் இது விழ, "என்ன அம்மா இன்னும் எழுந்துக்கலையா? இங்கல்லாம் அவதான முதல்ல எந்திப்பா. அங்கன போயி தூங்க படிச்சிட்டாளா என்ன?" என்றான் சிரிப்புடன்.

"நீங்க வேற, அங்கனையும் அப்படிதா. எந்திச்சு எனக்கு லஞ்சு வரைக்கும் ஹாட் பேக்கில் ரெடி பண்ணிருவா. நா போன பெறகு பாத்தேன்னா, கோவிலுக்குப் போறதென்ன, கடைக்குப் போறதென்ன, சாயந்தரம் வாக்கிங், பக்கத்து வீடு எதிர் வீடுன்னு அங்கனக்குள்ளே இருக்கிறவங்கள பிரண்டு பிடிக்கிறதுன்னு பொழுதுக்கும் பிசிதான், பாத்துக்கோ. நல்ல ரிலாக்ஸ்டா இருந்தா அங்க." லேப்டாப்பில் நோண்டிக்கொண்டே பதில் சொன்னான் சரவணன்.

ராகவி கொஞ்சம் பதற்றமாகி, "ரெண்டு தடவ கதவ தட்டிட்டேன்னு சொல்றேன். ஓங்களுக்கு எல்லாம் காமெடியா இருக்கா"ன்னு கேட்க, அதற்கு முகுந்தன், "நேத்து முழுக்க ஜர்னி. டயர்டா இருப்பாளா இருக்கும். அதுதான் தூங்குதா. ஏழரைதான ஆகுது. ஒரு எட்டுமணிக்கா திருப்பி தட்டிப் பாக்கலாம்"ன்னு முகுந்தன் சொல்ல, மனசில்லாமல் தலையாட்டிவிட்டுக் காலை உணவு தயாராவதைப் பார்க்கச் சென்றாள். சுவி அங்கும் இங்குமாக காரை வைத்து விளையாடிக்கொண்டிருந்தாள். பொங்கல், சாம்பார் வடை என்று சமையல், வீடு முழுக்க மணத்தது. வடையை அவர்கள் கொறித்துக்கொண்டே விசா வேலைகளை முடித்திருந்தனர் அண்ணனும் தம்பியும்.

ராகவி மறுபடியும் வசுவின் அறைக்கதவைத் தட்ட, திறக்கப்படாத அந்தக் கதவுக்குப் பின்னே வசு இந்த உலகத்துத் தூக்கத்தை முடித்திருந்தாள் எப்போதோ.

4

தூக்கக்கலக்கத்தில் போன் அடித்துக்கொண்டிருந்தது, யமுனாவுக்குக் கோயில் மணியோசையைப் போலவே இருந்தது. நேற்றுதானே கோவிலுக்குச் சென்று வந்தோம், கல்யாணத் தேதியை முடிவு செய்ய. இப்ப தூக்கத்தில் என்ன கோவில் மணியின் ஓசை என்ற தூக்கச்சிக்கில் யோசிக்க, கண்களைத் திறந்தாள். போன் அடிப்பது புரிந்தது. சரவணன். இங்கு காலை மூன்றே கால் மணிதான் ஆகுது. நேரம் மறந்து கூப்பிடுகிறானா, இருக்காதே என்று நினைத்துக் கொண்டே போனை எடுக்க, "யமுனா... யமுனா..." என்றழைத்த அவன் குரல் சாதாரணமாக இல்லை. சட்டென்று சுதாகரித்து எழுந்து அமர்ந்து, "என்ன சரவணா, என்ன விஷயம்?" என்றாள்.

"அம்மா இறந்துட்டா..." என்று விம்மலுடன் குரல் கசிந்தது. யமுனா ஒரு கணம் உடைந்து போனாள். அடுத்த கணம் அவளுக்கு உறைத்தது தேவகியைப் பற்றிதான்.

பேசிவிட்டு போனை வைத்தபோது, என்ன செய்வதென்றே புரியவில்லை. அம்மாவிடம் இதை எப்படி சொல்வது, அவள் அதை எப்படி எடுத்துக் கொள்வாள், தாங்குவாளா முதலில் என்பதே யமுனாவால் யோசிக்க முடியாததாக இருந்தது. இப்பதான் நார்மலாக நடக்கத் தொடங்கியிருக்கிறாள். மனசு விட்டுச் சிரிக்கிறாள். இந்தச் சமயத்தில் உன் வசு இல்லை, இறந்துவிட்டாள் என்று எப்படி சொல்வது? சொல்லாமல் மறைத்தால் அது பெரும் பாவம். அதுவும் கல்யாணத் தேதிவரை பிக்ஸ் செய்த பிறகு, என்ன இழப்பு இது. யமுனா தன்வரையில் சுக்குநூறாகிக்கொண்டிருந்தாள்.

நேற்று வீடியோ காலில் எல்லோர்க்கிட்டேயும் பேசிய பிறகு, வசு ஏதோ கவலையா இருக்கான்னு அம்மா சொல்லிக்கிட்டுதான் இருந்தா. 'என்கிட்டே பேசும்போது நல்லாதானே இருந்தாங்க' என்று யமுனா சொன்னதுக்கும், அம்மா, "இது ஒங்க விஷயமில்ல யம்மு. அவ குடும்பத்து விஷயம். அதுல ஏதோ சங்கடம் இருக்கலாம், இப்போதைக்கு அவள சமாதானப்படுத்திட்டேன். எங்கேயும் இருக்க பிடிக்கலேன்னா நம்ம திருச்செந்தூரில வீடு புடிச்சு இருப்போம்னு சமாதானம் சொன்னேன் பாத்துக்கோ... அதுக்கப்புறம் தா சிரிச்சா..." என்று சொல்லி முடித்து எழுந்து

சென்றாள். இப்ப அவங்களே உயிரோடு இல்ல. காலைவரை தூக்கம் பிடிக்காமல் இரண்டு முறை தேவகியின் அறைவரை சென்று பார்த்து வந்தாள்.

தேவகியைத் தவிர்த்து தன்னுடைய நிலை என்னவென்றும் யோசித்தாள். தன் கையில் எதுவும் இல்லை, சரவணனின் கருத்துதான் முக்கியம் என்பதையும் மனத்தில் ஏற்றிக்கொண்டாள். எதுவாகினும் ஜீரணித்துக் கொள்ளும் மனத்தைக் கொடு பெருமாளே என்று வேண்டினாள்.

காலையில் ஆறுமணிக்கு முதல் வேலையாக டாக்டர் ஜானுக்கு போன் செய்தாள் யமுனா. அவனிடம் விஷயத்தைச் சொல்லிவிட்டு, அவங்க இறந்ததுக்கு அம்மா எப்படி ரியாக்ட் செய்வான்னு எனக்குப் பயமா இருக்குன்னும் யமுனா சொன்னாள்.

'இது அவங்களுக்கு பர்சனலா பெரிய ஷாக்தான். ரொம்ப அப்செட் ஆகவும் வாய்ப்பிருக்கு. சாதாரணமா எடுத்துக்கிறதுக்கும் வாய்ப்பு இருக்கு. இதைச் சொல்லிட்டு நீங்க அவங்ககூட இரண்டு நாட்களாவது இருக்கிறதும் முக்கியம். அவங்க எதுவும் பேசாம அமைதியானா, இறந்தவங்கள பத்தி நீங்க வேறு வேறு விஷயங்களைப் பேசுங்க. டைலூட் ஹேர் தாட்ஸ். நீர்த்துப் போக வைங்க அந்த விஷயத்தை. எது என்றாலும் எனக்கு கால் பண்ணுங்க. நா அவங்ககிட்ட பேசிட்டு அவங்க ரிலாக்ஸ் ஆகிறதுக்குத் தேவையிருந்தா மருந்து தருகிறேன்" என்று ஜான் சொன்னதும்தான் யமுனா அமைதியானாள்.

தேவகி எழுந்து வந்து காப்பி போடப் போனபோது, "என்ன யமுனா! எப்போ எனக்கு முன்னாடி எந்திச்சு காப்பி குடிச்சே? கப் ஒண்ணு சிங்க்கில் கெடக்கு" கேள்வி வந்ததும், யமுனா உஷாரானாள்.

"சீக்கிரம் தூக்கம் கலைஞ்சிட்டு, அதுதான்" என்று இழுத்தாள்.

"இப்ப காப்பி வேணுமா?" என்றதற்கு, "ம்" பதில் வந்தது யமுனாவிடமிருந்து.

சோபாவில் உட்கார்ந்திருந்த யமுனாவிடம் ஒரு கோப்பையைக் கொடுத்துவிட்டு மற்றொன்றுடன் வந்து உட்கார்ந்தாள் தேவகி.

"ஏதாவது ஒடம்பு சரியில்லையா யம்மு? கண்ணெல்லாம் கனத்து இருக்கா மாதிரியிருக்கே," என்று தனது புறங்கையை யமுனாவின் நெற்றியின் மீது வைத்துச் சூடு பார்த்தாள். 'சூடாவும் இல்லையே,' என்று தனக்குத் தானே சொல்லிக்கொண்டு வந்தவள், யமுனா ஏதோ சொல்ல வருவதைக் கண்டு, "என்னடா?" என்றாள்.

“நீ எனக்கு ஒரு பிராமிஸ் பண்ணனும்” என்றாள் யமுனா. எதுக்கு என்பதுபோல கண்ணைச் சுருக்கினாள் தேவகி. யமுனா ஒன்றும் சொல்லாமல் இருப்பதைக் கண்டு சற்றுப் பயத்துடன் சரியென்று சொன்னாள்.

“நா சொல்றத கேட்டுட்டு ஒனக்கு மனசுல என்ன தோணுதோ அத வாய்விட்டு சொல்லிடணும், சரியா” என்றபோது இவ்வளவுதானா என்ற தினுசில், காபியை உறிஞ்சிக்கொண்டே ஏன் இப்படி காலங்காத்தாலே ஒரு தினுசா இருக்கா என்று யோசித்தபடி, “சொல்லு” என்றாள் தேவகி.

“அம்மா, ஒன்னைய தேவான்னு கூப்பிடுற ஒரே ஜீவன் யாரும்மா?” என்று கேள்வி வைத்தாள்.

ஏன் வசுவ பத்தி இப்ப கேக்குறா, ஏதாவது அவளுக்கு? என்று மூளை படுவேகமாக வேலை செய்தது. கொஞ்சம் தீவிரமாக அதட்டும் குரலில், “இப்ப ஏன் வசுவ பத்தி பேசுற?” என்று கேட்டாள். யமுனாவுக்குள் சட்டென பற்றிக்கொள்ளும் தேவகியின் சிந்தனை வியப்பைத் தந்தது.

“வசு அத்தைய பத்தின விஷயம்தாம்மா. தேவான்னு இனி ஒன்னைய கூப்பிட அவங்க உயிரோட இல்லம்மா,” என்று சொல்லும்போதே யமுனாவுக்குக் குரல் உடைந்து அழுகை வழிந்தது. இதைக் கேட்கும்போதே தேவகி கல்லாகிப் போயிருந்தாள். அவள் கையில் நடுங்கிக் கொண்டிருந்த காப்பிக் கோப்பையை யமுனா வாங்கினாள்.

“எப்போ இது?” என்று கேட்டாள்.

“நேத்து நைட் படுத்தவங்தானாம். காலையில் எட்டு மணியாகியும் எழுந்துக்கலையாம். ரூம் கதவ ஓடைச்சு பாத்தா, தூக்கத்தில இறந்திருக்காங்க. டாக்டர் வந்து செக் பண்ணிட்டு ராத்திரியே இறந்துருக்காங்கன்னு சொன்னதா சரவணன் சொன்னான்” என்று சொல்லி நிறுத்தினாள் யமுனா.

தேவகி பதிலற்றுப் போயிருந்தாள். “அம்மா . . .” என்ற யமுனாவின் குரலுக்கு, “என்னைய பாக்க வரேன்னு இருந்தவ, என்னைய பாக்காம எதுக்குப் போனா?” என்று கேட்டாள்.

“ஏற்கனவே கொஞ்சம் முடியாம தான இருந்திருக்காங்க. பிபி அதிகமாகி இருக்கலாம், அதுதான் சடர்ன் அட்டாக் ஆக மாறியிருக்கலாம்,” என்று யமுனா சொன்னது எதுவும் தேவகியின் காதுக்குள் விழுந்த மாதிரி தெரியவில்லை. இடிந்துபோய் உட்கார்ந்திருந்தாள். இருந்தும் ஜான் சொன்னபடி, அது ஒரு சாவு என்பதைச் சொல்லிக்கொண்டிருந்தாள்.

“இன்னைக்கு கௌஷிக்கோட அம்மா வராங்களாம் ஊரிலிருந்து. வசு அத்தையோட தம்பி ஒருத்தர் உண்டாமே,” என்றபோது தேவகி ஆமா என்பதுபோல தலையாட்டினாள், “அவர் ரொம்ப வருஷமா வேலுசாமி மாமாவோட உறவுல இல்லையாம். அவரு இறந்ததுக்குக்கூட வரலையாம். கூடப் பொறந்தவளுக்காக இப்ப வராறாம். இன்னைக்கு சாயந்தரம் எடுக்கிறாங்களாம்மா...” என்று தொடர்ந்து சொன்னாள். தேவகி பதில் ஒன்றும் சொல்லவில்லை. அவள் என்ன நினைக்கிறாள் என்றே தெரியவில்லை.

“சரவணன் பேசும்போது இன்னொன்னும் சொன்னான், பெங்களூரில் இருந்து கிளம்பும்போதுதான் ஒனக்கு எழுதிய லெட்டர போஸ்ட் ஆபீசுல போட்டாங்களாம்,” என்று சொன்னதும் மட்டும் கண்கள் ஒளிர நிமிர்ந்து பார்த்தாள்.

“போன தடவ அவ எழுதின லெட்டர் இருக்குல்ல, அது பத்து நாள்ல வந்துது தெரியுமா. இதுவும் வந்துரும் பாரேன்” என்றாள் சின்ன பிள்ளையாக. கையைப் பிசைந்துகொண்டாள், தலையை ஒழுங்குபடுத்திக்கொண்டாள். நாக்கைக்கொண்டு உதட்டை ஈரப்படுத்தினாள். தேவகியின் இந்தச் செயல்கள் அவள் கொஞ்சம் பதற்றமாக இருப்பதைப் புரிய வைத்தன யமுனாவுக்கு.

“அம்மா, ஒனக்குப் புரியுதா? வசு அத்தை இப்ப உயிரோட இல்ல. நீ ஏதாவது பேசும்மா. நீ செய்றத பாத்தா எனக்கு எப்படியோ இருக்குமா” என்றபோதும் தேவகி ஒன்றும் சொல்லவில்லை.

“சரி, ஏதாவது சாப்பிட செய்யட்டுமாம்மா?” பதில் இல்லை.

“தோசை ஊத்துறேன், சரியா” என்று சொல்லிவிட்டு சோபாவில் இருந்து எழுந்தாள்.

“இங்கன வர அவளுக்கு இஷ்டமில்ல, ஒனக்குத் தெரியுமா?” என்று சொன்னாள் தேவகி மெதுவாக. இது என்ன புது கதையா இருக்கு என்றபடி மீண்டும் சோபாவில் அமர்ந்தாள் யமுனா.

“ஏம்மா? என்னைய பிடிக்கலையா? ஒன்னைய பாக்கும் ஆசை இல்லையா? இல்லேன்னா அவங்க பையன் கல்யாணத்தைப் பாக்குற ஐடியாவே இல்லயா?” என்று அடுக்கடுக்கான கேள்விகளுக்கு, தேவகியின் பதில் மிகவும் புதிது யமுனாவுக்கு.

“அப்படியெல்லாம் ஒண்ணுமில்ல யம்மு. அவளுக்கு அவ வீடுதான் எல்லாம். பழையபடி அங்கன போயி வாழணும்; ஆளணும்னு ஆசப்பட்டா. அததான் முந்தின லெட்டரிலும்

எழுதியிருந்தா. இதுலேயும் அததான் எழுதியிருப்பா பாரேன். நானும் எவ்வளவோ சொல்லிட்டேன். நாம கொஞ்சம் மாறணும் வசுன்னு. ஆனா அவளுக்குள்ள அந்த வீடும் குடும்பமும் பெரிய விஸ்தாரமா விரிஞ்சு இருந்துது. அதுக்குள்ளாற புதைஞ்சு இருக்கிறதுல, பிரச்சனைகளோட வாழ்றதுல அவளுக்கு ஓர் ஆத்ம திருப்தி இருந்துது. அவ பெங்களூரில் இருக்கும்போது, ஒரு நாள் சனிக்கிழமை மதியம். சரவணன் வீட்டிலிருந்து போன் போட்டு என்னிடம் பேசச் சொல்லிவிட்டு அவன் படுக்க போவதாகவும், அம்மாவுக்கு ஆப் பண்ணத் தெரியாது, நீங்க பேசி முடிச்சதும் கால் கட் பண்ணிருங்கன்னு சொல்லிட்டுப் படுக்க போயிட்டான். அன்னைக்குதான் ரொம்ப நேரம் பேசினா என்கிட்ட” என்று நிறுத்தினாள்.

யமுனா அசையாமல் அமர்ந்து தேவகியைப் பார்த்துக் கொண்டிருந்தாள். அவள் பேசும்போது வசுவை அவள் எவ்வாறு எதிர்கொண்டிருக்கிறாள் என்பதைக் கேட்பதற்கே ஆச்சரியமாக இருந்தது.

“அடிக்கடி சரவணன் முகுந்தனிடம் பேசும்போது, அவனுக்குப் பின்னாடி தெரியும் வீட்டை அதில் செய்யப் பட்டிருக்கும் மாற்றங்களைக் கவனித்து, இதை ஏன்டா மாத்துன, அப்ப அந்த ஷெல்ப் எங்க போன்ற கேள்விகளை வைத்திருக்கிறாள் தொடர்ந்து. இதைப் பொறுக்க முடியாமல் ஒருமுறை அவன் அங்கிருந்து, ‘இது என் வீடும்மா. எனக்குத் தக்கன, எம் புள்ளைகளுக்குத் தக்கன மாத்துறது தேவைதான. நீ ஏன் அதப் பத்தி கேட்டுக்கிட்டே இருக்க ஒவ்வொரு தடவையும்?’ என்று எரிச்சல் பட்டிருக்கிறான். மித்ரனுக்கு என்ன சாப்பிட கொடுத்தா இன்னிக்கு என்று கேள்வி வைப்பதுகூட ராகவிக்குப் பிடிக்காமல் போயிருக்கிறது. ஒரு கட்டத்தில் சரவணனிடம் மட்டும் பேசிவிட்டு முகுந்தன் போனை வைத்துவிடுவதும் உண்டாம். அதிலெல்லாம் வசுவுக்கு வருத்தம் உண்டு.”

“நானும் அவளுக்குச் சொல்லியிருந்தேன். நாம எப்படி நம்ம வீட்ட நமக்காக மாத்திக்கிட்டோமோ அதுபோலதான ராகவியும் நெனைப்பா, வசு. நானெல்லாம் ஒரு கட்டத்துல ஆச்சிய வீட்டுல இருக்க வச்சுட்டேன். நீ இனி எங்கூட வரவேண்டாம், ஒன்னைய இழுத்துக்கிட்டு அங்கன இங்கனன்னு இந்த ஆபீஸு, அந்த ஆபீசுன்னு அலைய முடியாது. நானே பாத்துக்கிடுதேன்னு கண்டிப்பா சொல்லிட்டேன். ஏன்னா அவளுக்கு எந்த வெட்டினரி ஆபீசுக்கோ ரிசர்ச் செண்டருக்கோ போயி ஆளுகளோட பேசிப் பழக்கமில்ல. இங்கன வர்ற டாக்டருங்க சொல்றதே

வேதவாக்குன்னு இருப்பா. அந்தக் காலமெல்லாம் மாறி, நாமளா நாலு விஷயத்த தெரிஞ்சுக்கிட்டா மட்டும்தான் இத்தனை பெரிய பண்ணைய காப்பாத்த முடியும்கிறது அவளுக்குப் புரியல. ஆனா அப்ப எனக்குப் புரியல, என்னுடைய இந்தத் தலைகொழுத்த மூப்பு ஆச்சிய எத்தன விசனப்படுத்தி இருக்கும்முன்னு. அவள ஒன்னைய பாத்துக்க சொல்லி இருத்திட்டுப் போவேன். அது மாதிரிதான ராகவியும் நிவேதியும் நெனைப்பாங்கன்னு வசு கிட்டக்க சொன்னேன். ஆனா அவளுக்குள்ள ஒரு பிடிவாதம் உண்டு. அது உடைஞ்சு போகும்போது, அவ சிதறிருவா. அப்புறம் கொஞ்ச நாளாகும் சரியாக... அது அவ வழக்கம். நேத்தும் அவ டல்லா இருந்தப்ப மெனக்கிட்டுக் கேட்டேன். இதையேதான் சொன்னா. என் வீடு இல்ல இதுன்னு. அதயே நெனைச்சுக்கிட்டு இருந்திருப்பா. என்னைய அவ வந்து பாக்காம போனதுதான் எனக்கு இருக்கிற ஒரே சங்கடம், யம்மு. இத்தன வருஷத்து பிரண்ட்டா இருந்தும் என்னைய பாத்துட்டுப் போகணும்னு தோணல அவளுக்கு. அப்பவும் குடும்பத்ததா முன்னாடி நிறுத்திட்டா பாரு."

"ஒவ்வொரு புள்ளைக்கும்ன்னு தனித்தனியா கடமை வச்சிருந்தா, அத முடிச்சிட்டா. அவ்வளவுதான். கொஞ்ச நாள் சரவணன் புண்ணியத்துல தனக்கான வாழ்க்கையைக் கொஞ்சமாவது வாழ்ந்திருப்பான்னு நா நம்புறேன் யமுனா. அவ இல்லாத ஒரு இடத்த யாருக்குமே கொடுக்க முடியாது. இப்பவே நானும் அவ இருக்கிற இடத்துக்கு போயி, ஒனக்காக வாழணும்னு ஏன் வசு ஒனக்குத் தெரியல? குடும்பத்துல இருக்கிறவங்களுக்காக வாழ்றது மட்டும்தான் வாழ்க்கையா, ஒனக்கான கொஞ்ச நேரம், ஒனக்காக கொஞ்சம் வாழ்க்கை இதெல்லாம் நீ செத்த பிறகு ஒனக்கு கெடைக்குமான்னு கேட்கணும்னு தோணுது அந்தக் கிறுக்கச்சி கிட்டக்க. ஆனா அது முடியாதே யமுனா," என்று தேவகி உடைந்து போய் அழுதாள். யமுனா அப்படியே கண்ணீரோடு அமர்ந்திருந்தாள். இவர்களிடையே இருந்தது என்ன ஒரு உன்னதமான புரிதல். இந்த அழுகை தேவகியைக் கரைய வைக்கலாம்; மீண்டு வரவும் உதவலாம்.

5

ஜானின் அழைப்பு மதிய வேளைச் சமையலைச் சற்று நிறுத்தி வைத்தது. "இப்ப பெட்டர்ன்னு நினைக்கிறேன் ஜான். அழுது முடிச்சு அப்படியே உட்கார்ந்திருந்தாங்க. அப்புறம் இன்னொரு கப் காப்பி. லஞ்ச் சமைச்சு முடியப்போகுது. சாப்பிட வைக்கணும். மருந்து சாப்பிடும் அளவுக்கு மோசமாக இல்லைன்னு

நினைக்கிறேன் ஜான். அவங்க பிரண்டு பத்தின நல்ல புரிதல் இருக்கு. ஆனாலும் அவங்க இல்லங்கிறத தாங்குற சக்தி இல்ல.”

“குட். மதியம் கொஞ்சம் தூங்கட்டும். நான் சொல்ற டெபிளட் அவங்ககிட்ட இருக்கும் பாரு,” என்று பெயர் சொல்ல, அதை எடுத்தாள், “சாப்பிட்ட பிறகு கொடு. சாயங்காலம் கொஞ்சம் ரிலாக்ஸ்ட் ஆயிருவாங்க,” என்று சொல்லி போனை வைத்தான் ஜான்.

அழுகைக்குப் பின் சற்று அமைதியாகவே இருந்தாள் தேவகி. குளித்து வந்து சாப்பிட்டாள். ஏனென்று கேட்காமல் மருந்தும் சாப்பிட்டுக்கொண்டாள். தூங்கி எழுந்தபோது, சரவணன் யமுனாவுடன் பேசிக்கொண்டிருப்பது தெரிந்தது. தேவகியைப் பார்த்ததும் யமுனா போனை தேவகியிடம் கொடுத்தாள். அவன் பேசப் பேச தேவகி அழுகையுடன் கேட்டுக்கொண்டிருந்தாள். பின்னர் போனை யமுனாவிடம் கொடுத்துவிட்டு அடுக்களைக்குள் போய்விட்டாள்.

“இப்ப அத்தை பரவாயில்லையா?” என்று சரவணன் கேட்க, “எனக்குத் தெரியல. நெனைச்சு நெனைச்சு அழுறாங்க. என்னைய பாக்க ஏன் வரல அப்படின்கிற கேள்விதான் அவங்க மனசுல இருக்கு சரவணா. இவங்கள விட்டுட்டு அவங்க போனத தாங்க முடியாம இருக்காங்க. அது கொஞ்ச நாளைக்கு இருக்கும். ஒரே வயசுல இருக்கிறவங்கள்ல ஒருத்தர் இறந்தா இன்னொருத்தருக்குத் துக்கம் இல்லாம இருக்காது. ஆனா இவங்க ஏற்கனவே டிரிட்மென்ட்டில் இருப்பதால், கவனமா இருக்க வேண்டியிருக்கு. நாளைக்கும் நான் லீவுதான். நீ அங்கிருக்கிற டெவலப்மெண்ட் பாத்துட்டு சொல்லு,” என்றாள் யமுனா.

6

ஒரு வாரம் ஓடிவிட்டது, வசு இந்த உலகத்தில் இல்லாமல் போய். வீடு பழைய நிலைக்கு வர தடுமாறிக்கொண்டிருந்தது. ஞாயிறு விசேஷத்தை முடித்துவிட்டு சரவணன் கிளம்பிவிட்டான். இன்னும் ஒரு வாரத்தில் பெங்களூரில் விசா இண்டெர்வியூ இருந்தது முகுந்தனுக்கு. சரவணனின் கல்யாணத்தைத் தள்ளிப்போட வேண்டாமென்று முகுந்தன் சொல்லிவிட்டான். அம்மாவின் கடைசி ஆசையும் அதுதான் என்பதே அவனுடைய வாதம்.

நிவேதி அம்மாவின் அறைக்குள் நின்றிருந்தாள். வசுவின் துணி அலமாரியைத் திறந்தபோது, அப்பாவின் நினைவாக அவரின் துணியெல்லாம் இருந்த ஒரு பாதியை வசு மாற்றவே

இல்லை. வசு பெங்களூரில் இருந்து வீட்டுக்கு வந்து இரவே அவளின் துணிகளை அலமாரியில் அடுக்கியிருந்தாள். நிவேதிக்கு அதையெல்லாம் பார்க்கப் பார்க்க அழுகை முட்டிக்கொண்டு வந்தது. அவளைப் போல முழு நிறைவா நான் ஏன் இல்ல? அவ கிட்டேயிருந்து அத நா கத்துக்கவே இல்லையோ? அவள் இங்கில்லாத பத்து மாதங்கள் கூட கஷ்டமாகத் தெரியல. சரவணன் கல்யாணம் நடந்ததும் இங்கன வந்துருவான்னு நம்புனதனால இருக்கலாம். இப்ப அவ வரவே மாட்டான்னு ஆனபொறகு தாங்கிக்கவே முடியல. இறந்து போற வயசா இது? அவ கிட்டேயிருந்து நா சமையல கத்துக்கல, தையல் நல்லா தைப்பா, அதையும் கத்துக்கல. எம் பொண்ண அவதான் வளத்திருக்கா, அதுக்கு நா அவளுக்கு ஒருநாள் கூட தேங்க்ஸ் சொன்னதில்ல. சினிமால காட்டுற மாதிரி அவ தோள்ல சாய்ஞ்சு அணைப்பைத் தேடிக்கிட்டது இல்ல. அப்பா மாதிரியே ஒரு ஆண்போலவே நான் நடந்து கொண்டிருக்கிறேனோ... அதுதான் அம்மாவிடம் நெருக்கம் இல்லாமல் போனதோ. ஆனால் சரவணன் எப்பவும் சின்னதிலேருந்து அவகிட்ட ஒட்டிக்கிட்டே தான் நிப்பான். அவங்க ரெண்டுபேரும் சண்டையும் போட்டுக்குவாங்க; கழுத்தையும் கட்டிக்குவாங்க. அது அவனால் முடிந்திருக்கிறது. தன்னால் ஏன் அது முடியாமல் போயிற்று என்று சங்கடமாக இருந்தது அவளுக்குள்.

வேலுசாமியும் அதிகமாக வசுவைப் பற்றிப் பேசுகிற ஆள் இல்லை. 'எல்லா பொண்டாட்டியும் செய்றததானே நீயும் செய்யிறே' என்பார் சில சமயங்களில். அந்த எண்ணம்தான் தனக்குள்ளும் 'எல்லா அம்மாவும் அம்மாவாக, பாட்டியாக இப்படிதானே இருந்தாக வேண்டும்' என்ற எண்ணம் உண்டு. கொஞ்சம் உக்காந்து யோசிச்சால் தான் மட்டும், ஒரு பெண்ணாக, அம்மாவாக அப்படியா இருக்கிறோம்... வேலையை விட்டுவிட்டு வீட்டிலிருந்து சமைச்சுக்கிட்டு, பிள்ளைய பாத்துக்கிட்டா இருக்கிறோம்? இல்லையே... கார் ஓட்டுறோம், ஆபீஸ் போறோம் சுயமா பேசுறோம், முடிவு எடுக்கிறோம் எல்லாமே ஒரு ஆணைப்போல ஆக்கிக்கொண்டோம். ஆனா ஏன் என்னுடைய அம்மாவை மட்டும் அம்மாவாகவே வைத்திருக்க நினைத்தேன்? நிவேதிதாவுக்குள் சங்கடங்கள் உண்டாயின.

அவள் கர்ப்பப்பை எடுத்தபோதுகூட, 'இப்ப ரெண்டு நாளாவது லீவு போட்டுட்டு என் கூட இரேன்டி' என்றவளிடம், 'என்னம்மா இப்படி பேசுத? ஏகப்பட்ட வேல ஆபீசுல. ராகவன் சார் வேற லீவு. மார்ச் மாசம் நெருங்குது," என்று சொல்லும்போதே,

‘இல்லடி, ஒரு பொம்பள புள்ளையா என்னோட சிரமத்த நீ தான புரிஞ்சுக்க முடியும்னு... அதுதா ரெண்டு நாள் கூட இரேன்னு கேட்டேன். அம்மா பெருசு இல்லையாடி வேலய விட...’ என்று இழுத்தவளை, ‘என்னம்மா பட்டிக்காடு மாதிரி பேசுத? ஒனக்கு என்ன தெரியும் என் வேலய பத்தி? நீ எல்லாத்தையும் ஒன் வீட்டுக்காரர் நடத்துற ரைஸ்மில் மாதிரிதான நெனைப்ப?’ என்று சொன்னதும் வசுவின் முகம் வாடுவதைப் பார்த்துவிட்டு, ‘சரி, விடு. ஒன்னையதான் அந்த ஹோம் நர்ஸ் அருமையா பாத்துக்கிறாங்களே. இன்னும் வேணும்னா ஒரு வாரம் கூடவும் அவங்களை வச்சுக்கலாம். நா பே பண்ணிடறேன், போதுமா?’ என்று வசுவின் கன்னத்தைத் தட்டிவிட்டு நடந்தது நினைவுக்கு வந்தது. அவளுக்கான அனுசரணையுடன் அவளின் மகளாக நாம் என்றாவது நடந்திருக்கிறோமா என்று நினைவில் இல்லை நிவேதிக்கு. உறுத்தல் அழுகையாக உடைந்திருந்தது நிவேதியிடம்.

7

முகுந்தன் பெங்களூரு வந்திருந்த இரண்டு நாட்களாகவே சரவணன் அவனைக் கூட்டிக்கொண்டு அலைவதும் ஆபீசின் கடைசி வேலைகளை முடிப்பதுவுமாக இருந்தான். இரவில் இருவரும் சேர்ந்து பெங்களூர் வீட்டிலிருந்து திருச்செந்தூருக்கு மாற்ற வேண்டியவற்றை அடுக்கிக் கொண்டிருந்தனர். ஷெல்பில் வசு வைத்துவிட்டுச் சென்றிருந்த துணிகள் கொஞ்சம் இருந்தன. அதில் அவள் அதிகமாகக் கட்டியதாக சரவணன் நம்பியவற்றில் இரண்டை மட்டும் எடுத்துவைத்துக்கொண்டான். தேவகி அத்தைக்கு ஒன்றைக் கொடுக்க வேண்டும் என்றவாறே அவனுடைய டிராலி பேகுக்குள் உள்ளே வைக்கும்போது, “இன்னும் சின்ன புள்ளையாவே இருக்கேடா,” முகுந்தன் சொல்லிக்கொண்டே வந்தான்.

“அப்படியில்ல அண்ணே, அம்மா இங்கன வந்த பெறகுதான் எனக்குள்ள குடும்பம்ன்னா ஒரு பிடிப்பு வந்துது. அவதான் சமைப்பா, ஒதுங்க வைப்பா, எனக்கும் சொல்லிக் கொடுத்தா. இந்த வீட்டுல எல்லா இடத்துலேயும் அவள என்னால பொருத்திப் பாக்க முடிஞ்சுது. நீகூட நா கார்ட்டூன் வரையிரத பெருசா எடுத்துக்கல. அவளுக்கு இது என்ன மாதிரி படம்னுகூட சொல்லத் தெரியல, ஆனா இங்கன இருக்கிறவங்க எல்லாத்துக்கிட்டேயும் என்னைய பத்தி சொல்லி, அவங்க ஒரு ஞாயித்துக் கெழம அன்னைக்கு குட்டீஸோட ஒரு செஷன் ஏற்பாடு செய்து நா அதுல இருக்கிறத பத்தி பேசி, அதுக்கான கிளாஸ் நடக்குற எடத்த காமிச்சுக் கொடுத்தேன். இக்னோரன்ஸ்ன்னு நாம ஈஸியா சொல்லிட்டு

போறோம், ஆனா அது இருக்கிறவங்க கிட்டக்கதான் அன்பும் அதிகமா இருக்குண்ணே," என்றவனை முகுந்தன் யோசனையாகப் பார்த்துவிட்டுப் பேசினான்.

"அம்மா இல்லாத வீட, வீக் எண்ட் டேய்ஸை விட வீக் டேய்ஸ்லதான் அதிகமா மிஸ் பண்ணினேன் நான். அது அப்ப என்னோட சுயநலம்தான. அவங்கள அவங்களுக்காக நான் யோசிச்சதே இல்ல. நிவேதியும், ஏன் ராகவியும்கூட அப்படிதான். அவங்கள சுத்தி நாங்கள்லாம் எங்க எங்க வேலைகளோட ஓடிக்கிட்டு இருந்தோம், அவங்க மட்டுக்கும் அப்படியே அங்கேயே தேங்கி நிக்காங்கன்னு தெரிஞ்சுக்காம. நீ அங்கன போன பெறகு தேவகி அத்தைய நல்லா பாத்துக்கணும், நம்ம அம்மாவா நெனைச்சு. ஏன்னா என்னைய பொறுத்தவரைக்கும் அவங்க ரெண்டுபேரும் ஒருத்தர்தான். அவங்க எழுதிக் கொடுத்த எத்தன லெட்டர காலேஜ் படிக்கிற காலத்துல இருந்து ரொம்ப வருஷமா நாதான் போஸ்ட் ஆபீசுல கொண்டு போட்டுட்டு வருவேன். சில சமயம் ரெண்டு மாசத்துக்கு ஒரு தடவ, சில நேரம் ஆறு மாசம் கூட எடுத்துப்பாங்க. ஒருநாளும்கூட அதுக்குள்ளாற ரெண்டு பேரும் விடாம எதை எழுதிக்கிறாங்க, பரிமாறிக்கிறாங்கன்னு நா பெருசா யோசிச்சதும் இல்ல, கேட்டதும் இல்ல. ஆனா, அதுதான் இன்னைக்கு ஒன்னையும் யமுனாவையும் சேர்த்து வச்சிருக்கு," சொல்லிவிட்டு முகுந்தன் ஹாலை நோக்கி நகர்ந்தான்.

மறுநாள் ஊருக்கு எடுத்துச் செல்ல வேண்டியதை முன் ஹாலில் எடுத்து வைத்தான் முகுந்தன்.

"சரிடா, தூங்கு நேரமாச்சு. நான் காலையில் கெளம்புறேன், நீ ராத்திரி. நா கல்யாணத்துக்குச் சரியாக ரெண்டு நாளு முன்னாடி வந்து ரெண்டு நாளு கழிச்சுக் கெளம்புறேன். நம்ம குடும்பத்திலே நீதா முதமுதலா வெளிநாடு போறே. பாத்து கவனமா நடந்துக்கோ," என்று சொன்னவனைப் பார்த்து, "அப்பா மாதிரி பேச ஆரம்பிச்சுட்டேண்ணே" என்று சொல்லிச் சிரித்தான் சரவணன்.

16

தேவகி

வசுமதி

1

ஒரு வாரம் கழித்து, தேவகியின் துக்கம் தெரிந்தே பார்வதி தனது வீட்டுக்கு மதிய சாப்பாட்டிற்கு வருமாறு அவளை அழைத்திருந்தார். அது அவளை வேறு விஷயங்களில் கவனம் கொள்ளவைக்கும் என்பது யமுனாவின் கணக்கும் கூட. அவள்தான் பார்வதியின் வீட்டில் தேவகியை இறக்கிவிட்டு வந்தாள். சாயங்காலமாக வந்து அழைத்துக்கொள்வதாகச் சொல்லியிருந்தாள். இன்று அவளுக்குச் சற்று ஓய்வுதான். இந்தப் பத்து நாட்களாகவே தேவகி, வசுவைப் பற்றிப் பெரிதாகப் பேசிக்கொள்ளவில்லை. மறுநாளே யமுனாவிடம், "நீ ஏன் வோர்க்குக்கு போகாம இருக்கே?" என்று கேட்டும் விட்டாள். "எனக்கு மனசு கொஞ்சம் செட் ஆகலம்மா" என்று சொல்லி வைத்தாள். அதற்கு அடுத்த நாளிலிருந்து யமுனாவுக்குச் சமையல் செய்து கொடுப்பது, வீட்டு வேலைகள் செய்வது என்று தொடங்கியிருந்தாள் தேவகி. ஆனால் பழைய சந்தோஷம் இல்லை என்று அப்பட்டமாகத் தெரிந்தது. இருந்தும் மற்றவர்கள் வரையில் சமாதானம் செய்துகொள்ள கற்றிருந்தாள்.

பார்வதி அழைத்ததும் நல்லதுக்குத்தான் என்று யமுனா நினைத்துக்கொண்டாள். வசு அத்தையின் கடைசிக் கடிதமும் வந்து சேர்ந்திருந்தது.

பிரித்துப் படிக்கலாமா என்று நினைத்தாள். வேண்டாம் என்று வைத்துவிட்டாள். அம்மாவே வந்து திறக்கட்டும். தேவகியின் அறைக்குள் சென்று அவளின் மேசையில் அதை வைக்கச் சென்றாள். அப்போதுதான் கவனித்தாள், ஷெல்பில் இருக்கும் ஓர் அறை திறந்திருப்பதை. அதில் பழைய கடிதங்கள் அடுக்கப்பட்டு இருந்தன. சில திறந்து வாசிக்கப்பட்டு மேல்வாட்டில் வைக்கப்பட்டிருந்தன. கடந்த ஒரு வாரமாக தேவகி வசுவின் கடிதங்களை வாசித்தபடி இருந்திருக்கலாம் என்பது யமுனாவின் அனுமானம். திறந்திருந்தவற்றை ஒவ்வொன்றாக எடுத்துப் புரட்டத் தொடங்க, யமுனாவினுள் 'எதிக்ஸ் மறக்காதே யம்மு' என்று தேவகி சொல்வது போல கேட்டது. ஆனால் அதையும் மீறி வசுவின் பொடியான சதுர வடிவிலான எழுத்துகள் இழுக்க அங்கங்கே வாசிக்க ஆரம்பித்தாள். வாசிக்கும்போதுதான் புரிந்தது, கடிதங்கள் எவ்வளவு சக்தி வாய்ந்த சாதனம் என்று. கடிதங்களில் பேசிக்கொண்ட இந்த இரு பெண்களுமே அவற்றைப் போலவே அளப்பரியா சக்தி கொண்டவர்களாகத் தெரிந்தார்கள். மீட்டெடுக்கும் வித்தையை அதிலிருந்து பெற்றுக்கொண்டவர்களாக இருந்தார்கள். நமக்கும் ஏன் இப்படியான நட்பு வாய்க்க வில்லை? இப்போதிருக்கும் எந்த இளம் தலைமுறைக்கும்கூட இம்மாதிரியான நட்புகள் இருக்க முடியாது என்றே பட்டது அவளுக்கு.

> "எனக்கு இங்கே வீட்டில் பொழுதுக்கும் சமைக்கிறதும் பிள்ளைகளைப் பார்த்துக்கிறதுமான வேலை மட்டும்தான்... அதனால் அவ்வப்போது தப்பித்து அம்மா வீட்டுக்குப் போய்விடுவது வழக்கம். நம்ம ஊருக்குப் போனதும் பிள்ளைகளை அம்மாவிடம் விட்டுவிட்டு, முதல் வேலையாக, நம் முருகன் கோயிலுக்கு போக ஆட்டோ பிடிப்பேன், தேவா. நேராகப் போய் நாம் எப்போதும் பராக்கு பார்த்து நிற்கும் அந்த தேர்முக்கில், சுகந்தி வீட்டுக்குப் பக்கத்தில்தான் நிற்பேன். உனக்கு ஞாபகம் இருக்கிறதா தேவா... நம்ம தேர்முக்கு... இப்போதும் தேர் அங்கேதான் மூடியபடி நிற்கிறது. கூடவே ஒரு குட்டித் தேரும் செய்திருக்காங்க... நாலைந்து வருடம் இருக்கலாம் அதைச் செய்து... அதற்குக் கூரையை ப்ளூ கலரில் பெயிண்ட் அடித்து வைத்திருக்கிறார்கள். எங்க தெரு பொம்பளைங்கயெல்லாம் முதல் தடவை அதை ஓட்டத்தில பார்த்தபோது சிரித்துவிட்டோம் என்றால் உனக்குப் புரியும்... இதைப் போய் உன்னிடம் சொல்கிறேன் பார்... நான் ஒரு கூறுகெட்டவ... நீ அங்கே திருச்செந்தூருக்குள்ளேதானே பொழுதுக்கும் இருக்கிறாய்.

உனக்கு நினைவு இருக்கிறதா, தேவா... சின்ன வயதில் இந்தத் தேர்முக்குதான் நமக்கு எல்லாமும்... நாம ரெண்டுபேரும் ரெடி சாட் பூட் போட்டுவிட்டு விரசலாக ஓடி மூச்சு இரைக்க, வலதுபுறத்துத் தேரோட பெரிய சக்கரத்தை முதலில் தொடுவோம். அங்கிருந்து பக்கத்தில் இருக்கும் சிவனாண்டி மிட்டாய் கடையில் போய் அவரிடம், ‘மாமா எப்ப தேர் ஓடும்’ என்று கேட்போம். அதற்கு அவர் கோவில் குளக்கரையைக் காட்டி, ‘அந்தா அங்கன இருக்கிறாரு பாரு அந்த சாமி... அவரு கிட்டக்க போயி கேளு’ என்று சும்மா கைகாட்டிவிடுவார். நாமும் யாரோ சாமியார் அங்கு இருப்பதாக நினைத்துப் பாவாடையைத் தூக்கிப் பிடித்துக்கொண்டு ரோட்டின் குறுக்கில் ஓடி, அங்கே போவோம். அப்போதெல்லாம் எப்போதோ ஒருமுறை தானே பஸ்ஸும் காரும் ரோட்டில் போகும். நாம் ரோட்டைக் கடக்கும்போது, குறுக்கிடும் சைக்கிள்காரர் நம்மைப் பிடித்துத் திட்டுவார், ‘எங்கட்டி ... இப்படி கண்மண்ணு தெரியாம ஓடுதிய...’ அப்படியென்று.. இதையெல்லாம் நான் அந்தத் தேர்முக்குல போய் நின்று யோசிப்பேன் தேவா ... அந்த நாளெல்லாம் திரும்பி வராதா என்ன ...”

யமுனாவின் கண்களில் கண்ணீர் முட்டி, அந்தக் கடிதத்தைக் கீழே போட்டாள்.

இன்னொன்றில் சிவப்பு மையினால் கோடிட்டு எழுதியிருந்தது. அதை விரித்தபோது,

“என்னையெல்லாம் பள்ளிக்கூடத்தை முடித்ததும் கல்யாணம் கட்டிக்கொடுத்துட்டாங்க... உன்னையாவது காலேஜ் ஒரு வருடம் படிக்க அனுப்பினாங்க. அதுவும் கூட உன் மாமனுக்கு உடம்பு கொஞ்சம் சரியான பின்பு கல்யாணம் வைத்துக்கொள்ளலாம் என்று உன்னுடைய செல்லம்மா கணக்குப் போட்டிருந்திருப்பாள். அந்த காலத்துல அவ போட்ட கணக்கையெல்லாம் நம்மால் கண்டுபிடிக்க முடிந்ததா என்ன. அவங்களுக்கெல்லாம் பொம்பளை பிள்ளைகளைச் சீக்கிரம் வெளியே தள்ளங்குறது தானே கணக்கு ... நாம் இரண்டுபேரும் அவங்கவங்க சொந்த மாமனதான் கல்யாணம் செய்துகொண்டோம். நான் வள்ளியூர் போனேன். நீ இங்கேயே உங்க ஆச்சி வீட்டோட இருந்துவிட்டாய். ஒரு தடவை நான் உன் வீட்டுக்கு வந்திருந்தேன். அப்போது எனக்கு மூத்தவனும் பொண்ணும் பிறந்திருந்தாங்க. உனக்கு பிள்ளை இல்லை. நீயும் காப்பிதண்ணியும் தோசையும் மிளகாய் சட்னியும்

சாப்பிட கொடுத்தது நான் மறக்கவே இல்லை தேவா. தோசையா அது! வட்டு வட்டாக சுற்றியெல்லாம் எண்ணெய் ஊற்றி, வடிய வடிய சூடாகச் செய்து தந்தாய். கமலத்தம்மாவைத் தள்ளியிருக்கச் சொல்லிவிட்டு நீயாகவே எனக்காகத் தோசை ஊற்றினாய். இன்னும் மறக்கவில்லை நான். எப்போதாவது எனக்காகவென்று நான் அந்த மாதிரி ஒரு தோசையை ஊற்றிக்கொள்வேன், தேவா. அதைச் சாப்பிடாமல் பார்த்துக்கொண்டே இருப்பேன், தேவா... அதில் உன்னுடைய முகம் மட்டும்தான் எனக்குத் தெரியும்.

உன் வீட்டுக்கு வந்த அன்றுதான் பார்த்தேன், உன் வீட்டுக்காரரைக் கட்டிலில் கயிறுவைத்துக் கட்டி வைத்திருந்ததை. பார்த்ததும்தான் எல்லாம் புரிந்தது. அழுதுவிட்டேன். நீதான் அழாமல் இருக்கப் பழகியிருந்தாய். பார்த்துப் பார்த்துச் சலித்துப் போயிருப்பாய் போலும். அதன்பின்பாக அன்று நாம் நிறைய பேசிச் சிரித்துக் கொண்டது நினைவில் இருக்கிறது எனக்கு. நீ அவர் கூட படுத்தியா இல்லையா என்று கேட்டது நான்தான். நீ அதற்குப் பொசுக்கென்று அழுதுவிட்டதும் எனக்கு நினைவில் உண்டு. 'ராத்திரி மருந்து சாப்பிட்டு தூங்கி போயிறாரு' என்று சொன்னாய்... அப்படியென்றால் எப்போது முழித்திருப்பார் என்று கேட்டேன். 'மத்தியான நேரமாக்க கொஞ்சமா, சமாதானமா, சத்தம் போடாம இருப்பாரு' என்று சொன்னாய். அந்தச் சமயமாகப் பார்த்துப் பிள்ளை பெற்றுக்கொள் என நான் சொல்ல நீ வெட்கப்பட்டுச் சிரித்தது இன்னும் ஞாபகம் இருக்கிறது தேவா...'

'அவரு மேல நா கைய வச்சாலே தட்டில்ல விடுதாரு' என்று நீ இன்னும் சொல்ல, அன்னைக்குச் சிரித்துவிட்டு வீட்டுக்கு வந்தப்புறம் எனக்கு எத்தனை வலித்தது என்று உனக்குத் தெரியாது தேவா.

அதன்பிறகுதானே யமுனா பிறந்தாள். அவ பிறந்த பத்தாவது வருடத்தில் உன் வரதன் மாமாவும் இறந்துபோக, ஒரு சுகமும் காணாமல் அவருக்குப் பணிவிடை செய்தே உன் காலம் கழிந்து போனது. என் கணவருடன் இருக்கும் சில நேரங்களில் உன் நினைவு வந்து என்னைத் தொந்தரவும் செய்வதுண்டு தேவா... மனதுக்குள் வலி பிடுங்கும். அதெல்லாம் பேசி இப்போது என்ன ஆகப்போகிறது? காலம் கடந்து போயாச்சு. அதன்பிறகு நாம் சரியாகப் பார்த்துகொள்ளவும் இல்லை. எங்கேயாவது காது குத்து, சீர், கல்யாணம் என்று

விசேஷங்களின்போது பார்த்திருப்போம். அந்தச் சமயம் பிள்ளைகள் வளர்ந்துகொண்டிருந்த காலம். அவர்கள் எல்லாம் கொஞ்சம் பெரியவர்களான பிற்பாடுதான், மீண்டும் இப்படி எழுதிக்கொள்ள ஆரம்பித்தோம். இப்படியாகவாவது, பேசி மனதை ஆற்றிக்கொள்கிறோமே. இது ஒன்றுதான் நம் ஆறுதல் தேவா."

சமீபமாக வந்த ஒரு கடிதத்தில், யமுனாவுக்கான ஒன்று இருந்தது. அது யமுனா ஊகித்தது சரிதானென்று சொல்லியது. யமுனாவும் ஜானும் விடை தெரியாமல் புலம்பும் ஒரு விஷயத்தின் தொடக்கப் புள்ளியை அது தொட்டிருந்தது.

"தேவா, நாம் இரண்டாம் கிளாஸ் படித்தபோது நடந்தது எதுவும் பெரிதாய் ஞாபகத்தில் இல்லை. ஆனால் நீ வானமாமலை டீச்சர்வரைக்கும் நினைவில் வைத்திருக்கிறாய். சுதர்சனன் மாமன் உன்மேல் கை வைத்தான் என்பது பெரும் வேதனையான ஒன்று . . . வேண்டாம் தேவா, எனக்கு இது தெரிந்திருக்காமலே இருந்திருக்கலாம் என்று மனதுக்குள் வேண்டுகிறேன். என்னால் என்னையே மன்னிக்க முடியவில்லை. அந்த மோசமானவனிடம்தான் நான் உன் கல்யாணத்தை நிறுத்தச்சொல்லிக் கேட்டேன் என்று நினைக்கும்போது என் மேலேயே எனக்கு வெறுப்பாக இருக்கிறது, தேவா. அன்றே என் அம்மா சொன்னாள், 'அவன் பொம்பள பொறுக்கி, ஆத்தாவே அவன வீட்ட விட்டு அடிச்சு தொரத்திவிட்டா...' என்று. உன் கல்யாணம் முடிந்து சரியாக ஒரே வாரத்தில் இறந்துபோனது அது அவனுக்கு நம் திருச்செந்தூர் சாமி கொடுத்த தண்டனை. அந்தச் சாமியை விட, உன் ஆச்சிதான் ரொம்ப பெரியவள், தேவா. சின்ன பிள்ளை மேல் கை வைத்துவிட்டானென்று தன் மகன் என்றும் பாராமல், ஒட்டும் வேண்டாம் உறவும் வேண்டாமென்று அத்து விட்டாளே உன் ஆச்சி, அவள் நிச்சயம் சாமிதான், தேவா ..."

ஜானிடம் இது குறித்துச் சொல்லலாமா வேண்டாமா என்றும் குழம்பினாள். இப்போது எந்தப் பிரச்சினையும் இல்லாமல் இருக்கிறாள். ஜானிடம் சொல்லும்போது, அது குறித்த கேள்விகளை அவன் கேட்டு அவள் மீண்டும் அதற்குள் சென்றால் என்ற கேள்விக்கு விடை தெரியாமல் நின்றாள். இனியும் இப்படியான கனவுகள் வந்து, ஜானைப் பார்க்க வேண்டியிருந்தால் அது குறித்து யோசிப்போம். இப்போது, வசு அத்தையோடும், என்னோடும் அந்த மோசமான அத்தியாயம் ஒன்று தன்னை முடித்துக்கொள்ளட்டும் என்று நினைத்தாள்.

அன்றைக்கு இருந்த நிலையில் செல்லம்மா ஆச்சியின் மனசு என்ன பாடுபட்டிருக்கும்? ஒரு பக்கம் பேத்தி, இன்னொரு பக்கம் மகன். வேலைக்காரர்களுக்கு வெளியே தெரியாமல் காப்பாத்த வேண்டும். மகன் தவறு செய்தவன்னு தெரிஞ்சதும் காரணத்தை வெளிப்படையாகச் சொல்லாமல் அவனை விரட்டியிருக்கிறாள். குடும்பம், மானம், கௌரவம் என்று பல விஷயங்களுக்காக அவள் தன் பேத்தியைக் குறித்து வெளியே பேசாத போதும் அந்தத் தண்டனையைத் தனக்குத் தானே வழங்கியிருக்கிறாள் என்பது எத்தனை வலி? அம்மாவும் இந்தப் பாதிப்பினால்தான், துன்புறுத்தும் கனவுகளோடு வாழ்ந்து வந்திருக்கிறாள். அவளுக்கு நல்லதொரு துணை கிடைத்திருந்தால் இதிலிருந்து அவள் வெளிவந்திருக்கவும் கூடும். அது அமையாமல் போனதுதான் அவளின் துரதிர்ஷ்டம் என்று யமுனாவுக்குள் ஓடியது.

மேலும் லெட்டர்களைப் புரட்டும்போது, சின்ன விஷயங்களில்கூட வெகுளித்தனமாக வாழ்ந்ததையும் வசு கோடிட்டுக் காட்டியிருக்கிறாள்.

"... மாட்டாஸ்ப்புத்திரிக்குப் போன அன்று மாடு ஒன்று முட்டிக் கீழே விழுந்து காலில் மட்டும் பலமாகக் காயமென்று எழுதியிருந்தாயே, இப்போது அது சரியாகி இருக்குமென்று நினைக்கிறேன். முருகன்தானே மாட்டாஸ்பத்திரிக்கு மாட்டைப் பத்திக்கொண்டு போவது உண்டு. நீ எதற்காகப் போகிறாய்? சொன்னால் கேக்கவா போகிறாய்? அடங்காத உன் ஆச்சியையே வீட்டுல உக்கார வைத்துவிட்டாயே தேவா. அதிலொன்றும் கோபமில்லை எனக்கு. நீ செய்றதும் சரிதானென்று சில நேரங்களில் எனக்குத் தோன்றும். ஆண் தலையெடுக்காத வீட்டில் பெண் நிமிர்ந்துதானே ஆக வேண்டும்.

ஆனால் என்னுடைய வீட்டைப் பார்... ஆண் என்னும் திமிர் சூலக் கம்புபோல சுற்றி ஆடுவதைப் பார்க்கலாம். எந்த இடத்துக்கும் நான் அவருக்கு முன்பாகப் போய்விடக் கூடாது. யார் கூடவும் போகக் கூடாது. ஒரு தடவை கோமதி மதினியோட சினிமா கொட்டகைக்குப் படம் பார்க்கப் போயிருந்தேன். திரும்பி வரும்போது, கோமதி மதினி அவங்க வீட்டுப் பக்கம் வந்ததும் என்னைப் போகச்சொல்லிவிட்டு நான் போவதைப் பார்த்துக்கொண்டு அங்கேதான் நின்றார்கள். அடுத்த தெருதான் எங்க வீடு. அதற்கு மானமட்டு இல்லாமல் முன்வாசலில் கிடந்த

ஈக்கிமாரை எடுத்து, 'எதுக்குச் சினிமாவுக்குப் போனே . . .' என்று என்னை வெளுத்துவிட்டார் மனுசன். நான் வீட்டுக்குப் போகிறவரைக்கும் தெருமுனையில் நின்று பார்த்துக் கொண்டிருந்த மதினி என் சத்தம் கேட்டு ஓடிவந்துவிட்டார். அத்துடன் வெளிவாசல் போகிறதை நிறுத்திவிட்டேன் தேவா. அவங்களாகக் கல்யாணம், காதுகுத்து, கோவில் என்று கூட்டிக்கொண்டு போனால் உண்டு. இல்லையென்றால், என் அம்மாவைப் பார்க்க ஊருக்கு பஸ்ஸு ஏற்றிவிடுவார்கள். இரண்டு மணி நேரம் எடுப்பான் திருநெல்வேலியில் இருந்து நம்ம ஊருக்கு வருவதற்கு . . . எப்படியாவது சன்னலோரமாக சீட் பிடித்து உக்கார்ந்துவிடுவேன். என் பிள்ளைகள் சன்னல் சீட்டைக் கேட்டால்கூட கொடுக்க மாட்டேனென்றால் பார்த்துக்கொள். அவர்களும் உட்கார்ந்த சீட்டில் சாய்ந்து தூங்கிவிடுவார்கள். அந்தச் சமயம் மட்டும்தான் நான் அந்த வெக்கைக் காற்றில், வெளியே தலையை நீட்டியபடி சிரித்துக்கொண்டே செல்வேன். என் வீட்டுக்காரர் கார் வாங்கிய பிறகு, அந்த சந்தோசமும் நின்றுபோனது, தேவா..."

பழைய கடிதம் ஒன்றில் கருவாட்டுக் கொழம்பு கதையகூட எழுதி வச்சிருந்தாங்க. அத வாசிச்சு முடிச்சப்புறம் யமுனாவுக்குச் சிரிப்பு நிக்கவே இல்லை.

"... எப்போது பார்த்தாலும் என் மாமியார் காலில் கஞ்சி தண்ணியைக் கொட்டிக்கிட்ட மாதிரியேதான் பரபரப்பாக இருப்பாங்க. வெடுக்கென்று பேசிவிடும் குணமும் உண்டு. உன்னைக்கூட கோதண்ட அத்தான் வீட்டு விசேஷத்தில் பார்த்தபோது, 'எம்புள்ள செல்லம்மா பெரியாத்தா ஒனக்கு கஞ்சி ஊத்துறாளா இல்லையா? இப்பிடி பாம்பாட்டம் நீண்டு குச்சியா இருக்க' என்று பேசியவங்கதானே அவங்க.

ஒருநாள் காலை சாப்பாடு முடிந்து, மதியத்துக்குச் சமைக்க விறகு வெட்டி எடுத்துக்கொண்டு இருந்தாங்க. அதற்குள்ளாக அவங்க மதினி ஒருத்தி விரசலாக வந்து கேசவனேரியில் ஒரு இழவு விழுந்திருக்கு என்று சொன்னாங்க. எதிர்த்த வீட்டு சின்னய்யன் மாட்டுவண்டி கட்டிக்கொண்டு வந்ததும், இரண்டுபேருமாகக் கிளம்பினாங்க.

கிளம்பும் போது என் மாமியார், 'ஏட்டி . . . நா கெளம்பிட்டனுட்டு மசமசன்னு இருக்காம, துணி அத்தனையும் துவச்சு எடுத்து போட்டுட்டு அடுப்புக்கு

மேல உரில நெத்திலி கருவாடு கட்டிப் போட்டிருக்கேமில்ல, அதுலேருந்து ஒரு பிடி எடுத்து போட்டு, ஒரு பிடிதான்... குழம்பு வையி. தேங்கா அரச்சு போட மறந்துராத. கருவாட்டுக் குழம்புக்கு முருங்கக்கா போட மறந்துராத. தனியா சாம்பார வையி. வேலுசாமிக்கு ராத்திரிக்கு ஆவும். துவையலும் அரச்சு வைச்சிரு. தூக்குற வரைக்கும் இருக்கமாட்டேன் பாத்துக்கோ, வந்துருதேன் ரெண்டு மணிக்குள்ளார, சரியாட்டி...' என்று எழுபத்தெட்டு வேலையை என் தலையில் கட்டிவிட்டுக் கிளம்பினாங்க.

எனக்கு மற்ற வேலைகளைப் பற்றிக் கூட கவலையில்லை. சமையலை என் பொறுப்பில் விட்டுவிட்டுப் போவதுதான் கவலையாக இருந்தது. அது புரியாமல் அவங்க எந்தலையில் ஒரு தட்டு தட்டி, 'என்னட்டி வெளங்காம நிக்க... ஒண்ணு 'சரி'ன்னு சொல்லு, இல்ல, இல்லன்னு தலையாட்டு... கூறு கெட்ட மூதி...' என்று நாலு நல்ல வார்த்தையில் வேறு வஞ்சிட்டுப் போனாங்க. தேவா, உன் பாடு எவ்வளவோ பரவாயில்லை... சின்னதில் இருந்தே வீட்டில் சமையலுக்கு ஆள் வைத்து வாழ்ந்துகொண்டு இருக்கிறாய். இங்க அப்படி இல்லையே...

அவங்க வருவதற்குள்ளே சமையல் முடித்துவிடலாமென்று அடுப்பைப் பற்ற வைத்துப் பருப்பு போட்டுவிட்டுக் காயெல்லாம் வெட்டிப் போட்டுச் சாம்பாரையும் சோத்தையும் முதலில் வைத்து இறக்கிவிடலாம் என்று நினைத்து, முடித்தும்விட்டேன். சாம்பார் சட்டியைத் தூக்கிப் பக்கத்தில் உள்ள கொடி அடுப்பில் வைத்துவிட்டேன், சூடு போகாமல் இருக்குமென்று. அடுப்புக்கு மேல் தொங்கவிட்டிருந்த உரி சட்டியிலிருந்து, நெத்திலியை ஒரு கை குத்து அளவு எடுத்து, தண்ணியில் நன்றாக அலசி ஊற வைத்துவிட்டேன். அது வரைக்கும் சரியாகத்தான் எல்லாம் போய்க் கொண்டிருந்தது தேவா... கருவாட்டுக் குழம்புக்கானதை அரைக்கிற நேரத்தில் குறுமிளகும் தேங்காயும் சின்ன வெங்காயமும் வைத்து அரைக்கிறதைப் பார்த்திருக்கிறேன். சீரகம் வைப்பாங்களா என்று மறந்துபோய்விட்டது. சரி, சீரகம் போட்டால், அது வாசனையை மணத்துக் காட்டிக் கொடுத்துவிடும் என்று போடாமல் விட்டுவிட்டேன். எல்லாம் போட்டு புளி கூட்டி ஊற்றி, மஞ்சள் பொடி, மிளகாய்த்தூள் போட்டு மூடி போட்டு ஒரு கொதி வரட்டுமென்று வைக்கிறேன், அதற்குள்ளாக முன்வாசலில் யாரோ வந்து நின்று கூப்பிடும் சத்தம்

கேட்டது. அங்கே போனால், மாமியார் இழவு வீட்டிலிருந்து வந்திருந்தாங்க. இத்தனை நேரத்துக்குள் கேசவனேரிலேருந்து அழுது முடித்துவிட்டு எப்படி வந்தாங்கன்னு தெரியலை எனக்கு... கையும் ஓடவில்லை, காலும் ஓடவில்லை எனக்கு.

'ஏட்டி, துவர்த்த எடுத்துட்டு வா', 'மஞ்ச சேலை, சோப் எல்லாத்தையும் எடுத்துட்டு வந்து கிணத்துமேட்டுல வையி', "முடுக்கு வழியா வந்து கிணத்துக்கிட்ட நின்னு தண்ணிய வாளியிலேருந்து மொண்டு ஊத்து' என்றெல்லாம் வரிசையாகச் சொல்லிக்கொண்டே இருக்காங்க. நான் அவங்களுக்கு தண்ணியை இரைச்சும் கொடுத்துவிட்டு, இதற்கிடையில் அடுப்படிக்கு ஓடிவந்து, கழுவி ஆய்ந்துவைத்த நெத்திலியை குழம்புலேயும் போட்டுவிட்டு வந்துவிட்டேன்.

தலைய துவட்டிவிட்டுச் சேலைய சுற்றிக்கொண்டு, 'செவத்து பய வீடு, ஒத்த கப்பு தேயிலய கண்ணுல காட்டுனா இல்ல. வழியில ஏதாவது காப்பி கடயாச்சும் தொறந்திருக்குமான்னு பாத்தா, அதுமில்ல,' என்று பேசிக்கொண்டே சாப்பிட உட்கார்ந்தாங்க.

'ஏ மக்கா, நல்ல கருவாட்டு வாசன வருது' என்று வேற சொல்ல, நானும் சோத்துப் பானையிலிருந்து சோற்றைச் சரித்து, அதைக் கொண்டு வைத்தேன், கருவாட்டுக் குழம்புச் சட்டியை அப்படியே தூக்கிக் கொண்டுவந்து வைக்கிறேன், துவையலை அவங்க பக்கமாக நகர்த்தி வைக்கிறேன், பரபரன்னு வேலை செய்கிறேன். முதல்முதலாக அடுக்களையை என்கிட்ட தனியா விட்டுவிட்டு அல்லவா போயிருக்காங்க? சாப்பாட்டைப் பற்றி என்ன சொல்லு வாங்களோ என்ற பதட்டம் இருக்கிறது நியாயம்தானே...

குழம்பு ஊற்றிக்கொண்டே கேட்கிறாங்க, 'ஏம்ட்டி, கருவாடு ஒண்ணத்தையும் காணும்? உள்ளி கெடக்கு, சொன்னாப்புல முருங்கக்கா கெடக்கு, நெத்திலிய காணுமே புள்ள. ஆனா வாசன வருதே. கரண்டிய போட்டு உலைச்சிட்டியோ?' என்று தேடுறாங்க சட்டியில். எனக்கும் ஒண்ணும் பிடிபடலை. நெத்திலி கருவாடு எங்கே போயிருக்கும் என்று நானும் சட்டிக்குள்ளே குனிந்து பார்க்கிறேன்.

சடக்கென்று ஒன்று தோன்றியது. சாம்பார் சட்டி கொடி அடுப்பில் கொதித்துக்கொண்டிருக்க, அங்கே இருந்து தான் கருவாட்டு வாசனை வருகிறதோ என்று. உட்கார்ந்த விதத்திலேயே மெதுவாக நகர்ந்து, அவங்களை விட்டுத் தள்ளிப்போய் எழுந்து, அடுக்களைக்குப் போய்ப்

பார்க்கிறேன், சாம்பார் சட்டிக்குள்ளாற நெத்திலி நெளி நெளியா குதித்துக் கொண்டு இருக்கிறது. எப்படி இருக்கும் எனக்கு ... என்னைத் தொடர்ந்து என் மாமியாரும் வந்துட்டாங்க. 'அடி பாதகத்தி ...' என்று அவங்க வாயைத் திறந்ததும், 'இந்த ஆளு ரைஸ்மில்ல மூடி வரதுக்குள்ளார நாம செத்தோம்' என்று நினைத்து, என் தலைமுடியைப் பிடித்துக்கொண்டேன். அவங்களுக்குக் கோபம் வந்தால் எல்லோரையும் முடியைப் பிடித்துதான் அடிப்பாங்க.

ஆனால் அவங்க என்ன செய்தாங்கன்னு நினைக்கிறே.. விழுந்து விழுந்து சிரிக்காங்க. 'சாம்பாருல நெத்திலி குதிக்குது'ன்னு சொல்லிச் சொல்லிச் சிரிக்காங்க; பக்கத்து வீட்டுக்காரங்களையெல்லாம் கூப்பிட்டு, 'ஏ மக்கா, இங்கன வந்து பாருங்கட்டி, சாம்பாருல நெத்திலி குதிக்கு' என்று காண்பிக்கிறாங்க. எல்லாவளும் சட்டியையும் என்னையும் சேர்ந்தாப்பில் பார்த்துப் பார்த்துச் சிரிக்காங்க. நாலு அடி பிடரியில் அடித்திருந்தால் கூட வீட்டோட போயிருக்கும். நான் இங்கே, இந்த வள்ளியூரில் வாழ்ந்து, சுடுகாடு போகிற வரைக்கும் அவங்க எல்லாரும் சொல்லிக்காட்டிக்கிட்டே இல்ல இருப்பாங்க. கேவலமாகப் போய்விட்டது போ. இதற்கு நீயும் சிரிப்பாய் என்று எனக்குத் தெரியும் தேவா ..."

சிரித்துக்கொண்டே யமுனா பழையபடி லெட்டரையெல்லாம் ஒழுங்கா மடிச்சு வச்சுட்டு தான் வளர்ந்த செல்லம்மா வீடு எப்படி இருந்தது என்று யோசித்தாள். யமுனா வளரும்போது அங்கு அடுக்களையில் கேஸ் சிலிண்டர் வந்துவிட்டது. வெறகடுப்பு பின் தாழ்வாரத்துக்கு வெந்நீ சூடு பண்ற பாய்லர் கிட்டக்க போயிடுச்சு. அவ எட்டாப்பு படிக்க இக்னீசியஸ் ஸ்கூலுக்கு மாறுன சமயத்துல எல்லாம், குளிமுறியில ஹீட்டர் மாட்டிட்டாங்க. அவங்க வாழ்ந்த சூழலே வேறு என்று நினைத்துக் கொண்டாள்.

இனி இந்த மாதிரி தேவகியுடன் எழுத்திலேயே ரகசியங்களைப் பேச யாரால் முடியும்? சுத்தியிருக்கிறவங்களால பேசத்தானே முடியும். நினைவுகளைச் செதுக்கிக் கொடுக்க முடியுமா என்ன? யமுனாவுக்குள் வசுவே முழுவதுமாக நிறைந்திருந்தாள். அம்மாவிடம் சொல்லிக்கொள்ளாமல் நாளைக்கு வேலை முடிந்து வரும்போது டிரை ஃபிஷ் வாங்கிட்டு வருவோம் என்று நினைத்துக் கொண்டாள் யமுனா.

அலமாரியின் கதவை மூட நினைக்கும் சமயம், பிரிக்கப்படாத கவர் மாதிரி ஒன்று தெரிய, அதை உருவியெடுத்தாள். அது பிரிக்கப்படாதது அல்ல, ஒட்டப்படாதது. தேவகி எழுதி போஸ்ட் செய்யாமல் வைத்திருக்கிறாள். கடிதத்தைத் திறந்து தேதி பார்த்தால். ஒரு வருஷம் முன்பு எழுதியது. ஏன் போஸ்ட் பண்ணாமல் வைத்திருக்கிறாள்? வசுவிடம் கூட சொல்ல முடியாத ஒன்று என்று தேவகியிடம் ஏதாவது இருக்கிறதா என்ன? மெதுவாக வாசிக்கத் தொடங்கினாள். கொடைக்கானல் செல்வதாக இருந்தது அதில். அதற்குள் கீழே அழைப்பு மணிச் சத்தம். தேவகி வந்திருக்கலாம் என்ற பதற்றத்தில் அதை மடித்து எடுத்த இடத்திலேயே வைத்துவிட்டுக் கீழே வந்தாள். இரண்டு வீடுகள் தள்ளியிருக்கும் கேனும் அவரது கணவரும். அவர் கையில் ஒரு அழைப்பிதழ்.

"உள்ளே வாங்க," என்றாள் யமுனா.

ஒரு வாரமெல்லாம் கழித்து யமுனாவுக்கு அந்த லெட்டர் நினைவுக்கு வந்து, தேடும்போது, அது அங்கே இல்லை. 'வசுவுக்காக தேவா எழுதிய ரகசியம் வசு வாசித்துவிடாமலே கிழிபட்டுவிடும்போது, நீ யார் அதை இடையில் வாசிக்க' என்று அங்கிருந்த சாமி மாடத்தில், கொழுக்கட்டை ஏந்தி அமர்ந்திருந்த தொந்தியுடையான், யமுனாவைப் பார்த்துக் கேட்டுவிட்டுக் குலுங்கி குலுங்கிச் சிரிப்பதுபோல இருந்தது. 'நல்லா சிரி' என்று வலிச்சம் காட்டிவிட்டு வந்தாள் யமுனா.

17

தேவகி

பட்டாம்பூச்சி

1

“சரவணா, எழுந்திரு,” என்று உலுக்க, போர்வையை விலக்கியவன் குளிர் எட்டிப்பார்க்க, “ஏய், நீயும் உள்ளே வந்துரு, குளூராது” என்றவனுடன் இணைந்து கொண்டாள் யமுனா.

“ஒருவருக்காக ஒருவர் இருப்பது சந்தோசம் தானே சரவணா . . . நம் வாழ்க்கைக்கான அர்த்தத்தைக் கண்டுக்கொண்டதாக நினைக்கிறேன். நீ என்ன நினைக்கிறே...” என்று அவனைப் பார்க்க, “இருக்கலாம் . . . இல்லாமலும் இருக்கலாம் . . .” என்றவனைச் செல்லமாகக் கைகளால் குத்தினாள்.

“யமுனா, வாழ்க்கையை அத்தனை சீக்கிரமாக அளவிட முடியாது. கல்யாணம் முடிஞ்சி சில வாரங்கள் தானே ஆகியிருக்கு. எனக்கு மனசுக்குள்ளே வேற ஓடுது யமுனா . . .” என்ன என்பதுபோல அவனைப் பார்த்தாள் யமுனா.

“குடும்பத்தால அம்மா பட்ட கஷ்டங்களை நாம் தேவகி அத்தைக்குக் கொடுக்கக் கூடாது. அவர்கள் வயதுக்கான நிம்மதி அவர்களுக்குக் கிடைக்கணும். அதில் மட்டும் நாம் உறுதியா இருக்கணும் யமுனா...”

“ம்ம்... இந்த விஷயத்துல நா ஒன்னைப்போல தான் . . . டேய், இன்னைக்கு மண்டே. ஒனக்கு ஒம்பதுக்கு மீட்டிங் இருக்குனு சொன்னே. இப்ப

டைம் எட்டரை," என்று யமுனா படபடக்க, "அட பிசாசே... இதை இப்ப சொல்றே..." என்றவாறு கம்போர்ட்டரை சட்டென விலக்கி எழுந்தான்.

அவன் கீழே வரும் சத்தத்திற்கு, தேவகி, "காப்பி சரவணா..." என்றாள். அடுக்களைக்குள் தேவகி அவல் தாளித்துக் கொண்டிருப்பதைப் பார்த்தான்.

காப்பி கப்பை வாங்கிக்கொண்டே, "அம்மா... நீங்க ஏன் சிரமப்படுறீங்க... நாங்களே இனி சமைக்கிறோம்..." என்றவனைச் சந்தேகக் கண்ணோடு பார்த்தாள் தேவகி.

"சத்தியமாம்மா... நா நல்லா சமைப்பேன். சந்தேகம்ன்னா உங்க வசு கிட்டக்க கேளுங்க," என்று சொன்னவன், அம்மா இல்லையென்பதை உணர்ந்து நாக்கைக் கடித்துக்கொண்டான்.

"போகட்டும் விடு. குளிச்சுட்டு வா, அவல் தாளிச்சு முடிஞ்சுது," என்றபடி அடுப்பிலிருந்த தாளிப்பை நிறுத்தினாள். அதற்குள் யமுனா வந்துவிட்டிருந்தாள்.

"ஏம்மா, இது ஓனக்கே கொஞ்சம் ஓவரா தெரியல. நானே வந்து, நானே காப்பி கலக்கிக் குடிக்கிறேன். ஆனா, அவன் வர்ற சத்தத்துக்கே காப்பி கலக்கி கையில கொடுக்கிற" என்றாள்.

"யம்மு, என்ன இது, சின்ன புள்ளையாட்டம். ஓனக்கு இத்தன வருசமா சமைச்சு கொடுத்துக்கிட்டு தான இருக்கேன். அவனே பாவம் தாயில்லா புள்ள," என்றதும், சரவணன், "இப்ப நீங்க..." என்று தேவகி வசுவை நினைவுபடுத்தியதைச் சுட்டினான். "இன்னும் நெனைச்சுக்கிட்டே தான் இருப்போம் சரவணா..." என்று சகஜமாக சொல்லிவிட்டு, யமுனாவிடம் திரும்பினாள்.

"யமுனா, நாளைக்கு ஹனிமூன் டிரிப்புக்கு வேண்டியது எல்லாம் எடுத்துட்டியா? ஏதாவது இல்லேன்னா இன்னைக்கு வேலை முடிச்சு மதியம் வரும்போது வாங்கிட்டு வந்துரு," என்று அவளையும் அவசரப்படுத்தினாள்.

"அச்சோ... அம்மா... என்ன இது பழைய டயலாக் எல்லாம்... ஹனிமூன்... ஹனி இல்லாத மூனுன்னு? பாரீஸ் டிரிப்னு சொல்லும்மா..." என்று கெஞ்ச, "சரி யம்மு... பாரீஸ் டிரிப் போதுமா..." என்றவள், 'இதுக ரெண்டையே சமாளிக்க முடியல, வசு எப்படிதா இத்தன பேர சமாளிச்சாளோ, தெரியல...' என்று முணுமுணுத்தாள்.

யமுனா அவளையே பார்த்தபடி நிற்க, "என்னடி, என்னையவே பாத்துக்கிட்டு நிக்கிற?" என்று மெல்லிய

புன்னகையுடன் கேட்க, "ஒண்ணுமில்லம்மா" என்றபடி, தேவகியின் கழுத்தைக் கட்டிக்கொண்டு, "இப்படியே இரு தேவா, எப்போவும்" என்று முணுமுணுப்பாய் சொல்லியபடி முத்தமிட்டாள்.

தேவகி தன் முகத்தை யமுனாவின் முகத்தோடு ஒட்டிக் கொண்டு, "ஆனா நா வசு இல்லடி..." என்றாள் சிரித்துக்கொண்டே.

2

வாட்டர்சைடு கேம்பஸ் போஸ்ட் ஆபீஸை தாண்டி வந்து பெக்கெட்ஸ் பார்க் அருகில் இருந்து மெரினா படகுத்துறையைப் பார்த்தவாறு இருக்கும், நார்தம்ப்டன் லாக் அவளுக்கு மிகவும் பிடித்தமான இடம். அங்கேயிருந்த அமரும் வசதியுடைய சின்னதொரு காப்பி ஷாப்பிற்குள் வந்தாள் தேவகி. ராய்ஸ், கடை வேலை முடித்து வருவதாகச் சொல்லியிருந்தார். மெதுவாக வரட்டும். அவருக்கான காத்திருப்புகள்கூட சுகமானவைதான். மோக்கா ஒரு கப் வாங்கிகொண்டு அமர்ந்தாள். வெள்ளை நிறத்து அன்னமொன்று தன் குஞ்சுகளுடன் நடந்து வந்து சட்டென அருகில் ஓடும் பழைய நேனே நதியின் நீருக்குள் இறங்கிவிட்டது. தாயின் பின்னேயே 'நம்மள கரையில விட்டுட்டுக் குதிச்சிட்டாளே'ன்னு பரிதவிச்சு நின்ன குஞ்சுகளும் ஒரு கண நேர தடுமாற்றத்துக்குப் பின்னர், தொப்தொப்பென்று தண்ணீருக்குள் ஒன்றன்பின் ஒன்றாக விழுந்தன.

நேனே நதியின் புதிய பாதையில் தண்ணீர் சற்று சுத்தமாக இருக்கும். இந்த பழைய பாதையில் நீர் தாவரங்கள் ஆங்காங்கே தலை நீட்டிக்கொண்டிருக்கும். அன்னங்கள் குஞ்சுகுருவான்களுடன் அதில் ஒய்யாரமாய் சந்தோஷமாக மிதக்கும். வெள்ளையாய் நீண்ட கழுத்தைத் தண்ணீருக்கு வெளியே பைப் மாதிரி நேராக வைத்தபடி, தண்ணீரின் மேல்பரப்பில் பாதிக்கும் குறைந்த உடம்பைக் காட்டியபடி, அலுங்காமல், சொட்டு அசடு இல்லாத வெண்மையுடன் மிதக்கும் காட்சி தேவகிக்கு ரொம்பவும் விருப்பம்.

பார்க்கின் பகுதியாக ஓடும் இந்த நதியின் சிறு இடம் மட்டும் படகு போக்குவரத்துக்காகப் பயன்படுத்தப்படும். இங்கு குன்றுகள் அதிகமிருப்பதால், நதி ஓடும் பகுதிகள் ஏற்றமும் தாழ்வுமாக இருக்கும். மேட்டிலிருந்து பள்ளத்திற்குப் படகு இறங்க லாக்குகள் ஆங்காங்கே வைத்திருப்பார்கள். அங்கிருந்த லாக்கை நோக்கி வந்த சிறியதான சரக்குப் படகு ஒன்று, லாக்கின் முன் இருந்த மூரில் நிப்பாட்டப்பட்டது. அதிலிருந்த இறங்கியவர், லாக் இருந்த மேட்டில் ஏறி, லாக்கை திறந்தார்.

படகு நிற்கும் பக்கமாக இருந்த நீரை, அந்த லாக் மெக்கானிசம் கீழே இழுத்து உறிஞ்சி படகை லாக்கிற்கு மறுபக்கம் இறக்கத்தில் இருக்கும் தண்ணீரின் அளவுடன் மேட்ச் செய்து, கைகள் போல் நீண்டிருக்கும் அந்த லாக்கின் கதவுகளைத் திறக்க வைத்தது. அந்த கதவுகள், வெள்ளை நிற அன்னங்களைப் போலவே தண்ணீரை அசக்காமல் ஒதுக்கியபடி வந்து திறந்து நின்றன. படகு மறுபக்கம் சென்றதும், அவர் மீண்டும் லாக்கை பூட்டிவிட்டு, அந்தப் பக்கத்து மூரில் நிறுத்தியிருந்த படகில் ஏறிக்கொள்ள படகு மெரீனா ஜெட்டியை நோக்கிச் சென்றது. இந்த ஏற்ற இறக்கத்தையெல்லாம் கண்டுகொள்ளாமல் அந்தப் பக்கமாகவே போகாமல் படகுகளுக்கு வழிவிட்டு அன்னங்கள் ஒருபக்கமாக நீந்திக்கொண்டிருந்தன. அழகான இந்தப் பறவைகளுக்கும் ஆபத்துகள் இல்லாமலா இருக்கும். நீரில் நீந்தி கொண்டு மீன்களை பிடித்து உண்டபடி, மேலே பறக்கும் ஸீ கல் பறவைகளின் கண்ணில் பட்டுவிடாமல் குஞ்சுகளை கணக்கில் வைத்துக்கொண்டு ஒரே நேரத்தில் இத்தனை சாமர்த்தியமாக வாழ ஒரு தாய்க்கு மட்டுமே தெரியும் என்று நினைத்துக்கொண்டாள் தேவகி.

பார்க்கில், ஓடிக்கொண்டிருக்கும் குழந்தைகளை அவர்களின் தாய்மார்கள் மட்டுமல்லாமல் அந்தத் தகப்பன்களும் குழந்தைகளின் பின்னால் ஓடுவதைப் பார்க்கிறாள் தேவகி. வரதன் நன்றாக இருந்திருந்தால், அவனும் கூட யமுனாவை இப்படிதான் பார்த்துக் கொண்டிருக்கலாம். வசு இப்போது இங்கிருந்தால், 'போ தேவா, நம்ம வீட்டுக்காரங்க எல்லாம் இதுக்குச் சரிபட மாட்டாங்க' என்றிருப்பாள்.

தேவகிக்கும் கிட்டத்தட்ட இந்த ஒரு மாத காலமாக யமுனா சரவணனின் கல்யாண வேலை, முகுந்தன் வந்து கிளம்பியது, இவர்கள் இருவரும் இப்போது ஹனிமூன் டிரிப்பாக பிரான்ஸ் போயிருப்பது எல்லாம் அதிகமான சிரமத்தை, ஆனால் சந்தோஷமான சிரமத்தை, அவளுடைய சத்தமில்லாத வாழ்வில் பேரலைபோல வந்து அமிழ்ந்தன. யமுனாவும் சரவணனும் அருகாமையில் ஒரு வீடு பார்த்துக்கொண்டு மாறுவதாக சொல்லிக்கொள்கிறார்கள். தேவகி சற்று எதிர்ப்பு தெரிவித்த போதும், அவர்களின் பிடிவாதம் ஒன்றுதான். வசுவைப்போல தேவகி மாறிவிடக்கூடாது என்பதே. அவளுக்கான நேரத்தைக் கொடுக்க வேண்டும் என்பது யமுனாவின் விருப்பம்.

"ஒனக்குன்னு மட்டுமில்லம்மா. எங்களுக்குன்னும் ஒருவரையொருவர் புரிந்துகொள்கிறவரை ஒரு ஸ்பேஸ் வேணும். அதுக்காகவும் தான் தனியே செல்கிறோம். பக்கத்துக் குளோசில் தான். ரெண்டு நேரமும் ஒன்னை வந்து பார்த்துக்கிறோம்.

வேணுமின்னா, நாங்க ஒனக்கும் சமைத்து எடுத்து வாரோம்..." என்றெல்லாம் சொல்லிக் கொள்கிறார்கள். தேவகி அதிகமாக வற்புறுத்தவில்லை அவர்களை.

யமுனாவும் சரவணனும் கிளம்பிய பின், இரண்டு நாட்களாக வீட்டை சரிசெய்யும் வேலை இருந்தது. இன்றுதான் வெளிய வர நேரம் கிடைத்தது அவளுக்கு. யமுனா கிளம்பும் முன் நூறு தடவை கேட்டுவிட்டாள், 'அம்மா, தனியா இருந்துக்குவியா? பார்வதிய வரச்சொல்லவா?' என்று. தேவகி சிரித்துக்கொண்டே, 'அங்கும் பார்வதி அவ வீட்டில் தனியாக தானே இருக்கா? அவளுக்கு நா துணைக்கா போயிருக்கிறேன்?' என்று கேட்டதும், யமுனா சமாதானம் அடைந்தாலும், மாத்திரைகளை எல்லாம் அடுக்கி வைத்து சொல்லிவிட்டுத் தான் கிளம்பினாள். ஜான் நம்பரையும் நினைவுபடுத்திவிட்டுக் கிளம்பினாள்.

யமுனா பயந்தது மாதிரியே, நேற்று நடந்தும் விட்டது. ஆனால் பயப்படுத்தும் அளவுக்கு இல்லை, நேற்றைய கனவு. முந்தைய கனவுகளைப்போல இல்லை இது.

பனி மூடியிருக்கும் பெரும் பிரதேசத்தில் நடந்து கொண்டிருக்கிறாள். மூச்சு வாங்குகிறது. சுற்றிலும் வெள்ளையாகவும் வெளிச்சமாகவும் இருக்கிறது. வெண்ணிற திண்டு ஒன்றில் அமர்கிறாள். ஆசுவாசபட நினைக்கிறாள். 'நல்லா உக்காரு புள்ள' என்ற குரல் செல்லம்மா ஆச்சியினுடையது. 'உக்காரு, கொஞ்சம் கழிச்சு போலாம் தேவா' என்கிறாள் வசு. திண்டு என்பதாக இருந்தது, உடலுக்கு கீழே, மெதுவே நகர, சட்டென எழுகிறாள் அதன் மேலிருந்து. அது ஒரு வெள்ளை பனி கரடி. அவளைப் பார்த்தபடியே ஆடி அசைந்து நடந்து செல்கிறது. நாலு எட்டு நடந்ததும் நின்று, அவளைப் பார்த்து, 'இனி வீட்டுக்குப் போ' என்கிறது. தேவகி தலையாட்டிவிட்டு நடக்கத் தொடங்குகிறாள். இது ஒரு கனவாக இல்லாமல் நிகழ்வாக அழகாக நடந்தேறியது. அவளுக்கு விழிப்பேதும் வரவில்லை. காலையில் எழும்போது அந்தக் கனவு மிச்சமாய் மனதில் தொக்கி நின்றது. மிருகங்கள் தன்னைவிட்டு விலகிச் செல்கிறதோ என்னமோ... இதை கேட்டால், அதுவும் நல்லதுக்குத்தானே என்பாள் யமுனா.

இன்று அவள் பேசும்போது சொல்லலாம் என்று நினைத்துக் கொண்டிருக்கும் போதே, ராய்ஸ் தூரத்தில் வருவது தெரிந்தது. அவளைப்போலவே சிவப்பு நிற ஜாக்கெட்டில் இருந்தார் இன்று. அதன் மேல் இருந்த வரிகள் அவர் மேல் குறுக்கும் நெடுக்குமாக வரைந்து நின்றன. இப்போது கொஞ்சம் அவர் கனத்திருப்பது

அகிலா

தெரிந்தது. அதனால் அவரின் உடல் இன்னும் சதுரமாக மாறியிருந்தது. முகத்தில் மெல்லியதொரு புன்னகை.

“தேவக்கி! எத்தன நாளாகுது பாத்து. ஒன் பொண்ணு கல்யாண பார்ட்டியில் பார்த்தது. போனிலும் பிடிக்க முடியல. டோடலி பிஸி. என்னைய மறந்துட்ட. இந்த முன்னாள் போர்வீரனுக்கு அவனின் ஸ்காட்ச் மட்டும் துணைக்கு போதும்னு நினைச்சுட்டே போல” என்றார் பொய்யாய் ஒரு கோபத்தை முகத்தில் காட்டி.

தேவகியால் அவரின் உணர்வை புரிய முடிந்தது. அவளும் அவரைப்போலவே பொய்க் கோபத்தைக் காட்டி, “ராய்ஸ், விளையாட்டா பேசுறதுக்கும் அளவிருக்கு,” என்று சொல்ல, “சரிங்க மை லார்ட்...” என்று கைகளைக் கட்டிக்கொண்டு சொன்னார். காப்பி வாங்கச் செல்லும் அவரைப் பார்த்தபடியே இருந்த தேவகிக்குள், தன் முன்னும் ஓர் ஆண் கைகளைக் கட்டிக்கொண்டு தன் அன்பிற்காக நிற்பதை நினைக்கும்போது, தேவகிக்குள் ஒருவித பெருமையும் கூச்சமும் உண்டானது.

காப்பியுடன் அருகில் அமர்ந்தவரிடம், நேற்றைய கனவு குறித்துச் சொன்னாள். “நீ நார்மலுக்கு வந்துட்டே தேவக்கி... நானும் உன்னைக் கவனித்துக்கொண்டு தான் இருக்கிறேன்...” என்றபடி அவளைப் பரிவாய் பார்த்தவாறே, “தேவக்கி... நீ எப்போதும் என்னோடு இருக்கவேண்டுமென ஆண்டவனிடம் கேட்டுக்கொள்கிறேன்...” சொன்னபோது, தேவகியை அறியாமல் ஒரு சொட்டு கண்ணீர் கன்னத்தில் கோடிட்டது.

“இங்கிருக்கும் படகுகளில் சவாரி போகலாமா?” என்று தேவகி பேச்சை மாற்றினாள்.

“இந்த மெரீனாவுக்குள் இருக்கும் படகுகள் சவாரிக்கும் ஆனவை. ஏன், தேவக்கிக்கும் போகணுமா?” என்றபடி கண் சிமிட்டிச் சிரித்தார்.

“ஆம், இந்த நதியின் வழிப்பாதை முழுக்க அன்னங்கள் அங்குமிங்குமாக நீந்திக் கொண்டிருக்கின்றனவே, அவற்றைப் படகில் சென்று பார்க்க வேண்டும்” என்றாள்.

“போகலாம் ஒருமுறை. என்னுடைய இளம் வயதில் ஒருமுறை வெள்ளம் கரை கொள்ளாமல் ஓடியது இந்த நதியில். ரேடியோவில் ‘வெள்ளம், வெள்ளம்’ என்று அலறிக்கொண்டே இருந்தார்கள். அதற்குத்தான் இந்த அளவுகோல் வைத்திருக்கிறார்கள் பார்,” என்று நார்தம்ப்டன் லாக்கின் முன்புறம் இருந்த படகை தற்காலிகமாக நிறுத்திக் கொள்ள இருக்கும் மூரின் அருகில் நதியின் அடிவரை சென்றிருந்த அளவுகள் குறிக்கப்பட்ட ஸ்கேலைக்

காட்டி, “இந்த ஸ்கேல் மூழ்கி இருந்தது அப்போது. இங்கே ஒரு ‘ரெட் அலர்ட்’ ஃபோர்ட் இருக்கிறதே, அதில் எழுதியிருப்பார்கள். அப்போதெல்லாம் படகுகள் குறைவுதான். அதுவும் சரக்கு எடுத்துச் செல்லும் படகுகள்தான்,” என்றவாறு கைகளில் அணிந்திருந்த கையுறைகளைக் கழட்டி தன் தொடைகளின் மீது வைத்துக்கொண்டார்.

“நாங்க பசங்களாக வந்து குமிவதைப் பார்த்ததும் வீட்டுக்குப் போகச்சொல்லி விரட்டினார்கள் காவலுக்கு இருந்த ராணுவத்தினர். அவர்களைப் பார்த்த போதுதான் எனக்கும் தோன்றியது நாமும் ராணுவத்துக்குப் போய் இப்படி வெள்ளக்காட்டின் அருகில் படகுகளைப் பிடித்தபடி, ஷூ கால்களை மேடான பகுதியில் வைத்துக்கொண்டு நிமிர்ந்து நின்று எல்லோரையும் மிரட்டவேண்டும் என்று,” சொல்லிவிட்டு பெரிதாகச் சிரித்தார். “அந்த ஆசையில்தான் ராணுவத்தில் சேர்ந்தேன். ராணுவம் என்பது இது மட்டுமல்ல, வேறு ஒரு பெரிய விஷயம் என்று அங்கு சேர்ந்த பிறகு தானே தெரிந்தது,“ என்று அவர் முகமும் குரலும் வாடுவதைக் கேட்டதும் அவர் பழைய நினைவுகளுக்குச் செல்கிறார் என்பது புரிந்தது தேவகிக்கு.

பேச்சை மாற்ற நினைத்து, “என்ன கேப்டன் சார், வெள்ளத்தை அப்படியே அம்போன்னு விட்டுட்டுப் போயிட்டீங்க? கதைய சொல்லுங்க” என்றபடி அவரை இங்கு இழுத்து வந்தாள் தேவகி.

“நீ எனக்குக் கிடைத்த பொக்கிஷம் தேவக்கி. அப்போதைக்கு அப்போது என்னை மீட்டெடுக்கிறாய்,” என்று சொல்லி புன்னகைத்து விட்டு கதையைத் தொடர்ந்தார்.

“சுற்றிலும் எங்கும் தண்ணீர். குடும்பம் குடும்பமாக பாரிஷ் சர்ச், அபஸ்டாலிக் கம்யூனிட்டி ஹாலில் என்று தங்கியிருந்தோம். சின்ன வயதாக இருந்ததால், பயமில்லாமல் அங்கு ஓடும் தண்ணீரில் விளையாடிக்கொண்டிருந்ததாக அம்மா சொல்லியிருக்கிறார்கள். இருபத்திரண்டு வருடங்களுக்கு முன்பாக, 1998ஆவது வருஷமாக இருக்கும்னு நினைக்கிறேன். மீண்டும் வந்த வெள்ளம் இன்னும் என் நினைவில் இருக்கிறது. அப்போது நான் ராணுவத்திலிருந்து முற்றிலுமாகச் சிதைந்து போய் வந்திருந்த நேரம். ஊர் முழுவதும் தண்ணீர் நிறைந்து ஓடுகிறது. வீடுகளின் உள்ளே எல்லாம் நீர் புகுந்து ஏகப்பட்ட சேதம். நான் இங்கிருந்த என் நண்பர்களுடன் சேர்ந்து நிறைய கம்யூனிட்டி சர்வீஸஸ் செய்திருக்கிறேன், அந்த நேரத்தில். வெள்ளம் வடிந்து, ஊர் சரியாகவே, ஒரு மாதம் ஆனது. அதன்பிறகு கரையை உயர்த்தி கட்டினார்கள். அந்த வேலைகளிலும்

என்னை ஈடுபடுத்திக்கொண்டேன். எனக்கு அது என்னுடைய இருண்டிருந்த உலகத்தைவிட்டு வெளியே வர வைத்தது. ஒவ்வொன்றிலிருந்தும் நாம் நம்மை மீட்டெடுக்க எவ்வளவு போராட வேண்டியது உள்ளது," என்றபடி தேவகியைப் பார்க்க, தேவகி தலையாட்டினாள்.

"நம்மளோட நட்பும் கூட அப்படிதான் ராய்ஸ். வாழ்க்கையில் விழுந்திருக்கும் சின்ன சின்ன பொத்தல்களை அடைத்து வாழ வகை செய்கிறது," பேசிக்கொண்டே இருவரும் நடக்கத் தொடங்கினார்கள். நேரம் போவது தெரியாமல் பேசிக்கொண்டே இருந்துவிட்டு, பின்னர் பார்க்கைச் சுற்றி வந்துவிட்டு ராய்ஸ் சொல்லிக்கொண்டு கிளம்பினார்.

கிளம்பும் போது, "வீட்டுக்கு வாயேன் ஒரு நாள்," என்று அழைப்பு வைத்தார். இதுதான் முதல் தடவை ராய்ஸ் அவர் வீட்டுக்குத் தன்னை அழைப்பது.

"வரேன்" என்று சொன்னாள்.

"நாளை ?" என்று ராய்ஸ் சைகையாலும் கண்களாலும் கேள்வி வைத்தபோது, அதை ரசித்த தேவகி, "பார்க்கலாம்" என்றாள்.

பெட்ஃபோர்ட் சாலை இருந்த பக்கமாக அவர் நடந்து செல்வதைப் பார்த்துக்கொண்டே இருக்கும்போது, திரும்பி பார்த்த அவர், தன்னையேப் பார்த்தவாறு நிற்கும் தேவகியை நோக்கி கை அசைத்தார். மனதிலிருந்து மலர்வு ஒன்று புன்னகையாய் அவள் உதடுகளில் தேங்கியது.

பார்க்கை விட்டு வெளியே வரும் வழியில் அடர்வாய் பூத்திருந்த வயலட் பூக்களின் மீது வண்ண வண்ண பட்டாம் பூச்சிகள் அமர்வதும் பறப்பதுமாய் இருந்தன. ஸ்பிரிங்க் பருவத்து சந்தோஷங்கள் பூக்களிடமும் அங்கிருந்த குழந்தைகளிடமும் தெரிந்தன. குழந்தைகள் பட்டாம்பூச்சிகளைக் கலைத்தவாறே அந்தச் செடிகளைச் சுற்றி ஓடிக்கொண்டிருக்க, துரத்தும் அவர்களை ஏமாற்றி, அவை மீண்டுமாக பூக்களில் வந்து அமர்ந்து கொண்டன. துரத்தி ஓடும் ஒரு குழந்தையின் வெள்ளை நிற பிராக் முழுவதும் எம்பிராய்டரி செய்யப்பட்ட பட்டாம் பூச்சிகள்... பட்டாம்பூச்சிகள் பறக்கும் அவளின் ஆச்சி காலத்து சீட்டி பாவாடையை நினைவுபடுத்தியபடி.